ವಿಶ್ವಕಥಾಕೋಶ

ಸಂಪುಟ – ೨೪

ಪ್ರಧಾನ ಸಂಪಾದಕ
ನಿರಂಜನ

ಕಿವುಡು ವನದೇವತೆ

ದಕ್ಷಿಣ ಅಮೆರಿಕ ಕಥೆಗಳು

ಅನುವಾದ
ಈಶ್ವರಚಂದ್ರ

ನವಕರ್ನಾಟಕ ಪ್ರಕಾಶನ

KIVUDU VANADEVATE (Kannada)
An anthology of short stories from South America, being the twentyfourth volume of Vishwa Kathaa Kosha, a treasury of world's great short stories in 25 volumes in Kannada. Translated by Eswarachandra. Editor-in-Chief : Niranjana Editors : S. R. Bhat, C. R. Krishna Rao, C. Sitaram. Secretary : R. S. Rajaram.

Fourth Print : 2022   Pages : 158   Price : ₹ 175
Paper : 75 gsm Maplitho 20 kg ($^1/_8$ Demy Size)

ಮೊದಲನೇ ಮುದ್ರಣ : 1982
ಮರುಮುದ್ರಣಗಳು : 2011, 2012
ನಾಲ್ಕನೇ ಮುದ್ರಣ : 2022

ಪ್ರಧಾನ ಸಂಪಾದಕ : ನಿರಂಜನ
ಸಂಪಾದಕರು : ಎಸ್. ಆರ್. ಭಟ್, ಸಿ. ಆರ್. ಕೃಷ್ಣರಾವ್, ಸಿ. ಸೀತಾರಾಮ್
ಕಾರ್ಯದರ್ಶಿ : ಆರ್. ಎಸ್. ರಾಜಾರಾಮ್
ಕಲಾ ಸಲಹೆಗಾರರು : ಎಸ್. ರಮೇಶ್, ಕಮಲೇಶ್, ಅಮಿತ್

ಕೃತಿಸ್ವಾಮ್ಯ : ಆಯಾ ಕಥೆಗಳ ಲೇಖಕರದ್ದು / ಲೇಖಕರ ವಾರಸುದಾರರದ್ದು

ಬೆಲೆ : ₹ 175

ಮುಖಚಿತ್ರ : ಎಸ್. ರಮೇಶ್

ಪ್ರಕಾಶಕರು
ನವಕರ್ನಾಟಕ ಪಬ್ಲಿಕೇಷನ್ಸ್ ಪ್ರೈವೇಟ್ ಲಿಮಿಟೆಡ್
ಎಂಬೆಸಿ ಸೆಂಟರ್, ಕ್ರೆಸೆಂಟ್ ರಸ್ತೆ, ಬೆಂಗಳೂರು – 560 001
ದೂರವಾಣಿ : 080–22161900 / 22161901 / 22161902

ಶಾಖೆಗಳು/ ಮಳಿಗೆಗಳು
ನವಕರ್ನಾಟಕ, ಕ್ರೆಸೆಂಟ್ ರಸ್ತೆ, ಬೆಂಗಳೂರು – 1, ✆ 080–22161913/14, Email : nkpsales@gmail.com
ನವಕರ್ನಾಟಕ, ಕೆಂಪೇಗೌಡ ರಸ್ತೆ, ಬೆಂಗಳೂರು – 9, ✆ 080–22203106, Email : nkpkgr@gmail.com
ನವಕರ್ನಾಟಕ, ಶರವು ದೇವಸ್ಥಾನ ರಸ್ತೆ, ಮಂಗಳೂರು – 1, ✆ 0824–2441016, Email : nkpmng@gmail.com
ನವಕರ್ನಾಟಕ, ಬಲ್ಮಠ, ಮಂಗಳೂರು – 1, ✆ 0824–2425161, Email : nkpbalmatta@gmail.com
ನವಕರ್ನಾಟಕ, ರಾಮಸ್ವಾಮಿ ವೃತ್ತ, ಮೈಸೂರು–24, ✆ 0821–2424094, Email : nkpmysuru@gmail.com
ನವಕರ್ನಾಟಕ, ಸ್ಟೇಷನ್ ರಸ್ತೆ, ಕಲಬುರಗಿ – 2, ✆ 08472–224302, Email : nkpglb@gmail.com

ಮುದ್ರಕರು : ರಿಪ್ರೋ ಇಂಡಿಯಾ ಲಿಮಿಟೆಡ್, ಮುಂಬಯಿ

0411226311 **ISBN 978-81-8467-223-7**

Published by Navakarnataka Publications Private Limited, Embassy Centre Crescent Road, Bengaluru - 560 001 (India). Email : navakarnataka@gmail.com

ಅರ್ಪಣೆ

ನಿರಂಜನ
(1924–1991)

ಇವರ ನೆನಪಿಗೆ

ಪರಿವಿಡಿ

4

ಪ್ರಕಾಶಕರ ನುಡಿ

ಕನ್ನಡ ನಾಡು ನುಡಿಗಳಿಗೆ ನಮ್ಮ ಹೆಮ್ಮೆಯ ಕೊಡುಗೆ ವಿಶ್ವಕಥಾಕೋಶ. ಶ್ರೀ ನಿರಂಜನರ ಪ್ರಧಾನ ಸಂಪಾದಕತ್ವದಲ್ಲಿ ಹೊರಬರುತ್ತಿರುವ ಈ ಬೃಹತ್ ಸಂಕಲನ ಜಗತ್ತಿನ ಸಾರಸ್ವತ ಭಂಡಾರದ ಒಂದು ಭಾಗವನ್ನು ಕನ್ನಡ ಓದುಗರ ಮುಂದೆ ತಂದಿಡುತ್ತದೆ. ಇದು ಕನ್ನಡದ ಇತ್ತೀಚಿನ ಮಹತ್ವದ ಪ್ರಕಟನೆಗಳಲ್ಲೊಂದೆಂದು ಸಹೃದಯರಾದ ಕನ್ನಡ ಓದುಗರೂ ವಿಮರ್ಶಕರೂ ಈಗಾಗಲೇ ಹೇಳಿರುವುದು ನಮಗೊಂದು ಸಂತಸದ ವಿಷಯ.

ವಿಶ್ವಕಥಾಕೋಶದ 25 ಸಂಪುಟಗಳನ್ನು 1980ರ ಯುಗಾದಿಯಿಂದ ಮೊದಲ್ಗೊಂಡು ಒಟ್ಟು ಆರು ಕಂತುಗಳಲ್ಲಿ ಪ್ರಕಟಿಸಲಾಗುವುದೆಂದು ನಾವು ಹಿಂದೆ ಹೇಳಿದ್ದೆವು. ಅದರಂತೆ ಈಗಾಗಲೇ 20 ಸಂಪುಟಗಳನ್ನು ನಾವು ಬಿಡುಗಡೆ ಮಾಡಿದ್ದೇವೆ.

ಈಗ ಕಥಾಕೋಶದ ಕೊನೆಯ ಐದು ಸಂಪುಟಗಳನ್ನು ಓದುಗರ ಕೈಗಿಡಲು ನಮಗೆ ಹರ್ಷವೆನಿಸುತ್ತದೆ. ಇವು ಈ ವರ್ಷದ–1982ರ– ದೀಪಾವಳಿಯ ಕಾಣಿಕೆ.

ಈ ಐದರಲ್ಲೊಂದು 'ಕಿವುಡು ವನದೇವತೆ'. ಇದರಲ್ಲಿ ದಕ್ಷಿಣ ಅಮೆರಿಕದ ಕಥಾ ಸಾಹಿತ್ಯದಿಂದ ಆಯ್ದ ಹೃದಯಂಗಮವಾದ ಹದಿನಾಲ್ಕು ಕಥೆಗಳಿವೆ. ಇದು ಕಥಾಕೋಶದ ಇಪ್ಪತ್ತನಾಲ್ಕನೆಯ ಸಂಪುಟ. ಈ ಸಂಪುಟವನ್ನು ಕನ್ನಡಕ್ಕೆ ಅನುವಾದಿಸಿದವರು ಶ್ರೀ ಈಶ್ವರಚಂದ್ರ.

ಈ ಸಂಪುಟಕ್ಕೆ ಸೊಗಸಾದ ಮುಖಚಿತ್ರವನ್ನು ಬರೆದುಕೊಟ್ಟವರು ಕಲಾವಿದ ಶ್ರೀ ಎಸ್. ರಮೇಶ್. ಹಿಮ್ಮೈವಿನ್ಯಾಸ ಶ್ರೀ ಕಮಲೇಶ್ ಅವರದು. ಇದನ್ನು ಉತ್ತಮವಾಗಿ ಮುದ್ರಿಸಿದ ಶ್ರೇಯಸ್ಸು ಜನಶಕ್ತಿ ಮುದ್ರಣಾಲಯದ ನಮ್ಮ ಬಂಧುಗಳಿಗೆ ಸಲ್ಲಬೇಕು. ಇದರ ರಕ್ಷಾ ಕವಚದ ಮುದ್ರಣ ಕಾರ್ಯವನ್ನು ನಿರ್ವಹಿಸಿದವರು ಶಿವಕಾಶಿಯ ಜೇಯೆಮ್ ಆಫ್‌ಸೆಟ್ ಪ್ರಿಂಟರ್ಸ್ ಅವರು. ಇವರಿಗೆಲ್ಲ ಈ ಸಂದರ್ಭದಲ್ಲಿ ನಮ್ಮ ಹೃತ್ಪೂರ್ವಕ ಕೃತಜ್ಞತೆಗಳು ಸಲ್ಲುತ್ತವೆ.

ಇವರಲ್ಲದೆ ಈ ಸಂಪುಟವನ್ನು ಹೊರತರಲು ಇನ್ನೂ ಅನೇಕ ಮಂದಿ ಮಿತ್ರರು ನಮಗೆ ನೆರವಾಗಿದ್ದಾರೆ. ಸಂಪುಟದ ಕೊನೆಯಲ್ಲಿ ಅವರಿಗೆ ನಮ್ಮ ವಿಶೇಷ ಕೃತಜ್ಞತೆಗಳನ್ನು ಸಮರ್ಪಿಸಲಾಗಿದೆ.

ಈ ಸಂಪುಟದಲ್ಲಿ ಬಳಸಲಾದ, ಕೃತಿಸ್ವಾಮ್ಯವನ್ನು ಹೊಂದಿರುವ ಎಲ್ಲ ಕಥೆಗಳ ಕರ್ತೃಗಳಿಂದ ಅಥವಾ ಅವರ ವಾರಸುದಾರರಿಂದ ಅವುಗಳ ಪ್ರಕಟನೆಗೆ ಅನುಮತಿ ಪಡೆಯಲು ನಾವು ಆದಷ್ಟು ಪ್ರಯತ್ನಿಸಿದ್ದೇವೆ. ಅವರೆಲ್ಲರಿಗೂ ನಾವು ಋಣಿಗಳು. ಆದರೆ ಒಂದು ವೇಳೆ ಯಾರದಾದರೂ ಅನುಮತಿ ಬಿಟ್ಟುಹೋಗಿದ್ದರೆ, ಈ ಯೋಜನೆಯ ಮಹತ್ವವನ್ನು ಮನಗಂಡು ಅವರು ನಮ್ಮನ್ನು ಕ್ಷಮಿಸುವರೆಂದು ನಂಬಿದ್ದೇವೆ.

ಈ ಸಲದ ಬಿಡುಗಡೆಯೊಂದಿಗೆ ವಿಶ್ವಕಥಾಕೋಶದ ಎಲ್ಲ ಸಂಪುಟಗಳನ್ನು ನಾವು ಹೊರತಂದಂತಾಯಿತು. ಕೋಶದ ಹಿಂದಿನ ಸಂಪುಟಗಳಿಗೆ ಓದುಗರು ನೀಡಿದ ಆದರದ ಸ್ವಾಗತ ಈ ಸಂಪುಟ ಗಳಿಗೂ ದೊರೆಯುವುದೆಂದು ನಾವು ನಂಬಿದ್ದೇವೆ.

ಬೆಲೆ ಏರಿಕೆಯ ಇಂದಿನ ದಿನಗಳಲ್ಲಿ ವಿಶ್ವಕಥಾಕೋಶದಂಥ ಬೃಹತ್ ಯೋಜನೆಯ ಪ್ರಕಟನೆ ಬಹಳ ಕಷ್ಟಸಾಧ್ಯವಾದ ಕಾರ್ಯ. ಆದರೂ ಓದುಗರ ಹಿತದೃಷ್ಟಿಯಿಂದ ಕಥಾಕೋಶದ ಬೆಲೆಯನ್ನು ನಾವು ಹೆಚ್ಚಿಸಿಲ್ಲ. ಬಿಡಿ ಸಂಪುಟಗಳ ಬೆಲೆ ಹಿಂದಿನಂತೆಯೇ ರೂ. 10–00. 25 ಸಂಪುಟಗಳಿಗೆ ರೂ. 250–00. ಅದೇ ರೀತಿಯಲ್ಲಿ ಇಡೀ ಕೋಶವನ್ನು ಕೊಳ್ಳಬಯಸುವವರಿಗೆ ಡಿಸೆಂಬರ್ 31, 1982ರವರೆಗೆ ರೂ. 50/–ರ ರಿಯಾಯಿತಿಯೂ ಇದೆ. ಆದುದರಿಂದ 'ನವಕರ್ನಾಟಕ ಪಬ್ಲಿಕೇಷನ್ಸ್ (ಪ್ರೈ) ಲಿಮಿಟೆಡ್' – ಈ ಹೆಸರಿಗೆ 200/–ರೂ.ಗಳನ್ನು ಡ್ರಾಫ್ಟ್ ಮೂಲಕ ಇಂದೇ ಕಳುಹಿಸಿಕೊಡಿ. ಎಲ್ಲ ಸಂಪುಟಗಳನ್ನೂ ನಮ್ಮ ವೆಚ್ಚದಲ್ಲಿ ನಿಮ್ಮ ಮನೆ ಬಾಗಿಲಿಗೆ ತಕ್ಷಣ ತಲಪಿಸಲಾಗುವುದು. ನೆನಪಿಡಿ, ಈ ರಿಯಾಯಿತಿ ಈ ವರ್ಷದ ಅಂತ್ಯದ ಬಳಿಕ ಇರುವುದಿಲ್ಲ.

ಕೊನೆಯದಾಗಿ, ಕಥಾಕೋಶದ ಪ್ರಕಟನೆ ಆರಂಭವಾದಂದಿನಿಂದ ಇಂದಿನ ತನಕ ಈ ಯೋಜನೆಗೆ ಪ್ರೋತ್ಸಾಹ ನೀಡಿದ ಎಲ್ಲ ಓದುಗರಿಗೆ, ವಿಮರ್ಶಕರಿಗೆ, ಪತ್ರಕರ್ತರಿಗೆ ಹಾಗೂ ಇದನ್ನು ಯಶಸ್ವಿಯಾಗಿ ಸಂಪೂರ್ಣಗೊಳಿಸಲು ನಾಲ್ಕು ವರ್ಷ ಕಾಲ ಎಡೆಬಿಡದೆ ಶ್ರಮಿಸಿದ ಪ್ರಧಾನ ಸಂಪಾದಕರಿಗೆ, ಅವರೊಡನೆ ಸಹಕರಿಸಿದ ಸಂಪಾದಕ ಮಂಡಳಿಗೆ, ಅನುವಾದಕರಿಗೆ, ಕಲಾವಿದರಿಗೆ ಮತ್ತು ಈ ಕಾರ್ಯದಲ್ಲಿ ನಮಗೆ ನೆರವಾದ ಇತರ ಎಲ್ಲ ಮಿತ್ರರಿಗೆ ಈ ಸಂದರ್ಭದಲ್ಲಿ ಮತ್ತೊಮ್ಮೆ ನಮ್ಮ ಹಾರ್ದಿಕ ಕೃತಜ್ಞತೆಗಳನ್ನು ಸಲ್ಲಿಸುತ್ತೇವೆ.

ಆರ್. ಎಸ್. ರಾಜಾರಾಮ್

ದೀಪಾವಳಿ, 1982 — ವ್ಯವಸ್ಥಾಪಕ ನಿರ್ದೇಶಕ

ಬೆಂಗಳೂರು — ನವಕರ್ನಾಟಕ ಪಬ್ಲಿಕೇಷನ್ಸ್ (ಪ್ರೈ) ಲಿಮಿಟೆಡ್

ಪ್ರಕಾಶಕರ ನುಡಿ

(ಎರಡನೇ ಮುದ್ರಣ)

ನವಕರ್ನಾಟಕ ಪ್ರಕಾಶನದ 50ರ ಸಂಭ್ರಮದಲ್ಲಿ, 'ವಿಶ್ವಕಥಾಕೋಶ'ದ ಇಪ್ಪತ್ತೈದು ಸಂಪುಟಗಳನ್ನು ಪುನರ್ಮುದ್ರಿಸಿ ಓದುಗರ ಕೈಗಿಡುತ್ತಿದ್ದೇವೆ. ಮೂವತ್ತು ವರ್ಷಗಳ ಕಾಲ ಅಲಭ್ಯವಾಗಿದ್ದ ಜಗತ್ತಿನ ಸಾಹಿತ್ಯ ಕಥಾ ಕಣಜ ಬೆಳಕು ಕಾಣುವ ಈ ಸಮಯದಲ್ಲಿ ಈ ಯೋಜನೆಯ ಹೊಣೆ ಹೊತ್ತ ಶ್ರೇಷ್ಠ ಕಥೆಗಾರ, ಸಾಹಿತಿ ನಿರಂಜನರು ನಮ್ಮೊಂದಿಗೆ ಇದ್ದಿದ್ದರೆ, ನವಕರ್ನಾಟಕದ ಚಿನ್ನದ ಹಬ್ಬ ಹೆಚ್ಚು ಅರ್ಥಪೂರ್ಣವಾಗುತ್ತಿತ್ತು. ಈ ಸಂಪುಟಗಳನ್ನು ಅವರಿಗೆ ಅರ್ಪಿಸಿ, ಅವರನ್ನು ನೆನೆಯುತ್ತೇವೆ.

ಸಂಪುಟಗಳನ್ನು ಅನುವಾದಿಸಿ ನೆರವಾದ ಅನೇಕ ಲೇಖಕ ಮಿತ್ರರು ಈ ಮೂರು ದಶಕಗಳಲ್ಲಿ ನಮ್ಮನ್ನು ಅಗಲಿದ್ದಾರೆ. 'ವಿಶ್ವಕಥಾಕೋಶ'ದ ಎಲ್ಲಾ ಅನುವಾದಗಳನ್ನು ಓದಿ, ಪರಿಷ್ಕರಿಸಿ, ಮುದ್ರಣಕ್ಕೆ ಸಿದ್ಧಗೊಳಿಸಿದ ಸಂಪಾದಕರಲ್ಲಿ ಒಬ್ಬರಾದ ಶ್ರೀ ಎಸ್. ಆರ್. ಭಟ್ಟರ ಅಗಲಿಕೆಯ ನೆನಪು ಈ ಸಂದರ್ಭದಲ್ಲಿ ನಮ್ಮನ್ನು ಕಾಡುತ್ತಿದೆ.

ಮೂವತ್ತು ವರ್ಷಗಳ ಹಿಂದೆ 25 ಸಂಪುಟಗಳನ್ನು ರೂ. 250ಕ್ಕೆ ನೀಡಿದ್ದೆವು. ಬೆಲೆಯೇರಿಕೆಯ ಇಂದಿನ ದಿನಗಳಲ್ಲಿ ಮರುಮುದ್ರಿಸಿದಲ್ಲಿ, ಅದರ ಬೆಲೆಯನ್ನು ಎಂಟು-ಹತ್ತು ಪಟ್ಟು ಏರಿಸಬೇಕಾಗಬಹುದು ಎನ್ನುವ ಭೀತಿಯೂ ವಿಳಂಬಕ್ಕೆ ಕಾರಣವಾಯಿತು. ಈ ಸಂದರ್ಭದಲ್ಲಿ ಈ ಸಂಪುಟಗಳನ್ನು ಸುಲಭ ಬೆಲೆಗೆ ನೀಡಲು ನೆರವಾದವರು ಇನ್ಫೋಸಿಸ್ ಫೌಂಡೇಷನ್‌ನ ಅಧ್ಯಕ್ಷೆ ಶ್ರೀಮತಿ ಸುಧಾ ಮೂರ್ತಿಯವರು. ಅವರಿಗೆ ನಾವು ಕೃತಜ್ಞರಾಗಿದ್ದೇವೆ.

ಈ ಯೋಜನೆಯ ಲೇಖಕರು ಈ ಅವಧಿಯಲ್ಲಿ ಸಾಕಷ್ಟು ಹೊಸ ಬರೆಹಗಳನ್ನು ಮಾಡಿದ್ದಾರೆ, ಗೌರವ ಪುರಸ್ಕಾರಗಳಿಗೆ ಪಾತ್ರರಾಗಿದ್ದಾರೆ. ಕೆಲವರು ನಮ್ಮೊಂದಿಗಿಲ್ಲ. ಈ ಎಲ್ಲ ಲೇಖಕರ ಪರಿಚಯಗಳಿಗೆ ಹೊಸ ಸೇರ್ಪಡೆಗಳನ್ನು ಮಾಡಿಕೊಟ್ಟ ಡಾ|| ಆರ್. ಪೂರ್ಣಿಮಾ ಮತ್ತು ಶ್ರೀಮತಿ ರೋಸಿ ಡಿ'ಸೋಜಾ ಅವರ ನೆರವನ್ನು ಸ್ಮರಿಸುತ್ತೇವೆ.

ಮರುಮುದ್ರಣದ ಈ ಕಾರ್ಯದಲ್ಲಿ ನೆರವಾದ ಎಲ್ಲರನ್ನೂ ನೆನೆಯುತ್ತೇವೆ.

ಯುಗಾದಿ, 2011
ಬೆಂಗಳೂರು

ಆರ್. ಎಸ್. ರಾಜಾರಾಮ್
ವ್ಯವಸ್ಥಾಪಕ ನಿರ್ದೇಶಕ, ನವಕರ್ನಾಟಕ ಪ್ರಕಾಶನ

ಪ್ರಸ್ತಾವನೆ

1

"ಮನುಷ್ಯ ಸೃಷ್ಟಿಯಾಗುವವರೆಗೆ ಭೂಮಿಯ ಮೇಲೆ ವೈಭವವೂ ಇರುವುದಿಲ್ಲ. ಹಿರಿಮೆಯೂ ಇರುವುದಿಲ್ಲ."

– ಈ ಮಾತು ಪ್ರಾಚೀನ ಮಾಯಾ ದಂತಕಥೆಯೊಂದರಲ್ಲಿ ಇದೆ. ಮೇಲಿನ ವಾಕ್ಯವನ್ನು "ಮನುಷ್ಯ ಸೃಷ್ಟಿಯಾದ ಮೇಲೆ ಭೂಮಿ ವೈಭವದಿಂದ ಮೆರೆಯಿತು, ಹಿರಿಮೆಯನ್ನು ಹೊಂದಿತು" ಎಂತಲೂ ಬರೆಯಬಹುದು.

ಭೂಮಿ ರೂಪುಗೊಂಡು, ನೆಲ ನೀರು ಎತ್ತರ ತಗ್ಗು ಏರ್ಪಟ್ಟು, ಭೂಖಂಡಗಳ ಅಲೆತವೂ ಮುಗಿದ ಬಳಿಕ ಅಮೆರಿಕ ಭೂಖಂಡಗಳು ಈಗಿನ ಸ್ಥಿರರೂಪ ಪಡೆದುವು. ಹಿಮಯುಗಗಳ ನಡುವೆ ಜೀವ ಸಂಚಾರ. ಒಂದಿಷ್ಟು ಸಸ್ಯ, ಒಂದಿಷ್ಟು ಪ್ರಾಣಿ. ಆದರೆ ಮನುಷ್ಯನ ಸುಳಿವು ಮಾತ್ರ ಇಲ್ಲ. ಅವನು ಬಹಳ ತಡವಾಗಿ, ಇಂದಿಗೆ 40,000–30,000 ವರ್ಷ ಹಿಂದೆ, ಮಿಕಗಳನ್ನು ಬೆನ್ನಟ್ಟುತ್ತ ಏಷ್ಯದಿಂದ ಬಂದ. ಮುಂದೆ ಅಲೆಮಾರಿಗಳ ಅಲೆಗಳು. ಈಶಾನ್ಯ ಮೂಲೆಯ ನಾಲ್ವತ್ತು ಮೈಲು ಅಗಲದ ಭೂಸಂಧಿ ಅವನ ಸೇತುವೆಯಾಗಿತ್ತು. 'ಕೊನೆಯ' ಹಿಮಯುಗ ಮುಗಿದ ಮೇಲೆ ಆ ಭೂಸಂಧಿ ಕುಸಿದು ಜಲಸಂಧಿಯಾಯಿತು. ಭೂಖಂಡಗಳು ಬೇರ್ಪಟ್ಟು, ಆ ತನಕ ನಡೆದು ಬಂದಿದ್ದ ವಲಸೆ ಪದ್ಧತಿ ಮಾಯವಾಯಿತು. ಬಡೆಯುವ ಗದೆ, ತಿವಿಯುವ ಈಟಿ ಬಂದಿದ್ದುವು. ಆದರೆ ಚಕ್ರ ಬಳಸುತ್ತಿದ್ದ ಅಲೆ ಹೊಸ ನೆಲವನ್ನು ಮುಟ್ಟಲಿಲ್ಲ. ಇತ್ತೀಚಿನ ಕಬ್ಬಿಣದ ಮಾತಂತೂ ದೂರ ಉಳಿಯಿತು.

ಮನುಷ್ಯ ಅವತರಿಸಿದ. ಇನ್ನಲ್ಲವೆ ವೈಭವ ? ಹಿರಿಮೆ ? ಹತ್ತಿಪ್ಪತ್ತು ಮೂವತ್ತು ಸಾವಿರ ವರ್ಷ ತೆವಳಿದ ಮೇಲೆ ಆತ ಮೆರೆದ–ಯೋಧನಾಗಿ, ಮಾಂತ್ರಿಕನಾಗಿ, ಸಮ್ರಾಟನಾಗಿ. ಇತಿಹಾಸ ಹೇಳುತ್ತದೆ: ಗುಲಾಮರ ದುಡಿಮೆಯಿಂದಲೇ ಶಕ್ಯವಾಯಿತು ಆ ಸಾಧನೆ. ಈ ಸರಣಿಯಲ್ಲಿ ಎದ್ದು ಕಾಣಿಸುವ ಮೂರು ಸಂಸ್ಕೃತಿಗಳು ಮತ್ತು ಸಾಮ್ರಾಜ್ಯಗಳು: ಮಾಯಾ, ಅಜ್‌ಟೆಕ್, ಇಂಕಾ... ಸುಮಾರು 5 ಶತಮಾನ ಹಿಂದೆ ಭಾರತವನ್ನು ತಲಪಲೆಂದು ಪಶ್ಚಿಮಾಭಿಮುಖವಾಗಿ ಹೊರಟ ಕೊಲಂಬಸ್ ಈ ದಿನ ನಾವು ಅಮೆರಿಕ ಎಂದು ಕರೆಯುವ

ಭೂಭಾಗದ ತೀರಗಳಲ್ಲಿ ತಡಕಾಡಿದ. ಅದೇ ಭಾರತ ಎಂದು ಭ್ರಮಿಸಿದ. ಮುಂದಿನವರನ್ನು ಆ ಭ್ರಮೆ ಕಾಡಲಿಲ್ಲ. ಅವರು ಅದನ್ನು 'ನವಜಗತ್ತು' ಎಂದು ಕರೆದರು. ಅದರ ಪ್ರಾಚೀನತೆಯ ಕಲ್ಪನೆಯೇ ಅವರಿಗಿರಲಿಲ್ಲ, ಪಾಪ! ಆದರೆ ಪಾಶ್ಚಾತ್ಯ ಮಾನವ ಇನ್ನೊಂದು ಭ್ರಮೆಗೊಳಗಾದ. ಆ ನೆಲಕ್ಕೆ ನಾಗರಿಕತೆಯನ್ನು ತಂದವನೇ ತಾನು ಎಂದುಕೊಂಡ. ಅದೂ ಸುಳ್ಳು. ತಾನು ಗೆದ್ದು ಹತ್ತಿಕ್ಕಿದ ಜನ ಸಮುದಾಯಕ್ಕೆ ಘನ ಪ್ರಾಚೀನತೆ ಇತ್ತು ಎಂಬುದನ್ನು ಅವನು ಅರಿಯತೊಡಗಿದ್ದು ತನ್ನ ಹೊಟ್ಟೆ ತುಂಬಿದ ಮೇಲೆ, ಜ್ಞಾನ ದಾಹ ಮೂಡಿದಾಗ, ಕಳೆದ ಒಂದು ಶತಮಾನದಲ್ಲಿ.

ಆಗ ಜಯಿಸಲು ಬಂದವರು ಎಷ್ಟು ಅದೂರದೃಷ್ಟಿಯವರೂ ಉಗ್ರರೂ ಕ್ರೂರಿಗಳೂ ಆಗಿದ್ದರೆನ್ನುವುದಕ್ಕೆ ಇದೊಂದು ದೃಷ್ಟಾಂತ ಸಾಕು. ಉಲ್ಲೇಖಿಸುತ್ತಿರುವುದು ಒಬ್ಬ ಧರ್ಮಪ್ರಸಾರಕನ ದಾಖಲೆಯಿಂದ :

"ಈ ಜನರು ತಮ್ಮ ಬರೆವಣಿಗೆಗೆ ಕೆಲ ಸಂಕೇತಾಕ್ಷರಗಳನ್ನು ಬಳಸುತ್ತಿದ್ದರು. ತಮ್ಮ ಪುರಾತನ ಸಂಗತಿಗಳನ್ನೂ ವಿಜ್ಞಾನಗಳನ್ನೂ (ಮರದ ತೊಗಟೆ ಅಥವಾ ಜಿಂಕೆ ಚರ್ಮದಿಂದ ಮಾಡಿದ) ಪುಸ್ತಕಗಳಲ್ಲಿ ಬರೆದಿಡುತ್ತಿದ್ದರು. ಆ ಲಿಪಿಯಲ್ಲಿರುವ ಅನೇಕ ಪುಸ್ತಕಗಳು ನಮಗೆ ದೊರೆತುವು. ಅವುಗಳಲ್ಲಿ ಮೂಢನಂಬಿಕೆ, ಸೈತಾನನ ಅಸತ್ಯ ಇಂಥವೇ ಇದ್ದುದರಿಂದ, ಆ ಪುಸ್ತಕಗಳನ್ನೆಲ್ಲ ನಾವು ಸುಟ್ಟು ಹಾಕಿದೆವು."

ಭಪ್ಪರೆ ಬಿಷಪ್ಪ – ಎನ್ನಬಹುದಲ್ಲವೆ ? ('ತಂದೆಯೆ, ತಾವೇನು ಮಾಡುತ್ತಿದ್ದೆವೆಂಬುದು ಅವರಿಗೆ ತಿಳಿದಿರಲಿಲ್ಲ !')

ಪಾಶ್ಚಾತ್ಯರಲ್ಲಿ 'ಸೊನ್ನೆ' ಯ ಬಳಕೆ ಗಣಿತದಲ್ಲಿ ಆರಂಭವಾದುದಕ್ಕೆ ಒಂದು ಸಾವಿರ ವರ್ಷ ಮೊದಲೇ ಮಾಯಾ ಜನರಿಗೆ ಅದರ ಅರಿವಿತ್ತು. (ಇದು ಏಷ್ಯ ಸಂಬಂಧದ ಸ್ಮೃತಿಫಲ ಎಂಬುದು ಸ್ಪಷ್ಟ.) 13 ನಿರ್ದಿಷ್ಟ ಸ್ವರ್ಗಗಳೂ 9 ನರಕಗಳೂ ಭೂಮಿಯನ್ನು ಸುತ್ತುವರಿದಿವೆ ಎಂದು ಅವರು ನಂಬಿದ್ದರು. ಸೂರ್ಯ ಚಂದ್ರರ ಚಲನೆ, ಒಂದು ವರ್ಷದ ಅವಧಿ, ದಿನಗಳ ಸಂಖ್ಯೆ – ಇವನ್ನೆಲ್ಲ ಅವರು ಖಚಿತ ಪಡಿಸಿದ್ದರು. ಇನ್ನೇನೇನು ಇದ್ದುವೊ ಬೂದಿಯಾದ ಆ ಪುಸ್ತಕಗಳಲ್ಲಿ ? (ಮೆಕ್ಸಿಕೋದಿಂದ ಕೋಸ್ತಾರೀಕಾ – ಶ್ರೀಮಂತ ಕರಾವಳಿವರೆಗೆ – ಪುರಾತತ್ವಜ್ಞನ ಪಿಕಾಸಿಗೆ ದೊರೆತ ಹಲವು ಶಿಲಾಲೇಖನಗಳ ವಾಚನ ಪ್ರಯತ್ನ ಈವರೆಗೂ ಸಾಧ್ಯವಾಗಿಲ್ಲ.)

ಬಂದವರು ಬದುಕಿದ್ದು ಪ್ರಾಣಿಗಳನ್ನು ಬೇಟೆಯಾಡಿ, ಹಣ್ಣು ಹಂಪಲುಗಳನ್ನು ಆಯ್ದು. ಕ್ರಮೇಣ ಮಂಜು ಕರಗಿತು, ತೊರೆಗಳು ಬತ್ತಿದವು. ಮರಳು ನೆಲ ವಿಸ್ತಾರಗೊಳ್ಳುತ್ತ ಸವಾಲೆಸೆಯಿತು. ಸೂರ್ಯನನ್ನು, ಭೂಮಿತಾಯಿಯನ್ನು, ಪೂಜಿಸುವ ಜನರಿಗೆ

ಭಯವೇ ? ತಿವಿದು ಕೊಲ್ಲುವ ಆನೆ ಗಾತ್ರದ ಪ್ರಾಣಿಗಳಿಲ್ಲವಾದರೆ ಬಲೆಯೊಡ್ಡಿ, ಹಿಡಿಯುವ ಪುಟ್ಟ ಮಿಕಗಳು. ಅರೆ ಉಪವಾಸ ? ನಾಲಿಗೆ ಯಾವುದೋ ಕಾಳಿನ ರುಚಿ ನೋಡಿತು. ಹೊಟ್ಟೆ 'ನನಗಿದು ಸಹ್ಯ' ಎಂದಿತು. ಕೃಷಿಗೆ ಆರಂಭ. ಜೋಳ ಮೆರೆದದ್ದು ಮಧ್ಯ ಅಮೆರಿಕದಲ್ಲಿ. ಕ್ರಿ. ಪೂ. 2500ರಲ್ಲಿ; 2000ದಲ್ಲಿ ಪನಾಮಾ ಭೂಸಂಧಿಯ ಮೇಲಿಂದ ಉರುಳುತ್ತ ಅದು ದಕ್ಷಿಣ ಅಮೆರಿಕಕ್ಕೆ ಹೋಯಿತು. ಕೃಷಿ ಜೀವನಕ್ಕೆ ಜನಶಕ್ತಿಯ ಸಂಘಟನೆಯು ಅಗತ್ಯವಾಯಿತು. ಸಂಘಟನೆಗೆ ಬೇಕು ಸಮರ್ಥ ಮುಂದಾಳ್ತನ. ಶಿಸ್ತು ಪಾಲನೆಗೆ ಧರ್ಮ. (ಆಗ) ವ್ಯಾಘ್ರ ಬಲಿಷ್ಠ ಭಯಾನಕ ಪ್ರಾಣಿಯಾಗಿತ್ತು. ಹಿರಿಯ ಧಾರ್ಮಿಕ ಶಕ್ತಿಯಾಗಿ ನರವ್ಯಾಘ್ರ ಜನರಿಗೆ ಒಪ್ಪಿಗೆಯಾಯಿತು. ನೂರಾರು ಬುಡಕಟ್ಟುಗಳಾಗಿ ಬಾಳುತ್ತಿದ್ದವರನ್ನು ಕಲ್ಪನೆಯ ನರವ್ಯಾಘ್ರ ಒಗ್ಗೂಡಿಸಿತು. ಈಗ (ಕ್ರಿ. ಪೂ. 1,000) ಸಮಾಜದ ಮುಖಂಡರು ಒಲ್ಮೆಕ್ ಜನ. (ಮುಂದಿನವರ ಹೇಳಿಕೆಯಂತೆ 'ಎಲ್ಲಿಂದ ಬಂದವರೋ ಯಾರಿಗೂ ತಿಳೀದು') ಅವರು – ಆ ಜನರ ಅರ್ಚಕರು – ಹೊಸ ಸಂಸ್ಕೃತಿಯ ರೂಪುರೇಷೆ ರಚಿಸಿದರು. ಈ ಸಂಸ್ಕೃತಿಯ ಪ್ರಭಾವಕ್ಕೆ ಇಂದಿನ ಗ್ವಾತೇಮಾಲಾ, ಎಲ್ ಸಾಲ್ವದೋರ್, ನಿಕಾರಾಗ್ವಾ, ಕೋಸ್ತಾ ರೀಕಾ, ಪನಾಮಾ, ಕೋಲೋಮ್ಬಿಯಾ, ಬೇನೇಷ್ವೇಲಾ ಒಳಗಾದುವು. ಬಳಿಕೆ ಯಲ್ಲಿದ್ದ ನಹ್‌ವಹ್‌ತ್ಲ್ ಭಾಷೆಗೆ ಆ ಕಾಲದಲ್ಲಿ ಲಿಪಿ ರಚಿತವಾಯಿತು.

ಒಲ್ಮೆಕ್ ಸಂಸ್ಕೃತಿ ಮಧ್ಯ ಅಮೆರಿಕಕ್ಕೆ ಸೀಮಿತವಾದರೂ, ನರವ್ಯಾಘ್ರ ಕಲ್ಪನೆ 4000 ಮೈಲು ಕೆಳಕ್ಕೆ ದಕ್ಷಿಣ ಅಮೆರಿಕಕ್ಕೂ ಸಾಗಿತು – ಪೇರೂ ತನಕ. 12,000 ವರ್ಷ ಹಿಂದೆಯೇ ದಕ್ಷಿಣಕ್ಕೆ ಬಂದು ಬದುಕು ಆರಂಭಿಸಿದ್ದ ನೂರಾರು ಬುಡಕಟ್ಟುಗಳು 'ನರವ್ಯಾಘ್ರ' ಕಲ್ಪನೆಗೆ ಸ್ವಾಗತ ನೀಡಿದುವು. ಮೊಚಿಕಾ (ಮೊಚಿ ನದೀ ತಟದ) ಶಿಲ್ಪಿಗಳು ನರವ್ಯಾಘ್ರಕ್ಕೆ ಜೀವ ತುಂಬಿದರು.

ಮಳೆ ಮತ್ತೆ ಸುರಿಯತೊಡಗಿ, ನದಿಗಳು ತುಂಬಿ ಹರಿದು, ಕೃಷಿ ವಿಧಾನಗಳೂ ಉತ್ಪಾದನಾ ಸಂಬಂಧಗಳೂ ಬದಲಾದಾಗ, ಏಳು ಶತಮಾನ ಸ್ಥಿರವಾಗಿದ್ದ ಒಲ್ಮೆಕ್ ಮುಖಂಡತ್ವ ಕುಸಿದು ಮಾಯಾ ಜನರ ಕೈ ಮೇಲಾಯಿತು. ಹೊಸ ಸಂಸ್ಕೃತಿಯ ಅಧ್ಯಾಯಗಳನ್ನು ಅವರು ಬರೆದರು. ಇದು ಒಂಭತ್ತು ಶತಮಾನಗಳಷ್ಟು ದೀರ್ಘ. ಹೊಂದುರಾಸ್, ಗ್ವಾತೇಮಾಲಾ, ದಕ್ಷಿಣ ಮೆಕ್ಸಿಕೊ ಈ ಸಂಸ್ಕೃತಿಯ ವ್ಯಾಪಕ ಕ್ಷೇತ್ರ.

ಆದರೆ, ಕ್ಷೇತ್ರದಲ್ಲಿ ನಡುನಡುವೆ ವ್ಯತ್ಯಯವಾಗುತ್ತಿತ್ತು. ಕ್ರಿ. ಶ. 700ರಲ್ಲಿ ಚಿಚಿಮೆಕ್ ಅಲೆಮಾರಿಗಳು ಮಾಯಾ ವಲಯವನ್ನು ಹೊಕ್ಕರು. (ಚಿಚಿಮೆಕ್ ಎಂದರೆ ನಾಯಿಮಕ್ಕಳು. ಮುಂದಿನವರು

ತಮ್ಮ ಹಿರಿಯರನ್ನು ಕರೆದದ್ದು ಹಾಗೆ. ಹೀನಾಯ ಮಾತಲ್ಲ. ನಾಯಿ ಹಿಂಡುಗಳು ಜತೆಗಿದ್ದ ಅಲೆಮಾರಿಗಳು ಚಿಚಿಮೆಕರನಿಸಿಕೊಂಡರು.) ಮಾಯಾ ಧಾರ್ಮಿಕ ಕೇಂದ್ರ ತೆಯ್ಒತೀವಹ್ ಕಹ್ಲ್ (ದೇವರ ಆವಾಸ) ನಗರವನ್ನು ಚಿಚಿಮೆಕರು ನಾಶಗೊಳಿಸಿದರು. ಅನಂತರ ಬಂದವರು ಚಿಚಿಮೆಕರ ಸಂಬಂಧಿಕರೇ ಆದ ತೋಲ್ಮೆಕರು. ಆಮೇಲಿನವರು ಮಧ್ಯ ಅಮೆರಿಕದಲ್ಲಿ ವೈಭವದ ತುತ್ತತುದಿಯಲ್ಲಿ ಕುಳಿತ ಸಮರಪ್ರಿಯ ಅಜ್‌ಟೆಕರು.

ಅಜ್‌ಟೆಕರು ಬಂದುದು ಕೇಂದ್ರ ಮೆಕ್ಸಿಕೊದ ಅಜ್‌ಟ್ಲೇನ್ ಎಂಬಲ್ಲಿನ ಒಂದು ಗವಿಯಿಂದ. ಬಟ್ಟೆ ಸುತ್ತಿದ ಮರದ ತುಂಡು ಅವರ ದೇವರು. ಜತೆಯಲ್ಲಿ ನಾಲ್ವರು ಅರ್ಚಕರು. ಚಿಚಿಮೆಕ್ ಮೂಲದ ಈ ಬಣ ಬೆಳೆಯಿತು. ಚಲನೆ, ಯುದ್ಧಗಳೆಲ್ಲ ಆ ದೇವರ ಸೂಚನೆಯಂತೆ ನಡೆದುವು. ಒಂದೆಡೆ ನೆಲಕಚ್ಚಿ ನಿಂತರು. ಮಾಯಾ ಸಂಸ್ಕೃತಿಯ ಮುಂದುವರಿದ ಹಂತ ತಮ್ಮದು ಎಂದರು. ಜೋಳವನ್ನು "ಮಹಾಪ್ರಭು" ಎಂದು ಸಂಬೋಧಿಸಿದರು ! 1325ರಲ್ಲಿ ಸರೋವರದ ನಡುಗಡ್ಡೆಯಲ್ಲಿ ರಾಜಧಾನಿ ನಿರ್ಮಿಸಿದರು. ಹೆಸರು ತೆನ್ ಒಕ್‌ತೀಕ್ಲಹ್– 'ಮುಳ್ಳು ಗಿಡಗಳ ಬಳಿ'. ಅದು ಆ ಕಾಲದ ಲಂಡನ್ ನಗರದ ಐದರಷ್ಟು ವಿಸ್ತಾರವಾಗಿತ್ತು. ಅಲ್ಲಿ 300,000 ನಗರವಾಸಿಗಳು. ಅಜ್‌ಟೆಕ್ ರಾಜಧಾನಿಯಲ್ಲಿ ಪ್ರಾಣಿ ಸಂಗ್ರಹಾಲಯವಿತ್ತು. ಕ್ಷೌರದಂಗಡಿ ಗಳಿದ್ದುವು. ಸೃಷ್ಟಿಯ ದೇವರಾದ ಪುಕ್ಕಗಳ ಸರ್ಪಕ್ಕೆ ಅವರ ಪೂಜೆ. ಮೊದಲ ರಾಜನ ಹೆಸರೂ 'ಪುಕ್ಕಗಳ ಸರ್ಪ'. ಎಲ್ಲ ಅರಸರೂ ನರರೂಪೀ ದೇವರು. ಖ್ಯಾತ ದೊರೆ ವೀ ತ್ಸೀ ಲೊವ್ ಪೊಹ್ಟ್ಚ್ಲೀ– 'ಎಡಗೈಯ ಹಾರುವ ಹಕ್ಕಿ'. ಹಕ್ಕಿ ಮಾತ್ರ ಅರಿಭಯಂಕರ. ರಕ್ತ ರಂಜಿತವಾಗಿ ಕ್ರೌರ್ಯ ಕುಣಿಯಿತು. ಬಂಡಾಯವೆದ್ದ ರೈತರಿಗೆ ಮರಣ ಪ್ರಾಪ್ತಿ. ದೇವರ ಪ್ರೀತ್ಯರ್ಥ ನಡೆಯುತ್ತಿದ್ದ ನರಬಲಿಗೆ ಮೇರೆ ಇರಲಿಲ್ಲ. ಸಿರಿವಂತರು ಅರಸನ ಪಲ್ಲಕ್ಕಿ ಹೊರುತ್ತಿದ್ದರು. ಅವರ ಮಕ್ಕಳಿಗೆ ಶಿಕ್ಷಣ ದೊರೆಯುತ್ತಿತ್ತು. ಆಸ್ಥಾನದಲ್ಲಿ ಪುಷ್ಪಗುಚ್ಛವನ್ನು ಹೇಗೆ ಹಿಡಿದುಕೊಳ್ಳಬೇಕೆಂಬುದನ್ನು ಅವರಿಗೆ ಹೇಳಿಕೊಡುತ್ತಿದ್ದರು. ಅವರ ಬೇರೆ ಬಗೆಯ ಒಬ್ಬ ಅರಸ, ನೆತ್ಸ ಅಹ್‌ವಹ್ಲ್ ಕೊಯ್‌ವೊಹ್ಟ್ಲ್. ಅರ್ಥ: ಹಸಿದ ತೋಳ. ಸಾಧಾರಣ ಹಸಿವು. ಯಾಕೆಂದರೆ ಅವನು ಕವಿಯಾಗಿದ್ದ. ತತ್ತ್ವಜ್ಞಾನಿಯಾಗಿದ್ದ. 'ನಾವರಿಯದ ದೇವರು, ಎಲ್ಲದರ ಸೃಷ್ಟಿಕರ್ತ, ಬೇರೊಬ್ಬನಿರಬೇಕು' ಎಂಬ ಶಂಕೆ ಅವನನ್ನು ಬಾಧಿಸುತ್ತಿತ್ತು. ಒಂದು ದಂತಕಥೆಯ ಪ್ರಕಾರ ಅಜ್‌ಟೆಕರ ಒಬ್ಬ ದೇವರಾಜ ಸರ್ಪಗಳಿಂದ ಹೆಣೆದ ತೆಪ್ಪವನ್ನೇರಿ ಸಾಗರಕ್ಕಿಳಿಯುತ್ತಾನೆ. (ಆ ಕಥೆಯ ಇನ್ನೊಂದು ಪಾಠಾಂತರದಂತೆ ಆಕಾಶದತ್ತ ಹಾರಿ ಬೆಳ್ಳಿ

ಚಿಕ್ಕೆಯಾಗುತ್ತಾನೆ.) ಮುಂದೆ ಇಂಥದೊಂದು ದಿನ ವಾಪಸಾಗುತ್ತೇನೆ ಎಂದು ಆತ ತಿಳಿಸಿದನಂತೆ ಹೊರಡುವ ಮುನ್ನ. (ಸ್ಪಾನಿಶ್?) 'ಗಣಿತಜ್ಞ'ರ ಪ್ರಕಾರ ಆತ ಹೇಳಿದ್ದ ಕಾಲ, ದೋಚಲು ತಾವು ಬಂದಿಳಿದ 1519ನೆಯ ವರ್ಷ !

ಬೌದ್ಧಿಕ ಚಟುವಟಿಕೆಗಳಿಗೆ, ಶಾರೀರಕ ಆಟಗಳಿಗೆ ಹೊಂದುರಾಸ್ ಹೆಸರು ಗಳಿಸಿತು. ಅಲ್ಲಿ ಅರ್ಚಕರು ಆಟಗಳ ಫಲಿತಾಂಶವನ್ನು ಆಧರಿಸಿ ಭವಿಷ್ಯ ಹೇಳುತ್ತಿದ್ದರು! ನಿಕಾರಾಗ್ವಾವನ್ನು 12ನೆಯ ಶತಮಾನದಲ್ಲಿ ವಶಪಡಿಸಿಕೊಂಡವರು ತೋಲ್ತೆಕ್ ಬುಡಕಟ್ಟಿನವರು. ಇವರೂ ಚಿಚಿಮೆಕ್ ಸಂತತಿಯವರೇ.

ದಕ್ಷಿಣ ಅಮೆರಿಕಕ್ಕೆ ಬಂದವರು ಕ್ರಿ. ಪೂ. 2800ರಲ್ಲೇ ಕೃಷೀವಲರಾದರು. ಮುಂದೆ ಸಾವಿರ ವರ್ಷಗಳ ಬಳಿಕ ಸಾಮಾಜಿಕ ಘಟಕಗಳು– ಹಳ್ಳಿಗಳು–ರೂಪುಗೊಂಡುವು. ಪಶ್ಚಿಮದುದ್ದಕ್ಕೂ ಮರಳಿನ ಕಿರುಪಟ್ಟಿ. ಇಲ್ಲಿ ನೀರಿನ ಅಭಾವ. ಕರಾವಳಿಯುದ್ದಕ್ಕೂ 20,000 ಅಡಿಗಳಿಗೂ ಹೆಚ್ಚು ಎತ್ತರದ ಮಂಜು ಮುಸುಕಿದ ಆಂಡಿಸ್ ಪರ್ವತ ಶ್ರೇಣಿ. ಅದರ ಪೂರ್ವಕ್ಕೆ 2000 ಮೈಲು ದೂರದ ಅಟ್ಲಾಂಟಿಕ್ ಸಾಗರದತ್ತ ಧಾವಿಸುವ ನದಿಗಳು. ದಟ್ಟ ಕಾಡುಗಳು. ಪ್ರತಿಕೂಲ ಪರಿಸ್ಥಿತಿಯಲ್ಲಿ ಬಾಳಿದ ಜನ ಸೂಕ್ಷ್ಮಮತಿಗಳಾದದ್ದು ಸ್ವಾಭಾವಿಕ. ಜತೆಗೆ ಅವರು ಗುಣಸಂಪನ್ನರೂ ಆದರು. ಮುಂದೆ ಇವರು ರೂಪಿಸಿದ ಸಂಸ್ಕೃತಿ ಅಜ್‌ಟೆಕರಿಗಿಂತ ಉನ್ನತ ಮಟ್ಟವನ್ನು ಮುಟ್ಟಿತು.

ಪೇರೂ ಪ್ರದೇಶದ ಕುಶಲಕರ್ಮಿಗಳ ಪ್ರೌಢಿಮೆಯ ಪರಂಪರೆ ಹಿರಿಯದು. ಬಂಗಾರ ಸುಲಭಲಭ್ಯ ವಸ್ತು. (ಅಜ್‌ಟೆಕ್ ಸಾಮ್ರಾಜ್ಯದಲ್ಲೂ ದಕ್ಷಿಣ ಅಮೆರಿಕದಲ್ಲೂ.) ಇಲ್ಲಿ ನವಶಿಲಾಯುಗದ ವಿಧಾನಗಳನ್ನು ಅನುಸರಿಸಿ ಕಲ್ಲಿನ ಸುತ್ತಿಗೆಗಳಿಂದ ಏಟು ಬಿಗಿದು – ಬಂಗಾರದ ಹಾಳೆಗಳನ್ನು ತಯಾರಿಸುತ್ತಿದ್ದರು. ಬಳಿಕ ಚೂಪುಗಲ್ಲುಗಳನ್ನು ಬಳಸಿ ಆಭರಣಗಳ ನಿರ್ಮಾಣ, ಕ್ರಿ. ಪೂ. 800ರಲ್ಲಿ. ಇನ್ನೂ ಹಿಂದೆ, ಕ್ರಿ. ಪೂ. 3,750ರಲ್ಲಿ ರಚಿಸಿದ ಮರದ ಕೊಳಲುಗಳು, ಚಂಡೆ, ತೊಗಲಿನ ಮಣಿ ಅಂಚುಗಳ ಟೋಪಿಗಳು ದೊರೆತಿವೆ. ಸ್ವೇಚ್ಛೆಯಿಂದ ಓಡಾಡುತ್ತಿದ್ದ ಗ್ವಾನಕೊ ಪ್ರಾಣಿಯನ್ನು ಪಳಗಿಸಿ ಹೊಸ ತಳಿಗಳನ್ನು ಪಡೆದರು – ಲ್ಲಾಮ, ಅಲ್ಪಾಕಾ. ಇವುಗಳ ಕೆಲಸ ಹೇರು ಹೊರುವುದು, ಉಣ್ಣೆ ನೀಡುವುದು, ಆಹಾರವಾಗುವುದು. ಒಲ್ಮೆಕರ ಧರ್ಮದಂತೆಯೇ ಇವರದೂ. ಮೋಚಿಕರು ರೂಪಿಸಿದ ನರವ್ಯಾಘ್ರಗಳು ಈ ಜನರಿಗೆ ಮಾನಸಿಕ ನೆಮ್ಮದಿ ನೀಡಿದುವು. ಅವರ ಸ್ಮರಣೀಯ ನಿರ್ಮಾಣ ಪರ್ವತ ಪ್ರದೇಶದ ಸೂರ್ಯದೇಗುಲ ಚಂದ್ರದೇಗುಲ. ಶಿಲ್ಪಗಳಷ್ಟೇ ಶ್ರೇಷ್ಠವಾದ ಮಣ್ಣಿನ ಪಾತ್ರೆಗಳನ್ನು ಮೋಚಿಕರು ತಯಾರಿಸುತ್ತಿದ್ದರು.

ಪರಕರು ಶ್ರೇಷ್ಠ ನೇಕಾರರು. ನೇಯ್ಗೆಗೆ 190 ಬಣ್ಣಗಳ ನೂಲು ಬಳಸುತ್ತಿದ್ದರು. ಇವರ ಕೌಶಲವನ್ನು ನಜ್‌ಕರು ಮುಂದುವರಿಸಿದರು.

ಏಕತಾನದ ಬದುಕಿನಿಂದ, ಕರಾವಳಿಯ ಪರ್ವತಶ್ರೇಣಿಯ ಕಾಡು ಮೇಡುಗಳ ಬುಡಕಟ್ಟುಗಳು ಬೇಸತ್ತುವೇನೊ. ನೆಮ್ಮದಿ ನೀಡಲು ನರ ವ್ಯಾಘ್ರ ಅಸಮರ್ಥವಾಯಿತೇನೋ. ಸಮುದ್ರಮಟ್ಟದಿಂದ 14,000 ಅಡಿ ಎತ್ತರದಲ್ಲಿ ಬೇರೆ ಶಿಲಾದೇವರು (ಕ್ರಿ. ಶ. 600ರಲ್ಲಿ) ಸ್ಥಾಪಿತನಾದ. ಚೌಕಾಕಾರದ ಅಗಲ ಮುಖ; ಉರುಳುವ ಅಶ್ರುಬಿಂದುಗಳು. ಈಗ ಎಲ್ಲ ಜನರ ಯಾತ್ರೆಯೂ ಆ ಕಾರುಣ್ಯ ಮೂರ್ತಿಯ ಬಳಿಗೆ. ಆದರೆ ಮೂರ್ತಿ ಅತ್ತುದೇ ಬಂತು. ಜನರ ಅಚಲ ಶ್ರದ್ಧೆ ಬಹಳ ಕಾಲ ಉಳಿಯಲಿಲ್ಲ. ಹಲವು ದೇವರು, ಹಲವು ಭಕ್ತವೃಂದಗಳು. ಸಮಾಜವನ್ನು ಬಿಗಿದು ಆಳಲು ಬಲಿಷ್ಠರು ಸಮಯ ಕಾಯುತ್ತಿದ್ದರು. ಕ್ರಿ. ಶ. 1,100ರಲ್ಲಿ 600 ಮೈಲು ಉದ್ದದ ಸಾಮ್ರಾಜ್ಯವನ್ನು ಚಿಮು ಜನರು – ಮೋಚಿಕರ ಸಂಬಂಧಿಕರು ಕಟ್ಟಿದರು. ಇವರನ್ನು ಮೀರಿಸುವ ಪಾತ್ರಧಾರಿಗಳು ಮುಂದಿನ ಶತಮಾನದಲ್ಲೇ ಬಂದರು. ಇವರು ಇಂಕಾ ಜನ. ಮೂಲ ವ್ಯಕ್ತಿಗಳು – ದಂತಕಥೆಯ ಹೇಳಿಕೆಯಂತೆ – ಗವಿಗಳಿಂದ ಹೊರಬಂದರಂತೆ. ತಾವು ಸೂರ್ಯ ಸಂತಾನ ಎಂದರಂತೆ. ಇಂಕಾ ಜನರ ದೃಷ್ಟಿಯಲ್ಲಿ ವಿರಕ್ವೊಚ ಸೃಷ್ಟಿಕರ್ತ ದೇವರು. ಇತರ ದೇವ ದೇವತೆಯರು: ಭೂಮಿತಾಯಿ, ಸೂರ್ಯ, ಚಂದ್ರ, ನಕ್ಷತ್ರಗಳು, ಗುಡುಗು. ಇಂಕಾ ಬಾಹುಗಳಲ್ಲಿ ಬಲವಿತ್ತು. ಸುತ್ತಲಿನವರು ಪರಾಕು ನುಡಿದರು. ಅರಸನನ್ನು 'ಇಂಕಾ' ಎಂದು ಸಂಬೋಧಿಸಿದರು. ಮುಂದೆ ಸಮ್ರಾಟನನ್ನೂ 'ಇಂಕಾ' ಎಂದು ಕರೆದರು. ಆ ಜನರನ್ನು ಇತರರು ಗುರುತಿಸಿದ್ದೂ 'ಇಂಕಾ' ಎಂದೇ.

ಈಗಿನ ಇಕ್ವೆದೋರ್‌ನಿಂದ ಆರಂಭವಾಗಿ ಪೆರು ಬೊಲಿವಿಯ ಗಳನ್ನು ಹಾದು ಅರ್ಜೆಂಟೀನಾ ಚೀಲೇಗಳನ್ನು ಒಳಗೊಂಡ ಇಂಕಾ ಸಾಮ್ರಾಜ್ಯ ರೂಪುಗೊಂಡದ್ದು ಅದ್ಭುತ ರೀತಿಯಲ್ಲಿ. ಇಂಕಾ ಯಶಸ್ಸಿನ ಗುಟ್ಟೇನು ? ಅಪ್ರತಿಮ ಸಂಘಟನಾ ಸಾಮರ್ಥ್ಯ. ಮೊದಲ ಎರಡು ಶತಮಾನಗಳ ನಡಿಗೆ – ಪುಟ್ಟ ಪುಟ್ಟ ಹೆಜ್ಜೆ ಇಟ್ಟು – ನೋಡಲು ಚಂದ. ತಾವು ಚಟುವಟಿಕೆ ಆರಂಭಿಸಿದ ಕುಜ್ಕೋ ಕಣಿವೆಯನ್ನು ಅವರು ಅಭಿವೃದ್ಧಿ ಪಡಿಸಿದರು. ಸುಂದರ ರಾಜಧಾನಿ ನಿರ್ಮಿಸಿದರು. ಸುತ್ತಲೂ ಸ್ನೇಹ ಹಸ್ತ ಚಾಚಿದರು. ಸಹಬಾಳ್ವೆಗೆ ಕರೆ. ಒಪ್ಪದಿದ್ದವರ ಪಾಲಿಗೆ ಕರ್ಣಭೇದಕ ಠೇಂಕಾರ. ಹೊಸ ಪ್ರಾಂತ ಗೆದ್ದಾಗ ಅಲ್ಲಿದ್ದ ವ್ಯವಸ್ಥೆಯನ್ನು ಕಲಕುತ್ತಿರಲಿಲ್ಲ. ಬದಲು ಮುಖ್ಯಸ್ಥರ ಕೈಕುಲುಕುತ್ತಿದ್ದರು. ಅಲ್ಲಿನ ಬುಡಕಟ್ಟುಗಳಲ್ಲಿನ ಕುಟುಂಬಗಳ ಲೆಕ್ಕವಿಡುತ್ತಿದ್ದರು. ಸಮಾಜದ ಪ್ರಾಥಮಿಕ ಘಟಕ – ಐಲ್ಲು. ಬಳ್ಳಿಯ ಕಟ್ಟುಗಳೇ ಗಣನೆಯ ವಿಧಾನ.

ಈ ಬಳ್ಳಿಗಳನ್ನು ರಾಜಧಾನಿಯ ಜನಗಣನಾ ಕಚೇರಿಗೆ ತಲಪಿಸಲಾಗುತ್ತಿತ್ತು. ಆ ಬಳಿಕ ಆವೆಮಣ್ಣಿನಿಂದ ಗೆದ್ದ ಪ್ರದೇಶದ ನಕಾಶೆಯ ತಯಾರಿ. ಒಣ ನೆಲವನ್ನು ತೇವಗೊಳಿಸುವ ನೀರಾವರಿ ಕ್ರಮಕ್ಕೆ ಆದೇಶ. ಜನವಸತಿ ಇಲ್ಲದೆಡೆಗೆ ಸಾಮ್ರಾಜ್ಯದ ಜನನಿಬಿಡ ಪ್ರದೇಶಗಳಿಂದ ಪುನರ್ವಲಸೆ. ಬಿತ್ತನೆಗೆ ಬೀಜಗಳಿಲ್ಲವೆ ? ದೇಶದ ಧಾನ್ಯ ಕೋಶದಿಂದ ಎರವಲು ಕೊಡುತ್ತಿದ್ದರು. ನೇಯ್ಗೆಗೆ ಉಣ್ಣೆ ಇಲ್ಲವೆ ? ಕೇಂದ್ರ ಬೊಕ್ಕಸದಿಂದ ಅದೂ ಸಿಗುತ್ತಿತ್ತು. ಬಳಕೆಯಲ್ಲಿ ಇಪ್ಪತ್ತು ಭಾಷೆಗಳಿದ್ದುವು – ಅಲ್ಲಲ್ಲಿ. ಆದರೆ ಇಂಕಾರ ಕ್ವೆಚುಹಾ ರಾಷ್ಟ್ರಭಾಷೆ. ಅದನ್ನು ಕಲಿಯುವುದು ಕಡ್ಡಾಯ. (ಲಿಪಿ ಮಾತ್ರ ಇಲ್ಲ !) ಹೊಲಗಳ ವಿತರಣೆ ಈ ರೀತಿ : ಪ್ರತಿ ಕುಟುಂಬಕ್ಕೂ ಸ್ವಂತದ ಹೊಲ. ಮಿಕ್ಕಿದ್ದರಲ್ಲಿ ಅರ್ಧ ದೇಗುಲಕ್ಕೆ, ಅರ್ಧ ರಾಜಗೃಹಕ್ಕೆ. ಮೊದಲ ಉಳುಮೆ ದೇಗುಲದ ಮತ್ತು ರಾಜಗೃಹದ ಹೊಲಗಳಲ್ಲಿ. ಅದು ಪ್ರಜೆಗಳ ಹೊಣೆ. ಸಮ್ರಾಟ ಸಾಂಕೇತಿಕವಾಗಿ ಬಂಗಾರದ ನೇಗಿಲಿನಲ್ಲಿ ಒಂದು ಗೇಣು ಉಳುತ್ತಿದ್ದ (ಜಯ ಜಯ ! ಜಯ ಜಯ !). ಈ ಪವಿತ್ರ ಹೊಲಗಳಲ್ಲಿ ದುಡಿಮೆ ಮುಗಿದ ಮೇಲೆ ಜನ ತಮ್ಮ ತಮ್ಮ ಕಣಗಳ ಬಿತ್ತನೆಯಲ್ಲಿ ನಿರತರಾಗಬಹುದು. ಅನಾಥ ವೃದ್ಧರಿಗೆ, ತಬ್ಬಲಿ ಮಕ್ಕಳಿಗೆ ಪ್ರಾಂತಾಡಳಿತಗಳ ಮೂಲಕ ಆಹಾರ ನೀಡುವುದು ಅರಸನ ಜವಾಬುದಾರಿ. ಕೃಷಿ ವೈವಿಧ್ಯ: ಆಲೂಗಡ್ಡೆ, ಟೊಮಾಟೊ, ದೊಡ್ಡ ಅವರೆ, ಸಿಹಿಗುಂಬಳ, ಕೋ ಕೋ, ಹೊಗೆಸೊಪ್ಪು. ಇಂಥ 'ಕಲ್ಯಾಣ ರಾಜ್ಯ' ಮೆರೆದದ್ದು ಇಂಕಾ ಸಂತತಿಯ ಎಂಟನೆಯ ಸಮ್ರಾಟ ಪಚಕುಟಿಯ ಕಾಲದಲ್ಲಿ (1438). ಇಂಕಾರ ಬಲು ದೊಡ್ಡ ಸಾಧನೆ ರಸ್ತೆ ನಿರ್ಮಾಣ. ಚಕ್ರಗಳಿರಲಿಲ್ಲ, ಗಾಡಿಗಳಿರಲಿಲ್ಲ. ಆದ್ದರಿಂದ ರಸ್ತೆಯ ಅಗಲ ಕಿರಿದು – ಒಬ್ಬಿಬ್ಬರು ನಡೆಯುವಷ್ಟು, ಹೇರು ಪ್ರಾಣಿ 'ಲ್ಲಾಮಾ' ಸಾಗುವಷ್ಟು. ನೇರ ಗೆರೆಯಂತೆ ದಾರಿ; ಕೆಲವೆಡೆ ಎತ್ತರ ದಾಟಲು ಬಳಸು ದಾರಿ. ಪ್ರಪಾತವೋ ನದಿಯೋ ಜವುಗು ನೆಲವೋ ಅಡ್ಡ ಬಂದಾಗ, ತೂಗು ಸೇತುವೆ. ತೋಪಾ ಇಂಕಾನ ಸೇನೆ ಚೀಲೇಯವರೆಗೂ ಹೋಯಿತು. ಸಹಸ್ರಾರು ಮೈಲುಗಳ ಉದ್ದಕ್ಕೂ ಒಂದೆರಡು ಮೈಲುಗಳ ಅಂತರದಲ್ಲಿ ದೂತರಿರುತ್ತಿದ್ದರು. ಕಂಠಪಾಠ ಮಾಡಿದ ಚುಟುಕು ಸಂದೇಶದೊಡನೆ (ಪ್ರಾಯಶಃ ಕೈಯಲ್ಲೊಂದು ಸಂಕೇತದ ವಸ್ತು ಹಿಡಿದು) ದೂತ ಹೊರಡುತ್ತಾನೆ. ಒಂದೆರಡು ಮೈಲು ದೂರದಲ್ಲಿದ್ದವನು ಸಂದೇಶವಾಹಕ ಕಣ್ಣಿಗೆ ಬಿದ್ದೊಡನೆ ಅವನ ಮಗ್ಗುಲಲ್ಲಿ ತಾನೂ ಓಡುತ್ತಾನೆ, ದೂತ ತರುತ್ತಿದ್ದ ಸಂದೇಶವನ್ನು ತಾನು ಕಂಠಪಾಠ ಮಾಡುತ್ತ, ಸಂಕೇತ ವಸ್ತುಗಳನ್ನು ಅವನಿಂದ ಪಡೆಯುತ್ತ. ಹೀಗೇ ಮುಂದೆ. ಇಂಕಾ

'ಟಪಾಲು' ರವಾನೆಯ ವೇಗ ದಿನಕ್ಕೆ 140 ಮೈಲು. (ಬಂಡಾಯ ಎಲ್ಲಿಯೇ ಆಗಲಿ, ಹತ್ತಿಕ್ಕುವ ದಂಡು ಧಾವಿಸಿ ಬರುತ್ತಿತ್ತು.) ರಸ್ತೆ ಬದಿಗಳಲ್ಲಿ ಪಟ್ಟಣಗಳು. ಉರುಬಂಬ ನದೀ ಕಣಿವೆಯಿಂದ 200 ಅಡಿ ಎತ್ತರದಲ್ಲಿ 100 ಎಕರೆ ವಿಸ್ತಾರದಲ್ಲಿ ನಿರ್ಮಿತವಾದ 'ಮಾಯಾ ನಗರಿ' – ಮಕ್ಕುಪಿಕ್ಕು.

ಬಾಹ್ಯ ಜಗತ್ತಿನೊಡನೆ ಸಂಕರ್ಪವಿರದಿದ್ದ ಸಂಸ್ಕೃತಿ ನಿಜ. ಆದರೆ ಆ ಬಗ್ಗೆ ಅಧ್ಯಯನ ನಡೆಸುವಾಗ ಶಾಂತಸಾಗರದ ದ್ವೀಪಗಳ ಅದ್ಭುತ ಶಿಲ್ಪಿಗಳ ನೆನಪಾಗುತ್ತದೆ. ಪೂರ್ವ ಏಷ್ಯದ ಕೆಲ ಕಲಾ ಸಾಂಸ್ಕೃತಿಕ ಪಳೆಯುಳಿಕೆಗಳು ಕಣ್ಣಿಗೆ ಕಟ್ಟುತ್ತವೆ. ಪ್ರಾಚೀನ ಐಗುಪ್ತದ ಕೆಲ ರೀತಿ ರಿವಾಜುಗಳೂ ಭವ್ಯಶಿಲ್ಪಿಗಳೂ ಕಾಡುತ್ತವೆ. ರೀತಿರಿವಾಜು ಎಂದಾಗ ಇದನ್ನು ಸೇರಿಸಬೇಕು. ಹತ್ತು ವರ್ಷ ಪ್ರಾಯದ ಹುಡುಗಿಯರಲ್ಲಿ ಸುಂದರಿಯಾದವರನ್ನು ಇಂಕಾ ದೇಗುಲಕ್ಕೆ ಒಯ್ಯುತ್ತಿದ್ದರು. ಕುಶಲ ವಿದ್ಯೆಗಳನ್ನು ನೀಡುತ್ತಿದ್ದರು. ಅವರಿಂದ ಕೆಲವರನ್ನು ದೇಗುಲದ 'ಸೇವೆ'ಗೆ ಆರಿಸುತ್ತಿದ್ದರು. 'ಪವಿತ್ರ ಕುಮಾರಿಯರು'. ಉಳಿದವರು ಶಿಷ್ಟವರ್ಗದ ಭೋಗಜೀವನಕ್ಕೆ ಮೀಸಲು. ಜಮಾ ಅಂಕಣದಲ್ಲಿ ಬರೆದಿಡಬಹುದಾದ ಒಂದು ಸಂಗತಿ : ಕರಾವಳಿಯುದ್ದಕ್ಕೂ ದ್ವೀಪಗಳಲ್ಲಿ ನೆಲೆಸುತ್ತಿದ್ದ ಗ್ವಾನೊ ಹಕ್ಕಿಗಳಿಗೆ ಸರಕಾರ ಒದಗಿಸುತ್ತಿದ್ದ ರಕ್ಷಣೆ. ಯಾಕೆ? ಆ ಹಕ್ಕಿಯ ಹಿಕ್ಕೆ ಉತ್ತಮ ಗೊಬ್ಬರ. ದೋಣಿಗಳಲ್ಲಿ ಆ ಗೊಬ್ಬರವನ್ನು ತಂದು ಹೊಲಗಳಿಗೆ ತಲಪಿಸುತ್ತಿದ್ದರು. ಹೀಗಾಗಿ, ಗ್ವಾನೊ 'ಪವಿತ್ರ ಪಕ್ಷಿ'ಯ ಸ್ಥಾನ ಪಡೆಯಿತೆನ್ನಿ!

'ನವ ಜಗತ್ತಿ'ನ ಮೂರು ಪ್ರಾಚೀನ ಸಂಸ್ಕೃತಿಗಳಾದ – ಸಾಮ್ರಾಜ್ಯಗಳಾದ – ಮಾಯಾ, ಅಜ್‌ಟೆಕ್, ಇಂಕಾ – ಸ್ಪೇನಿನ ಸ್ವರ್ಣಪಿಶಾಚಿಗಳಿಗೆ ಬಲಿಯಾದ ಬಗೆ ಹೇಗೆ?

ಅಜ್‌ಟೆಕ್ ಪ್ರಾಬಲ್ಯದೆದುರು ಮಾಯಾ ಶಕ್ತಿ ಚೆಲ್ಲಾಪಿಲ್ಲಿಯಾಗಿತ್ತು. ಕೊಲಂಬಸ್ ಕೈಗೊಂಡ ಯಾತ್ರೆಗಳ ಬಳಿಕ ಸ್ವರ್ಣಾನ್ವೇಷಣೆಗಾಗಿಯೇ ಸ್ಪೇನಿನ ಸಾಹಸಿಗಳು ಬರತೊಡಗಿದರು. ದೊರೆತದ್ದರಲ್ಲಿ ತಮ್ಮ ಚಕ್ರವರ್ತಿಗೂ ಅವರಿಗೂ ಪಾಲು. ಅವರಲ್ಲೊಬ್ಬ ಹೆರ್ನೇನ್ ಕೋರ್ತೆಸ್. ಮೂವತ್ತನಾಲ್ಕರ ಯುವಕ. ಆತ ಹಡಗಿನಿಂದ ಇಳಿದು ತನ್ನ ಬಿಳಿ ಕುದುರೆ ಏರಿದ. ಮೂಲ ಬುಡಕಟ್ಟುಗಳ ಹುಡುಗಿಯೊಬ್ಬಳು ಅವನಿಗೆ ಮರುಳಾದಳು. ತಮ್ಮವರ ಒಳಜಗಳ ತಿಳಿದವಳು. ಅಜ್‌ಟೆಕ್ ಭಾಷೆ ಬರುತ್ತಿತ್ತು. ಕೋರ್ತೆಸ್‌ಗೆ ಅವಳು ಪ್ರೇಯಸಿಯಾದಳು. ಬಹಳ ಬೇಗನೆ ಸ್ಪಾನಿಷ್ ಕಲಿತಳು. ಕ್ರಿಸ್ತ ಮತ ಸ್ವೀಕರಿಸಿದ ಮೇಲೆ ದೋಞಾ ಮರೀನಾ ಆದಳು. ಇಂಕಾ ಸಾಮ್ರಾಜ್ಯದ ಬಗ್ಗೆ ಅಸಮಾಧಾನವಿದ್ದ ಬುಡಕಟ್ಟುಗಳು ಹಲವಿದ್ದುವು. ಕೋರ್ತೆಸ್ ತಂಡದಲ್ಲಿದ್ದವರು 553

ಜನರು, 16 ಕುದುರೆಗಳು. ಖಡ್ಗಧಾರಿ ಬಿಳಿ ಮನುಷ್ಯರನ್ನು ಈಟಿ ಗದೆ ಬಿಲ್ಲು ಬಾಣ ಕವಣೆಗಳ ಕೆಂಪು ವರ್ಣೀಯರು ಸೇರಿಕೊಂಡರು. ಸುಗಮ ಸಂಭಾಷಣೆಗೆ ನೆರವಾದ ಮರೀನಾ ಅಸಾಧಾರಣ ಪಾತ್ರ ವಹಿಸಿರಬೇಕು. ಅಜ್‌ಟೆಕ್ ರಾಜಧಾನಿಯಲ್ಲಿ ರಾತ್ರಿ ಒಂದು ಸ್ತ್ರೀ ಧ್ವನಿ ಒರಲುತ್ತಿತ್ತು: "ನನ್ನ ಪ್ರೀತಿಯ ಮಕ್ಕಳೇ...ನಮ್ಮ ಕಡೆಗಾಲ ಬಂತು." ಹಿಂದಿನ ಭವಿಷ್ಯತ್ ವಾಣಿಯ ನೆನಪಾಗಿ, ಅರಸ ಕಂಗಾಲಾದ. ಶ್ವೇತಾಶ್ವ ಏರಿ ದೇವರು ಬರುತ್ತಿರಬಹುದೆ ? ಸುದ್ದಿ ತಿಳಿದ ಕೋರ್ತೆಸ್ ಮುಸಿಮುಸಿ ನಕ್ಕ. ಮದ್ಯ ಗುಟುಕರಿಸಿದಷ್ಟು ಸುಲಭ, ಹೋರಾಟದಲ್ಲಿ ವಿಜಯ. ಮುಂದೆ ನಡೆದುದನ್ನು ಚುಟುಕಾಗಿ ಹೇಳಬಹುದು: ಕೊಳ್ಳೆ, ಲೂಟಿ, ನರಮೇಧ, ವಿಶ್ವಾಸಘಾತ, ಸ್ಪಾನಿಷ್ ಸಾಮ್ರಾಜ್ಯದ ಸ್ಥಾಪನೆ (1522ರಲ್ಲಿ)... ತಾತ್ಕಾಲಿಕವಾಗಿ ಇಲ್ಲಿ ಸ್ಪೇನಿನ ರಾಜರಾಣಿಯರ ಪ್ರತಿನಿಧಿಗಳು ಕೋರ್ತೆಸ್ ಮತ್ತು ದೋಞಾ ಮರೀನಾ !

ಮಾಯಾ ಮಾಯವಾಯಿತು. ಅಜ಼ೆಟೆಕ್ ಸಹ. ಇನ್ನು ಜತೆಜತೆಯಾಗಿ ಇಂಕಾ.

ಮಹಾನ್ ತೋಪ ಇಂಕಾ ಸತ್ತದ್ದು 1493ರಲ್ಲಿ. ಹಿಂದಿನ ವರ್ಷವಷ್ಟೇ ಕೊಲಂಬಸನ ಮೂರು ಹಡಗುಗಳು ಇಂಕಾ ಭೂಖಂಡವನ್ನು ಸಮೀಪಿಸಿದ್ದುವು. ಸತ್ತ ದೊರೆಗೆ ಗೊತ್ತಿರಲಿಲ್ಲ. ಮುಂದೆ ಪಟ್ಟ ಏರಿದವನು ಹ್ವಾಯ್‌ನಾ ಕಾಪಕ್. 1525ರಲ್ಲಿ, ಬಿಳಿಹಾಯಿಯ ಹಡಗುಗಳು ಕರಾವಳಿಯುದ್ದಕ್ಕೂ ಅಲೆಯುತ್ತಿವೆ ಎಂಬ ಸುದ್ದಿ ಬಂತು. ಅದಕ್ಕಿಂತಲೂ ನಿಗೂಢವಾಯಿತು ಒಬ್ಬ ಅಪರಿಚಿತನ ಆಗಮನ. ಆತ ಒಂದು ಕಪ್ಪು ಪೆಟ್ಟಿಗೆ ಒಪ್ಪಿಸಿದ. ಇದು ಮಹತ್ವದ್ದು, ಸಮ್ರಾಟರೇ ಮುಚ್ಚಳ ತೆರೆಯಬೇಕು ಎಂದು ಬಿನ್ನವಿಸಿದ. ಕಾಪಕ್ ಹಾಗೇ ಮಾಡಿದಾಗ ಹಾತೆಗಳ ಚಿಟ್ಟೆಗಳ ಮೋಡವೇ ಪೆಟ್ಟಿಗೆಯಿಂದ ಎದ್ದಿತು. ಹೀಗಾಗುವುದು ಅಶುಭ ಎಂಬ ಕಲ್ಪನೆ ಇತ್ತು. ಆದದ್ದೂ ಅಶುಭವೇ! ಐರೋಪ್ಯ ಮೂಲದ ಪ್ಲೇಗ್ ಮಾರಿ ಇಂಕಾ ಸಮುದಾಯಕ್ಕೆ ತಟ್ಟಿತು. ಕಾಪಕ್ ಅದಕ್ಕೆ ಬಲಿಯಾದ. ಅವನು ಸತ್ತುದು ಉತ್ತರಾಧಿಕಾರಿ ಯಾರೆಂದು ನಿರ್ಧರಿಸುವುದಕ್ಕೆ ಮೊದಲೇ. ಇಬ್ಬರು ಮಕ್ಕಳು ಪರಸ್ಪರ ಸೆಣಸಾಡಿದರು. ಹೊರಗಿನವರು ಬರಲು ಎಷ್ಟು ಒಳ್ಳೆಯ ಸಮಯ ! ('ಒಳಗೆ ಬರಲಪ್ಪಣೆಯೆ ದೊರೆಯೆ?' ಎಂಬ ವ್ಯಂಗ್ಯೋಕ್ತಿಯೂ ಅನಗತ್ಯ.) 1532ರಲ್ಲಿ ನಡುವಯಸ್ಸು ದಾಟಿದ, ಓದು ಬರಹ ಬಾರದ, ಪಿಜಾರೊ ಬಂದ. 27 ಕುದುರೆಗಳ, 180 ಜನರ ದಂಡು. ಅವಸರದಲ್ಲಿ ಪಟ್ಟವೇರಿದ್ದ ಅತಹ್ವಲ್ಪ ಧೃತಿಗೆಡಲಿಲ್ಲ. ಅಜ್‌ಟೆಕರಿಗೆ ಏನಾಯಿತೆಂಬುದನ್ನು ಅವನು ಕೇಳಿ ಬಲ್ಲ. ಇಲ್ಲಿ ದುಭಾಷಿ ಮರೀನಾ ಇರಲಿಲ್ಲ. ಆದರೆ

ಇನ್ನೊಬ್ಬ ಸ್ಥಳಿಯ ವ್ಯಕ್ತಿ ಸ್ಪೇನಿನವರಿಗೆ ದೊರೆತಿದ್ದ. ಅವನ ಮೂಲಕ ಧರ್ಮಪ್ರಸಾರಕ ಹೇಳಿದ: "ದೊರೆ, ನೀನು ನಮ್ಮ ದೇವರನ್ನು ನಂಬು." ಸಮ್ರಾಟನೆಂದ: "ನಿಮ್ಮ ದೇವರನ್ನು ಕೊಂದರು ಎನ್ನುತ್ತೀಯೆ. ನನ್ನ ದೇವರು, ಅಗೋ (ಸೂರ್ಯನತ್ತ ಬೊಟ್ಟುಮಾಡಿ), ಜೀವಂತವಾಗಿದ್ದಾನೆ."

ಬಳಿಕ "ಭೋಜನ ರಾಜಕಾರಣ". ಸಮ್ರಾಟನನ್ನು ಪಿಜಾರೋ ತನ್ನ ಪಾಳೆಯಕ್ಕೆ ಊಟಕ್ಕೆ ಕರೆದ. ಅಲ್ಲಿ ಬಂಧನ. ಅರ್ಧ ಘಂಟೆಯಲ್ಲಿ 10,000 ಇಂಕಾ ಸೈನಿಕರು ಹತರಾದರು. ದಾರಿಯುದ್ದಕ್ಕೂ ರಾಜಧಾನಿಯಲ್ಲೂ ಹೊರೆ ಹೊರೆ ಬಂಗಾರ ಕಂಡ ಸ್ಪೇನಿನವರು. ತೆರೆದ ಬಾಯಿ ಮುಚ್ಚಿಯೇ ಇರಲಿಲ್ಲ. (ಮೀನು ಹಿಡಿಯುವ ಗಾಳವೂ ಚಿನ್ನದ್ದೆ!) ಸ್ವರ್ಣಕೊಟ್ಟರೆ ಬಿಡುಗಡೆ ? ಪಿಜಾರೋ ಒಪ್ಪಿದ. ದೊಡ್ಡ ಕೊಠಡಿ. ತುದಿಗಾಲ ಮೇಲೆ ನಿಂತು ನಡು ಬೆರಳಿನಿಂದ ಗೋಡೆಯ ಎತ್ತರ ತೋರಿಸಿದ, ಸಮ್ರಾಟ. ಅಲ್ಲಿ ತುಂಬುವಷ್ಟು ಚಿನ್ನ. ಬಂತು, ಆ 16ನೇ ಶತಮಾನದ ಮೂವತ್ತು ಲಕ್ಷ ಪೌಂಡು ಬೆಲೆಬಾಳುವಷ್ಟು ಕನಕರಾಶಿ. ಬಿಡುಗಡೆ ದೊರೆಯಿತು ಮರಣದ ರೂಪದಲ್ಲಿ. ಸೂರ್ಯ ಮುಳುಗಿದ. ಇಂಕಾ ಸಾಮ್ರಾಜ್ಯವನ್ನು ಕತ್ತಲು ಆವರಿಸಿತು. ಉಳಿದದ್ದೆಲ್ಲ ಗೊಂಬೆಯಾಟವಯ್ಯ...

ಚಿನ್ನದ ಒಂದು ಸರಪಣಿ ಇದ್ದಿತಂತೆ. ಅದನ್ನು ಹೊರಲು 200 ಜನ ಬೇಕಾಯಿತಂತೆ. (ಸಂಕೋಲೆ ?)

ಐರೋಪ್ಯರು ನೆಲ ಅಗೆದರು, ಕೊಳಗಳ ತಳ ಕೆದಕಿದರು, ಶಿಲಾ ನಿರ್ಮಾಣಗಳ ಸಂದಿಗಳನ್ನು ಕೆರೆದರು, ಸ್ವರ್ಣ ಮೂರ್ತಿಗಳನ್ನೂ ಅಲಂಕರಣ ವಸ್ತುಗಳನ್ನೂ ಕರಗಿಸಿದರು. ದೋಚಿ ದೋಚಿ ದಕ್ಷಿಣ ಅಮೆರಿಕವನ್ನು ಬರಡು ಮಾಡಿದರು. ಅಮೆರಿಕದ ಪ್ರಾಚೀನರು ಬಂಗಾರವನ್ನು 'ಸೂರ್ಯನ ಬೆವರು' ಎನ್ನುತ್ತಿದ್ದರು. ಸೂರ್ಯನೇ ಹೋದ ಮೇಲೆ ಇನ್ನೆಲ್ಲಿಯ ಬೆವರು ? 30,000 – 40,000 ವರ್ಷ ಹಿಂದಿನ ಬೇರಿನ ಮೂಲವನ್ನೇ ಖಡ್ಗ ಕಡಿಯಿತಲ್ಲ? ದಕ್ಷಿಣ ಅಮೆರಿಕದ ದಕ್ಷಿಣದಲ್ಲಿ ಅರಾವ್ಕ ಬುಡಕಟ್ಟಿನವರು ತಮ್ಮ ಉಳಿವಿಗಾಗಿ ಸರ್ವಶಕ್ತಿ ಪ್ರಯೋಗಿಸಿ ಹೋರಾಡಿದರು. ಸೋತರು. (ಉಳಿದವರನ್ನು ಒಂಟಿ ಒಂಟಿಯಾಗಿ ಕೊಲ್ಲಲು ಖಡ್ಗಕ್ಕಿಂತ ಹೆಚ್ಚು ಪರಿಣಾಮಕಾರಿಯಾದ ಬಂದೂಕು ಬಂತು ಆಮೇಲೆ.)

ಒಂದು ವಿಷಯದಲ್ಲಿ ಮಾತ್ರ ಕೋರ್ತೆಸ್‌ಗಿಂತ ಪಿಜಾರೋನ ಕೆಲಸ ಹಗುರವಾಗಿತ್ತು: ದಕ್ಷಿಣ ಅಮೆರಿಕದಲ್ಲಿ ಸುಡಲು ಪುಸ್ತಕಗಳಿರಲಿಲ್ಲ!

*　　　*　　　*

ದಕ್ಷಿಣ ಅಮೆರಿಕದ ಪಾದ ಮುಟ್ಟಬೇಕಾದರೆ ಶಿರಸ್ಸು, ವಕ್ಷಸ್ಥಲ, ಬಡನಡು ದಾಟಿ, ತೊಡೆಯ ಎತ್ತರದ ಮೇಲೆ ಹರಿದು ಬರಬೇಕು. ಪಥಿಕ ಬಡನಡುವಿನಿಂದಲೇ ಆರಂಭಿಸಿದರೆ ದಕ್ಷಿಣ ಅಮೆರಿಕದಲ್ಲಿ ಈ ಎಲ್ಲ ದೇಶಗಳನ್ನು ಈಗ ಕಾಣುತ್ತೇವೆ: ಗ್ವಾತೇಮಾಲಾ, ಎಲ್ ಸಾಲ್ವದೋರ್, ಹೊಂದುರಾಸ್, ನಿಕಾರಾಗ್ವಾ, ಕೋಸ್ತಾ ರೀಕಾ, ಪನಾಮಾ, (ಎಡಕ್ಕೆ) ಕೋಲೋಮ್‌ಬಿಯಾ, ಬೇನೇಷ್ವೇಲಾ, ಗಯಾನಾ, (ಬಲಕ್ಕೆ) ಇಕ್ವೆದೋರ್, ಪೇರೂ, ಬೊಲಿವಿಯಾ, ಚೀಲೇ, (ಎಡದಲ್ಲಿ) ಅರ್ಜೆಂಟೀನ, ಪೆರಾಗ್ವಾಈ, ಉರುಗ್ವಾಈ, ಬ್ರೇಜಿಲ್.

ನಾಗರಿಕತೆಯ ವಾಹಕರಾಗಲು ಸ್ಪೇನಿನವರ ಜತೆ ಆಂಗ್ಲರು, ಡಚ್ಚರು, ಫ್ರೆಂಚರು ಸ್ಪರ್ಧಿಸಿದರು. 'ನಾಗರಿಕತೆ' ಎಂದರೆ ಇವೇ ಅಲ್ಲವೆ ?– ಉರುಳುವ ಚಕ್ರ, ಗುಹ್ಯಾದಿ ರೋಗಗಳು, ಮಾರಕಾಸ್ತ್ರಗಳು, ಧರ್ಮದ ಹೆಸರಿನಲ್ಲಿ ಜನವಧೆ... ಒಂದು ಅಧಿಕಾರ ದಂಡ ಚಲಾಯಿಸಿದವರಲ್ಲಿ ಮುಖ್ಯರು ಲ್ಯಾಟಿನ್ ಮೂಲದ ಸ್ಪಾನಿಷ್ ಮತ್ತು ಪೋರ್ತುಗೀಸ್ ಆಕ್ರಮಣಕಾರರು. ಆದ್ದರಿಂದಲೇ ಅಮೆರಿಕ ಸಂಯುಕ್ತ ಸಂಸ್ಥಾನಗಳ ಕೆಳಗಿನ ಭೂಭಾಗೆವಲ್ಲ ಲ್ಯಾಟಿನ್ ಅಮೆರಿಕ ಎಂದು ಸಾರ್ವತ್ರಿಕ ಹೆಸರು ಪಡೆಯಿತು.

ಈಗ ಲ್ಯಾಟಿನ್ ಅಮೆರಿಕದ ಒಟ್ಟು ಜನಸಂಖ್ಯೆ ಮೂವತ್ತು ಕೋಟಿಗೂ ಹೆಚ್ಚು. ಸಿರಿವಂತರ ಗಣರಾಜ್ಯಗಳು 23; ಒಂದು ಸಮಾಜವಾದಿ ರಾಜ್ಯ (ಕ್ಯೂಬಾ).* ಇಲ್ಲೆಲ್ಲ ರೂಪುಗೊಂಡದ್ದು ವಿಶಿಷ್ಟ ಜನಾಂಗ, ವಿಚಿತ್ರ ಸಮಾಜ. ಐರೋಪ್ಯರ ಆಗಮನಕ್ಕೆ ಮುನ್ನ ಅಮೆರಿಕ ಭೂಖಂಡಗಳಲ್ಲಿ ವಾಸವಾಗಿದ್ದವರು, ತಮ್ಮ ಸಾಮ್ರಾಜ್ಯಗಳ ವಿನಾಶದ ಬಳಿಕ ನೂರಾರು ಬುಡಕಟ್ಟುಗಳಾಗಿ ಮತ್ತೆ ಒಡೆದುಹೋದರು. 'ಆ' ಇಂಡಿಯನರು 'ಈ' ಇಂಡಿಯನರು. ಈ ಜನ ಒಗ್ಗೂಡದಂತೆ, ಪುನಃ ಬಲಶಾಲಿಗಳಾಗದಂತೆ ಆಕ್ರಮಣಕಾರರು ಎಚ್ಚರ ವಹಿಸಿದರು. ತಮ್ಮೊಂದಿಗೆ ಅವರನ್ನು ಧರ್ಮದಿಂದ ಬೆಸೆದರು. ದುಡಿಮೆಗೂ ತಮ್ಮ ಮೂಲಕ ಸಂತಾನೋತ್ಪತ್ತಿಗೂ ಆ ಬಡಪಾಯಿಗಳನ್ನು ಬಳಸಿದರು. ಇವರಿಗಿಂತಲೂ ಹೀನಸ್ಥಿತಿ ನೀಗ್ರೋಗಳದು. ಇವರನ್ನು ಬೆನ್ನಟ್ಟಿ ಹಿಡಿದು ಕಟ್ಟಿ ಆಫ್ರಿಕದಿಂದ ತರುತ್ತಿದ್ದರು. ಈ ಬೇಟೆಯಲ್ಲೂ ವ್ಯಾಪಾರದಲ್ಲೂ ಮೊದಲಿಗರು ಹಾಗೂ ಪ್ರಮುಖರು ಪೋರ್ತುಗೀಸರು. 17–18–19ನೇ ಶತಮಾನಗಳಲ್ಲಿ ಉತ್ತರ ದಕ್ಷಿಣ ಅಮೆರಿಕಗಳಲ್ಲಿ ಮಾರಾಟವಾದ ನೀಗ್ರೋಗಳ ಸಂಖ್ಯೆ ಒಂದು ಕೋಟಿ. ಜನಸಂಖ್ಯೆಯ ಹೆಚ್ಚಳಕ್ಕೆ ಹಲವು ದಾರಿ: ಬಿಳಿಯರದೇ ಸಂತಾನ; ಕೆಂಪು ಇಂಡಿಯನ್ ಸಂತತಿ;

---

* ಹೆಚ್ಚಿನ ವಿವರಗಳಿಗಾಗಿ 'ಅದೃಷ್ಟ', 'ಇಬ್ಬರು ಗೆಳೆಯರು' ಮತ್ತು 'ಬೆಳಗಾಗುವ ಮುನ್ನ' ಸಂಪುಟಗಳ ಪ್ರಸ್ತಾವನೆ ನೋಡಿ.

ನೀಗ್ರೋ ವಂಶ. ಇನ್ನು ಬಿಳಿ – ಕೆಂಪು, ಬಿಳಿ – ಕಪ್ಪು, ಕಪ್ಪು – ಕೆಂಪು... ಹೀಗೆ. ಶೋಷಣೆಗೆಂದು ಬಂದವರು ಕಂಬಿಕಿತ್ತಾಗ ಉಳಿದದ್ದು, ಲ್ಯಾಟಿನ್ ಚೌಕಟ್ಟಿನ ಹೊಸ ಜನಸಮುದಾಯ.

ಮೊದಮೊದಲು ಇಂಡಿಯನರನ್ನು ಎಡ ಬಲಗಳ ಶಾಂತ – ಅಟ್ಲಾಂಟಿಕ್ ಸಾಗರಗಳಿಂದ ಒಳನಾಡಿಗೆ, ಗುಡ್ಡಗಳಿಗೆ, ಅಮೆಜಾನ್ ನದೀ ಪಾತ್ರದ ದಟ್ಟ ಕಾಡುಗಳಿಗೆ ಓಡಿಸಿದ್ದುಂಟು. ಆದರೆ ಬೊಲಿವಿಯಾ, ಪೇರೂ, ಇಕ್ವೆದೋರ್‌ಗಳಲ್ಲಿ ಈಗಲೂ ಅವರದೇ ಬಹುಸಂಖ್ಯೆ. ಚೀಲೇ, ಪೆರುಗ್ವಾಈ, ಗ್ವಾತೇಮಾಲಾ, ಪನಾಮಾ, ನಿಕಾರಾಗ್ವಾ, ಹೊಂದುರಾಸ್, ಸಾಲ್ವದೋರ್, ಕೋಲೋಂಬಿಯಾಗಳಲ್ಲಿ ಮಿಶ್ರತಳಿಯವರೇ ಹೆಚ್ಚು. ಬೇನೇಷ್ವೇಲಾದಲ್ಲಿ ಐರೋಪ್ಯರು, ನೀಗ್ರೋಗಳು, ಇಂಡಿಯನರು ಹೆಚ್ಚು ಕಡಮೆ ಸಮಸಮ.

ಸ್ಪಾನಿಷ್ ಸುಲಿಗೆಯ ಅನಂತರದ ಮಹತ್ವದ ಘಟನೆ 19ನೆಯ ಶತಮಾನದ ಬಂಧವಿಮೋಚನಾ ಚಳವಳಿ. ಇದನ್ನು ರೂಪಿಸಿ ಮುಂದುವರಿಸಿ ಯಶಸ್ವಿಯಾಗಿ ಮುಕ್ತಾಯಗೊಳಿಸಿದವರು ದಕ್ಷಿಣ ಅಮೆರಿಕ ಸಂಜಾತರಾದ ಸಿಮೊನ್ ಬೊಲಿವರ್, ಬರ್ನಾರ್ದೊ ಓ' ಹಿಗ್ಗಿನ್ಸ್, ಸಾನ್ ಜೋಸ್ ಮಾರ್ತಿನ್, ಜಪಾತಾ...

ಬ್ರಿಟಿಷರ ವಿರುದ್ಧ ಅಮೆರಿಕ ಹೂಡಿದ ಯುದ್ಧ (ಅಮೆರಿಕದ ಸಂಯುಕ್ತ ಸಂಸ್ಥಾನಗಳ ಸೃಷ್ಟಿ) ಮತ್ತು ಫ್ರಾನ್ಸಿನ ಮಹಾಕ್ರಾಂತಿ ಅಮೆರಿಕದ ಇತರ ಭಾಗಗಳಲ್ಲೂ ಬಿಡುಗಡೆಯ ಆಸೆ ಹುಟ್ಟಿಸಿದುವು. ಸ್ಪೇನ್ – ಪೋರ್ತುಗಲ್‌ಗಳನ್ನು ನೆಪೋಲಿಯನ್ ಮಣಿಸಿದಾಗ ಬೊಲಿವರ್, ಹಿಗ್ಗಿನ್ಸ್, ಮಾರ್ತಿನ್ ಸಶಸ್ತ್ರ ಹೋರಾಟ ಪ್ರಾರಂಭಿಸಿದರು.

1822ರಲ್ಲಿ ಬ್ರೇಜಿಲ್ ಪೋರ್ತುಗಲಿನ ಹಿಡಿತದಿಂದ ಸಂಪೂರ್ಣ ಮುಕ್ತವಾಯಿತು.

ಚೀಲೇ, ಪೇರೂಗಳನ್ನು ಸ್ಪೇನಿನ ಕಪಿಮುಷ್ಟಿಯಿಂದ ಪಾರು ಮಾಡಿದವರಲ್ಲಿ ಒಬ್ಬ, ಅರ್ಜೆಂಟೀನ ಮೂಲದ ಸಾನ್ ಜೋಸ್ ಮಾರ್ತಿನ್. ತನ್ನ ಆಕಾಂಕ್ಷೆ ಈಡೇರಿದ ಮೇಲೆ ಯೂರೋಪಿಗೆ ಹೋದ. ಕಡು ದಾರಿದ್ರ್ಯದಲ್ಲಿ ಕಾಲವಾದ. ಹಿರಿಯ ನಾಯಕ ಬೊಲಿವರ್‌ನ ಸ್ಮರಣಾರ್ಥ ಮೇಲಣ ಪೇರೂವಿನ ಭಾಗವನ್ನು ಪ್ರತ್ಯೇಕ ರಾಜ್ಯವಾಗಿ ಮಾಡಿ, ಅದಕ್ಕೆ ಬೊಲಿವಿಯಾ ಎಂದು ಹೆಸರಿಟ್ಟರು. (ಬೇನೇಷ್ವೇಲಾ ಮೂಲದ ಸಿಮೊನ್ ಬೊಲಿವರ್‌ನ 200ನೆಯ ಜನ್ಮ ದಿನಾಚರಣೆಯ ವರ್ಷ–1983.)

ಲೋಕದ ಹೊಸ ಸುಲಿಗೆಗಾರರಿಗೆ ದಕ್ಷಿಣ ಅಮೆರಿಕದ ಬಂಧ ವಿಮೋಚನಾ ಹೋರಾಟ ಇಷ್ಟವಾಯಿತು. ಗೆಳೆತನ ಬೆಳೆಸಲು (ಕಚ್ಚಾಮಾಲು ಪಡೆದು, ಸಿದ್ಧಸಾಮಗ್ರಿಯನ್ನು ಹೇರಿ, ಅಪರೋಕ್ಷ

ಶೋಷಣೆ ನಡೆಸಲು) ಎಷ್ಟೊಂದು ರಾಷ್ಟ್ರಗಳು! ಮೊದಲು ಬ್ರಿಟನ್, ಬಳಿಕ ಅಮೆರಿಕ ಸಂಯುಕ್ತ ಸಂಸ್ಥಾನ. ಜಪಾನಿಗೂ ಆಸೆ; ಪಶ್ಚಿಮ ಜರ್ಮನಿಗೂ ಅಷ್ಟೆ. ಭ್ರಷ್ಟಾಚಾರ, ಸರ್ವಾಧಿಕಾರ ಲ್ಯಾಟಿನ್ ಅಮೆರಿಕದ ಬದುಕಿನಲ್ಲಿ ದೈತ್ಯಾಕಾರ ತಳೆದುವು.

* * *

...ಕೊಲಂಬಸ್ ಬಂದ ಸ್ವಲ್ಪ ಸಮಯದಲ್ಲೇ – 16ನೇ ಶತಮಾನದ ಆದಿಯಲ್ಲಿ – ಸ್ಪೇನಿನ ಧ್ವಜಸ್ತಂಭ ನಿಕಾರಾಗ್ವಾ ನೆಲವನ್ನು ಕೊರೆಯಿತು. ಆಕ್ರಮಣಕಾರರನ್ನು ಉಗ್ರವಾಗಿ ವಿರೋಧಿಸಿದವರು ಇಂಡಿಯನರು. ಅವರ ನಾಯಕ ನಿಕಾರಾವ್. ಅವನಿಂದಲೇ ನಿಕಾರಾಗ್ವಾ ಹೆಸರು ಬಂದಿರಬೇಕು. 1821ರವರೆಗೂ ಸ್ಪಾನಿಷ್ ಆಳ್ವಿಕೆ. ಮೂವತ್ತೈದು ವರ್ಷಗಳ ಬಳಿಕ ಅಮೆರಿಕ ಸಂಯುಕ್ತ ಸಂಸ್ಥಾನಗಳಿಂದ ಒಬ್ಬ ಸಾಹಸಿ 600 ಜನ ಹಿಂಬಾಲಕರೊಡನೆ ಬಂದು ತಾನೇ ನಿಕಾರಾಗ್ವಾದ ಅಧ್ಯಕ್ಷ ಎಂದು ಸಾರಿದ. ಒಂದು ವರ್ಷದ ಮಟ್ಟಿಗೆ ಅವನೇ ಸುಲ್ತಾನ. ಆದರೆ ಅಮೆರಿಕದ ಸೇನೆ ಎರಡು ದಶಕ ಅಲ್ಲಿ ಬೀಡು ಬಿಟ್ಟಿತು. ಶಾಂತ ಸಾಗರ ಅಟ್ಲಾಂಟಿಕ್ ಸಾಗರ ಎರಡೂ ನಿಕಾರಾಗ್ವಾಕ್ಕೆ ಮುತ್ತಿಡುತ್ತಿದ್ದುವು. ಅಲ್ಲಿಯೇ ಜಲಸಂಧಿ ನಿರ್ಮಿಸುವ ಯೋಚನೆ ಇತ್ತು ಅಮೆರಿಕಕ್ಕೆ. ನಿಕಾರಾಗ್ವಾ ಒಪ್ಪಲಿಲ್ಲ. ಮುಂದೆ, ಅಧ್ಯಕ್ಷರೆಂದು ಕರೆದುಕೊಂಡ ಸರ್ವಾಧಿಕಾರಿಗಳ ರಾಜ್ಯಭಾರ. ಅವರಲ್ಲಿ ಕುಖ್ಯಾತ ಸಮೋಜ. 1963ರಲ್ಲಿ ಅವನು ಕೊಲೆಯಾದ.

ದೇಶದ ಅರ್ಧಕ್ಕೂ ಹೆಚ್ಚು ಭಾಗ ಅರಣ್ಯ. ಬಂಗಾರ ಗಣಿ ಉದ್ಯಮವಿದ್ದರೂ ಮುಖ್ಯ ಸಂಪನ್ಮೂಲ ಕೃಷಿ. ರಫ್ತಿನ ಮುಖ್ಯ ವಸ್ತು ಕಾಫಿ. 57,143 ಚದರ ಮೈಲು ವಿಸ್ತೀರ್ಣದಲ್ಲಿ 25 ಲಕ್ಷ ಜನ ವಾಸವಾಗಿದ್ದಾರೆ. ಸ್ಪಾನಿಷ್ ಮತ್ತು ಇಂಡಿಯನ್ ಮಿಶ್ರ ಸಂತತಿಯವರು. ನೂರರಲ್ಲಿ 60ರಷ್ಟು ನಿರಕ್ಷರರು. ರಾಜಧಾನಿ : ಮನಗ್ವಾ.

...ಗ್ವಾತೇಮಾಲಾ ಕಾಫಿ, ಬಾಳೆಹಣ್ಣು, ಮರ, ಕೋಕೋ, ರಬ್ಬರ್ ದೊರೆಯುವ ಕೃಷಿರಾಜ್ಯ. ಪ್ರಾಚೀನ ಮಾಯಾ ಸಂಸ್ಕೃತಿ ಆರಂಭದಲ್ಲಿ ಒಂದು ಶತಮಾನಕ್ಕೂ ಹೆಚ್ಚು ಕಾಲ ಮೆರೆದಿದ್ದ ಈ ದೇಶದಲ್ಲಿ ಈಗಲೂ ಜನಸಮುದಾಯದ ಶೇಕಡಾ 55ರಷ್ಟು ಮಾಯಾ ಸಂತತಿ ಯವರು. (ಒಟ್ಟು ಜನಸಂಖ್ಯೆ 60 ಲಕ್ಷ. ವಿಸ್ತಾರ 42,042 ಚ. ಮೈಲು.) ಕಾಫಿ, ಬಾಳೆಹಣ್ಣು, ಸಕ್ಕರೆ, ಕೋಕೋ, ನೀಲಿ ನಿರ್ಯಾತವಾಗುತ್ತವೆ. ಸ್ಪೇನು ನಿರ್ಗಮಿಸಿದ್ದು 1821ರಲ್ಲಿ. ಮೆಕ್ಸಿಕೋದಲ್ಲಿ ಅಡಕವಾಗಿದ್ದ ಗ್ವಾತೇಮಾಲಾ ಮುಂದೆ ಎರಡು ವರ್ಷಗಳ ಬಳಿಕ ಸ್ವತಂತ್ರ ಗಣರಾಜ್ಯವಾಯಿತು. 1976 ರ ಭೂಕಂಪದಲ್ಲಿ 22,000 ಜನ ಸತ್ತರು; 76,000 ಜನ ಗಾಯಗೊಂಡರು. ಜನಸಂಖ್ಯೆಯ ಅರ್ಧಕ್ಕೂ ಹೆಚ್ಚು

ಕಡುಬಡವ ಕೆಂಪು ಇಂಡಿಯನರು. ನೂರರಲ್ಲಿ ಮೂವತ್ತೆಂಟರಷ್ಟು ಮಿಶ್ರಜನಾಂಗ. ಉಳಿದವರು ಬಿಳಿಯರು. ರಾಜಧಾನಿಯ ಹೆಸರೂ ಗ್ವಾತೇಮಾಲಾ ಎಂದೇ. ಈ ನಗರ ಜನಕ್ರಾಂತಿಯನ್ನು ನೋಡಿದೆ. ಸರ್ವಾಧಿಕಾರಿ ಒಡ್ಡೋಲಗವನ್ನೂ ಕಂಡಿದೆ. ಬದಲಾಗುವ ದೃಶ್ಯಗಳಿಗೆ ಅದು ಸಾಕ್ಷಿ.

...ಹತ್ತು ವಾರ ಹೊಲದಲ್ಲಿ ದುಡಿದರೆ ಸಾಕು ಇಡೀ ವರ್ಷದ ಆಹಾರ ಸಮಸ್ಯೆ ಬಗೆಹರಿಯುತ್ತದೆ, ಕೋಸ್ತಾ ರೀಕಾದಲ್ಲಿ. ಪ್ರಾಚೀನ ನರವ್ಯಾಘ್ರ ಆರಾಧನೆ ಕುಲಸ್ಮೃತಿಯಲ್ಲೀಗ ಶೇಷಾಂಶ ಮಾತ್ರ. ಸ್ಪೇನು ಇಲ್ಲಿ ಎರಡು ಶತಮಾನ ಆಳಿದ ಬಾಳಿದ ಫಲವಾಗಿ ಮುಂದುವರಿದದ್ದು ತೀರಾ ಭಿನ್ನವಾದ ಪೀಳಿಗೆ. ಕೋಸ್ತಾ ರೀಕಾ ಇರುವುದು ನಿಕಾರಾಗ್ವಾ ಪನಾಮಾಗಳ ನಡುವೆ. ಕೊಲಂಬಸ್ ತನ್ನ ನಾಲ್ಕನೆಯ ಹಾಗೂ ಕೊನೆಯ ಯಾನದಲ್ಲಿ, 1502ರಲ್ಲಿ, ಬಂದು ಮುಟ್ಟಿದ ಸ್ಥಳಗಳಲ್ಲಿ ಕೋಸ್ತಾ ರೀಕಾ ಒಂದು. ಇಲ್ಲಿಯೂ ಗ್ವಾತೇಮಾಲಾದ್ದಲಿಯೂ 20 ಜ್ವಾಲಾಮುಖಿಗಳು ಆಗಾಗ್ಗೆ ಬೆಂಕಿಯುಗುಳುತ್ತವೆ. 1824ರಲ್ಲಿ ಸ್ಪಾನಿಷ್ ನೊಗ ಕಳಚಿಬಿತ್ತು. 19ನೆಯ ಶತಮಾನದಲ್ಲಿ ಕಾಫಿ ಬೆಳೆಯಿಂದಾಗಿ ಸಂಪತ್ತು ಹೆಚ್ಚಿತು. ಇತರ ಉತ್ಪನ್ನ ಬಾಳೆಹಣ್ಣು, ಕೋಕೋ, ಸಕ್ಕರೆ. ಗಣರಾಜ್ಯವಾಯಿತು. ನಮಗಿನ್ನು ಸೇನೆಯ ಅಗತ್ಯವಿಲ್ಲ – ಎಂದಿತು. ಮುಂದೆ ಹನ್ನೆರಡು ವರ್ಷ ಸರ್ವಾಧಿಕಾರದ ಬೇಗೆಯಲ್ಲೂ ತೊಳಲಿತು. 19,575 ಚ. ಮೈ. ವಿಸ್ತೀರ್ಣದಲ್ಲಿ 20 ಲಕ್ಷಕ್ಕೂ ಹೆಚ್ಚು ಜನರ ವಾಸ. ಇವರಲ್ಲಿ ಸಾಕ್ಷರತೆಯ ಪ್ರಮಾಣ ಗಮನಾರ್ಹ. ಸಾನ್ ಜೋಸ್ ರಾಜಧಾನಿ.

ಇಲ್ಲಿ ಗಮನಿಸಬೇಕಾದ ಎರಡು ರಾಜ್ಯಗಳು: ಹಿಸ್ಪಾನಿಯೋಲ ದ್ವೀಪದ ಪೂರ್ವಭಾಗದಲ್ಲಿರುವ ಡೊಮಿನಿಕನ್ ಗಣರಾಜ್ಯ ಮತ್ತು ಪಶ್ಚಿಮದಲ್ಲಿರುವ ಹಾಯ್‌ತಿ. ಮೊದಲು ಸ್ಪಾನಿಷರು ಬಳಿಕ ಫ್ರೆಂಚರು ಇದನ್ನು ಸುಲಿದರು. ದುಡಿಯಲು ನೀಗ್ರೋ ಗುಲಾಮರು. ಈ ಗುಲಾಮರೇ 1801ರಲ್ಲಿ ಬಂಡಾಯವೆದ್ದು ಜಗತ್ತಿನ ಪ್ರಥಮ ನೀಗ್ರೋ ಗಣರಾಜ್ಯ ಘೋಷಿಸಿದರು. ನಾಲ್ಕು ವರ್ಷ ಬದುಕಿದ ಗಣರಾಜ್ಯ. ದಶಕ ಬಿಟ್ಟುಕೊಂಡು ಅಮೆರಿಕ ಬಂತು. ಕೊನೆಗೆ 1947ರಲ್ಲಿ 'ಸ್ವತಂತ್ರ'ವಾಯಿತು.

ನಿಕಾರಾಗ್ವಾ, ಗ್ವಾತೇಮಾಲಾ, ಕೋಸ್ತಾ ರೀಕಾ...ಹಿಸ್ಪಾನಿಯೋಲ ಈಗ ಎಲ್ ಸಾಲ್ವದೊರ್, ಬಳಿಕ ಹೊಂದುರಾಸ್, ಪನಾಮಾ – ಇಲ್ಲೆಲ್ಲ ಕ್ರಾಂತಿಕಾರಿ ಚಳವಳಿ ತೀವ್ರಗೊಂಡಿದೆ. (ಹಾಗೆಯೇ ದಕ್ಷಿಣ ಅಮೆರಿಕದ ಇತರ ದೇಶಗಳಲ್ಲೂ.) ಇದಕ್ಕೆ ಕಾರಣ "ಶತಮಾನಗಳ ಕಡುಬಡತನ, ಹಸಿವು, ನಿರ್ಲಜ್ಜ ಸುಲಿಗೆ, ಎಲ್ಲ ನಾಗರಿಕ ಹಕ್ಕುಗಳ

ನಿರಾಕರಣೆ, ನಿರಕ್ಷರತೆ, ರೋಗರುಜಿನ, ಸಾಮೂಹಿಕ ಅನ್ಯಾಯ. ಕೆಲವೇ ಕುಟುಂಬಗಳ ಕೈಯಲ್ಲಿ ಐಸಿರಿ ಅಧಿಕಾರಗಳ ಕೇಂದ್ರೀಕರಣ." ಕಳೆದ ಶತಮಾನದಲ್ಲಿ, ಕೇಂದ್ರ ಅಮೆರಿಕದ ಈ ರಾಷ್ಟ್ರಗಳ ಉತ್ಪನ್ನವೆಲ್ಲ ಸಂಯುಕ್ತ ಸಂಸ್ಥಾನಗಳ ವಾಣಿಜ್ಯ ಮಂಡಲಗಳ ವಶವಾಯಿತು. ಸಾಲ್ವದೋರನ್ನು ಆಳಿದ ಸರ್ವಾಧಿಕಾರಿ ಅಧ್ಯಕ್ಷರಲ್ಲೊಬ್ಬ ಜೋಸ್ ನೆಪೋಲಿಯನ್ ದ್ಯುರಾತೆ. ತನ್ನ ಹುಟ್ಟೂರಿನ ಎಲ್ಲ ನಾಯಿಗಳನ್ನೂ ಆತ ವಿಷ ಉಣಿಸಿ ಕೊಲಿಸಿದ. ಕ್ರಾಂತಿಕಾರಿಗಳನ್ನು ಗುಂಡಿಕ್ಕಿ ಸಾಯಿಸಲು ತಂಡ ಬಂದಾಗ ಒಂದು ಕುನ್ನಿಯೂ ಬಗುಳಬಾರದು. ಅದಕ್ಕಾಗಿ ಈ ಸಮೂಹ ಶ್ವಾನವಧೆ. ಮೂಲಭೂತ ಮಾನವೀಯ ಹಕ್ಕುಗಳನ್ನು ನಮಗೆ ನೀಡಿ–ಎಂದು ಕೇಳಿದ ತಪ್ಪಿಗಾಗಿ ಸಾಲ್ವದೋರ್‌ನಲ್ಲೂ ಲ್ಯಾಟಿನ್ ಅಮೆರಿಕದ ಇತರ ದೇಶಗಳಲ್ಲೂ ಪ್ರಾಣ ತೆತ್ತವರ ಸಂಖ್ಯೆ ಸಹಸ್ರ ಸಹಸ್ರ. ಅತ್ಯಾಚಾರಕ್ಕೊಳಗಾಗಿ ಕೊಲ್ಲಲ್ಪಟ್ಟ ಹೆಂಗಸರು; ಹಿಂಸೆಗೊಳಗಾಗಿ ಸತ್ತ ಮಕ್ಕಳು; ರಸ್ತೆಗಳುದ್ದಕ್ಕೂ ಶವಗಳು; ಸಾರಾಸಗಟು ಶವಗಳಿಗೆ ಒಂದು ಗೋರಿ. ಇದು ಸಾಲ್ವದೋರ್‌ನಲ್ಲಿ ಬಲಪಂಥದ ತಾಂಡವ. "ಇದು ನಿಲ್ಲಲಿ! ಅಮೆರಿಕದ ಹಸ್ತಕ್ಷೇಪ ಇನ್ನು ಸಾಕು!" ಎಂದರು ಲ್ಯಾಟಿನ್ ಅಮೆರಿಕ ಮತ್ತು ಫ್ರಾನ್ಸ್‌ಗಳ ಒಂದು ಸಾವಿರ ಧರ್ಮ ಪ್ರಸಾರಕರು. ಸಾಲ್ವದೋರ್‌ನಲ್ಲಿ ದುಡಿಯುತ್ತಿರುವ ಐರಿಷ್ ಮಾದ್ರಿಯೊಬ್ಬರು ಬ್ರಿಟಿಷ್ ಟೆಲಿವಿಷನ್‌ಗೆ ನುಡಿದರು. "ದಯವಿಟ್ಟು ತಪ್ಪು ತಿಳಿದುಕೊಳ್ಳಬೇಡಿ,–ನಾನು ಹಿಂಸೆಯ ದ್ವೇಷಿ. ಆದರೆ, ಮರ್ದಕ ಶಕ್ತಿಗಳ ವಿರುದ್ಧ ಶಸ್ತ್ರಾಸ್ತ್ರ ಎತ್ತಿಕೊಳ್ಳುವವರನ್ನು ನಾನು ಗೌರವಿಸುತ್ತೇನೆ. ಸಾಲ್ವದೋರ್‌ನ ಜನ ಏನನ್ನೂ ಕಳೆದುಕೊಳ್ಳುವುದಿಲ್ಲ. ಯಾಕೆಂದರೆ, ಕಳೆದುಕೊಳ್ಳಲು ಅವರಲ್ಲೇನೂ ಉಳಿದಿಲ್ಲ. ಗಂಡಂದಿರು, ತಂದೆಯರು, ಮಕ್ಕಳು, ತಾಯಂದಿರು. ಸೋದರಿಯರು, ಮನೆಗಳು ಯಾವುದೂ ಅವರ ಪಾಲಿಗೆ ಈಗ ಇಲ್ಲ." (ಮಾಯಾ ಜನರ ಪುಸ್ತಕಗಳಗಳನ್ನು ಸುಟ್ಟ ಬಿಷಪ್ಪನಿಗೂ ಈ ಧರ್ಮ ಪ್ರಸಾರಕರಿಗೂ ಎಷ್ಟು ಅಂತರ !)

ಒಮ್ಮೆ ಸಾಲ್ವದೋರ್ – ಹೊಂದುರಾಸ್‌ಗಳು ಕೈಕೈಮಿಲಾಯಿಸಿದುವು. ಹದಿನೈದು ದಿನ ನಡೆದ ಈ ಯುದ್ಧಕ್ಕೆ ಕಾರಣ ಚೆಂಡಾಟದ ಕಣದಲ್ಲಿ ಆದ ಒಂದು ವಿವಾದ !

ಸಾಲ್ವದೋರ್ ಅತಿ ಚಿಕ್ಕ, ಆದರೆ ಅತಿ ದಟ್ಟ ಜನಸಂಖ್ಯೆಯ ದೇಶ. ವಿಸ್ತೀರ್ಣ 8261 ಚ. ಮೈಲು; ಜನಸಂಖ್ಯೆ 44 ಲಕ್ಷ. ಶೇಕಡಾ 92 ಮಿಶ್ರತಳಿ ಯವರು. (ಸಾನ್ ಸಾಲ್ವದೋರ್ ರಾಜಧಾನಿ.) ಬೆಂಕಿ ಉಗುಳುವ, ಆದರೆ ಫಲವತ್ತಾದ, ಪೀಠಭೂಮಿ, ಕಾಫಿ, ಹತ್ತಿ, ಸಕ್ಕರೆ, ಮರ–ಹಲಗೆ ಸಂಪನ್ಮೂಲಗಳು. 1970ರಿಂದ ಜಲವಿದ್ಯುದುತ್ಪಾದನೆ ಇದೆ.

...ಹೊಂದುರಾಸ್ ಸ್ಪೇನಿನಿಂದ ಸ್ವತಂತ್ರವಾದದ್ದು, ಇತರ

ದೇಶಗಳಂತೆ, 1821ರಲ್ಲಿ. 43,277 ಚ. ಮೈ. ವಿಸ್ತಾರದಲ್ಲಿ ಮೂವತ್ತು ಲಕ್ಷ ಜನರ ವಾಸ. ಬಂಗಾರ-ಬೆಳ್ಳಿ ಗಮನಾರ್ಹ ಪ್ರಮಾಣದಲ್ಲಿ ಲಭಿಸುತ್ತವಾದರೂ 'ಬಾಳೆಹಣ್ಣಿನ ಗಣರಾಜ್ಯ' ಎಂಬ ಅಡ್ಡ ಹೆಸರೇ ಹೊಂದುರಾಸ್‌ಗೆ ಅಂಟಿಕೊಂಡಿದೆ.

...ಹಡಗುಗಳು ಅಟ್ಲಾಂಟಿಕ್ ಮತ್ತು ಶಾಂತಸಾಗರಗಳ ನಡುವೆ ಆಚೀಚೆ ತೇಲಿಹೋಗಲು ಅನುಕೂಲ ಮಾಡಿಕೊಡುವ ಕಾಲುವೆಗಾಗಿ ಪನಾಮಾ ಪ್ರಸಿದ್ಧ. 19ನೆಯ ಶತಮಾನದಲ್ಲಿ ಸುಯೆಜ್ ಕಾಲುವೆ ನಿರ್ಮಿಸಿ ಭೂಮಧ್ಯ ಸಮುದ್ರ ಅರಬಿ ಸಮುದ್ರಗಳ ನಡುವೆ ಸಂಪರ್ಕ ಕಲ್ಪಿಸಿದ್ದ ಫ್ರೆಂಚ್ ಎಂಜಿನಿಯರ್ ಲೆಸೆಪ್ಸ್ ಪನಾಮಾ ಭೂಸಂಧಿಯ ಮೇಲೆ ಕಣ್ಣಿಟ್ಟಿದ್ದ. ಪನಾಮಾ ಆಗ ಕೋಲೋಮ್‌ಬಿಯಾದ ಭಾಗವಾಗಿತ್ತು. ಪನಾಮಾದಲ್ಲಿ 40 ಮೈಲು ನೆಲ ಕಡಿದು ಕಾಲುವೆ ನಿರ್ಮಿಸಿದರೆ ಹಡಗುಗಳು ದಕ್ಷಿಣ ಅಮೆರಿಕವನ್ನು ಬಳಸಬೇಕಾದುದಿಲ್ಲ. 6,000 ಮೈಲು ದೂರದ ಯಾನ ಉಳಿತಾಯ. ಲೆಸೆಪ್ಸ್ ಒಂದು ಕಂಪೆನಿ ಸ್ಥಾಪಿಸಿ 1879ರಲ್ಲಿ ಕೆಲಸ ಆರಂಭಿಸಿದ. ಮಲೇರಿಯ, ಹಳದಿ ಜ್ವರಗಳಿಗೆ 25,000 ಕಾರ್ಮಿಕರು ಬಲಿಯಾದರು. ಯೋಜನೆ ಪೂರ್ತಿಯಾಗಲಿಲ್ಲ. ಇಪ್ಪತ್ತನೆಯ ಶತಮಾನದ ಆದಿಯಲ್ಲಿ ಅಮೆರಿಕ ಸಂಯುಕ್ತ ಸಂಸ್ಥಾನ ಆಸಕ್ತಿ ತೋರಿದಾಗ, ಕೋಲೋಮ್‌ಬಿಯಾ ವಿರೋಧಿಸಿತು. ಅಮೆರಿಕ ತಿರುಗಣಿ ತಿರಗಿಸಿದೊಡನೆ ಪನಾಮಾದಲ್ಲಿ ಕೇಳಿಸಿದ್ದು ಬಂಡಾಯದ ಕಹಳೆ. 1903ರಲ್ಲಿ ಪನಾಮಾ 'ಸ್ವತಂತ್ರ' ವಾಯಿತು. ಮುಂದೆ ಹದಿನೈದೇ ದಿನಗಳಲ್ಲಿ ಕಾಲುವೆಯ ನಿರ್ಮಾಣಕ್ಕೆ ಆ ದೇಶ ಒಪ್ಪಿತು. 11 ವರ್ಷಗಳಲ್ಲಿ ಕಾಲುವೆ ಸಿದ್ಧವಾಗಿಯೇ ಬಿಟ್ಟಿತು. ಕಾಲುವೆ, ಉತ್ತರಕ್ಕೆ ದಕ್ಷಿಣಕ್ಕೆ ಐದು ಮೈಲುವರೆಗಿನ ಭೂಮಿ ಈಗ ಅಮೆರಿಕದ ವಶ. 2000 ಇಸವಿಯಲ್ಲಿ ಅದು ಪನಾಮಾದ್ದಾಗುತ್ತದೆ.

ಪನಾಮಾ ನಗರ ರಾಜಧಾನಿಯಾಗುಳ್ಳ ಈ ಪುಟ್ಟ ದೇಶದಲ್ಲಿ (ವಿಸ್ತಾರ 29,208 ಚ. ಮೈ; ಜನಸಂಖ್ಯೆ 15 ಲಕ್ಷ) ಕೃಷಿ ಚಟುವಟಿಕೆ ಗಳಿದ್ದರೂ ನಿರುದ್ಯೋಗ ಬಹುವಾಗಿ ಕಾಡುವ ಸಮಸ್ಯೆ.

...ವಿನಾಶಕಾರೀ ಕ್ರಮಗಳಿಗೆ ತುತ್ತಾಗಿ ಅಳಿದ ಹಲವು ಪ್ರಾಚೀನ ಬುಡಕಟ್ಟುಗಳು ನೆಲೆಸಿದ್ದ ದೇಶ ಕೋಲೋಮ್‌ಬಿಯಾ. ಜಾನ್ ರೈಟ್ ಎಂಬ ಸೋಗಲಾಡಿ ವೈದ್ಯನೊಬ್ಬ ತನ್ನ ಜನರೊಡನೆ ಅಲ್ಲಿ ನೆಲೆಸಿದ. ಕೋಲೋಮ್‌ಬಿಯಾ ಎಂಬ ಹೆಸರು ಅನಂತರ ಬಂತು. ಸ್ಪೇನಿನಿಂದ ಈ ದೇಶವನ್ನು 1819ರಲ್ಲಿ ಮುಕ್ತಗೊಳಿಸಿದ ಬಳಿಕ ಸ್ವತಃ ಸಿಮೊನ್ ಬೊಲಿವರ್ ಅದರ ಅಧ್ಯಕ್ಷನಾಗಿದ್ದ. ಅದು ಬೇನೇಷ್ವೇಲಾ ಜತೆ ಸಂಯೋಜಿತ ಗಣರಾಜ್ಯ. 1830ರಲ್ಲಿ ಎರಡು ದೇಶಗಳೂ ಸ್ವತಂತ್ರ ಗಣರಾಜ್ಯಗಳಾದುವು. ಮುಂದೆ ಸರಕಾರದ ಮತ್ತು ಇಗರ್ಜಿಯ

ನಿಷ್ಠುರ ನೀತಿಗಳನ್ನು ಉದಾರವಾದಿಗಳು ವಿರೋಧಿಸಿದರು. ಮಿಲಿಟರಿಯ ಮಹತ್ವಾಕಾಂಕ್ಷಿಗಳ ಪಾಲಿಗೆ ಪಟ್ಟ ಭದ್ರವಾಯಿತು. ಪನಾಮಾ 1903ರಲ್ಲಿ ಕೋಲೋಮ್‌ಬಿಯಾದಿಂದ ಕಳಚಿಕೊಂಡಿತು. 1953ರಲ್ಲಿ ಪಿನಿಲ್ಲನ ಸರ್ವಾಧಿಕಾರ ಜನತೆಯನ್ನು ಹಿಂಡಿ ಹಿಪ್ಪೆ ಮಾಡಿತು. ಸರಕಾರಕ್ಕಿದಿರಾದ ಗೆರಿಲಾ ಯುದ್ಧದಲ್ಲಿ (1966) ಜೀವತೆತ್ತ ಕಾಮಿಲಿಯೊ ತೊರೆಸ್ ಈಗಾಗಲೇ ದಂತಕಥೆಯಾಗಿದ್ದಾನೆ.

ಜನಸಂಖ್ಯೆ ಎರಡೂವರೆ ಕೋಟಿ. ಶೇಕಡಾ 68 ಮಿಶ್ರಜನಾಂಗ; 20ರಷ್ಟು ಐರೋಪ್ಯರು. ವಿಸ್ತಾರ 3,56,335 ಚ.ಮೈಲು. ಕಾಫಿ ಮುಖ್ಯ ಬೆಳೆ. ರಾಜಧಾನಿ ಬೊಗೊಟವನ್ನು 'ದಕ್ಷಿಣ ಅಮೆರಿಕದ ಅಥೆನ್ಸ್' ಎಂದು ಕರೆಯುವುದುಂಟು.

...ಬೇನೇಷ್ವೇಲಾ ಅಂದರೆ ಪೋರ್ತುಗೀಸ್ ಭಾಷೆಯಲ್ಲಿ ಪುಟ್ಟ ವೆನಿಸ್. ಬೇನೇಷ್ವೇಲಾ ಪ್ರದೇಶವನ್ನು ಮೊದಲು ಕಂಡಾಗ ಆ ಐರೋಪ್ಯರಿಗೆ ವೆನಿಸ್‌ನ ನೆನಪಾಯಿತಂತೆ. ಆರಂಭದಲ್ಲಿ ಅಲ್ಲಿದ್ದುದು, ಜವುಗು ನೆಲದ ದಂಡೆಗಳ ಮೇಲೆ ಇಂಡಿಯನ್ ಬುಡಕಟ್ಟುಗಳು ಕಟ್ಟಿದ ಹಳ್ಳಿಗಳು. ಬೊಲಿವರ್‌ನಂತೆ ಬಿಡುಗಡೆಗಾಗಿ ಹೋರಾಡಿದ ಇನ್ನೊಬ್ಬ ವೀರ ಮಿರಾಂದ. ಆತ ಫ್ರೆಂಚ್ ಮಹಾಕ್ರಾಂತಿಯಲ್ಲಿ ಭಾಗವಹಿಸಿದ್ದ ಅನುಭವಿ. ಮಿಶ್ರ ಜನಾಂಗಗಳೂ ಇಂಡಿಯನರೂ ಅವನ ಸುತ್ತಲೂ ಅಣಿನೆರೆದರು. ಇಡಿಯ ಬೇನೇಷ್ವೇಲಾ ರಣರಂಗಾವಾಯಿತು. 15 ವರ್ಷಗಳ ಸುದೀರ್ಘ ಸಮರದಲ್ಲಿ ದೇಶದ ಜನರಲ್ಲಿ ನಾಲ್ಕರಲ್ಲೊಂದು ಭಾಗ ಹೋರಾಡುತ್ತ ಮಡಿದರು. ಎರಡು ಶತಮಾನ ರಕ್ತ ಹೀರಿದ್ದ ಸ್ಪಾನಿಷ್, ಪೋರ್ತುಗೀಸ್ ಶೋಷಕರು ಸೋತರು.

ಹಾಯ್‌ತಿ ದ್ವೀಪದಿಂದ ಬೊಲಿವರ್ ಬೇನೇಷ್ವೇಲಾವನ್ನು ಪ್ರವೇಶಿಸಿದ. 1816ರಲ್ಲಿ. ಮರು ವರ್ಷವೇ ಗುಲಾಮ ಪದ್ಧತಿಯನ್ನು ತೊಡೆದು ಹಾಕಿದ. ದಕ್ಷಿಣ ಅಮೆರಿಕದ ಬಂಧ ವಿಮೋಚನೆಯ ಕಾಳಗಕ್ಕೆಂದು ಯೂರೋಪಿನಿಂದ 5000 ಸ್ವಯಂಸೇವಕರು ಬಂದರು.

1 ಕೋಟಿ 20 ಲಕ್ಷ ಜನಸಂಖ್ಯೆ ; 3,52,143 ಚ. ಮೈ. ವಿಸ್ತೀರ್ಣ. ರಾಜಧಾನಿ ಕಾರಕಸ್. 1922ರಲ್ಲಿ ಪೆಟ್ರೋಲ್ ಕಂಡುಹಿಡಿದರು. ದೇಶದ ಸಂಪನ್ಮೂಲದ ನೂರರಲ್ಲಿ 90 ಭಾಗ ಅದೇ. ಕಬ್ಬಿಣವೂ ದೊರೆತಿದೆ. ಇಲ್ಲಿ ಸದಾ ಕೇಳಿಸುವುದು ಮಿಲಿಟರಿ ಬೂಟುಗಳ ಎಡಬಲ ಸದ್ದು; ಕ್ರಾಂತಿಕಾರರೊಡನೆ ಗುಂಡಿನ ಚಕಮಕಿ. ಕಮ್ಯೂನಿಸ್ಟ್ – ವಿರೋಧಿ ನಾಯಕರಿಗೆಲ್ಲ ಅಮೆರಿಕ ಸಂಯುಕ್ತ ಸಂಸ್ಥಾನಗಳ ಬೆಂಬಲವಿದೆ.

...ದಕ್ಷಿಣ ಅಮೆರಿಕದ ವಾಯವ್ಯ ಮೂಲೆಯಲ್ಲಿರುವ ಇಕ್ವೆದೋರ್ ಆ ಹೆಸರು ಪಡೆದಿರುವುದು ಭೂಮಧ್ಯ ರೇಖೆ – ಇಕ್ವೇಟರ್ – ತನ್ನನ್ನು ಹಾದುಹೋಗುವುದರಿಂದ. 1,14,270 ಚ.ಮೈ. ವಿಸ್ತೀರ್ಣದ, 65 ಲಕ್ಷ ಜನಸಂಖ್ಯೆಯ ಈ ದೇಶದಲ್ಲಿ ರೋಮನ್ ಕ್ಯಾಥಲಿಕ್

ಧರ್ಮಪೀಠವೇ ಅತಿ ದೊಡ್ಡ ಭೂಮಾಲಿಕ. ಆ ಪೀಠವನ್ನು ಸುತ್ತುವರಿದಿರುವ ವಲಯ ಕೆಲ ಶ್ರೀಮಂತ ಹೊಲದೊಡೆಯರದು. ಉಳಿದವರೆಲ್ಲ ಬಡರೈತರು, ಶ್ರಮಜೀವಿಗಳು. ಪೂರ್ಣ ಸ್ವಾತಂತ್ರ್ಯ ದೊರೆತದು 1830ರಲ್ಲಿ. ಕ್ವಿಟೊ, ರಾಜಧಾನಿ. ಸ್ಪಾನಿಷ್ ವಲಸೆಗಾರರು ಅಲ್ಪಸಂಖ್ಯಾತರು. ಉಳಿದವರು ಮಿಶ್ರಜನಾಂಗ.

ಬೇರೆ ಯಾವುದೇ ದೇಶಕ್ಕಿಂತ ಹೆಚ್ಚು ಬಾಳೆಹಣ್ಣನ್ನು ಇಕ್ವೆದೋರ್ ರಫ್ತು ಮಾಡುತ್ತದೆ. ನಿರ್ಯಾತವಾಗುವ ಇತರ ವಸ್ತುಗಳು, ಕೋಕೋ, ಕಾಫಿ ಮತ್ತು ಅಕ್ಕಿ. "ಶ್ರಮಿಕ ಸಮುದಾಯನ್ನು ಶೋಷಿಸುತ್ತಿರುವ 40 ಕುಟುಂಬಗಳ ಅಧಿಕಾರವನ್ನು ಮುರಿಯಿರಿ!" ಎಂದು ಕರೆ ಇತ್ತ, ಕ್ರಾಂತಿಕಾರಿ ಅಸದ್ ಬುಕರಮ್. ಆದರೆ ಆಳ್ವಿಕೆಯ ಸೂತ್ರಗಳನ್ನು ವಶಪಡಿಸಿಕೊಳ್ಳುವುದು ಅವನಿಂದ ಸಾಧ್ಯವಾಗಲಿಲ್ಲ. ಇಕ್ವೆದೋರ್‌ನ ಸಮಾಜವಾದೀ ಪಕ್ಷವನ್ನು ಸ್ಥಾಪಿಸಲು ನೆರವಾದವನು ಜಾರ್ಜ್ ಕರ್‍ರೆರಾ ಅಂದ್ರಿಯಾಕ್ಸ್.

...ಪೇರೂ, ಬೊಲಿವಿಯಾ, ಚೀಲೇ – ಇವು ಇಂಕಾ ಸಾಮ್ರಾಜ್ಯದ ಅವಶೇಷ ದೇಶಗಳು. ಪೇರೂನಲ್ಲಿ ಮರಳು ಕರಾವಳಿ ಇದೆ; 20,000 ಅಡಿ ಎತ್ತರದಲ್ಲಿ ಬಿಳಿಯ ಶಿಖರಗಳಿವೆ; ಶ್ರೇಣಿಗಳ ನಡುವೆ ಹೇರಳ ಮಳೆ ಬೀಳುವ ಫಲವತ್ತಾದ ಕಣಿವೆಗಳಿವೆ. ಸ್ಪಾನಿಷ್ ಆಕ್ರಮಣಕಾರರು ಬಂದಾಗ ಇಲ್ಲಿ ಮೂವತ್ತು ಬಗೆಯ ಆಹಾರ ಕೃಷಿಗಳನ್ನು ಬೆಳೆಯುತ್ತಿದ್ದರು. ಸೋತವರನ್ನು ಗೆದ್ದವರು ಎಷ್ಟು ಶೀಘ್ರಗತಿಯಿಂದ ಕೊಂದರೆಂದರೆ, ಇಂಕಾ ವೈಭವದ ಕಾಲದ್ಲಲಿ 20 ಲಕ್ಷ ಇದ್ದ ಜನಸಂಖ್ಯೆ 50 ವರ್ಷಗಳ ಅವಧಿಯಲ್ಲಿ 20,000ಕ್ಕೆ ಇಳಿಯಿತು.

ಲ್ಯಾಟಿನ್ ಅಮೆರಿಕದ ಅನೇಕ ದೇಶಗಳಲ್ಲಿತ್ತು ಬಂಗಾರ. ಆದರೆ ತಾಮ್ರ ತಯಾರಿಸುವ ತಂತ್ರಜ್ಞಾನ ಪ್ರಥಮವಾಗಿ ಕರಗತವಾದದ್ದು ಪೇರೂ ಜನರಿಗೆ. ಹಾಗೆಯೇ ಕಂದು ಕಂಚು, ಬೆಳ್ಳಿ, ಕಬ್ಬಿಣ ಕರಗಿಸುವ ಅರಿವು ಕಳೆದ ನಾಲ್ಕು ಶತಮಾನಗಳಲ್ಲಿ ಯೂರೋಪಿನಿಂದ ಬಂತು. ಜನಸಂಖ್ಯೆಯ ಅರ್ಧ ಇಂಡಿಯನರು. ಅವರ ಸಂತಾನ ಆಂಡಿಸ್ ಪರ್ವತಗಳಲ್ಲಿರುವ ಐರೋಪ್ಯ ಒಡೆಯರ ಗಣಿಗಳಲ್ಲಿ ಗುಲಾಮರಾಗಿ ದುಡಿಯುತ್ತಿದೆ.

ಲಿಮಾ ರಾಜಧಾನಿಯಾಗಿರುವ ಪೇರೂವಿನ ವಿಸ್ತಾರ 4,96,222 ಚ. ಮೈಲು. ಜನಸಂಖ್ಯೆ 1 ಕೋಟಿ 67 ಲಕ್ಷ. ಇದರಲ್ಲಿ ಅರ್ಧದಷ್ಟು ಇಂಡಿಯನರು.

ಪೇರೂ ಇಂಡಿಯನರು ತುಪಕ್ ಅಮರು ನಾಯಕತ್ವದಲ್ಲಿ ಸ್ಪೇನಿನ ವಿರುದ್ಧ ದಂಗೆ ಎದ್ದರು. ಅಮರುವನ್ನು ಹಿಡಿದು 1571ರಲ್ಲಿ ಕುಜ್ಕೊ ರಾಜಧಾನಿಯಲ್ಲಿ ತಲೆಕಡಿದರು. ಮತ್ಸ್ಯಾಹಾರ ಉತ್ಪಾದನೆಯಲ್ಲಿ ಪೇರೂಗೆ ಜಗತ್ತಿನಲ್ಲೇ ಪ್ರಥಮ ಸ್ಥಾನ, ಕೃಷಿ, ಹತ್ತಿ, ಕಬ್ಬು, ಕಾಫಿ,

ಅಕ್ಕಿ. ಬೊಲಿವರ್ ಬಣದ ನೇತೃತ್ವದಲ್ಲಿ ಕಟ್ಟಕಡೆಯದಾಗಿ ಪೇರೂ ಸ್ವತಂತ್ರವಾಯಿತು. ಅದು ತನ್ನ ಕೈಬಿಟ್ಟುಹೋಯಿತೆಂದು ನಂಬುವುದೇ ಕಷ್ಟವಾಗಿತ್ತು ಸ್ಪೇನಿಗೆ! ಅಂತೂ ಕೊನೆಗೆ 1879ರಲ್ಲಿ ಪೇರೂ ದೇಶದ ಸ್ವಾತಂತ್ರ್ಯವನ್ನು ಒಪ್ಪಿಕೊಂಡಿತು. ಕ್ರಾಂತಿಕಾರೀ ವಿಚಾರಗಳನ್ನು ಪ್ರಸಾರ ಮಾಡಿ 1968ರಲ್ಲಿ ಅಲ್ವಾರ್‌ದೋ ಒಂದು ಎಡ ಪಕ್ಷವನ್ನು ಕಟ್ಟಿದ. ಕಾರ್ಮಿಕರ ಚಳವಳಿ ಅಲ್ಲಿ ಬಲಗೊಳ್ಳತೊಡಗಿತು.

...450 ವರ್ಷ ಕಾಲ ಖನಿಜ ವಸ್ತುಗಳಿಗಾಗಿ ಅವ್ಯಾಹತ ಲೂಟಿಗೆ ಒಳಗಾದ ಭೂಭಾಗ ಮೇಲಣ ಪೇರೂ (ಪುನರ್ನಾಮಕರಣವಾದ ಬಳಿಕ ಇದು ಬೊಲಿವಿಯಾ), ಸ್ಪೇನ್ ತನ್ನ ಅಧಿಕಾರ ಸ್ಥಾಪಿಸಿದ ಮೇಲೆ ಇಂಡಿಯನ್ ಬುಡಕಟ್ಟುಗಳ ರೈತರು ದೊಡ್ಡ ಬೆಳ್ಳಿ ಗಣಿಗಳಲ್ಲಿ ಗುಲಾಮರಾಗಿ ದುಡಿಯಬೇಕಾಯಿತು. ಮಲಯವನ್ನು ಬಿಟ್ಟರೆ ತವರ ಉತ್ಪಾದನೆಯಲ್ಲಿ ಬೊಲಿವಿಯಕ್ಕೆ ಪ್ರಥಮ ಸ್ಥಾನ (ವಿಸ್ತೀರ್ಣ 4,24,160 ಚ. ಮೈಲು. ಜನಸಂಖ್ಯೆ 60ಲಕ್ಷ. ರಾಜಧಾನಿ ಸುಕ್ರೆ.) ಜನರ ಮೂರರಲ್ಲಿ ಎರಡು ಭಾಗ ಇಂಡಿಯನರು; ಉಳಿದವರು ಮಿಶ್ರಜನಾಂಗ ಅಥವಾ ಬಿಳಿಯರು. ಅರ್ಧಕ್ಕೂ ಹೆಚ್ಚು ಜನ ಕೃಷಿನಿರತರು. ಆರಂಭದಲ್ಲಿ ಬೊಲಿವಿಯಾ ಈಗಿನ ವಿಸ್ತಾರದ ಎರಡೂವರೆಯಷ್ಟಿತ್ತು. 19ನೇ ಶತಮಾನದ ಕೊನೆಯ ದಶಕದಲ್ಲಿ ಬ್ರೆಜಿಲ್, ಪರಾಗ್ವಾಈ, ಚೀಲೇ, ಬೊಲಿವಿಯಾದ ಭೂಮಿಯಿಂದ ಕೈಲಾದಷ್ಟು ಕಿತ್ತುಕೊಂಡುವು.

ದಾರಿದ್ರ್ಯ ಅನಕ್ಷರತೆಯಿಂದ ನರಳುತ್ತಿರುವ ಬೊಲಿವಿಯಾದ ಜನರು ತಮ್ಮ ಬದುಕನ್ನು ಹಸನುಗೊಳಿಸಲು ಹೋರಾಟದ ಮಾರ್ಗ ಹಿಡಿದಿದ್ದಾರೆ. 1825ರಲ್ಲಿ ಬೊಲಿವಿಯಾ ಸ್ವತಂತ್ರವಾದ ಮೇಲೆ ಆಳುವ ವರ್ಗದ ವಿರುದ್ಧ ಈ ತನಕ 193 ಕ್ಷಿಪ್ರ ಕ್ರಾಂತಿಗಳು ನಡೆದಿವೆ! ಇತ್ತೀಚಿನದು 1982ರಲ್ಲಿ. ಮಿಲಿಟರಿ ಬರಾಕಿಗೆ ಮರಳಿತು; ಜನತೆಯ ಅಧಿಕಾರಕ್ಕೆ ದಾರಿ ಮಾಡಿಕೊಂಡಿತು.

ಕ್ಯೂಬಾದಿಂದ ಗೆರಿಲಾ ಕ್ರಾಂತಿಕಾರಿ ಚೆ ಗ್ವೆವೆರಾ ಹೊರಟುಬಂದುದೇ ಬೊಲಿವಿಯಾಕ್ಕೆ. ಅಲ್ಲಿಯ ಕ್ರಾಂತಿಗೆ ನಾಯಕತ್ವ ನೀಡಲು. 1967ರಲ್ಲಿ ಅವನ ನೆಲೆಯನ್ನು ಕಂಡುಹಿಡಿದು ಆತನನ್ನು ಕೊಲೆಮಾಡಲು ಅಮೆರಿಕದ ಗೂಢಚಾರರೂ ಬೊಲಿವಿಯಾದ ಮಿಲಿಟರಿಯವರೂ ಸಮರ್ಥರಾದರು.

...ನರಳುವ ಜನತೆಯ ರೋಷ ಘನೀಭವಿಸಿ, ಮತ್ತಷ್ಟು ಕಾವೇರಿದಾಗ ಅದು ಸಿಡಿಯುತ್ತದೆ. ಹಲವು ಚೂರುಗಳು ಆಳುವವರಿಗೆ ನಾಟುತ್ತವೆ. ಉಳಿದವು ಮತ್ತಷ್ಟು ಬಿಸಿಯೇರಿ ಮತ್ತೆ ದ್ರವವಾಗಿ ಬೀದಿಗಳಲ್ಲಿ ಹರಿಯುತ್ತವೆ. ಚೀಲೇಯಲ್ಲಿ ಆದದ್ದು ಹಾಗೆ. ಅಂಥದೊಂದು ವಾತಾವರಣದಲ್ಲಿ ನಡೆದ ಚುನಾವಣೆಯಲ್ಲಿ ಎಡಪಂಥೀಯರು

ಅಧಿಕಾರಕ್ಕೆ ಬಂದರು. ಡಾ. ಅಲಂದೆ ಚೀಲೇಯ ಪ್ರಥಮ ಮಾರ್ಕ್ಸ್‌ವಾದೀ ಅಧ್ಯಕ್ಷನಾದ. (ಇದಕ್ಕೆ ಮೊದಲೂ ಸರ್ಕಾರದಲ್ಲಿ ಕಮ್ಯೂನಿಸ್ಟರು ಭಾಗವಹಿಸಿದ್ದರು. ಆದರೆ ಅದರ ಮುಖ್ಯಸ್ಥ ವಿದೆಲಾ ಕಮ್ಯೂನಿಸ್ಟ್ ಮಂತ್ರಿಗಳನ್ನು ವಜಾಮಾಡಿದ್ದ.)

ಚೀಲೇಯ ಕವಿ – ವಿಶ್ವಕವಿ – ಪಾಬ್ಲೊ ನೆರೂದಾ ಹಾಡಿದ್ದು ಹೀಗೆ :

"ನಮ್ಮ ದೇಶದ ಬಾವುಟ ನಿರ್ಮಾಣವಾದದ್ದು ಹೀಗೆ :
ತಮ್ಮ ದುಃಖದ ಚಿಂದಿಗಳಿಂದ ಅದನ್ನು ಹೊಲಿದರು ;
ಪ್ರೇಮದ ಹೊಳಪು ದಾರದಿಂದ ಕಸೂತಿ ಹಾಕಿದರು ;
ದೇಶದ ನಕ್ಷತ್ರ ಹಿಡಿಯಲು
ತಮ್ಮ ಶರಟುಗಳಿಂದಲೋ
ಮುಗಿಲಿನ ಮಡಿಕೆಯೊಂದರಿಂದಲೋ
ಆ ನೀಲಿ ಚೂರನ್ನು ಕತ್ತರಿಸಿ
ಉತ್ಸಾಹಿ ಕೈಗಳಿಂದ ಅದನ್ನು ಮಣಿಯಂತೆ ಅಲ್ಲಿ ಸಿಕ್ಕಿಸಿದರು.
*ಹನಿಹನಿಯಾಗಿ ಬಾವುಟ ಕೆಂಪಾಗುತ್ತಿದೆ..."**

ಆದರೆ 1973ರಲ್ಲಿ ಅಲಂದೆಯ ಕೊಲೆಯಾಯಿತು. ಆ ಹತ್ಯೆಯ ನಿರ್ದೇಶಕ ತಾನೆಂದು ಅಮೆರಿಕದ ಆಗಿನ ವಿದೇಶಾಂಗ ಕಾರ್ಯದರ್ಶಿ ಕಿಸ್ಸಿಂಜರ್ ಮುಂದೆ ಹೆಮ್ಮೆಯಿಂದ ನುಡಿದ. ಅಲಂದೆಯ ಮರಣದ ಬಳಿಕ ಮಿಲಿಟರಿ ಫಾಸಿಸ್ಟ್ ಶಕ್ತಿ ಅಧಿಕಾರಕ್ಕೆ ಬಂತು. ಅಮೆರಿಕನ್ ಪಟ್ಟಭದ್ರರ ಕೈಯಲ್ಲಿದ್ದ ತಾಮ್ರದ ಗಣಿಗಳ ರಾಷ್ಟ್ರೀಕರಣ ಅಲಂದೆಯ ಒಂದು ಮುಖ್ಯ ಸಾಧನೆ. ಅದು ಲ್ಯಾಟಿನ್ ಅಮೆರಿಕದ ಇತರ ದೇಶಗಳ ಮೇಲೆ ಪರಿಣಾಮ ಬೀರಿತು.

ತಾಮ್ರ ಮಾತ್ರವಲ್ಲ. ಚೀಲೇಯ ಇತರ ಸಂಪನ್ಮೂಲಗಳೂ ಗಣನೀಯ: ಕಬ್ಬಿಣ, ರಬ್ಬರ್, ಪೆಟ್ರೋಲಿಯಂ, ಕಾಫಿ, ಸಂಸ್ಕರಿಸಿದ ಗೋಮಾಂಸ ಇತ್ಯಾದಿ. ವಿಸ್ತೀರ್ಣ 2,92,257 ಚ. ಮೈಲು. ರಾಜಧಾನಿ ಸಾಂತಿಯಾಗೊ. ಜನಸಂಖ್ಯೆ 1 ಕೋಟಿ 7 ಲಕ್ಷ. ಇವರಲ್ಲಿ ಹೆಚ್ಚಿನವರು ಐರೋಪ್ಯ ಮತ್ತು ಇಂಡಿಯನ್ ಮಿಶ್ರ ಸಂತಾನ. 16ನೆಯ ಶತಮಾನದಿಂದ ಭದ್ರವಾಗಿದ್ದ ಸ್ಪಾನಿಷ್ ಆಳ್ವಿಕೆ 1818ರಲ್ಲಿ ಮುಕ್ತಾಯವಾಯಿತು. ಚೀಲೇಯಲ್ಲಿ ಹುಟ್ಟಿದ್ದ ಹಿಗ್ಗಿನ್ಸ್ (ತಾಯಿ ಇಂಡಿಯನ್, ತಂದೆ ಐರಿಷ್) ಸ್ವಾತಂತ್ರ್ಯ ಸಮರದ ಸೇನಾನಿಯಾಗಿದ್ದ. ಆತನೇ ಸ್ವತಂತ್ರ ಚೀಲೇಯ ಮೊದಲ ಅಧ್ಯಕ್ಷನೂ ಆದ.

---

* ಕನ್ನಡದಲ್ಲಿ ಪಾಬ್ಲೊ ನೆರೂದನ ಕವನಗಳ ಸಂಕಲನ 'ಮರಳಿ ಬರುವೆ'ಯಿಂದ (ಅನುವಾದ : ತೇಜಸ್ವಿನೀ ನಿರಂಜನ)

ಜನಪಕ್ಷಪಾತಿಯಾಗಿ ಹೋರಾಡಿದವರಿಗೆ ಏನು ದೊರೆಯುತ್ತದೆ? ಹಿಂದೆ ಅಂಥ ಒಬ್ಬನಿಗೆ ಹೀಗಾಯಿತು : ಹೆಸರು ಅಲೆಕ್ಸಾಂದರ್ ಸೆಲ್‌ಕರ್ಕ್. ಸಮುದ್ರ ತೀರದಿಂದ 400 ಮೈಲು ದೂರದ ಪುಟ್ಟ ದ್ವೀಪಕ್ಕೆ ಗಡಿಪಾರು ಮಾಡಿದರು – 4 ವರ್ಷ 4 ತಿಂಗಳ ಕಾಲ. ಸಾಯಲೆಂದು ನೀಡಿದ ಆಹಾರ ಬರಿಯ ಆಲೂಗಡ್ಡೆ.

...ದಕ್ಷಿಣ ಅಮೆರಿಕದ ಎರಡನೆಯ ಅತಿ ದೊಡ್ಡ ರಾಷ್ಟ್ರ ಅರ್ಜೆಂಟೀನ (ಮೊದಲನೆಯದು ಬ್ರೆಜಿಲ್). ವಿಸ್ತೀರ್ಣ 10,79,965 ಚ. ಮೈಲು. ಜನಸಂಖ್ಯೆ ಎರಡೂವರೆ ಕೋಟಿ. ರಾಜಧಾನಿ : ಬ್ವೇನೆಸ್ ಏರಿಸ್. ಹೆಚ್ಚಿನವರು ಸ್ಪೇನ್ ಮತ್ತು ಇಟಲಿ ಜನರ ಸಂತತಿ. ಅರ್ಜೆಂಟೀನ ಅಂದರೆ 'ಬೆಳ್ಳಿಯ ನಾಡು'. ಈ ಹೆಸರಿಟ್ಟುದಕ್ಕೆ ಮುನ್ನ ಪ್ಲಾಟಾ ನದಿ ಆಧರಿತ ಪ್ರದೇಶವೆಂದು 'ಪ್ಲಾಟಾ' ಎಂಬ ಹೆಸರಿನಿಂದಲೇ ಕರೆಯುತ್ತಿದ್ದರು. ಇಲ್ಲಿ ಎಲ್ಲಾ ದಿನಗಳಲ್ಲೂ ಕುರಿ ಮಾಂಸ ಸಿಗುತ್ತದೆ. ಇದರಿಂದಾಗಿ ಕುರಿ ಹಿಂಡನ್ನು '365' ಎಂದು ಕರೆಯುತ್ತಾರೆ. ಯೆಬ್‌ಮಟಾ ಎಂಬುದು ಇಲ್ಲಿನ ಜನಪ್ರಿಯ ಪೇಯ. ರಫ್ತು ಸಾಮಗ್ರಿಗಳು: ಹಸಿ ಮಾಂಸ, ಸಂಸ್ಕರಿತ ಆಹಾರ, ಹೊಗೆಸೊಪ್ಪು ಉತ್ಪನ್ನಗಳು, ಉಣ್ಣೆ ಇತ್ಯಾದಿ. ಬೆಳ್ಳಿಯಂತೂ ಇವರ ಗಟ್ಟಿ ಸಂಪತ್ತು.

ಬೊಲಿವರ್‌ನ ನೇತೃತ್ವದಲ್ಲಿ 1816ರಲ್ಲಿ ದೇಶ ಸ್ವತಂತ್ರವಾಯಿತು. ಮುಂದೆ ಬ್ರಿಟನ್ ಸ್ನೇಹದ ನಗೆ ಬೀರಿತು. ಬೇರೆ ಏನಿಲ್ಲದೆ ಹೋದರೂ ವಾಣಿಜ್ಯ ಸಂಬಂಧ ಬೇಡವೆ? ಅರ್ಜೆಂಟೀನದ ದಕ್ಷಿಣ ತುದಿಗೆ ಸಮೀಪವಾಗಿರುವ ದ್ವೀಪಗಳಿಗೆ ಫಾಕ್‌ಲೆಂಡ್ ಎಂದು ಹೆಸರಿಟ್ಟವರು ತನ್ನ ಸಾಹಸಿ ನಾವಿಕರು; ಆದ್ದರಿಂದ ಅದರ ಒಡೆತನ ತನ್ನದು ಎಂದು ವಾದಿಸಿತು. ಅದಕ್ಕಾಗಿ ಇತ್ತೀಚೆಗೆ ಬ್ರಿಟನ್ ಅರ್ಜೆಂಟೀನಗಳ ನಡುವೆ ಯುದ್ಧ ನಡೆಯಿತು. (ಫಾಕ್‌ಲೆಂಡ್ ದ್ವೀಪಗಳ ಬಗ್ಗೆ ಯಾಕೆ ಇಷ್ಟೊಂದು ಕಾತರ? ಮಂಜುಕವಿದ ಅಂಟಾರ್ಟಿಕ ಹತ್ತಿರದಲ್ಲಿದೆ. ಅದರ ಹಿಮಗರ್ಭದಲ್ಲಿ ಯಾವ ರತ್ನಗಳಿವೆಯೊ?) ಅಮೆರಿಕದ ಅಪರೋಕ್ಷ ಕುಮ್ಮಕ್ಕು ಇದ್ದರೂ ಅರ್ಜೆಂಟೀನಕ್ಕೆ ಸೋಲಾಯಿತು. ಮಿಲಿಟರಿ ಆಳುವ ವರ್ಗದಲ್ಲಿ ಬದಲಾವಣೆ ಆಯಿತು, ಅಷ್ಟೆ.

ಈಗ 15,000 ಕ್ರಾಂತಿಕಾರಿಗಳು ಸೆರೆಮನೆಗಳಲ್ಲಿದ್ದಾರೆ; ಅಂಥವರೇ 9,000 ನಾಪತ್ತೆಯಾಗಿದ್ದಾರೆ. ಐರೋಪ್ಯರು ಬಂದಾಗ ಅಲ್ಲಿ 300,000 ಜನ ಇದ್ದರಂತೆ. ಅವರೆಲ್ಲ ಏಷ್ಯದಿಂದ ಬಂದ ಸಂತತಿ. ಐರೋಪ್ಯರು ನೆಲದೊಡೆಯರಾದಾಗ ಆ ಎಲ್ಲ ಜನ ಗುಲಾಮರಾಗಬೇಕಾಯಿತು. ಹೊಸ ಬದುಕು ಆ ದೇಶದಲ್ಲಿ ಆರಂಭವಾದದ್ದು ವರ್ಗ ಘರ್ಷಣೆಯ ಕಿಡಿ ಹೊತ್ತೇ. ಎರಡು ಶತಮಾನ ಬಳಿಕ ಅಲ್ಲಿನ ಮಿಶ್ರಜನಾಂಗ ಸಶಸ್ತ್ರ ಹೋರಾಟ ನಡೆಸಿ ಯೂರೋಪಿನ ನೊಗವನ್ನು ಕೊಡವಿ ಎದ್ದು

ನಿಂತಿತು. 1912ರ ಈಚೆಗೆ ಇಲ್ಲಿ ರಹಸ್ಯ ಮತದಾನ 18 ವರ್ಷ ಮೇಲಿನ ಎಲ್ಲರಿಗೂ ಕಡ್ಡಾಯ. ಮನುಷ್ಯ ದೇಹಗಳ ಪಿರಮಿಡ್ಡು ಕಟ್ಟಿ ತುದಿಯನ್ನೇರಿ ಸರ್ವಾಧಿಕಾರಿಯಾಗಿ ಹೇಗೆ ಮೆರೆಯಬಹುದು ಎನ್ನುವುದಕ್ಕೆ ಸೇನಾನಿ ಪೆರೊನ್ ಉತ್ತಮ ದೃಷ್ಟಾಂತ (1946). ಫಾಸಿಸಮಿನ ಆರಾಧಕನಾದ ಆತ ದುಡಿಯುವ ಜನರ ವೇತನ ಹೆಚ್ಚಿಸಿದ; ಕಾರ್ಮಿಕ ಚಳವಳಿಯ ಮಿತ್ರನಾದ. ಜತೆ ಜತೆಗೇ ವೃತ್ತಪತ್ರಿಕೆಗಳನ್ನು ವಶಪಡಿಸಿಕೊಂಡ. 'ಇನ್ನು ವಾಕ್ ಸ್ವಾತಂತ್ರ್ಯವಿಲ್ಲ' ಎಂದ. ವಿರೋಧಿಸಿದವರನ್ನು ಸೆರೆಮನೆಗೆ ಅಟ್ಟಿದ. ಯಾವನಾದರೂ ಸರಕಾರೀ ಉದ್ಯೋಗಿ ಕಮ್ಯೂನಿಸ್ಟ್ ಪಕ್ಷದ ಸದಸ್ಯನೋ ಹಿತೈಷಿಯೋ ಆಗಿದ್ದರೆ ಅವನಿಗೆ 8 ವರ್ಷ ಕಾರಾಗೃಹ ಶಿಕ್ಷೆ ನೀಡಿದ. 1955ರಲ್ಲಿ ಆತನ ವಿರುದ್ಧ ನಾಲ್ವತ್ತು ಲಕ್ಷ ಕಾರ್ಮಿಕರ ಮುಷ್ಕರ ನಡೆಯಿತು; ಕ್ಷಿಪ್ರ ಕ್ರಾಂತಿಯಾದಾಗ ಸ್ಪೇನಿಗೆ ಓಡಿ ಹೋದ. 1973ರಲ್ಲಿ ಮರಳಿ ಬಂದು 'ಪಟ್ಟ'ವೇರಿದ! ಪತ್ನಿ ಉಪಾಧ್ಯಕ್ಷೆಯಾದಳು! ಮರುವರ್ಷ ಆತನಿಗೆ ಸಾವು ಬಂತು. ಬಳಿಕ ಶ್ರೀಮತಿ ಪೆರೊನ್ ಸರ್ವಾಧಿಕಾರಿಣಿ. 1976ರಲ್ಲಿ ಮತದಾರರು ಅವಳನ್ನು ಕೆಳಗಿಳಿಸಿದರು.

ನಿತ್ಯ ಕುದಿತ ಇಲ್ಲಿದ್ದರೂ ರಾಷ್ಟ್ರದ ಸಮೃದ್ಧ ಸಂಪನ್ಮೂಲಗಳ ದೆಸೆಯಿಂದ ಅರ್ಜೆಂಟೀನ 'ಆಧುನಿಕ' ಎನಿಸಿಕೊಂಡಿದೆ. ವಿದ್ಯೆ, ಸಾಕ್ಷರತೆ ವ್ಯಾಪಕ. ಟೆಲಿಫೋನ್, ರೇಡಿಯೊ, ಟೆಲಿವಿಷನ್, ಕಾರುಗಳ ಬಳಕೆ ಗಮನಾರ್ಹ.

ಒಂದು ವಿಷಯದ ಬಗ್ಗೆ ಅರ್ಜೆಂಟೀನದ ಜನಸಾಮಾನ್ಯರಿಗೆ ಹೆಮ್ಮೆ. ಕ್ರಾಂತಿಕಾರಿ ಚೆ ಗ್ವೆವೆರಾ ಆ ಮಣ್ಣಿನ ಮಗ.

...ಒಳನಾಡಿನಲ್ಲಿರುವ ಹಿಂದುಳಿದ, ಪ್ರಾಚೀನ ಕೃಷಿ ವಿಧಾನ ಅನುಸರಿಸುವ ದೇಶ ಪಾರಾಗ್ವಾಈ. (ವಿಸ್ತಾರ: 1,57,047 ಚ. ಮೈಲು. 24 ಲಕ್ಷ ಜನಸಂಖ್ಯೆ. ರಾಜಧಾನಿ : ಅಸನ್ಸಿಯನ್) ಗ್ವಾರನಿ ಇಂಡಿಯನ್ ಬುಡಕಟ್ಟಿನವರ ಪ್ರಾಬಲ್ಯವಿದೆ. ಗ್ವಾರನಿ, ಸ್ಪಾನಿಷ್ ಎರಡೂ ಭಾಷೆಗಳನ್ನು ಬಳಸುತ್ತಾರೆ. 16–17ನೇ ಶತಮಾನಗಳಲ್ಲಿ ಕ್ರೈಸ್ತ ಮತ ಪ್ರಸಾರಕರು ಬಲಿಷ್ಠರಾಗಿದ್ದರು. ಸ್ಪೇನಿನ ರಾಜ ಪ್ರತಿನಿಧಿ ಪೇರೂವಿನಲ್ಲಿ ಮಜವಾಗಿರುತ್ತಿದ್ದ. ಜೋಸ್ ದೇ ಆಂತೆಕ್ವೆರಾ ನೇತೃತ್ವದಲ್ಲಿ ಪಾರಾಗ್ವಾಈ ಜನ ಬಂಡೆದ್ದರು. ಬಂಡಾಯ ಒಂದು ದಶಕ ಉರಿದು ಆರಿಹೋಯಿತು. ನಾಯಕನ ತಲೆ ಕಡಿದು ದಬ್ಬಾಳಿಕೆ ನಡೆಸಿದರು. ಇಡಿಯ ಭೂಖಂಡವೇ ಪರಕೀಯರ ವಿರುದ್ಧ ದಂಗೆ ಎದ್ದಾಗ, 1811ರಲ್ಲಿ ಪಾರಾಗ್ವಾಈ ಸ್ವತಂತ್ರವಾಯಿತು. ಈ ದೇಶವನ್ನು ಕಬಳಿಸಲು ಅರ್ಜೆಂಟೀನ, ಉರುಗ್ವಾಈ, ಬ್ರೆಜಿಲ್ 1860ರಲ್ಲಿ ಒಟ್ಟಾಗಿ ಯತ್ನಿಸಿ ವಿಫಲವಾದುವು. ಮೂವತ್ತು ವರ್ಷ ಬಳಿಕ ಬೊಲಿವಿಯಾ

ಜತೆಗೂ ಘರ್ಷಣೆ ನಡೆಯಿತು. ಬಾಹುಗಳಲ್ಲಿ ಬಲವಿತ್ತು. ಆದರೆ ಅಧಿಕಾರ ಸೂತ್ರಗಳನ್ನು ಹಿಡಿದ ತಮ್ಮವರೇ ಆದ ಸರ್ವಾಧಿಕಾರಿಗಳಿಂದ ಜನಸಮುದಾಯಕ್ಕೆ ಮಾತ್ರ ಸುಖವಿಲ್ಲ.

...ದಕ್ಷಿಣ ಅಮೆರಿಕದ ಅತಿ ಪುಟ್ಟ ಗಣರಾಜ್ಯ ಉರುಗ್ವಾಈ. (ವಿಸ್ತೀರ್ಣ : 68,536 ಚ. ಮೈಲು. 30 ಲಕ್ಷ ಜನಸಂಖ್ಯೆ. ರಾಜಧಾನಿ : ಮಾಂಟೆವಿಡಿಯೊ. ಇಲ್ಲಿ ಮನುಷ್ಯ ಒಬ್ಬನಾದರೆ, ಕುರಿ-ಪಶುಗಳು ಒಂಭತ್ತು.) ಚರ್ರುವ ಬುಡಕಟ್ಟಿನ ಜನ ಇಲ್ಲಿ ಅಧಿಕವಾಗಿ ಇದ್ದಾರೆ. 1600ರಲ್ಲಿ ಪೋರ್ತುಗೀಸರು ಬಂದರು. ಒಂದು ಶತಮಾನದ ಬಳಿಕ ಉರುಗ್ವಾಈ ಸ್ಪೇನಿನ ಸೊತ್ತಾಯಿತು. 1820ರಲ್ಲಿ ಬಲಾತ್ಕಾರವಾಗಿ ಬ್ರೆಜಿಲ್‌ಗೆ ಸೇರಿಸಿಕೊಂಡರು. ಐದು ವರ್ಷ ಬಳಿಕ ಸ್ವಾತಂತ್ರ್ಯ ದೊರೆಯಿತು.

ಆದರೆ ಸ್ವಾತಂತ್ರ್ಯ ಜನಸಾಮಾನ್ಯರ ತನಕ ಬರಲಿಲ್ಲ. ಬದುಕನ್ನು ಹಸನುಗೊಳಿಸುವ ಅವರ ಹೋರಾಟ ನಿರಂತರವಾಗಿ ನಡೆದಿದೆ. 1913ರಲ್ಲಿ ಸ್ಥಾಪಿತವಾದ ಕ್ರಾಂತಿಕಾರೀ ಸಂಘಟನೆ, ತುಪಮರೊ. ತುಪಕ್ ಅಮರು ಎಂಬಾತನನ್ನು ಪೇರೂವಿನಲ್ಲಿ ಸಂಧಿಸಿದ್ದೇವೆ. ಹತ್ಯೆಯಾಗಿ ಮೂರೂವರೆ ಶತಮಾನವಾದ ಮೇಲೆ ಉರುಗ್ವಾಈಯಲ್ಲಿ ಆತ, 'ಜೀವ ತಳೆದ'. ಅವನ ಸ್ಫೂರ್ತಿದಾಯಕ ಸ್ಮರಣೆಯಿಂದಲೇ ಹುಟ್ಟಿದೆ ತುಪಮರೊ. ನ್ಯಾಯಶಾಸ್ತ್ರದ ಅಧ್ಯಯನವನ್ನು ಅರ್ಧಕ್ಕೆ ನಿಲ್ಲಿಸಿದ ಮಾರ್ಕ್ಸ್‌ವಾದಿ ರಾವುಲ್ ಈ ಸಂಘಟನೆಯ ನಾಯಕ. ಇವರ ಕಾರ್ಯಾಚರಣೆ ಈಗಿನ ಹಂತದಲ್ಲಿ ನಗರ-ಪಟ್ಟಣಗಳಿಗೆ ಸೀಮಿತವಾಗಿದೆ. 1970ರಲ್ಲಿ ಮಿಲಿಟರಿಗೂ ಕ್ರಾಂತಿಕಾರಿಗಳಿಗೂ ಭೀಕರ ಘರ್ಷಣೆ ನಡೆಯಿತು.

ಗೋದಿ, ಸೆಣಬು ಮುಖ್ಯ ಕೃಷಿ ಉತ್ಪನ್ನಗಳು. ಮಾಂಸ ಸಂಸ್ಕರಣದ ಕಾರ್ಖಾನೆಗಳಿವೆ. ಬಂಗಾರ, ತಾಮ್ರ, ಸೀಸ, ಮ್ಯಾಂಗನೀಸ್ ಇತರ ಸಂಪನ್ಮೂಲಗಳಿವೆ. ಆದರೆ ಎಲ್ಲ ಸಂಪತ್ತು ಅಲ್ಪಸಂಖ್ಯಾತರಿಗೆ ಮೀಸಲು.

...ಬ್ರೇಜಿಲ್ ಒಂದು ಮರದ ಹೆಸರು. ಆದರಿಂದ ಒಳ್ಳೆಯ ಕೆಂಪು ಬಣ್ಣ ತಯಾರಾಗುತ್ತದೆ. "ಆ ಮರ ದಕ್ಷಿಣ ಅಮೆರಿಕ ತೀರದ ಹತ್ತಿರ ಯಾವುದೋ ದ್ವೀಪದಲ್ಲಿ ಬೆಳೀತದೆ. ಹುಡುಕಿ ಹಿಡೀರಿ" ಎಂದರು ಪೋರ್ತುಗೀಸ್ ವರ್ತಕರು. ಹೇರಳ ಮರಗಳೂ ಅವುಗಳ ಗುತ್ತಿಗೆಯೂ ಸಿಕ್ಕಿದರೆ ವ್ಯಾಪಾರ ದೃಷ್ಟಿಯಿಂದ ಎಷ್ಟು ಲಾಭದಾಯಕ! ಪೋರ್ತುಗೀಸ್ ವರ್ತಕರ ಆದೇಶವನ್ನು ಶಿರಸಾವಹಿಸಿಕೊಂಡು ನೌಕಾಧಿಪತಿ ಕಾಬ್ರಲ್ ಅತ್ತ ಸಾಗಿದ. ದ್ವೀಪ ಮಣ್ಣು. ವಿಸ್ತಾರ ಭೂಭಾಗದಲ್ಲೇ ಬೆಳೆಯುತ್ತಿತ್ತು ಕೆಂಬಣ್ಣ ನೀಡುವ ಬ್ರೆಜಿಲ್

ವೃಕ್ಷರಾಶಿ. 1500ರಲ್ಲಿ ಕಾಬ್ರಲ್, ಅದನ್ನೆಲ್ಲ ಮುಟ್ಟಿ ನೋಡಿದ. ಆ ವಿಸ್ತಾರ ಪ್ರದೇಶಕ್ಕೆ 'ಬ್ರೇಜಿಲ್' ಎಂಬ ಹೆಸರನ್ನೇ ಇಟ್ಟ. 'ನವಜಗತ್ತು'ನ್ನು ಸ್ಪೇನ್ ಮತ್ತು ಪೋರ್ತುಗಲ್ ಹಂಚಿಕೊಳ್ಳಬೇಕು ಎಂದು ತೀರ್ಪು ನೀಡಿದ್ದ, ಪೋಪ್. ಬ್ರೇಜಿಲ್ ತನ್ನದು ಎಂದಿತು ಪೋರ್ತುಗಲ್. ವಿಸ್ತಾರದಲ್ಲಿ ಅದು ಇಡಿಯ ಭೂಖಂಡದ ಅರ್ಧದಷ್ಟಿತ್ತು. ಜನ? ಶಿಲಾಯುಗದ ಜೀವನ ಅನುಸರಿಸುತ್ತಿದ್ದ ಬಹಳ ಹಿಂದುಳಿದ ಇಂಡಿಯನ್ ಬುಡಕಟ್ಟುಗಳು. ನೊಗ ಹೊರಲು ಎಷ್ಟು ಸೊಗಸಾದ ಕಚ್ಚಾ ಮಾಲು! ಇವರು ಸಾಲದೆಂದು ಆಫ್ರಿಕದಿಂದ ನೀಗ್ರೋಗಳನ್ನು ಬಲೆಯಲ್ಲಿ ಕೆಡವಿ ಹಿಡಿದು ತಂದರು. ಕಬ್ಬು – ಕಾಫಿ ಕೋಕೊ – ರಬ್ಬರ್ ಬೆಳೆಯಲು. ಮುಂದಿನ ಶತಮಾನದಲ್ಲಿ ಬಂಗಾರ ಅಗೆಯಲು ಉಪಯುಕ್ತ ಗುಲಾಮರು. ಬಂಗಾರ, ತಾಮ್ರ ಗಣಿಗಳಲ್ಲದೆ ವಜ್ರದ ಗಣಿಯಲ್ಲಿ ಜೀವ ತೇಯುವ ಅದೃಷ್ಟವೂ ಇತ್ತು ಅವರಿಗೆ, ಅವರ ಸಂತಾನಕ್ಕೆ.

ನೆಪೋಲಿಯನ್ 1808ರಲ್ಲಿ ಪೋರ್ತುಗಲಿನ ಮೇಲೆ ದಾಳಿ ಮಾಡಿದಾಗ ಆ ರಾಜಕುಟುಂಬ ರಕ್ಷಣೆ ಪಡೆದದ್ದು ಬ್ರೇಜಿಲಿನಲ್ಲಿ. ರಾಜ್ಯಪಾಲನಾಗಿ ನಿಯುಕ್ತನಾದ ಪೇದ್ರೊ ಒಂದೇ ವರ್ಷದಲ್ಲಿ 'ಬ್ರೇಜಿಲ್ ಸ್ವತಂತ್ರ ರಾಜ್ಯ' ಎಂದು ಸಾರಿದ. ಎರಡು ಮೂರನೇ ದಶಕಗಳಲ್ಲಿ ಪೋರ್ತುಗೀಸರ ವಿರುದ್ಧ ಜನ ಸಿಡಿದೆದ್ದರು. ಆ ಶತಮಾನದ ಅಂತ್ಯದಲ್ಲಿ ಬ್ರೇಜಿಲ್ ಗಣರಾಜ್ಯವಾಯಿತು; ಜೀತಪದ್ಧತಿ ರದ್ದಾಯಿತು. ವಸಾಹತು ತನ್ನ ಕೈಬಿಟ್ಟಿತೆಂದು ಪೋರ್ತುಗಲ್ ಒಪ್ಪಿಕೊಂಡದ್ದು ಮಾತ್ರ 1925ರಲ್ಲಿ. 20 ವರ್ಷಗಳ ಬಳಿಕ ಕ್ಷಿಪ್ರ ಕ್ರಾಂತಿಯೊಂದು ನಡೆದು ವಿಫಲವಾದ ಬಳಿಕ, ಕಮ್ಯೂನಿಸ್ಟ್ ಪಕ್ಷ ನಿಷಿದ್ಧವಾಯಿತು. 1950ರಲ್ಲಿ ವರ್ಗಾಸ್ ಸರ್ವಾಧಿಕಾರಿ ಅಧ್ಯಕ್ಷನಾದ. ನಾಲ್ಕು ವರ್ಷ ತನ್ನ ಸುತ್ತುಮುತ್ತಲ ಭ್ರಷ್ಟಾಚಾರ ಕಂಡು ರೋಸಿ, ಹೇಸಿ, ಏನೂ ಮಾಡಲಾಗದೆ ಕೊರಗಿ, ತನ್ನ ಕೈಯಲ್ಲಿ ತಾನೇ ಸತ್ತ, (ಪಾಪ !)

32,86,487 ಚ. ಮೈಲು ವಿಸ್ತೀರ್ಣ. ಹನ್ನೊಂದೂಕಾಲು ಕೋಟಿ ಜನಸಂಖ್ಯೆ. ಭಾರಿಯೇ ಎನ್ನಬೇಕು. ಮೊದಲು ರೀವೋ ದೇ ಝಾನೇರೋ ರಾಜಧಾನಿಯಾಗಿತ್ತು. ಈಗ ರಾಜಧಾನಿ ಹೊಸ ನಗರವಾದ ಬ್ರಾಸಿಲಿಯಾ. ರಫ್ತು ಎಡೆಬಿಡದೆ ನಡೆದಿದೆ. 50ಕ್ಕೂ ಹೆಚ್ಚು ಬೇರೆ ಬೇರೆ ಖನಿಜಗಳು: ವಿವಿಧ ವ್ಯವಸಾಯೋತ್ಪನ್ನಗಳು; ಹಲವು ಬಗೆಯ ಬಾಳೆಯ ಹಣ್ಣು. ಆದರೆ ಜನಸಮುದಾಯದ ಪಾಲಿಗೆ ಮಾತ್ರ ಕೆಸರಾದ ಕೈಗೆ ಮೊಸರು ಅಂಟುವುದೇ ಇಲ್ಲ.

* * *

ಪ್ರಾಚೀನರಿಂದ ಹಿಡಿದು ಆಧುನಿಕರವರೆಗಿನ (ದಕ್ಷಿಣ ಅಮೆರಿಕವನ್ನೂ ಒಳಗೊಂಡ) ಲ್ಯಾಟಿನ್ ಅಮೆರಿಕದ ಕಥೆಯನ್ನು ಓದಿದ್ದಾಯಿತು. 'ಚಿನ್ನದ ಮೂಟೆಯ ಮೇಲೆ ಕುಳಿತ ಬಡಮನುಷ್ಯ' ಎಂದು ಲ್ಯಾಟಿನ್ ಅಮೆರಿಕ ವರ್ಣಿತವಾಗಿದೆ. ನಗರಗಳಿಗೆ ಹಳ್ಳಿಗರ ವಲಸೆ ಅವ್ಯಾಹತವಾಗಿ ಸಾಗಿದೆ. ಆದರೆ ಅಲ್ಲಿ ಅವರಿಗಾಗಿ ಉದ್ಯೋಗವಿಲ್ಲ. ಈ ಪರಿಸ್ಥಿತಿ ಸರಿ ಹೋಗುವುದು ಯಾವಾಗ? ಕ್ರಾಂತಿವೀರ ಗ್ವೆವೆರ ಭವಿಷ್ಯ ನುಡಿದಿದ್ದಾನೆ :

"ಲ್ಯಾಟಿನ್ ಅಮೆರಿಕದಲ್ಲಿ ಒಂದು, ಎರಡು, ಅನೇಕ ವಿಯೆತ್‌ನಾಮ್‌ಗಳಾಗುತ್ತವೆ."

2

'ಒಂದಾನೊಂದು ಕಾಲದಲ್ಲಿ' ಅಂತ ಮಾಯಾ – ಅಜ್‌ಟೆಕ್ ಕಥೆಗಳು ಆರಂಭವಾಗುವುದಿಲ್ಲ. ಆ ಕಥೆಗಳ ಮೊದಲ ಪದಗಳು, 'ಜನ ಬರುವುದಕ್ಕೆ ಮುಂಚೆ' ಇಲ್ಲವೆ 'ತೋಳವು ಮನುಷ್ಯನಾಗಿದ್ದಾಗ'. ಆಗ ಏನಾಯಿತು? ಅದೇ ಸ್ವಾರಸ್ಯಪೂರ್ಣ ಕಥೆ. ಕಥನ ಎನ್ನುವುದು ಮೇಲು. ಹಗಲಿನ ಶ್ರಮದ ದುಡಿಮೆಯ ಬಳಿಕ ಇರುಳು ಬೆಂಕಿಯ ಸುತ್ತಲೂ ಜನ ನೆರೆಯುತ್ತಿದ್ದರು, ಕಥನ ಶ್ರವಣಕ್ಕಾಗಿ. ಅದು ಹಾಡುಗಳು ಹೆಣೆದಿರುತ್ತಿದ್ದ ಗದ್ಯ. ಮನುಷ್ಯ ಬರುವುದಕ್ಕೆ ಮುಂಚೆ ಏನಿತ್ತು ? ಏನಾಯಿತು ? ಎಲ್ಲರಿಗೂ ತಿಳಿಯುವ ತವಕ; ಎಷ್ಟು ಸಲ ಕೇಳಿದರೂ ತಣಿಯದ ಕುತೂಹಲ. ಇಂಥ ಕಥಾ ಪ್ರಸಂಗಗಳಲ್ಲಿ ಕಥನಕಾರರು ಮುಖವಾಡ ಕಟ್ಟಿಕೊಳ್ಳುತ್ತಿದ್ದರು; ಪುಕ್ಕಗಳಿದ್ದ ಶಿರಸ್ತ್ರಾಣ ಧರಿಸುತ್ತಿದ್ದರು; ಕುಣಿಯುತ್ತಿದ್ದರು. ಗಾಳಿ ಮಳೆ ಉಷಃಕಾಲ ಸೂರ್ಯ, ಪವಿತ್ರ 'ಗಿಡ'ಗಳು – ಬೀಜಗಳು ಇವೆಲ್ಲದರ ಪ್ರಸ್ತಾಪವಿರುತ್ತಿತ್ತು ಪ್ರಸಂಗಗಳಲ್ಲಿ. ಕಥೆಗಳ ಮಧ್ಯೆ ಮಾನಸಿಕ – ದೈಹಿಕ ಕಾಯಿಲೆಗಳನ್ನು ಗುಣಪಡಿಸುವಂತೆ ಕೋರುವ ಸ್ತೋತ್ರಗಳೂ ಇರುತ್ತಿದ್ದುವು. ಕಿವಿಗೆ ಗಿಲಕಿಯ ಸದ್ದು; ಹರಿಣನೃತ್ಯ ಕಣ್ಣಿಗೆ ಹಬ್ಬ.

ಮನುಷ್ಯರು ಮಂಗಗಳಾಗಿ 'ವಿಕಾಸ' ಹೊಂದಿದ್ದೂ ಒಂದು ಕಥೆ ! ಆದಿಕಾಲದ ಹಿರಿಯ ವಿರಕ್ವೊಚ – ಬಿಳಿಗಡ್ಡದವನು – ಉತ್ತರದಿಂದ ಬಂದ. 'ಚಿಚ' (ಹೆಂಡ) ಮತ್ತು ಬಹುಪತ್ನೀತ್ವ (ಹೆಂಡತಿಯರು) ಅವನಿಗೆ ಇಷ್ಟವಿರಲಿಲ್ಲ. ಕೆಲವು ಎಸ್ಕಿಮೊ ಕಥೆಗಳಲ್ಲಿ ಮನುಷ್ಯರು ಆಕಾಶಕ್ಕೇರಿ ನಕ್ಷತ್ರಗಳಾಗುತ್ತಾರೆ... ಅವಳಿ ಸಮರ ದೇವತೆಗಳು ಜನರಿಗೆ ನಾಯಕರಾಗಿ ದಕ್ಷಿಣಕ್ಕೆ ಅವರನ್ನು ನಡೆಸಿಕೊಂಡು ಬರುತ್ತಾರೆ.

ಮಾಯಾ ಜನ ಲಿಪಿ ರೂಪಿಸಿದ್ದರು. ಎಲ್ಲ ಸಾಹಿತ್ಯವನ್ನೂ ಜಿಂಕೆಯ ಚರ್ಮದ ಮೇಲೆ ಬರೆದಿಡುತ್ತಿದ್ದರು. (ನಹ್‌ವಹ್‌ಶ್ಲ್ ಭಾಷೆ.) 16ನೇ ಶತಮಾನದಲ್ಲಿ ಬಂದ ಐರೋಪ್ಯ ಆಕ್ರಮಣಕಾರರು ಅವನ್ನು –

ಆ ಕಥೆಗಳನ್ನು – ಸುಟ್ಟರಲ್ಲ ಎಂದು ದುಃಖ. ಇಂದು ಲಭ್ಯವಿರುವುದು ಅಗ್ನಿಯಿಂದ ತಪ್ಪಿಸಿಕೊಂಡ ಕಥೆಗಳು ಕೆಲವು ಮತ್ತು ಕಂಠಪಾಠವಾಗಿ ಪೀಳಿಗೆಯಿಂದ ಪೀಳಿಗೆಗೆ ಹರಿದು ಬಂದ ಬೇರೆ ಕೆಲವು. ಅಜ್‌ಟೆಕರು ಮಾಯಾ ಲಿಪಿಯನ್ನೇ ಬಳಸಿದರು. ಭಾಷೆಯೂ ಅವರದೇ.

ಇಂಕಾ ಸಂಸ್ಕೃತಿಯಲ್ಲಿ ಹಾಗಲ್ಲ. ಬಾಹ್ಯ ಸಂಪರ್ಕವಿರಲಿಲ್ಲ. ತಾವಾಗಿ ಲಿಪಿ ರಚಿಸಿರಲಿಲ್ಲ. ಕೆಲ ವಸ್ತುಗಳಿಗೆ ಸಂಕೇತಾರ್ಥವಿತ್ತು. ಗ್ವೆಚುವ ಸಾಮ್ರಾಜ್ಯ ಭಾಷೆಯಾಯಿತು. ರುನಾ – ಸಿಮಿ ಎಂಬ ಹೆಸರೂ ಆ ಭಾಷೆಗಿತ್ತು. ಪ್ರೇಮಗೀತೆಗಳೂ ಧಾರ್ಮಿಕ ಕಾವ್ಯವೂ ಸೃಷ್ಟಿಯಾದುವು. ಸ್ಪೇನು ಆಕ್ರಮಿಸಿದ ಮೇಲೂ ಬರವಣಿಗೆ ನಿಲ್ಲಲಿಲ್ಲ. ಮೆಸ್ಟಿಜೊ (ಮಿಶ್ರತಳಿಯ) ಖ್ಯಾತ ಕವಿ ಯುವಾನ್ ವಲ್ಲಿ ಪರನಿಚಿ ಪೊತೊಸಿ. ಆಂಡೀಸ್ ಬೆಟ್ಟಗಳ ಮೇಲಿನ ಕೆಲ ಬುಡಕಟ್ಟುಗಳ ಜನ ನಾಟಕವಾಡುತ್ತಿದ್ದರು. ನಾಟಕಗಳಲ್ಲಿ ಸ್ಪಾನಿಷ್ ಆಕ್ರಮಣಕಾರರನ್ನು ಕುರಿತು ವಿಡಂಬನೆ ಇರುತ್ತಿತ್ತು.

ಬ್ರೇಜಿಲ್‌ನಲ್ಲಿ ಪೋರ್ತುಗೀಸ್, ಗಯಾನದಲ್ಲಿ ಇಂಗ್ಲಿಷ್, ಸುರಿನಮ್‌ನಲ್ಲಿ ಡಚ್ ಮತ್ತು ಫ್ರೆಂಚ್ ಗಯನಾದಲ್ಲಿ ಫ್ರೆಂಚ್ ಇಷ್ಟನ್ನು ಬಿಟ್ಟರೆ ದಕ್ಷಿಣ ಅಮೆರಿಕದ ಉಳಿದೆಲ್ಲ ದೇಶಗಳಲ್ಲೂ ಸ್ಪಾನಿಷ್ ಭಾಷೆಯಲ್ಲೇ ಸಾಹಿತ್ಯ ರಚನೆ ಆಗುತ್ತದೆ.

* * *

ವಿಶ್ವಸಾಹಿತ್ಯ ದಕ್ಷಿಣ ಅಮೆರಿಕವನ್ನು – ಲ್ಯಾಟಿನ್ ಅಮೆರಿಕವನ್ನು – ತಲಪಿದ್ದು 16ನೆಯ ಶತಮಾನದ ಬಳಿಕ, ಪ್ರಧಾನವಾಗಿ ಸ್ಪಾನಿಷ್ ಭಾಷೆಯ ಮೂಲಕ. ಬಂಧವಿಮೋಚನೆಯ ಬಳಿಕ ಹೊಸ ಸಾಹಿತ್ಯ ಪ್ರಭಾವಗಳು ಅರ್ಥಪೂರ್ಣವಾದುವು. ಮಿಶ್ರಜನಾಂಗ ಸಾಕ್ಷರವಾದಂತೆ, ಸಂಸ್ಕೃತಿಯ ವಿಶಿಷ್ಟ ಸೆಲೆಗಳಲ್ಲಿ ಅಭಿವ್ಯಕ್ತಿ ಮೈತೋಯಿಸಿಕೊಂಡಿತು. ಅವರ ಕಥೆ ಕವಿತೆ ಕಾದಂಬರಿ ನಾಟಕಗಳು ಪಶ್ಚಿಮದ ಅನುಕರಣ ವಾಗದೆ ಸ್ವಂತಿಕೆಯನ್ನು ಪೋಷಿಸುತ್ತ ಅರಳಿದುವು. ತಂತ್ರಗಳು ಎರವಲು. ಹೂರಣ ಮಾತ್ರ ಅಪ್ಪಟ ಸ್ವದೇಶೀ.

ನಿಕಾರಾಗ್ವಾದಲ್ಲಿ ರೂಬೇನ್ ದಾರೀಓ (1867–1916) ಆಧುನಿಕ ಸಾಹಿತ್ಯ ಚಳವಳಿಯ ಕೇಂದ್ರ ವ್ಯಕ್ತಿಯಾಗಿದ್ದ. ಅರ್ನೆಸ್ತೊ ಕಾರ್ದಿನಾಲ್ ಜನತೆಯ ಹೋರಾಟಕ್ಕೆ ಹತ್ತಿರದವನಾದ ಸಮಾಜಪ್ರಜ್ಞೆಯ ಕವಿ.

ಮತಪ್ರಸಾರಕನಾಗಿ ಗ್ವಾತೇಮಾಲಾಗೆ ಬಂದ ರಾಫೇಲ್ ಲಂದೀವರ್ ದೌರ್ಜನ್ಯಕ್ಕಿದಿರು ಹಾಡಿದವನು. ಸ್ಪಾನಿಷ್ ಪ್ರದೇಶಗಳಿಂದ ಆಳುವವರು ಅವನನ್ನು ಗಡಿಪಾರು ಮಾಡಿದರು. ಇಟಲಿಯಲ್ಲಿ ಕಡುಬಡವನಾಗಿ ದಿನ ಕಳೆದು ಕೊನೆಯ ಉಸಿರೆಳೆದ. ಲೂಯೀಸ್ ಕಾರ್ದೋಸಾ ಆರಗನ್ ಇನ್ನೊಬ್ಬ ಖ್ಯಾತ ಕವಿ. ಕವಿಯಾಗಿ, ಕಥೆಗಾರನಾಗಿ,

ಕಾದಂಬರಿಕಾರನಾಗಿ ಪ್ರಖ್ಯಾತನಾದವನು ರಾಫೇಲ್ ಅರೇವಲೊ ಮಾರ್ತಿನೋಸ್, ಕಾರ್ಲೋಸ್ ವೀಲ್ಡ್ ಓಸ್ಪಿನಾ ಪ್ರಥಮ ಶ್ರೇಣಿಯ ಕಥೆಗಾರ. ಗ್ವಾತೇಮಾಲಾದ ಕೆಲ ಬುಡಕಟ್ಟುಗಳು ಪ್ರಾಚೀನ ಕಾಲದ ನಹ್‌ವಹ್‌ತ್ಲ್ ಭಾಷೆಯನ್ನು ಈಗಲೂ ಬಳಸುತ್ತಾರೆ, ವ್ಯವಹಾರಕ್ಕೆ, ಕಲಾಭಿವ್ಯಕ್ತಿಗೆ.

ಡೊಮಿನಿಕನ್ ಗಣರಾಜ್ಯದ ಧರ್ಮಪ್ರಸಾರಕ ಬಾರ್ತೋಲ್ಮೀ ಆರ್ಸ್ ಸಾಸ್ ಮೂಲನಿವಾಸಿಗಳ ನರಳಾಟ ಕಂಡು ಕೆರಳಿ ಬರೆಯುತ್ತಿದ್ದ. 19–20ನೇ ಶತಮಾನದ ಕವಿ ಯುವಾನ್ ಜೊರಿಲ್ಲಾನ ಒಂದು ಕಾವ್ಯದ ವಸ್ತು: ಆಕ್ರಮಣಕಾರನಾಗಿ ಬಂದ ಸ್ಪಾನಿಷ್ ಯೋಧನ ಮಗಳನ್ನು ಸ್ಥಳೀಯ ಬುಡಕಟ್ಟಿನ ಯುವಕ ಪ್ರೀತಿಸುವುದು. ಪ್ಯುಅರ್ತೋರಿಕೊ ಗಣರಾಜ್ಯದಲ್ಲಿ ರೆನೇ ಮಾರ್ಕೋಸ್ (ಕಥೆ), ಮಾರಿಯೊ ಹೊಸ್ತಿಸ್ (ಕಾದಂಬರಿ) – ಖ್ಯಾತನಾಮರು. ಬೊನಿಲ್ಲಾ ಯೂಜೆನಿಯೊ ನೀಗ್ರೋ ಗೀತಗಳಿಂದ ಪ್ರಭಾವಿತನಾದ ಕವಿ. ರಿಕಾರ್ದೋ ಫೇರ್ನಾಂದೇಸ್–ಗಾರ್ಸಿಯಾ ಕೋಸ್ತಾ ರೀಕಾ ದೇಶದ ಹೆಸರಾಂತ ಕಥೆಗಾರ. ರಿಕಾರ್ದೆ ಮಿರೊ ಪನಾಮಾದ ರಾಷ್ಟ್ರಕವಿ.

ಜಾರ್ಜ್ ಇಸಾಕ್ಸ್ ಮೂಲತಃ ಆಂಗ್ಲ ಯೆಹೂದಿ. ಆಂಗ್ಲರ ಅಧೀನದಲ್ಲಿದ್ದ ಜಮೇಯಿಕಕ್ಕೆ ಬಂದವನಿಗೆ ಆ ಬದುಕಿಗಿಂತ ಕೋಲೋಮ್‌ಬಿಯಾ ನಿವಾಸಿಯಾಗುವುದು ಮೇಲು ಅನಿಸಿತು. ಆ ದೇಶದ ಒಳನಾಡಿನ ಚಿತ್ರಣವನ್ನು ತನ್ನ ಕೃತಿಗಳಲ್ಲಿ ಇಸಾಕ್ಸ್ ನೀಡಿದ. ಜೆರ್ಮೇನ್ ಆಸಿನೀಗಸ್ ಪ್ರಬಂಧಕಾರ. ಕವಿ ಗ್ವಿಲ್ಲೆರ್ಮೊ ವಾಲೆನ್ಸಿಯೊ. ಕಥೆ ಕಾದಂಬರಿಗಳ ಕ್ಷೇತ್ರದ ಹಿರಿಯ ವ್ಯಕ್ತಿ, ದೇಶದ ಗಡಿಗಳಾಚೆಯೂ ಪ್ರಸಿದ್ಧಿ ಪಡೆದವನು ಗಾಬ್ರಿಯೇಲ್ ಗಾರ್ಸಿಯಾ ಮಾರ್ಕೋಸ್ (1982ರ ನೊಬೆಲ್ ಸಾಹಿತ್ಯ ಪಾರಿತೋಷಕ ವಿಜೇತ.)

ಬೇನೇಸ್ವೇಲಾದಲ್ಲಿ 19ನೆಯ ಶತಮಾನದ ಕವಿ, ಬುದ್ಧಿಜೀವಿ ಆಂದ್ರೇ ಬೆಲ್ಲೊ. ಆರ್ತುರೊ ಉಸ್ಲರ್ ಪೀಯೆತ್ರಿ ಕಾದಂಬರಿಕಾರ. ಶ್ರೇಷ್ಠ ಕಥೆಗಾರರು: ಲೂಯಿಸ್ ಮಾನ್‌ವೇಲ್ ಉರ್ಬಾನೇಹೊ ಅಖೇಲ್‌ಪೋಲ್ ಮತ್ತು ರೂಫೀನೋ ಬ್ಲಾಂಕೋ ಫ್ಲೋಂಬೋನಾ.

ಪೇರೂ ದೇಶದಲ್ಲಿ 17ನೆಯ ಶತಮಾನದಲ್ಲಿ ಪ್ರತಿಭಟನೆಯ ಸಾಹಿತ್ಯ ರಚಿಸಿದವನು ಯುವಾನ್ ದೆಲ್‌ವಾರ್ಲೆ. ಬುಡಕಟ್ಟುಗಳ ಜನರ ಬಗೆಗೆ ಅನುಕಂಪ ತೋರುವ ಮಾನವೀಯ ಚಿತ್ರಣ ಕಾದಂಬರಿಕಾರ್ತಿ ಕ್ಲೊರಿಂದ ಮಾತಿಯೊದೇ ತರ್ನರಳ ಕೃತಿಗಳಲ್ಲಿದೆ. ಸೆರೊ ಅಲೆಗ್ರಿಯ ಕ್ರಾಂತಿಕಾರಿ ಲೇಖಕ. ಇಪ್ಪತ್ತನೆಯ ಶತಮಾನದ ಅಬ್ರಹಾಂ ವಾಲ್ದಿಲೊಮರ್ ಕವಿ, ಕಥೆಗಾರ. ಸೇಸರ್ ವಾಲ್ಲೆಜೊ ಕವಿ, ಕಾದಂಬರಿಕಾರ. ರಿಕಾರ್ದೋ ಪಾಲ್ಮಾ, ಬೇಂತೊರಾ ಗಾರ್ಸಿಯಾ ಕಾಲ್ದೇರೋನ್ ಉತ್ತಮ ಕಥೆಗಾರರು.

ಬೊಲಿವಿಯಾದಲ್ಲಿ ಕ್ರಾಂತಿಕಾರರಿಗೆ ನೇತೃತ್ವ ನೀಡಲೆಂದು ಬಂದ ಚೆ ಗ್ವೆವೆರಾ ಗೆರಿಲಾ ಯುದ್ಧದ ಬಗೆಗೆ ಒಂದು ಪುಸ್ತಕ ಬರೆದ. ಆತನ ಒಡನಾಡಿಯಾಗಲು ಬಯಸಿ ಬಂದ ಫ್ರಾನ್ಸಿನ ಖ್ಯಾತ ಸಾಹಿತಿ ದೆಬ್ರೇ ಮೂವತ್ತು ವರ್ಷಗಳ ಕಾರಾಗೃಹ ವಾಸಕ್ಕೆ ಗುರಿಯಾದ. ಲೇಖನಿಯ ಲೋಕದಲ್ಲಿ ಮೂಡಿ ಬಂದ ಆಕ್ರೋಶಕ್ಕೆ ಮಣಿದು ಬೊಲಿವಿಯಾ ಸರ್ವಾಧಿಕಾರೀ ಆಳುವ ವರ್ಗ ದೆಬ್ರೇಯನ್ನು ಬಿಟ್ಟುಕೊಟ್ಟಿತು.

ರಿಕಾರ್ದೊ ಜಾಲ್ಮೆಸ್ ಪ್ರೆಯ್ರಿ ಬೊಲಿವಿಯಾದ ನವ್ಯ ಕವಿ. ಕಾದಂಬರಿ ಕ್ಷೇತ್ರದಲ್ಲಿ ಪ್ರಮುಖರು: ನತಾನೀಯಲ್ ಅಕ್ವಿವ್ರಾ, ಯುವಾನ್ ದೇ ಲರೋಸಾ ಮತ್ತು ಅಲ್ಸಿದೇಸ್ ಅರ್ಗ್ವೇದಸ್. ಅಗಸ್ಟೊ ಸೆಸ್ಪೆಡೆಸ್ ಹೆಸರುವಾಸಿ ಕಥೆಗಾರ.

ಪಾವ್ಲೊ ನೆರೂದ (ರಿಕಾರ್ದೊ ನೆಫ್ತಾಲಿ ರೇಯಸ್) ವಿಶ್ವ ಸಾಹಿತ್ಯ ರಂಗದಲ್ಲಿ ಮೆರೆದ ಮಹಾನ್ ಜನತಾ ಕವಿ. (ನೊಬೆಲ್ ಪಾರಿತೋಷಕ ಬಂತು.) ಚೀಲೇ ದೇಶದವನು. ಹಿಂದೆ ಅದೇ ದೇಶದ ಲೇಖಿಕೆ ಗಾಬ್ರಿಯೆಲಾ ಮಿಸ್ತ್ರಲ್‌ಗೆ ಅಂಥದೇ ಪಾರಿತೋಷಕ ಬಂದಿತ್ತು. ಮಾರ್ತಾ ಬ್ರೂನೆತ್ ಕಥೆಗಾರ್ತಿ, ಕಾದಂಬರಿಕಾರ್ತಿ; ತನ್ನ ಕೃತಿಗಳಲ್ಲಿ ರೈತ ಸ್ತ್ರೀಯರನ್ನು ಚಿತ್ರಿಸಿದಳು. ಮಾನ್ಯುಎಲ್ ರೋಜಸ್ ಕಾರ್ಮಿಕನಾಗಿ ಬದುಕು ಆರಂಭಿಸಿ, ಶ್ರಮಿಕರ ಬದುಕಿನ ಕಾದಂಬರಿಕಾರನಾದ. ಎದುವಾರ್ದೊ ಬಾರಿಯೋಸ್ ಕಾದಂಬರಿಕಾರ ಹಾಗೂ ನಾಟಕಕಾರ. ಓಸ್ಕಾರ್ ಕಾಸ್ಟ್ರೋಸ್ ಜೆದ್ ಮತ್ತು ಬಾಲ್ದೊಮಿರೊ ಲಿಲ್ಲೊ ಕೀರ್ತಿಶಾಲಿ ಕಥೆಗಾರರು.

ಜಗತ್ತಿನ ಎಲ್ಲ ಓದುಗರ ಗಮನವನ್ನು ಈ ದಿನ ಸೆಳೆದಿರುವ ಅಸಾಧಾರಣ ಕಥೆಗಾರ ಅರ್ಜೆಂಟೀನದ ಹೋರ್ಹೇ ಲೂಯಿಸ್ ಬೋರ್ಹೆಸ್. ಈತ ಸ್ಪಾನಿಷ್, ಇಂಗ್ಲಿಷ್ ಎರಡೂ ಭಾಷೆಗಳಲ್ಲಿ ಬರೆಯುವುದುಂಟು. ಯುನಾ ದೇ ಇಬರ್ಬೊಲೊ ಕವಯಿತ್ರಿ. ಕವಿ ಅಲ್ಮಾ ಫರ್ತ್ರಿ ದಲಿತವಾಣಿ. ಲಿಯೊಪೊಲ್ಡೊ ಲ್ಯುಗೊನಿಸ್ ಇನ್ನೊಬ್ಬ ಖ್ಯಾತ ಕವಿ. ಸಾಹಿತ್ಯ ಲೋಕದ ಇನ್ನೊಂದು ದೊಡ್ಡ ಹೆಸರು ಮರಿಯಾ ವರ್ಗಾಸ್ ಲ್ಲೊಸ. ಈ ದೇಶದ ಹಿಂದಿನ ರಾಜಧಾನಿಯಾಗಿದ್ದ ಬ್ವೆನೆಸ್ ಏರೆಸ್‌ನಲ್ಲಿ 60 ಕಲಾ ಪ್ರದರ್ಶನಾಲಯ ಗಳಿವೆ; ಅನೇಕ ವಸ್ತು ಸಂಗ್ರಹಾಲಯಗಳಿವೆ. ಜಾನಪದ ಕಲಾ ಉತ್ಸವಗಳು ನಡೆಯುತ್ತವೆ.

ಪಾರಾಗ್ವಾಈಯಲ್ಲಿ ಅವುಗಸ್ಟೊ ರೊ ಅಬಸ್ಟೋಸ್ ಕಬ್ಬಿನ ತೋಟದ ಕೂಲಿಯ ಮಗನಾಗಿ ಹುಟ್ಟಿ, ಕ್ರಾಂತಿಕಾರೀ ಚಟುವಟಿಕೆಗಳಿಗಾಗಿ ಗಡಿಪಾರಾದ. ಆ ಅವಧಿಯಲ್ಲಿ ಕಾದಂಬರಿಕಾರನಾಗಿ ರೂಪುಗೊಂಡ.

ಉರುಗ್ವಾಈಯಲ್ಲಿ ದೆಲ್ಮೀರಾ ಆಗಸ್ತೆನ್ ಕವಯಿತ್ರಿ. ಮೂರು ಬಾರಿ ಗಡಿಪಾರಾದ ಎದುವರ್ದೊ ಕಾದಂಬರಿಕಾರ. ನಾಟಕಕಾರ ವೆಂತುರಾ ವೆಗಾ. ಕಥಾ ಕ್ಷೇತ್ರದ ಪ್ರಮುಖರು; ಜಾವಿಯರ್ ವಿಯನ ಮತ್ತು ಓರಾತಿಯೋ ಕುರೋಗಾ.

ಜಾಗತಿಕ ಕ್ರೀಡಾಂಗಣದ ಹಿರಿಯ ತಾರೆ ಅಪ್ರತಿಮ ಕಾಲ್ಚೆಂಡು ಆಟಗಾರ ಪೀಲೆ– 'ಅರಸು' ಎಂಬ ಮೆಚ್ಚುಗೆಯ ಬಿರುದು ಪಡೆದವನು. ಆತನ ದೇಶವಾದ ಬ್ರೇಜಿಲ್‌ನಲ್ಲಿ ಭಾರೀ ಫುಟ್‌ಬಾಲ್ ಕ್ರೀಡಾಂಗಣವೂ ಇದೆ. ದೇಶದಲ್ಲಿ 1200 ವಿಮಾನ ನಿಲ್ದಾಣಗಳು, 700 ರೇಡಿಯೋ ನಿಲಯಗಳು, 20 ದೂರದರ್ಶನ ನಿಲಯಗಳು ಇವೆ. 19–20ನೇ ಶತಮಾನಗಳಲ್ಲಿ ಸಾಹಿತ್ಯ ಕ್ಷೇತ್ರದಲ್ಲೂ ಅತಿಕಾಯರು ರಥ ಓಡಿಸಿದ್ದಾರೆ. ಜೋಕ್ವಿಂ ಮರಿಯಾ ವಚಾದೋ ಆಸಿಸ್ (ಕಥೆ), ವಿನ್ಸೆಂಟ್ ಕಾರ್‌ವಾಲ್ಹೊ (ಕಾವ್ಯ), ಆಸ್ವಾಲ್ಡ್ ಅಂದ್ರಾದೆ (ಕಾವ್ಯ – ಕಾದಂಬರಿ) ಮಾನ್ಯುಆಲ್ ಅಂತೋನಿಯಾ (ಕಥೆ, ಕಾದಂಬರಿ, ವಿಡಂಬನೆ)... ಇವರೆಲ್ಲ ಸುಪ್ರಸಿದ್ಧರ ಸಾಲಿನಲ್ಲಿದ್ದಾರೆ. ಲ್ಯಾಟಿನ್ ಅಮೆರಿಕದಲ್ಲಿ ಪೋರ್ತುಗೀಸ್ ಭಾಷೆಯಲ್ಲಿ ಸಾಹಿತ್ಯ ಸೃಷ್ಟಿಯಾಗುತ್ತಿರುವ ದೇಶ ಮಾತ್ರ ಬ್ರೇಜಿಲ್ ಒಂದೆ.

3

ಜ್ವಲಂತ ಭೂಖಂಡದ ಜ್ವಲಂತ ಸಾಹಿತ್ಯ. ಅಲ್ಲಿಂದ ಆರಿಸಿದ ಹದಿನಾಲ್ಕು ಕಥೆಗಳನ್ನು ಈ ಸಂಪುಟದಲ್ಲಿ ಜೋಡಿಸಲಾಗಿದೆ, ಇದು ಓದುಗರ ಪ್ರೀತಿಗೆ ಪಾತ್ರವಾಗುತ್ತದೆನ್ನುವ ನಂಬಿಕೆ ನನಗಿದೆ.

ಒಂದು ರೀತಿಯಲ್ಲಿ ವಿಶ್ವದ ಆಧುನಿಕ ಕಥೆಗಳಿಗೆ ಈಗ ವಿದಾಯ ನುಡಿದಂತೆ. ವಿಶ್ವಕಥಾಕೋಶದ 25ನೆಯ ಹಾಗೂ ಕೊನೆಯ ಸಂಪುಟ 'ಸಾವಿಲ್ಲದವರು' ಅಪೂರ್ವ ಕಥಾಲೋಕಕ್ಕೆ ನಿಮ್ಮನ್ನು ಒಯ್ಯಲಿದೆ.

ದೀಪಾವಳಿ, 1982 — **ನಿರಂಜನ**
ಬೆಂಗಳೂರು — ಪ್ರಧಾನ ಸಂಪಾದಕ

○ ರೂಬೇನ್ ದಾರೀಓ

ನಿಕಾರಾಗ್ವಾ

ಕಿವುಡು ವನದೇವತೆ

ಒಂದಾನೊಂದು ಕಾಲದಲ್ಲಿ ಒಲಿಂಪಸ್ ಪರ್ವತದ[1] ಸಮೀಪದಲ್ಲಿ ಒಬ್ಬ ವನದೇವತೆ ವಾಸವಾಗಿದ್ದ. ಅವನ ಕಾಡಿಗೆ ಅವನೇ ಪುರಾತನ ದೊರೆ. ದೇವತೆಗಳು ಅವನಿಗೆ ಹೇಳಿದ್ದರು: "ಕಾಡೆಲ್ಲ ನಿನ್ನದೇ, ಮಜಾ ಮಾಡು. ಖುಷಿಪಡು ಪೋಕರಿ ಮುಂಡೇದೆ. ಅಪ್ಸರೆಯರ ಬೆನ್ನಟ್ಟು. ನಿನ್ನ ಕೊಳಲಿನ ನಾದವ ಹರಿಸು." ಅದರಂತೆ ವನದೇವತೆ ಸಂತೋಷದಲ್ಲಿ ಮಗ್ನನಾದ.

ಒಂದು ದಿನ ತಂದೆ ಅಪೊಲೊ[2] ತನ್ನ ದೈವಿಕ ಲೈರ್ ವಾದ್ಯವನ್ನು[3] ನುಡಿಸುತ್ತಿದ್ದ. ಆಗ ವನದೇವತೆ ತನ್ನ ಸರಹದ್ದನ್ನು ದಾಟಿ ಪವಿತ್ರ ಪರ್ವತವನ್ನು ಏರುವ ಸಾಹಸ ಮಾಡಿದ. ಅಲ್ಲಿ ಆ ನೀಳ ಕೂದಲ ದೇವನಿಗೆ ಅನಿರೀಕ್ಷಿತವಾಗಿ ಕಾಣಿಸಿಕೊಂಡ. ಅದಕ್ಕಾಗಿ ಅಪೊಲೊ ಅವನನ್ನು ಶತಕಿವುಡನಾಗುವಂತೆ ಶಪಿಸಿದ. ಪರಿಣಾಮವಾಗಿ, ದಟ್ಟಾರಣ್ಯದಲ್ಲಿ ನಿಬಿಡವಾಗಿದ್ದ ಪಕ್ಷಿಸಂಕುಲ ಹೊರಡಿಸಿದ ರಾಗಾಲಾಪನೆ ಮತ್ತು ಮೃದುವಾದ ಕೂಜನ ಧ್ವನಿ ನಿರರ್ಥಕವಾದವು. ವನದೇವತೆಗೆ ಏನೇನೂ ಕೇಳಿಸಲಿಲ್ಲ. ಕೆದರಿದ ತಲೆಗೂದಲಿನ ಮೇಲೆ ದ್ರಾಕ್ಷಿ ಬಳ್ಳಿಯ ಚಿಗುರಿನ ಕಿರೀಟ ಧರಿಸಿದ ಫಿಲೊಮೆಲ್[4] ಬುಲ್‌ಬುಲ್ ಹಕ್ಕಿಯ ರೂಪದಲ್ಲಿ ಮನೋಹರವಾಗಿ ಹಾಡಿದಾಗ ಹರಿಯುವ ಹೊಳೆಗಳು ಗಕ್ಕನೆ ನಿಲ್ಲುತ್ತಿದ್ದವು, ಬಿಳಿ ಗುಲಾಬಿಗಳು ಲಜ್ಜೆಯಿಂದ ಕೆಂಪಾಗುತ್ತಿದ್ದವು. ಆದರೆ ವನದೇವತೆ ಮಾತ್ರ ಒಂದೋ ನಿರ್ವಿಕಾರನಾಗಿರುತ್ತಿದ್ದ ಅಥವಾ ಸೂರ್ಯ ತನ್ನ ಚಿನ್ನದ ಬಣ್ಣದ ಕಿರಣಗಳಿಂದ

---

1 ಒಲಿಂಪಸ್ ಪರ್ವತ: ಗ್ರೀಸ್ ದೇಶದ ಅತ್ಯುನ್ನತ ಪರ್ವತ ಶಿಖರ; ಗ್ರೀಕ್ ಪುರಾಣ ಕಥೆಗಳ ಪ್ರಕಾರ ಪುರಾತನ ಗ್ರೀಕ್ ದೇವತೆಗಳ ಆವಾಸ ಸ್ಥಾನ.

2 ಅಪೊಲೊ: ಪ್ರಾಚೀನ ಗ್ರೀಕರ ಸೂರ್ಯದೇವತೆ. ಸಂಗೀತ, ಧನುರ್ವಿದ್ಯೆ, ವೈದ್ಯಿಕೆ ಮೊದಲಾದವುಗಳ ಅಧಿದೇವತೆ.

3 ಲೈರ್: U ಆಕಾರದ ಒಂದು ಪುರಾತನ ತಂತಿ ವಾದ್ಯ, ಕಿನ್ನರಿ ವೀಣೆ.

4 ಫಿಲೊಮೆಲ್: ಬುಲ್ ಬುಲ್ ಹಕ್ಕಿಯಾಗಿ ದೇವತೆಗಳಿಂದ ಮಾರ್ಪಡಿಸಲ್ಪಟ್ಟ ಒಬ್ಬ ರಾಜುಕುಮಾರಿ.

ಸವರುತ್ತಿರುವ ಗುಂಡನೆಯ ಶ್ವೇತಸುಂದರ ನಿತಂಬವೊಂದನ್ನು ಕೊಂಬೆಗಳ ಸಂದಿಯಿಂದ ಕಂಡಾಗ ಸಂಭ್ರಮದಿಂದ ವಿಕಟವಾಗಿ ನಗುತ್ತ ಕುಣಿದು ಕುಪ್ಪಳಿಸುತ್ತಿದ್ದ. ಆಗ ಪ್ರಾಣಿಗಳು ಧಣಿಯನ್ನು ಓಲೈಸುವಂತೆ ಲಲ್ಲೆಗರೆಯುತ್ತಿದ್ದವು.

ಅವನ ಗಮನ ಸೆಳೆಯಲು ಅವನ ಕಣ್ಮುಂದೆ ಮದಿರೋನ್ಮತ್ತ ಬಕಾಂಟಿಗಳು [1] ಮೈಮೇಲೆ ಎಚ್ಚರದಪ್ಪಿ ವೃಂದನರ್ತನ ಮಾಡುತ್ತಿದ್ದರು. ಹದಿಹರೆಯದ ಫಾನ್‌ಗಳು [2] ಅವರಿಗೆ ಪಕ್ಕವಾದ್ಯ ನುಡಿಸುತ್ತ, ತಮ್ಮ ಮುಗುಳ್ನಗೆಯ ಬೆಳದಿಂಗಳನ್ನು ಅವನ ಮೇಲೆ ಬೀರುತ್ತಿದ್ದವು. ಅವನಿಗೆ ದನಿಯೂ ಕೇಳಿಸುತ್ತಿರಲಿಲ್ಲ, ಚಿಟಿಕೆಯ ತಾಳವೂ ಕೇಳಿಸುತ್ತಿರಲಿಲ್ಲ. ಆದರೆ ಅವನು ತನ್ನದೇ ಆದ ರೀತಿಯಲ್ಲಿ ಖುಷಿಪಡುತ್ತಿದ್ದ. ಹೀಗೆ ಈ ಮೇಕೆ ಪಾದದ, ಗಡ್ಡದ ದೊರೆ ತನ್ನ ದಿನಗಳನ್ನು ದೂಡುತ್ತಿದ್ದ.

ಅವನೊಬ್ಬ ಚಪಲ ಚಿತ್ತದ ವನದೇವತೆ.

ಅವನಿಗೆ ಇಬ್ಬರು ಆಸ್ಥಾನ ಸಚಿವರು: ಒಂದು ಲಾರ್ಕ್, [3] ಒಂದು ಕತ್ತೆ. ವನದೇವತೆ ಕಿವುಡಾದಾಗ ಲಾರ್ಕ್ ತನ್ನ ಪ್ರಾಶಸ್ತ್ಯವನ್ನು ಕಳೆದುಕೊಂಡಿತ್ತು. ಮೊದಲಾದರೆ, ಕಾಮನೆಯಿಂದ ಬಸವಳಿದಾಗ ಅವನು ತನ್ನ ಕೊಳಲನ್ನು ಮೃದುವಾಗಿ ನುಡಿಸುತ್ತಿದ್ದ. ಲಾರ್ಕ್ ಅದಕ್ಕೆ ದನಿಗೂಡಿಸುತ್ತಿತ್ತು.

ಮುಂದೆ ಒಲಿಂಪಸ್ಸಿನ ಗುಡುಗಿನ ಶಬ್ದವನ್ನೂ ಆತ ಕೇಳಲಾರದವನಾದ ಮೇಲೆ, ಕತ್ತೆಗೆ ಹೆಚ್ಚು ಪ್ರಾಮುಖ್ಯ ದೊರಕಿತು. ತನ್ನ ವಿಶಾಲ ಅರಣ್ಯದಲ್ಲಿ ಆ ಉದ್ದ ಕಿವಿಯ ತಾಳ್ಮೆಯ ಪ್ರಾಣಿ ಅವನ ವಾಹವಾಯಿತು. ಲಾರ್ಕ್ ಆದರೋ ಬೆಳಕು ಹರಿಯುತ್ತಿದ್ದಂತೆಯೇ ಅವನ ಕೈಯಿಂದ ಹಾರಿ, ಹಾಡಿಕೊಂಡು ನಭೋಮಂಡಲದತ್ತ ನೆಗೆಯುತ್ತಿತ್ತು.

ಅರಣ್ಯ ದೇಶೋವಿಶಾಲವಾಗಿತ್ತು. ಅಲ್ಲಿ ಲಾರ್ಕ್ ಹಕ್ಕಿಯ ಪಾಲಿಗೆ ಮರದ ತುದಿಗಳು, ಕತ್ತೆಯ ಪಾಲಿಗೆ ಹುಲ್ಲುಗಾವಲು. ಮುಂಜಾವಿನ ಅರುಣ ಕಿರಣಗಳು ಲಾರ್ಕನ್ನು ಸ್ವಾಗತಿಸುತ್ತಿದ್ದವು. ಅದು ಅಂಕುರಗಳಲ್ಲಿರುವ ಮಂಜಿನ ಹನಿಯನ್ನು ಕುಡಿಯುತ್ತಿತ್ತು; 'ಮುದಿ ಓಕ್ ಮರವೇ ಎದ್ದೇಳು' ಎಂದು ಹಾಡಿ ಓಕ್ ಮರವನ್ನು ಎಚ್ಚರಗೊಳಿಸುತ್ತಿತ್ತು. ಸೂರ್ಯ ಚುಂಬನದಿಂದ ಅದು ಸಂತಸಗೊಳ್ಳುತ್ತಿತ್ತು. ಬೆಳ್ಳಿ ನಕ್ಷತ್ರದ ಒಲವು ಗಳಿಸಿತ್ತು. ವಿಶಾಲವಾದ ನೀಲಿಮ ಬಾಂದಳವು ತನ್ನ ಅಗಾಧತೆಯ ಅಡಿಯಲ್ಲಿ ಈ ಪುಟಾಣಿಯ ಅಸ್ತಿತ್ವವನ್ನು ಅರಿತಿತ್ತು. ಜನಸಾಮಾನ್ಯರ ವರದಿಯಂತೆ ಕತ್ತೆ ತತ್ತ್ವಶಾಸ್ತ್ರದಲ್ಲಿ ನಿಷ್ಣಾತ. (ಆದರೆ ಅದು ಇನ್ನೂ ಕ್ಯಾಂಟ್‌ನೊಡನೆ [4] ಸಂವಾದ ಮಾಡಿರಲಿಲ್ಲ.) ನಿರಾಳವಾಗಿ ಕಿವಿಗಳನ್ನು ಅಲುಗಿಸುತ್ತಾ ಹುಲ್ಲುಗಾವಲಿನಲ್ಲಿ ಮೇಯುತ್ತಿರುವ ಕತ್ತೆಯನ್ನು ನೋಡಿದಾಗ ಇದು ಎಂಥ ವಿಚಾರವಂತ ಎಂದುಕೊಂಡು ವನದೇವತೆ ಅದನ್ನು ತುಂಬು ಗೌರವದಿಂದ ಕಾಣುತ್ತಿದ್ದ. ಆ ದಿನಗಳಲ್ಲಿ ಕತ್ತೆ ಈಗಿನಷ್ಟು ಪ್ರಸಿದ್ಧಿಗೆ ಬಂದಿರಲಿಲ್ಲ. ದವಡೆಯನ್ನು ಅಲುಗಿಸುತ್ತಾ ನಿಂತ ಆ ಪ್ರಾಣಿಯನ್ನು ನೋಡಿದರೆ, ಲ್ಯಾಟಿನ್ ಭಾಷೆಯಲ್ಲಿ ಡೇನಿಯಲ್ ಹೀನ್ಸಿಯಸ್; ಫ್ರೆಂಚಿನಲ್ಲಿ ಪಾಸರಾ,

---

1 ಬ್ಯಾಕಸ್ ಎಂಬ ಗ್ರೀಕ್ ಮೂಲದ ರೋಮನ್ ಮದ್ಯದೇವತೆಯ ಉಪಾಸಕರು.

2 ಕೊಂಬು, ಬಾಲವುಳ್ಳ ಒಂದು ಬಗೆಯ ಲ್ಯಾಟಿನ್ ಗ್ರಾಮದೇವತೆ.

3 ಮರಳುಗಂದು ಬಣ್ಣದ ಗರಿಗಳುಳ್ಳ ಒಂದು ಸಣ್ಣ ಪಕ್ಷಿ ಜಾತಿ, ಟಿಟ್ಟಿಭ.

4 ಇಮಾನ್ಯುಯಲ್ ಕ್ಯಾಂಟ್ (1724–1804) ಸುಪ್ರಸಿದ್ಧ ಜರ್ಮನ್ ತತ್ವಜ್ಞಾನಿ.

ಬ್ಯುಫೋನ್ ಮತ್ತು ಖ್ಯಾತ ಹ್ಯೂಗೋ; ಸ್ಪಾನಿಷ್ ಭಾಷೆಯಲ್ಲಿ ಪೋಸಾದಾ ಮತ್ತು ವಾಲ್‌ದೇರಾಮಾ – ಇವರೆಲ್ಲ ಅದನ್ನು ಸ್ತುತಿಸಿ ಬರೆದಾರೆಂದು ಯಾರೂ ಊಹಿಸಿರಲಾರರು.

ನೊಣಗಳು ಕಚ್ಚಿದರೆ ಔದಾಸೀನ್ಯದಿಂದ ಬಾಲ ಝಾಡಿಸಿ ಅವುಗಳನ್ನು ಬೆದರಿಸುತ್ತಿದ್ದ, ಆಗಾಗ ಒದೆಯುತ್ತ ವಿಚಿತ್ರ ಶಬ್ದಗಳನ್ನು ಅರಣ್ಯ ಗರ್ಭಕ್ಕೆ ಕಳಿಸುತ್ತಿದ್ದ ಕತ್ತೆ ಕಾಡಿನಲ್ಲಿ ಎಲ್ಲರ ಪ್ರೀತಿಯ ಪ್ರಾಣಿ. ಅದು ಮಧ್ಯಾಹ್ನದ ವಿಶ್ರಾಂತಿಗಾಗಿ ದಟ್ಟವಾದ ನೆಲದ ಮೇಲೆ ಮಲಗಿದಾಗ ಗಿಡಗಳು ಹಾಗೂ ಹೂವುಗಳು ಮಧುರವಾದ ನರುಗಂಪನ್ನು ಸೂಸುತ್ತಿದ್ದವು. ಮಹಾವೃಕ್ಷಗಳು ತಮ್ಮ ಕೊಂಬೆಗಳನ್ನು ಬಾಗಿಸಿ ಅದರ ಮೇಲೆ ನೆರಳನ್ನು ಚಾಚುತ್ತಿದ್ದವು.

ಅಂಥ ಸಮಯದಲ್ಲಿ ಮಾನವನ ಕಷ್ಟಕಾರ್ಪಣ್ಯಗಳನ್ನು ಕಂಡು ತಲ್ಲಣಗೊಂಡ ಆರ್ಫಿಯಸ್[1] ಕಾಡಿಗೆ ಧಾವಿಸಬೇಕೆಂದುಕೊಂಡ. ಅಲ್ಲಿ ಮರದ ಕಾಂಡಗಳೂ ಶಿಲೆಗಳೂ ತನ್ನ ಸಂಗೀತವನ್ನು ಅರ್ಥಮಾಡಿಕೊಂಡು ತನ್ಮಯವಾಗಿ ಕೇಳುತ್ತವೆ, ಅಲ್ಲಿ ತನ್ನ ವಾದ್ಯದ ನಾದದೊಡನೆ ಉತ್ಕಟ ಪ್ರೇಮವನ್ನೂ ಜೀವಂತಿಕೆಯನ್ನೂ ತುಂಬಿ ಸಾಮರಸ್ಯದಿಂದ ಸ್ಪಂದಿಸಬಹುದು ಎಂದು ಆತ ಭಾವಿಸಿದ.

ಆರ್ಫಿಯಸ್ ತನ್ನ ಲೈರ್ ವಾದ್ಯವನ್ನು ಮೀಟಿದಾಗ ಅಪೊಲೊನ ಮುಖಮಂಡಲದಲ್ಲಿ ಮುಗುಳ್ನಗೆಯೊಂದು ಮಿನುಗುತ್ತಿತ್ತು. ಡಿಮಿಟರ್[2] ಸಂತೋಷದಿಂದ ರೋಮಾಂಚಗೊಳ್ಳುತ್ತಿದ್ದಳು. ತಾಳೆಯ ಮರಗಳು ತಮ್ಮ ಪರಾಗ ವರ್ಷ ಕರೆಯುತ್ತಿದ್ದವು. ಕಾಳುಗಳು ಸಿಡಿಯುತ್ತಿದ್ದವು. ಸಿಂಹಗಳು ಮೆಲ್ಲನೆ ತಮ್ಮ ಕೇಸರಗಳನ್ನು ಅಲುಗಾಡಿಸುತ್ತಿದ್ದವು. ಒಮ್ಮೆ ಕಾರ್ನೇಷನ್ ಗಿಡದಿಂದ ತೊಟ್ಟು ಕಳಚಿಕೊಂಡು ಹಾರಿದ ಹೂವೊಂದು ಕೆಂಪು ಚಿಟ್ಟೆಯಾಗಿ ರೂಪಾಂತರಗೊಂಡಿತ್ತು. ಸ್ವರ್ಗ ಲೋಕದಿಂದ ನಕ್ಷತ್ರವೊಂದು ದೀನಭಾವದಿಂದ ಕೆಳಗಿಳಿದು ಬಂದು ನೈದಿಲೆಯಾಗಿತ್ತು.

ವನದೇವತೆಯ ಕಾಡಿಗಿಂತ ಉತ್ತಮವಾದದ್ದು ಬೇರೆಲ್ಲಿ ತಾನೇ ತನಗೆ ದೊರಕೀತು? ವನದೇವತೆಯನ್ನು ಉಲ್ಲಾಸಗೊಳಿಸೋಣ; ಅಲ್ಲಿ ತನ್ನನ್ನು ದೈವಾಂಶ ಸಂಭೂತನೆಂದು ಗೌರವಿಸುತ್ತಾರೆ; ಕಾಡೆಲ್ಲ ಆಮೋದ, ನರ್ತನ, ಚೆಲುವು, ಉದ್ದೀಪನಗಳಿಂದ ತುಂಬಿದೆ; ಅಲ್ಲಿ ಅಪ್ಸರೆಯರೂ ಬಕಾಂಟಿಯರೂ ಸದಾ ಮುದ್ದುಗರೆಯುತ್ತಾ ಕನ್ಯೋಚಿತವಾಗಿರುತ್ತಾರೆ; ಅಲ್ಲಿ ದ್ರಾಕ್ಷಿಯೂ ಗುಲಾಬಿಯೂ ತುಂಬಿವೆ; ಸಿಸ್ಟ್ರಮ್‌ನ[3] ನಿನಾದ ತುಳುಕುತ್ತಿರುತ್ತದೆ; ಅಲ್ಲಿ ಮೇಕೆಪಾದದ ದೊರೆ ತನ್ನ ಫಾನ್‌ಗಳ ಎದುರು ಮದಿರೋನ್ಮತ್ತನಾಗಿ ಸೈಲಿನಸ್‌ನಂತೆ[4] ಹಾವಭಾವಗಳಿಂದ ನರ್ತಿಸುತ್ತಾನೆ – ಎಂದೆಲ್ಲ ಆರ್ಫಿಯಸ್ ಯೋಚಿಸಿದ.

ತನ್ನ ಪ್ರಶಸ್ತಿ ಮಾಲೆ, ಲೈರ್ ವಾದ್ಯ ಮತ್ತು ಕವಿಯ ಹೆಮ್ಮೆಯ ಭಂಗಿಯೊಡನೆ ದಿಟ್ಟ ನಿಲುವು ತಳೆದು ದೇದೀಪ್ಯಮಾನವಾಗಿ ಆರ್ಫಿಯಸ್ ಅಲ್ಲಿಗೆ ಹೋದ.

ರೋಮಭೂಷಿತ ಉನ್ಮತ್ತ ವನದೇವತೆ ಇದ್ದಲ್ಲಿಗೆ ಅವನು ಬಂದ. ಆತಿಥ್ಯ ಯಾಚಿಸುತ್ತ ಆರ್ಫಿಯಸ್ ಹಾಡಿದ. ದೇವಾಧಿದೇವ ಜೋವನನ್ನು[5] ಕುರಿತು, ಎರೋಸ್ ಮತ್ತು

---

[1] ಅಪೊಲೊ ಮತ್ತು ಕಾವ್ಯದೇವತೆ ಕ್ಯಾಲಿಯೋಪೆಯರ ಮಗ. ಕವಿ ಮತ್ತು ಸಂಗೀತಗಾರ.

[2] ಪ್ರಾಚೀನ ಗ್ರೀಕ್ ವ್ಯವಸಾಯ ದೇವತೆ ಹಾಗೂ ವಿವಾಹ ಬಂಧನ, ಸಾಮಾಜಿಕ ವ್ಯವಸ್ಥೆಯ ರಕ್ಷಕಿ.

[3] ಪುರಾತನ ಈಜಿಪ್ಟಿನವರು ಐಸಿಸ್ ದೇವತೆಯ ಆರಾಧನೆಯಲ್ಲಿ ಉಪಯೋಗಿಸುತ್ತಿದ್ದ ಒಂದು ವಿಧದ ಗಿಲಿಕೆ.

[4] ಗ್ರೀಕ್ ಪುರಾಣದ ದಿಯೊನಿಸಸ್ ದೇವತೆಯ ಸಾಕುತಂದೆಯಾದ ಕುಡುಕ ಮುದುಕ.

[5] ಗ್ರೀಕ್ ದೇವತೆಗಳ ಅಧಿಪತಿ ಜೀಯಸ್‌ನ ಇನ್ನೊಂದು (ರೋಮನ್) ಹೆಸರು.

ಆಫ್ರೊದಿತೆಯನ್ನು[1] ಕುರಿತು, ಲಲಿತವಾದ ಸೆಂಟಾರ್‌ಗಳನ್ನು[2] ಕುರಿತು, ಉತ್ಸಾಹ ಚಿಮ್ಮುವ ಬಕಾಂಟಿಯರನ್ನು ಕುರಿತು ಅವನು ಹಾಡಿದ; ದಿಯೊನಿಸಸ್‌ನ[3] ಮದ್ಯದ ಬಟ್ಟಲು, ಸಂಭ್ರಮಿತ ಗಾಳಿಯನ್ನು ಮೀಟುವ ಚೂಪುಮೊನೆಯ ದಂಡಾಭರಣ,[4] ಪರ್ವತಗಳ ಸಮ್ರಾಟನೂ ಅಡವಿಗಳ ಸಾರ್ವಭೌಮನೂ ಸ್ವತಃ ಹಾಡಬಲ್ಲವನೂ ಆಗಿದ್ದ ವನದೇವತೆಯರ ದೇವ ಪಾನ್[5] – ಇವರನ್ನೆಲ್ಲ ಕುರಿತು ಹಾಡಿದ. ಅವನು ಭೂಮಿತಾಯಿ ಹಾಗೂ ಬೀಸುವ ಗಾಳಿಯ ಅನ್ಯೋನ್ಯವನ್ನು ಕುರಿತು ಹಾಡಿದ. ಹೀಗೆ ಅವನು ಇಯೋಲಿಯನ್ ಹಾರ್ಪ್[6] ವಾದ್ಯದ ಮಾಧುರ್ಯ, ಮರದ ತೋಪಿನ ಮರ್ಮರ, ಲೈರ್ ವಾದ್ಯದ ಗಂಭೀರ ಧ್ವನಿ, ಪಿಳ್ಳಂಗೋವಿಯ ರಾಗಮಾಲಿಕೆಗಳನ್ನೆಲ್ಲಾ ತನ್ನ ಗಾಯನದಲ್ಲಿ ಹಾಡಿ ತೋರಿಸಿದ. ಇದಲ್ಲದೆ ಗಗನದಿಂದಿಳಿದು ಬಂದ ದೇವತೆಗಳನ್ನೆಲ್ಲ ಸಂಪ್ರೀತಗೊಳಿಸುವ ಸ್ತೋತ್ರಗಳನ್ನೂ ಆತ ಹಾಡಿದ. ಸಂಕಷ್ಟ ಪರಿಹಾರಕ ಅಪೊಲೊನ ಸ್ತೋತ್ರದ ತಾಳವನ್ನು ಹಾಗೂ ಪ್ರಗಾಥದ ಬಾರ್ಬಿಟನ್[7] ಅನ್ನು ಅನುಸರಿಸುವ ಹಾಡುಗಳನ್ನು ಹಾಡಿದ. ಅವನ ಸಂಗೀತದಲ್ಲಿ ಉಗುರುಬೆಚ್ಚಗಿನ ಹಿಮದಂತಿರುವ ಸ್ತನಗಳ ಸೌಂದರ್ಯವಿತ್ತು. ಚಿನ್ನದ ಬಟ್ಟಲುಗಳ ಕಾಂತಿಯಿತ್ತು. ಹಕ್ಕಿಗೊರಳಿನ ಮಾಧುರ್ಯವಿತ್ತು. ಸೂರ್ಯಪ್ರಭೆಯ ಭವ್ಯತೆಯಿತ್ತು.

ಅವನು ತನ್ನ ಸ್ತೋತ್ರಗೀತೆಯನ್ನು ಹಾಡಲು ಪ್ರಾರಂಭಿಸಿದಾಗಿನಿಂದಲೂ ಬಿಸಿಲು ಉಜ್ವಲವಾಗಿ ಬೆಳಗಿತು. ಬೃಹತ್ ಕಾಂಡಗಳು ಮೈತೂಗಿದವು. ಗುಲಾಬಿಯ ದಳಗಳು ದಳದಳ ಸುರಿದವು. ಲಿಲ್ಲಿ ಹೂವುಗಳು ಅರ್ಪಣಾಭಾವದಿಂದ ಮೈ ಬಾಗಿದವು. ಆರ್ಫಿಯಸ್ ತನ್ನ ತಾಳಬದ್ಧ ಲೈರ್ ವಾದನದಿಂದ ಸಿಂಹಗಳು ಮುಲುಕುವಂತೆ, ಕಲ್ಲು ಕಂಬನಿಗರೆಯುವಂತೆ ಮಾಡಿದ. ಉಗ್ರವಾದ ಬಕಾಂಟಿಗಳು ಕೂಡ ಸೌಮ್ಯವಾಗಿ ಮಂತ್ರಮುಗ್ಧವಾಗಿ ಅವನ ಗಾಯನ ಕೇಳಿದವು. ವನ ದೇವತೆ ಕಣ್ಣೆತ್ತಿಯೂ ನೋಡದಿದ್ದ ಜಲಕನ್ನಿಕೆಯೊಬ್ಬಳು ಅಂಜಂಜುತ್ತಾ ಗಾಯಕನ ಬಳಿ ಬಂದು "ನಾನು ನಿನ್ನನ್ನು ಪ್ರೇಮಿಸುತ್ತೇನೆ" ಎಂದಳು. ಅನಾಕ್ರಿಯಾನ್‌ನ[8] ಪ್ರಣಯ ಪಕ್ಷಿಯಂತೆ ಬುಲ್‌ಬುಲ್ ಹಕ್ಕಿಯ ರೂಪ ಪಡೆದಿದ್ದ ಫಿಲೊಮೆಲ್ ಹಾರಿಬಂದು ಲೈರ್ ವಾದ್ಯದ ಮೇಲೆ ಕುಳಿತುಕೊಂಡಿತು. ಈಗ ಆರ್ಫಿಯಸ್‌ನ ಧ್ವನಿ ಮಾತ್ರ ಪ್ರತಿಧ್ವನಿಸುತ್ತಿತ್ತು. ಸ್ತೋತ್ರ ಗಾಯನ ಕೇಳಿ ಪ್ರಕೃತಿ ರೋಮಾಂಚ ಗೊಂಡಿತು. ಬದಿಯ ಆಕಾಶದಲ್ಲಿ ಸಂಚಾರ ಮಾಡುತ್ತಿದ್ದ ವೀನಸ್ ದೇವಿ[9] ದೂರದಿಂದ ತನ್ನ ದೈವಿಕ ಧ್ವನಿಯಲ್ಲಿ ಕೇಳಿದಳು, "ಒಂದು ಪಕ್ಷ ಅಪೊಲೊ ಇಲ್ಲೇನಾದರೂ ಬಂದಿರಬಹುದೆ?"

ಅಂಥ ಅದ್ಭುತ ಸ್ವರಮೇಳ ಹಬ್ಬಿದ ಆ ಆಸುಪಾಸಿನಲ್ಲಿ ಅದನ್ನು ಸವಿಯದಿದ್ದವನೆಂದರೆ ಕಿವುಡು ವನದೇವತೆಯೊಬ್ಬನೇ.

---

1 ರತಿ–ಮನ್ಮಥರಿಗೆ ಸಂವಾದಿಯಾದ ಗ್ರೀಕ್ ದೇವತೆಗಳು.

2 ಮೇಲ್ಭಾಗ ಮನುಷ್ಯಾಕಾರವಾಗಿಯೂ ಕೆಳಭಾಗ ಕುದುರೆಯ ಆಕಾರವಾಗಿಯೂ ಇರುವ ಪ್ರಾಣಿ.

3 ಗ್ರೀಕ್ ಮದ್ಯದೇವತೆ.

4 ಬ್ಯಾಕಸ್ ದೇವತೆಯ ದಂಡ.

5 ಅರ್ಧ ಆಡಿನ ಆಕೃತಿಯುಳ್ಳ ಗ್ರೀಕರ ಹಳ್ಳಿಯ ದೇವತೆ: ಪಶುಗಳ ಮತ್ತು ಕುರಿಗಾಹಿಗಳ ಅಧಿದೇವತೆ.

6 ಗಾಳಿಗೊಡ್ಡಿದರೆ ಬಾಜಿಸುವ ಒಂದು ತೆರದ ತಂತಿ ವಾದ್ಯ.

7 ಲೈರ್‌ನಂಥ ಒಂದು ಪುರಾತನ ಸಂಗೀತವಾದ್ಯ.

8 ಕ್ರಿ.ಪೂ. 6ನೇ ಶತಮಾನದ ಒಬ್ಬ ಕವಿ.

9 ಪುರಾತನ ರೋಮನರ ಪ್ರೇಮದೇವತೆ.

ಕವಿ ತನ್ನ ಗಾಯನವನ್ನು ಮುಗಿಸಿ ವನದೇವತೆಯನ್ನು ಕೇಳಿದ:

"ನನ್ನ ಹಾಡು ನಿನಗೆ ಇಷ್ಟವಾಯಿತೆ? ಆಗಿದ್ದರೆ ನಿನ್ನೊಡನೆ ನಾನೂ ಈ ಅರಣ್ಯದಲ್ಲಿ ತಂಗಲೆ?"

ವನದೇವತೆ ತನ್ನ ಇಬ್ಬರು ಸಮಾಲೋಚಕರತ್ತ ನೋಡಿದ. ಅವನಿಗೆ ಅರ್ಥವಾಗದುದನ್ನು ಅವರಿಬ್ಬರು ಇತ್ಯರ್ಥ ಮಾಡಬೇಕು. ಅವನ ನೋಟ ಅವರ ಅಭಿಪ್ರಾಯವನ್ನು ಕೇಳಿತು.

ಉಚ್ಚ ಕಂಠದಿಂದ ಕೂಗಲು ಪ್ರಯತ್ನಿಸುತ್ತಾ ಲಾರ್ಕ್ ಹೇಳಿತು :

"ಧಣಿಯೇ ನಮಗಾಗಿ ಹೀಗೆ ಹಾಡಿದವನನ್ನು ಇಲ್ಲಿಯೇ ಇರಗೊಡು. ನೋಡು, ಅವನ ಲೈರ್ ಎಷ್ಟು ಸುಂದರ, ಸುದೃಢ. ಇಂದು ನೀನು ನಿನ್ನ ಕಾಡಿನಲ್ಲಿ ಕಂಡ ಈ ವೈಭವ ಮತ್ತು ದೀಪ್ತಿಗಳನ್ನು ಅವನು ನಿನಗೆ ನೀಡಲು ಬಯಸುತ್ತಿದ್ದಾನೆ. ತನ್ನ ಸ್ವರಮೇಳವನ್ನು ಅವನು ನಿನಗೆ ಕೊಟ್ಟಿದ್ದಾನೆ. ಧಣಿಯೇ, ಈ ವಿಷಯಗಳ ಬಗ್ಗೆ ನನಗೆ ಸಾಕಷ್ಟು ಮಾಹಿತಿ ಇದೆ. ಯಾಕೆಂದರೆ, ಮುಂಜಾನೆಯ ಅರುಣೋದಯದಲ್ಲಿ ಈ ಜಗತ್ತು ಎಚ್ಚರಗೊಳ್ಳುವಾಗ ನಾನು ಮೇಲೆ ಮೇಲೆ ಹಾರಿ ಆ ದೂರದ ಆಕಾಶಕ್ಕೆ ಏರಿ, ಆ ಎತ್ತರದ ಬಿತ್ತರದಲ್ಲಿ ನನ್ನ ಕೂಜನದ ಅದೃಶ್ಯ ಹವಳಗಳನ್ನು ತೂರಿಬಿಡುತ್ತೇನೆ. ಬೆಳಗಿನ ಹೊಂಗಿರಣಗಳ ನಡುವೆ ನನ್ನ ಮೋಹನ ಗಾನಸುಧೆ ಮಿಳಿತವಾಗಿ ಆಕಾಶದ ಅವಕಾಶವೆಲ್ಲ ಸಂತೋಷದಿಂದ ಆವೃತವಾಗುತ್ತದೆ. ಇಂಥ ನಾನು ಹೇಳುತ್ತಿದ್ದೇನೆ: ಆರ್ಫಿಯಸ್ ತುಂಬ ಚೆನ್ನಾಗಿ ಹಾಡಿದ್ದಾನೆ. ದೇವತೆಗಳಲ್ಲೆಲ್ಲಾ ಅವನು ಅತ್ಯಂತ ಉತ್ತಮನಾದವನು. ಅವನ ಗಾಯನ ಇಡೀ ಕಾಡನ್ನೇ ಮಂತ್ರಮುಗ್ಧವಾಗಿಸಿತು. ಹದ್ದುಗಳು ಕೆಳಗಿಳಿದು ನಮ್ಮ ತಲೆಯ ಮೇಲೆಯೇ ಸರಿದುಹೋದವು. ಹೂವರಳುವ ಪೊದೆಗಳು ತಮ್ಮ ಸುಗಂಧಭರಿತ ಗೊಂಡೆಗಳನ್ನು ಮೃದುವಾಗಿ ತೂಗಿದವು. ಜೇನುನೊಣಗಳು ತಮ್ಮ ಗೂಡು ಬಿಟ್ಟು ಹಾಡು ಕೇಳಲು ಹೊರಬಂದವು. ಧಣಿಯೇ, ನನ್ನ ಮಟ್ಟಿಗೆ ಹೇಳುವುದಾದರೆ, ನಾನೇನಾದರೂ ನಿನ್ನ ಸ್ಥಾನದಲ್ಲಿದ್ದಿದ್ದರೆ ದ್ರಾಕ್ಷಿ ಕುಡಿಯ ಆಕಾರದಲ್ಲಿರುವ ನನ್ನ ಕೊರಳ ಮಾಲೆಯನ್ನೂ ಚೂಪು ಮೊನೆಯ ದಂಡಾಭರಣವನ್ನೂ ಅವನಿಗೆ ಅರ್ಪಿಸಿಬಿಡುತ್ತಿದ್ದೆ. ಜಗತ್ತಿನಲ್ಲಿ ಎರಡು ರೀತಿಯ ಶಕ್ತಿಗಳಿವೆ: ಒಂದು ದೈಹಿಕ, ಇನ್ನೊಂದು ಮಾನಸಿಕ. ಹರ್ಕ್ಯುಲಿಸ್ [1] ತನ್ನ ಮುಷ್ಟಿಯಿಂದ ಏನನ್ನು ಸಾಧಿಸುತ್ತಿದ್ದನೋ ಅದನ್ನು ಆರ್ಫಿಯಸ್ ತನ್ನ ಸ್ಫೂರ್ತಿಯಿಂದ ಮಾಡುತ್ತಾನೆ. ಆ ಬಲಶಾಲಿ ದೇವ ಒಂದೇ ಪೆಟ್ಟಿಗೆ ಆಥೋಸ್ [2] ಪರ್ವತವನ್ನೇ ಕುಟ್ಟಿ ಪುಡಿ ಮಾಡಬಲ್ಲವನಾಗಿದ್ದ. ಆದರೆ ಆರ್ಫಿಯಸ್ ತನ್ನ ಅಜೇಯ ಕಂಠದಿಂದ ನೀಮಾದ ಸಿಂಹವನ್ನೂ [3] ಎರಿ ಮಾಂಥಸ್ಸಿನ ಕಾಡುಹಂದಿಯನ್ನೂ [4] ಮಣಿಸಬಲ್ಲ. ಮನುಷ್ಯರಲ್ಲಿ ಕೆಲವರು ಲೋಹಗಳನ್ನು ಎರಕ ಹೊಯ್ಯಲು ಹುಟ್ಟಿರುತ್ತಾರೆ. ಮತ್ತೆ ಕೆಲವರು ನೆಲದಿಂದ ಗೋಧಿ ತೆಗೆಯುತ್ತಾರೆ. ಇತರ ಕೆಲವರು ಭೀಕರ

---

1 ತನ್ನ ಪ್ರಚಂಡ ತೋಳ್ಬಲದಿಂದ ಹನ್ನೆರಡು ಸಾಹಸ ಕಾರ್ಯಗಳನ್ನು ಮಾಡಿದ, ಅತ್ಯಂತ ಬಲಿಷ್ಠ ಕಾಯನಾಗಿದ್ದ ಗ್ರೀಕ್ ಪೌರಾಣಿಕ ಕಥಾನಾಯಕ.

2 6000 ಅಡಿಗಳಿಗಿಂತಲೂ ಹೆಚ್ಚು ಎತ್ತರವಿರುವ ಗ್ರೀಸಿನ ಒಂದು ಉನ್ನತ ಬೆಟ್ಟ.

3 ವಜ್ರದೇಹಿಯಾಗಿದ್ದ ದೈತ್ಯಾಕಾರದ ಪೌರಾಣಿಕ ಸಿಂಹ. ಯಾವ ಆಯುಧದಿಂದಲೂ ಇದನ್ನು ಕೊಲ್ಲಲು ಸಾಧ್ಯವಿರಲಿಲ್ಲ. ಆದುದರಿಂದ ಅದರ ಕತ್ತನ್ನು ತನ್ನ ಬರಿಗೈಗಳಿಂದ ಅಮುಕಿ ಹರ್ಕ್ಯುಲಿಸ್ ಅದನ್ನು ಕೊಂದನಂತೆ.

4 ಗ್ರೀಸಿನ ಮಧ್ಯಭಾಗದಲ್ಲಿರುವ ಎರಿಮಾಂಥಸ್ ಪರ್ವತ ಪ್ರದೇಶದಲ್ಲಿದ್ದ ಒಂದು ಭೀಕರ ಕಾಡುಹಂದಿ. ಜನರಿಗೆಲ್ಲ ಉಪಟಳ ಕೊಡುತ್ತಿದ್ದ ಈ ಕಾಡುಹಂದಿಯನ್ನು ಕೊನೆಗೆ ಹರ್ಕ್ಯುಲಿಸನೇ ಸೆರೆಹಿಡಿದನಂತೆ.

ಕಾಳಗಗಳಲ್ಲಿ ಹೋರಾಡಲು ಹುಟ್ಟಿರುತ್ತಾರೆ. ಮತ್ತೂ ಕೆಲವರು ಇದ್ದಾರೆ: ಅವರು ಬೇರೆಯವರಿಗೆ ಉಪದೇಶಿಸಲು, ದೇವರನ್ನು ಸಂಕೀರ್ತಿಸಲು ಮತ್ತು ಹಾಡಲು ಹುಟ್ಟಿರುತ್ತಾರೆ. ನಾನು ನಿನ್ನ ಪಾನಪಾತ್ರೆಯನ್ನು ಹಿಡಿದವನಾಗಿದ್ದು ನಿನಗೆ ದ್ರಾಕ್ಷಾರಸ ಕೊಟ್ಟರೆ, ಅದು ನಿನ್ನ ರಸನೇಂದ್ರಿಯಕ್ಕೆ ಸಂತೋಷವನ್ನು ನೀಡುತ್ತದೆ. ನಾನು ನಿನಗೊಂದು ಸ್ತೋತ್ರ ಗೀತೆಯನ್ನು ಅರ್ಪಿಸಿದರೆ ಅದು ನಿನ್ನ ಆತ್ಮಕ್ಕೆ ಸಂತೋಷವನ್ನು ಕೊಡುತ್ತದೆ."

ಲಾರ್ಕ್ ತನ್ನ ಹಾಡನ್ನು ಹಾಡಿದ ಹಾಗೇ ಆರ್ಫಿಯಸ್ ತನ್ನ ವಾದ್ಯವನ್ನು ನುಡಿಸಿ ಅದಕ್ಕೆ ಸಂಗಾತಿಯೊದಗಿಸಿದ. ಆಗ ಸೌರಭ ತುಂಬಿದ ಆ ಹಸಿರು ಕಾಡಿನಿಂದ ಶ್ರೋತೃಗಳು ಮನಸೋಲುವಂತಿದ್ದ ದೀರ್ಘ ಮಧುರ ಭಾವಗೀತೆಯೊಂದು ಹೊರಹೊಮ್ಮಿತು. ಕಿವುಡು ವನದೇವತೆ ಚಡಪಡಿಸುತ್ತಿದ್ದ. ಯಾರು ಈ ಅಪರಿಚಿತ ಅತಿಥಿ ? ಈ ಹಿಂದಿನ ಉದ್ರೇಕಕಾರಿ ಹುಚ್ಚು ಕುಣಿತವೇಕೆ ಇದ್ದಕ್ಕಿದ್ದಂತೆಯೇ ಅವನ ಮುಂದೆ ನಿಂತುಹೋಯಿತು ? ತನ್ನ ಇಬ್ಬರು ಸಮಾಲೋಚಕರು ಏನು ಹೇಳುತ್ತಾರೆ ?

ಲಾರ್ಕ್ ಹಕ್ಕಿಯೇನೋ ಹಾಡು ಹಾಡಿತು. ಆದರೆ ವನದೇವತೆ ಕೇಳಲಾರ ! ಕೊನೆಗೆ ಅವನು ತನ್ನ ದೃಷ್ಟಿಯನ್ನೂ ಕತ್ತೆಯ ಕಡೆಗೆ ಹೊರಳಿಸಿದ.

ಓಹೋ ತನ್ನ ಅಭಿಪ್ರಾಯವನ್ನು ಕೊಡಬೇಕೋ ! ಆಗಲಿ ಅದಕ್ಕೇನು ಎಂದುಕೊಂಡಿತು ಕತ್ತೆ. ಅನುರಣನಗೊಳ್ಳುವ ಆ ವಿಶಾಲ ಅರಣ್ಯದೆದುರಲ್ಲಿ, ಪವಿತ್ರ ನೀಲಿಮೆಯ ಅಡಿಯಲ್ಲಿ ಆ ಕತ್ತೆ ಚಿಂತನಮಗ್ನ ತತ್ತ್ವಜ್ಞಾನಿಯ ಹಾಗೇ ನಿಷ್ಠುರವಾಗಿ, ಮೌನವಾಗಿ, ಮೊಂಡುತನದಿಂದ ತನ್ನ ತಲೆಯನ್ನು ಆ ಕಡೆಗೂ ಈ ಕಡೆಗೂ ಆಡಿಸಿತು.

ಆಗ ತನ್ನ ಗೊರಸಿನ ಪಾದದಿಂದ ವನದೇವತೆ ನೆಲವನ್ನು ಅಪ್ಪಳಿಸಿದ. ಅಸಂತೋಷದಿಂದ ಹುಬ್ಬುಗಂಟುಹಾಕಿದ. ಆರ್ಫಿಯಸ್ಸನಿಗೆ ಕಾಡಿನಿಂದ ಹೊರಗೆ ಹೋಗುವ ದಾರಿಯನ್ನು ತೋರಿಸುತ್ತ ಅಲಕ್ಷ್ಯದಿಂದ ಉದ್ಗರಿಸಿದ :

"ಬೇಡ !"

ಅದರ ಪ್ರತಿಧ್ವನಿ ನೆರೆಯ ಒಲಿಂಪಸ್‌ಗೆ ತಲಪಿತು. ಅಲ್ಲಿ ದೇವತೆಗಳು ಆಟದಲ್ಲಿ ಮಗ್ನರಾಗಿದ್ದರು. ಅವರು ಈ ಧ್ವನಿಯನ್ನು ಕೇಳಿ ಗಹಗಹಿಸಿ ನಕ್ಕರು. ಈ ನಗುವಿನ ಲಹರಿಯನ್ನೇ ಮುಂದೆ 'ಹೊಮೆರಿಕ್ ನಗೆ' [1] ಎಂದು ಕರೆಯಲಾಯಿತು.

ಕಿವುಡು ವನದೇವತೆಯ ಕಾಡಿನಿಂದ ಆರ್ಫಿಯಸ್ ದುಃಖಿತನಾಗಿ ಹೊರಬಂದ. ಹೋಗುತ್ತ ದಾರಿಯಲ್ಲಿ ಸಿಗುವ ಮೊದಲ ಲಾರೆಲ್ ಮರಕ್ಕೆ ನೇಣುಹಾಕಿಕೊಳ್ಳಬೇಕೆನ್ನಿಸುವಷ್ಟು ಬೇಸರವಾಗಿತ್ತು ಅವನಿಗೆ.

ಆದರೆ ಅವನೇನೂ ನೇಣುಹಾಕಿಕೊಳ್ಳಲಿಲ್ಲ; ಬದಲಿಗೆ ಯೂರಿದೈಸಿಯನ್ನು [2] ಮದುವೆಯಾದ. O

---

1 ಪುರಾತನ ಗ್ರೀಕ್ ಕವಿ ಹೋಮರನ ಮಹಾಕಾವ್ಯಗಳಾದ 'ಇಲಿಯಡ್' ಮತ್ತು 'ಒಡಿಸ್ಸಿ'ಗಳಲ್ಲಿ ದೇವತೆಗಳು ಅಣಕದಿಂದ ನಗುವ ವೈಖರಿ ಕೆಲವು ಕಡೆ ವರ್ಣಿತವಾಗಿದೆ. ಇಂಥ ನಗೆಯನ್ನು 'ಹೊಮೆರಿಕ್ ನಗೆ' ಎನ್ನಲಾಗುತ್ತದೆ. ಅಂದರೆ, ವ್ಯಂಗ್ಯ ಬೆರೆತ ಅಟ್ಟಹಾಸದ ನಗೆ ಎಂದರ್ಥ.

2 ಓರ್ವ ಅಪ್ಸರೆ.

○ ಕಾರ್ಲೋಸ್ ವೀಲ್ಡ್ ಓಸ್ಪಿನಾ

ಗ್ವಾತೇಮಾಲಾ

ಮನೆತನದ ಗೌರವ

ಅವನು ಕೊಟ್ಟಿಗೆ ಬೇಲಿಗಿಂತ ಮೇಲಕ್ಕೆ ತಲೆ ಎತ್ತಿ ಹುಬ್ಬಿನ ಮೇಲೆ ಕೈ ಇಟ್ಟುಕೊಂಡು ಕುಟೀರದೊಳಗೆ ಇಣಿಕಿ ನೋಡಿದ. ಅರೆಗುರುಡುನಾಗಿದ್ದ ಆತ ಅಲ್ಲಿನ ಅಡಿಗೆಯೊಲೆಯ ಜ್ವಾಲೆಗಳನ್ನೂ ಅದರ ಬೆಳಕಿನ ಮುಂದೆ ಆಚೀಚೆ ಚಲಿಸುತ್ತಿದ್ದ ಕೆಲವು ಅಸ್ಪಷ್ಟ ಆಕೃತಿಗಳನ್ನೂ ನೋಡಿದ ಎನ್ನುವುದಕ್ಕಿಂತ ಪರಿಭಾವಿಸಿದ ಎನ್ನುವುದೇ ಸರಿ. ಕಾನೂನುಬಾಹಿರ ವ್ಯಕ್ತಿಗೆ ಸಹಜವಾದ ಎಚ್ಚರಿಕೆಯಿಂದ ಅವನು ತಲೆಚಾಚಿ ಕೇಳುವ ಭಂಗಿಯಲ್ಲಿ ನಿಂತ. ಮೂಗು ಸೊಟ್ಟಮಾಡಿ, ಗಾಳಿಯಲ್ಲಿ ವಾಸನೆ ಅರಸುವ ನಾಯಿಯಂತೆ ಹೊಳ್ಳೆಗಳನ್ನು ಅಗಲಿಸಿದ. ಹೆಂಗಸರು ಜೋಳದ ರೊಟ್ಟಿ ತಟ್ಟುವ ಥಪ್‌ಥಪ್ ಶಬ್ದ ಸ್ಪಷ್ಟವಾಗಿ ಕೇಳಿಸಿತು. ರೊಟ್ಟಿ ಸುಡುವ ಕಂಪು ಅವನ ಮೂಗಿಗೆ ಬಡಿಯಿತು. ಆಹಾ, ಎಂಥಾ ಹಸಿವೆ! ಭಿಕ್ಷುಕನದಕ್ಕಿಂತಲೂ ತೀವ್ರವಾದ ಹಸಿವು. ಭಿಕ್ಷುಕ ಮೂರ್ಛೆ ಬೀಳುವ ಮೊದಲು, ಅವನ ಹೊಟ್ಟೆಯನ್ನು ವಿಷದ ಹಾವಿನಂತೆ ಹಸಿವು ಕಚ್ಚುವ ಮೊದಲು ದಾನ ಅದನ್ನು ತಣಿಸುತ್ತದೆ. ಇವನದು ಕಣ್ತಪ್ಪಿಸಿ ಓಡಿಬಂದವನ ಹಸಿವು. ಭಿಕ್ಷೆ ಬೇಡಲು ಪಟ್ಟಣಗಳ ಹತ್ತಿರ ಹೋಗುವ ಧೈರ್ಯ ಅವನಿಗಿರಲಿಲ್ಲ. ಊಟ ಸಿಕ್ಕಾಗ ಅವನು ಕೈಯಲ್ಲಿ ಕತ್ತಿ ಹಿಡಿದುಕೊಂಡೋ ಭುಜದಲ್ಲಿ ಬಂದೂಕು ಸಿಕ್ಕಿಸಿಕೊಂಡೋ ತೋಳದಂತೆ ಗಬಗಬ ತಿನ್ನುತ್ತಿದ್ದ.

ಆದರೆ ಹ್ವಾನ್ ಬಾರಾಬಾಸ್ ನಿರ್ಧಾರ ಮಾಡಿಬಿಟ್ಟ. ಯಾರಾದರೂ ತನ್ನನ್ನು ಬಂಧಿಸಿಯಾರೆಂದು ಅವನಿಗೆ ಭೀತಿಯೇ? ಖಂಡಿತ ಇಲ್ಲ. ಅದರಿಂದ ಅವನಿಗೆ ಲಾಭವೇ ಆದೀತು! ಆಗಲೇ ಆ ವಿಷಯವಾಗಿ ಅವನು ಎಚ್ಚರಿಕೆಯಿಂದ ಯೋಚಿಸಿದ್ದ – ಆಹಾರ ಮತ್ತು ವಸತಿಗಾಗಿ ಪೊಲೀಸರ ಕೈಗೆ ಸಿಕ್ಕಿಹಾಕಿ ಕೊಳ್ಳುವುದೇ ವಾಸಿ. ಸದ್ಯಕ್ಕೆ ಈ ಪಶುಪಾಲನ ಕ್ಷೇತ್ರದ ಜನರಿಂದ ತುಂಡು ರೊಟ್ಟಿ ಬೇಡೋಣ, ಇಲ್ಲಿ ತನ್ನನ್ನು ಯಾರೂ ಗುರುತಿಸಲಾರರು ಎಂದು ಆತ ತೀರ್ಮಾನಿಸಿದ. ಬಳಿಕ ತಡಿಕೆ ಬೇಲಿಯನ್ನು ಸುತ್ತಿಕೊಂಡು, ಊರುಗೋಲಿನ ಸಹಾಯದಿಂದ ದಾರಿಯನ್ನು ಗುರುತಿಸಿ, ಸಮೃದ್ಧ ತರಕಾರಿಯ ತೋಟದ ನಡುವೆ ಮಾಡಿದ ಚೆನ್ನಾದ ದಾರಿಯಲ್ಲಿ ಕುಂಟಿಕೊಂಡು

ಅನುಕಂಪ ಹುಟ್ಟಿಸುವ ಹಾಗೇ ನಡೆದ. ಇದ್ದಕ್ಕಿದ್ದಂತೆ ಆತ ನಿಂತ. ನಾನು ಕೆಲಸ ಕೇಳಬೇಕೆ? ಅಸಂಬದ್ಧ! ವಯಸ್ಸಾಗಿ ಅಸ್ವಸ್ಥನಾಗಿರುವ ತನ್ನಿಂದ ಈಗ ಕೆಲಸ ಮಾಡುವುದಾದರೂ ಸಾಧ್ಯವೇ? ಯೌವನದಲ್ಲಿ ಬಲಶಾಲಿಯಾಗಿದ್ದಾಗಲೇ ಕೆಲಸ ಮಾಡಿರಲಿಲ್ಲ. ಇಲ್ಲ, ಅಡಿಗೆ ಮನೆಯಲ್ಲಿ ಒಂದು ತುಂಡು ರೊಟ್ಟಿ ಕೇಳುವುದೇ ಸರಿ ಎಂದುಕೊಂಡ.

ಕಂತ್ರಿ ನಾಯಿಯ ಹಾಗೇ ಕಳ್ಳ ನಡಿಗೆಯಲ್ಲಿ ಹಲ್ಲುಕಿರಿಯುತ್ತಾ ಅವನು ಕುಟೀರದ ಹತ್ತಿರ ಹೋದ. ಬೆಂಕಿಯ ಮುಂದೆ ಆಚೆ ಈಚೆ ಓಡಾಡುತ್ತಿದ್ದ ಹೆಂಗಸರಲ್ಲಿ ಒಬ್ಬಳು ಹೊಗೆಯ ನಡುವೆ ಅವನನ್ನು ನೋಡಿದಳು.

"ಏನು ಬೇಕಾಗಿತ್ತಪ್ಪ?"

"ಒಂದು ರೊಟ್ಟಿ ಧರ್ಮಾ ಮಾಡಿ ತಾಯಿ, ದೇವರು ಒಳ್ಳೇದು ಮಾಡ್ಲಿ" – ತಾನು ಕಳ್ಳತನ ಮಾಡುತ್ತಿದ್ದ ಕಾಲದಲ್ಲಿ ಕಲಿತ ವಿದ್ಯೆ ಉಪಯೋಗಿಸಿ ತನ್ನ ಒರಟು ಧ್ವನಿಯನ್ನು ಮೃದುಮಾಡಿ ಮೆಲ್ಲನೆ ಹೇಳಿದ ಹ್ವಾನ್ ಬಾರಾಬಾಸ್.

ಹೆಂಗಸು ಅವನನ್ನು ಒಳಗೆ ಕರೆದಳು. ಬಿಸಿಲಲ್ಲಿ ಒಣಗಿಸಿದ ಕಚ್ಚಾ ಇಟ್ಟಿಗೆಯಿಂದ ಮಾಡಿದ ಕುಟೀರದ ಗೋಡೆಗೆ ತಗಲಿಸಿ ಇಡಲಾಗಿದ್ದ ಒಂದು ಬೆಂಚಿನ ಮೇಲೆ ಅವನು ಕುಳಿತುಕೊಂಡ. ಹೆಂಗಸರು ಒಂದು ಕ್ಷಣ ಅವನನ್ನು ಅಪನಂಬಿಕೆಯ ನೋಟದಿಂದ ನೋಡಿದರು. ಮೈಮೇಲೆ ಕೂದಲು ಎದ್ದು ನಿಂತಿದ್ದ ನಾಯಿಯೊಂದು ಭಯಂಕರವಾಗಿ ಬೊಗಳಲಾರಂಭಿಸಿತು. ಅವರು ಹುರಿದ ಮಾಂಸದ ತುಂಡನ್ನೂ ಒಂದಿಷ್ಟು ರೊಟ್ಟಿಗಳನ್ನೂ ಅವನಿಗೆ ತಂದಿತ್ತರು. ಎಲ್ಲ ಪ್ರಾಣಿಗಳನ್ನೂ ಆಳುವ ಹೊಟ್ಟೆಯನ್ನು ತೃಪ್ತಿಗೊಳಿಸಲು ಸಾಧ್ಯವಾಯಿತಲ್ಲ ಎಂಬ ಸಂತೋಷದಿಂದ ಸಾವಧಾನವಾಗಿ, ಹೆದರಿಕೆಯನ್ನೆಲ್ಲಾ ಮರೆತು ಹ್ವಾನ್ ಬಾರಾಬಾಸ್ ತಿನ್ನಲಾರಂಭಿಸಿದ. ಆಮೇಲೆ ಕವಿದು ಬರುತ್ತಿದ್ದ ನಿದ್ದೆಯನ್ನು ತಡೆಯಲಾರದೆ ಕಚ್ಚಾ ಇಟ್ಟಿಗೆಯ ಗೋಡೆಗೆ ಅವನು ಒರಗಿಕೊಂಡ, ಆದರೆ ತನ್ನನ್ನು ಒಳಗೆ ಕರೆದಿದ್ದ ಹೆಂಗಸಿನ ಪ್ರಶ್ನೆ ಅವನನ್ನು ಎಚ್ಚರಿಸಿತು.

"ದೂರ ಪ್ರಯಾಣ ಮಾಡ್ತಿದ್ದೀಯಾ?"

ಅವನು ಸಾಲ್ಟಾದಿಂದ ಬಂದಿದ್ದ; ಆಗಷ್ಟೇ ಆಸ್ಪತ್ರೆಯಿಂದ ಬಿಡುಗಡೆ ಹೊಂದಿ ಬಂದಿದ್ದ. ಎಲ್ಲಿಗೆ ಹೋಗುತ್ತಿರುವೆನೆಂದು ಅವನಿಗೇ ಗೊತ್ತಿರಲಿಲ್ಲ. ತಲೆಯ ಮೇಲೆ ಸೂರಿಲ್ಲದ, ಉಣ್ಣಲು ಊಟವಿಲ್ಲದ, ಬಂಧು ಬಳಗವಿಲ್ಲದ ಮನುಷ್ಯನಿಗೆ ಪ್ರಾಣ ಬಿಡಲು ಈ ಜಾಗವೇನು, ಆ ಜಾಗವೇನು – ಎಲ್ಲಾ ಒಂದೇ. ಹೆಂಗಸು ಅನುಕಂಪ ತುಂಬಿದ ಕುತೂಹಲದಿಂದ ಅವನನ್ನು ನೋಡಿದಳು. ಏನು ಬಾಧೆಯಾಗಿತ್ತು ಅವನಿಗೆ? ಕಣ್ಣಿಗೆ ಬಂದಿಳಿದಿರುವ ದರಿದ್ರ ಶೀತ ಮತ್ತು ಮಾಮೂಲಿ ಜ್ವರ ಅವನನ್ನು ಕಾಡುತ್ತಿದ್ದವು. ಘಟ್ಟದ ಕೆಳಗಿನ ಜನರೆಲ್ಲರಿಗೂ ಈ ರೋಗ ಇತ್ತು. ಎಷ್ಟೋ ವರ್ಷಗಳ ಹಿಂದೆ ಪೀಟನ್‌ನ ಅಂಟು ಮರಗಳ ಕಾಡಿನಲ್ಲಿ ಕೆಲಸ ಮಾಡುವಾಗ ಅವನಿಗೆ ಈ ರೋಗ ತಗಲಿತ್ತು...

"ಘಟ್ಟದ ಕೆಳಗೆ ಯಾರಿಗೂ ಈ ರೋಗ ತಪ್ಪಿದ್ದಲ್ಲ ಅಂತಾರೆ" – ಬೆಣ್ಣೆ ಮುದ್ದೆಯಂತಿದ್ದ ಸುಮಾರು ನಲವತ್ತರ ಪ್ರಾಯದ ಹೆಂಗಸೊಬ್ಬಳು ಅಂದಳು. ಹ್ವಾನ್ ಬಾರಾಬಾಸ್ ಕಡೆ ತಿರುಗಿ ಅವಳು ಕೇಳಿದಳು.

"ಏನು ನಿನ್ನ ಹೆಸರು?"

ಈ ಸಲ ಹ್ವಾನ್ ಬಾರಾಬಾಸ್ ತನ್ನ ನಿಯಮಕ್ಕೆ ವ್ಯತಿರಿಕ್ತವಾಗಿ ಅಪರಿಚಿತರಿಗೆ ತನ್ನ ನಿಜವಾದ ಹೆಸರನ್ನೇ ಹೇಳಿದ : "ಹ್ವಾನ್ ಬಾರ್ಗಾಸ್– ನಿಮ್ಮ ಸೇವೆಯಲ್ಲಿ."

ಹೆಂಗಸು ಅದನ್ನೊಮ್ಮೆ ಪುನರುಚ್ಚರಿಸಿ, "ಹೋಸೇಫಾಳ ಗಂಡನ ಹೆಸರೂ ಬಾರ್ಗಾಸ್ ಅಲ್ವಾ?" ಎಂದಳು.

ಚಿಂದಿಬಟ್ಟೆಯ ಕೊಳಕಲು ಮನುಷ್ಯ ಬೆಚ್ಚಿಬಿದ್ದು ತನ್ನ ಊದಿಕೊಂಡ ಕಣ್ಣುಗಳನ್ನು ಅರಳಿಸಿದ. ಆದರೆ ಅವನು ಬಾಯಿ ಬಿಡಲಿಲ್ಲ. ಒಂದು ಕ್ಷಣದ ನಂತರ ಅವನೆಂದ - "ಇಲ್ಲೊಬ್ಬಳು ಹೋಸೇಫಾ ಇದಾಳಾ?"

"ಇದಾಳಲ್ಲ. ಅವಳೂ ಅವಳ ಮಗಳೂ ಸೇರಿ ನಮ್ಮ ಧಣಿಯ ಮನೇನ ನೋಡಿಕೋತಾರೆ. ಅವಳಿಗೊಬ್ಬ ಗಂಡ ಇದ್ದ. ಆದ್ರೆ ಅವನು ಅವಳನ್ನು ಬಿಟ್ಟುಬಿಟ್ಟಿದ್ದ ಅಂತಾರೆ."

"ಧಣಿಗಳು ಇದಾರಾ ಊರಿನಲ್ಲಿ?"

"ಇಲ್ಲ ಅವರು ಗ್ವಾತೇಮಾಲಾ ಪಟ್ಟಣಕ್ಕೆ ಹೋಗಿದ್ದಾರೆ. ಹೋಸೇಫಾ ಈಗ ಕೊಟ್ಟಿಗೇಲಿ ಹಸುಗಳನ್ನ ನೋಡಿಕೊಳ್ತಾ ಇದ್ದಾಳೆ."

"ದೇವರು ನಿಮಗೆ ಒಳ್ಳೇದು ಮಾಡಲಿ" ಎಂದು ಹೇಳಿ ಅವರಿಂದ ಬೀಳ್ಕೊಂಡು ಹ್ವಾನ್ ಬಾರಾಬಾಸ್ ದನದ ಕೊಟ್ಟಿಗೆಯ ಕಡೆಗೆ ನಡೆದುಕೊಂಡುಹೋದ. ಅಲ್ಲಿ ಅವನು ಹೋಸೇಫಾಳನ್ನು ದೂರದಿಂದ ನೋಡುತ್ತಿದ್ದಂತೆಯೇ ಗುರುತು ಹಿಡಿದ. ವಯಸ್ಸಾದ, ದರ್ಪದ, ಶೀಘ್ರಕೋಪಿಯಾದ ಹೋಸೇಫಾ, ಹಾಲು ಕರೆಯುವ ಹುಡುಗರನ್ನು ಬೈಯುತ್ತಿದ್ದಳು. ಅವಳ ಆಚೆಗೆ ಅವಳ ಮಗಳು ನಿಂತಿದ್ದಳು. ಹ್ವಾನ್ ಬಾರಾಬಾಸ್‌ನ ಮಗಳು! ಚೆಲುವಾದ ತರುಣಿಯಾಗಿ ಬೆಳೆದಿದ್ದಳು. ಇರಲಿ! ಇರಲಿ! ಈಗ ದಪ್ಪನಾಗಿ ಹೊಟ್ಟೆಡುಮ್ಮಿಯಾಗಿ ಬೆಳೆದಿದ್ದ ಹಾಗೂ ಸಾರ್ಜೆಂಟ್ ಪ್ರಮುಖಳಂತೆ ಅರಚುತ್ತಾ ಪಶುಪಾಲನ ಕ್ಷೇತ್ರದ ಒಡೆಯಳೋ ಎಂಬಂತೆ ವರ್ತಿಸುತ್ತಿದ್ದ ತನ್ನ ಹಳೆಯ ಹೆಂಡತಿಯನ್ನು ನೋಡಿ ಹ್ವಾನ್ ಬಾರಾಬಾಸ್‌ಗೆ ಯಾವುದೇ ರೀತಿಯ ಭಾವೋದ್ವೇಗ ಉಂಟಾಗಲಿಲ್ಲ. ಅವನು ಅವಳ ಬಳಿಗೆ ಹೋಗಿ ಯಾವುದೇ ಪೀಠಿಕೆ ಇಲ್ಲದೆ ನೇರವಾಗಿ ಕೇಳಿಬಿಟ್ಟ :

"ನನ್ನ ಗುರುತು ಸಿಕ್ತಾ ನಿಂಗೆ?"

ಅವಳು ಗೊಂದಲದಿಂದ ಒಂದು ಕ್ಷಣ ಸ್ತಬ್ಧಳಾದಳು; ಆಮೇಲೆ ಅವನ ಗಡ್ಡಮೀಸೆ ತಾಕುವಷ್ಟು ಸನಿಹಕ್ಕೆ ಬಂದು ಅವನನ್ನು ನೋಡಿ ಯಾರು ಎಂದು ಗುರುತು ಹಿಡಿದಳು. ಆನಂತರ ತನಗಾದ ಜಿಗುಪ್ಸೆಯನ್ನು ಮುಚ್ಚಿಡಲು ಅವಳು ಏನೂ ಪ್ರಯತ್ನ ಮಾಡಲಿಲ್ಲ. ಆದರೂ ದುರ್ನಾತ ಹೊಡೆಯುತ್ತಿದ್ದ ಈ ಕಾನೂನುಬಾಹಿರ ಅಲೆಮಾರಿಯ ಭೀಕರ ಅರೆಗುರುಡು ಕಣ್ಣುಗಳ ಮುಂದೆ ನಡುಗುತ್ತ ಆಕೆ ಕೇಳಿದಳು :

"ಅವರು ನಿನ್ನನ್ನು ಯಾವಾಗ ಹೊರಗೆ ಬಿಟ್ಟರು ಹ್ವಾನ್ ಬಾರ್ಗಾಸ್? ನೀನು ಇಲ್ಲೇನು ಮಾಡ್ತಾ ಇದೀಯ?"

ಹ್ವಾನ್ ಬಾರಾಬಾಸ್ ತನ್ನ ಕೈ ಎತ್ತಿ, ಅದನ್ನು ತೆರೆದ ಬಾಯಿಯ ಬಳಿ ಹಿಡಿದು, ಊಟ ಕಬಳಿಸುತ್ತಿರುವವನಂತೆ ನಿರಾಕುಲತೆಯಿಂದ ಮೂಕಾಭಿನಯ ಮಾಡಿದ.

ಮತ್ತೊಂದು ಸಲ ಊಟ, ಕುಡಿತ ಆದಮೇಲೆ ಹ್ವಾನ್ ಬಾರಾಬಾಸ್ ತನ್ನ ಮಗಳನ್ನು ಅಪ್ಪಿಕೊಂಡು ಚಿಕ್ಕ ಮಗುವನ್ನು ಮುದ್ದು ಮಾಡುವಂತೆ ಮೃದುವಾಗಿ ಅವಳ ಮೈದಡವಿದ. ಹುಡುಗಿ ಸರಿದು ಹೋದ ಮೇಲೆ ಅವನು ಹೋಸೇಫಾಳನ್ನು ಕೇಳಿದ, "ಅವಳೊಬ್ಬಳೇನಾ?"

ಅವನ ಪ್ರಶ್ನೆ ಅವಳಿಗೆ ಅರ್ಥವಾಯಿತು. "ಇಲ್ಲ... ಇನ್ನೊಂದು..."

"ಇನ್ನೊಂದು? ಹುಡುಗನಾ?"

"ಹೌದು. ಮಗ."

ದರೋಡೆಕಾರನ ಭಯ ಹುಟ್ಟಿಸುವ ನೋಟದೆದುರು ಹೋಸೇಫಾ ಕೋಪದಿಂದ ಸ್ಫೋಟಿಸಿ ಎರಡೂ ಕೈಗಳನ್ನು ಬೀಸುತ್ತಾ ಕೂಗಿದಳು:

"ಮತ್ತೆ ಇನ್ನೇನು ಅಂದುಕೊಂಡಿದ್ದೆ ದರಿದ್ರದವನೆ ? ಒಂಬತ್ತು ವರ್ಷದ ಹಿಂದೆ ನನ್ನನ್ನು ಬಿಟ್ಟು ಹೋದೆ...ಮುಯ್ಯಿಗೆ ಮುಯ್ಯಿ...ಇನ್ನೇನು ನಿರೀಕ್ಷೆ ಮಾಡಿದ್ದೆ ನೀನು ?"

ಇದ್ದಕ್ಕಿದ್ದಂತೆಯೇ ಅವಳು ಅಳಲಾರಂಭಿಸಿದಳು. ನಡೆದದ್ದೆಲ್ಲ ತುಂಬ ಸಹಜವೆಂದು ಹ್ವಾನ್ ಬಾರಾಬಾಸ್‌ಗೆ ಕಂಡಿತು. ಕೊನೆಯಲ್ಲಿ ಅವನು ಹೋಸೇಫಾಳನ್ನೂ ಆಲಿಂಗಿಸಿದ.

ಈ ಅರೆಗುರುಡ, ಪಶುಪಾಲನ ಕ್ಷೇತ್ರದಲ್ಲೇ ತಂಗಿದ. ಹೋಸೇಫಾಳ ಶಿಫಾರಸಿನ ಪ್ರಕಾರ, ಯಾವುದೇ ನಿಶ್ಚಿತ ಕೆಲಸವಿಲ್ಲದಿದ್ದರೂ ಧಣಿಯ ಮನೆಯ ಕೆಲಸಕ್ಕೆ ದಾಖಲಾದ. ಅವನು 'ಎಲ್ಲಾ ಬಲ್ಲ ತುಸ ಅರಿಯ' ಎಂಬ ವರ್ಗಕ್ಕೆ ಸೇರಿದವನು. ಯಾವ ಕೆಲಸವಾದರೂ ಸರಿ ತನ್ನ ಕೈ ಹಾಕುವುದಕ್ಕೆ ಅವನು ಮುಂದಾಗುತ್ತಿದ್ದ. ಸ್ವಲ್ಪ ದಿನಗಳಲ್ಲೇ ಪಶುಪಾಲನ ಕ್ಷೇತ್ರದ ಗುರುತಿನ ಮುದ್ರೆ ಇಲ್ಲದ ಒಂದೂ ಹಸುವಿಲ್ಲದಂತಾಯಿತು. ಲಾಳವಿಲ್ಲದ ಕುದುರೆಗಳೇ ಇಲ್ಲ ಎನ್ನುವಂತಾಯಿತು. ಸವೆದ ಸಜ್ಜು ಅಥವಾ ಚಕ್ರವಿರಲಿ ಅವನು ಒಡನೆಯೇ ದುರಸ್ತಿ ಮಾಡಿ ಬಿಡುತ್ತಿದ್ದ. ಅವನು ಕೈದೋಟ ಹಾಗೂ ಕೋಳಿಮನೆಯ ಉಸ್ತುವಾರಿಯನ್ನೂ ವಹಿಸಿಕೊಂಡ. ಅದರಿಂದ ಅವನಿಗೆ ಪಶುಪಾಲನ ಕ್ಷೇತ್ರದ ಕೆಲಸಗಾರರು 'ಮುದಿಯಮ್ಮ' ಹಾಗೂ 'ಕೋಳೀಸಾನಿ' ಎಂದೂ ಅಡ್ಡಹೆಸರಿಟ್ಟರು.

ವೇಷಮರೆಸಿಕೊಂಡ ಹ್ವಾನ್ ಬಾರಾಬಾಸ್ ಈ ಮೂದಲಿಕೆಯ ನುಡಿಗಳನ್ನು ಕೇಳಿ ತನ್ನಲ್ಲೇ ನಕ್ಕ. ತನ್ನ ಹೆಂಡತಿಯೂ ಅನುಮಾನಿಸದ ಸಂಗತಿ ಆ ತಂಟೆಕೋರರಿಗೆ ಗೊತ್ತಾಗಿಬಿಟ್ಟರೆ ! ಹದಿನಾಲ್ಕನೆಯ ವಯಸ್ಸಿನಿಂದಲೇ ಕಳ್ಳತನದ ಆರಂಭ. ಆಮೇಲೆ ಕೊಲೆಗಾರ. ಮುಂದೆ ಹೆದ್ದಾರಿ ದರೋಡೆಕಾರರ ಮುಂದಾಳು ! ತನ್ನ ಸದ್ಯದ ಪ್ರಶಾಂತ ಜೀವನದ ಸುಭದ್ರತೆಯ ನಡುವೆ, ಭೂತಕಾಲದ ಬದುಕನ್ನು ನೆನೆದು ಹ್ವಾನ್ ಬಾರಾಬಾಸ್ ಈಗ ನಗಬಲ್ಲವನಾಗಿದ್ದ. ಒಬ್ಬ ವ್ಯಕ್ತಿ ಏನೆಲ್ಲ ಹುಚ್ಚು ಕೆಲಸಗಳನ್ನು ಮಾಡಬಲ್ಲ ! ಇಂದು ಅವನು ಕೇವಲ ಹ್ವಾನ್ ಬಾರ್ಗಾಸ್. ಎಲ್ಲರಿಂದ ಮರೆಯಲ್ಪಟ್ಟವನು. ಘಟ್ಟದ ಕೆಳಗಿನ ಪಶುಪಾಲನ ಕ್ಷೇತ್ರವೊಂದರಲ್ಲಿ ಸುಖವಾಗಿರುವ ಅವನನ್ನು ಬಾಧಿಸಲು ಪೊಲೀಸ್ ಅಧಿಕಾರಿಗಳು ಬರಲಾರರು. ಇದೆಲ್ಲಾ ಅವನ ಹೆಂಡತಿಯ ಪ್ರಭಾವದಿಂದ ಆದದ್ದು. ಅದರ ಕೀರ್ತಿ ಅವಳಿಗೆ ಹೇಳುತ್ತಿದ್ದೇನೆ ಎಂದು ಸ್ಪಷ್ಟವಾಗಿ ಅರಿತೇ ಆಡಿದ್ದಳು:

"ನೀನು ಹಿಂದೆ ಏನೇ ಆಗಿರು ಹ್ವಾನ್, ಅದೆಲ್ಲಾ ಭೂತಕಾಲದ್ದು, ಅದನ್ನು ಹೂತುಹಾಕು. ಈಗ ನೀನು ನಿನ್ನ ಮಗಳಿಗಾಗಿ ಹಾಗೂ ಹುಡುಗನಿಗಾಗಿ ಕೆಲಸ ಮಾಡೋದು ಶ್ರೇಯಸ್ಕರ. ವಿಚಿತ್ರ ಅಂತ ತೋರಬಹುದು, ಆದ್ರೆ ಹುಡುಗ ನಿನ್ನ ಎಷ್ಟು ಪ್ರೀತಿಸ್ತಾನೇಂತ ನಿನಗೆ ಗೊತ್ತಾ ? ಇಲ್ಲಿ ನೀನು ಪ್ರಾಮಾಣಿಕವಾಗಿ ಸಂಪಾದನೆ ಮಾಡಬಹುದು. ಶ್ರೀಮಂತರು ಮಾತ್ರ ತಮ್ಮ ಮಾನ ಮರ್ಯಾದೆ ಅಂತ ಯೋಚನೆ ಮಾಡ್ತಾರೆ ಅಷ್ಟೆ. ನೀನು ಒಂದಿಷ್ಟು ಹಣ ಉಳಿಸಿದೆ ಅಂದರೆ, ನಿನ್ನ ಪರವಾಗಿ ವಾದಿಸೋದಕ್ಕೆ ಒಬ್ಬ ವಕೀಲನನ್ನು ನೇಮಿಸಿಕೊಂಡು ವಿಮೋಚನೆ ಪಡೀಬಹುದು. ಆಮೇಲೆ ನೀನು ಜೈಲಿನಲ್ಲಿ ಕೊಳೀಬೇಕಾಗಿಲ್ಲ. ನನ್ನ ಮಾತು ನಂಬು. ನೀನು ನಿನ್ನ ನಡತೆಯನ್ನು ಬದಲಾಯಿಸಿಕೋಬೇಕು..."

ಅವಳು ಹೇಳಿದ ಮಾತು ಸತ್ಯವಾಗಿತ್ತು. ಈಗ ಅವನು ಪ್ರಾಮಾಣಿಕ ವ್ಯಕ್ತಿಯಾಗಿದ್ದ. ಯಾರನ್ನೂ ಬಲಾತ್ಕರಿಸಿ ದೋಚುತ್ತಿರಲಿಲ್ಲ. ಅವನ ಮೇಲೆ ಹಾಗೂ ಅವನ ಆಶ್ರಯದಲ್ಲಿದ್ದ ಮೂವರ ಮೇಲೆ ಅದೃಷ್ಟ ಮುಗುಳುನಗೆ ಸೂಸಲಾರಂಭಿಸಿತ್ತು. ಅರೆ ಗೋಗರೆಯುವ ಧ್ವನಿಯಲ್ಲಿ ಹೋಸೇಫಾ ಮುಂದಿನ ಸಲಹೆ ಕೊಟ್ಟಾಗ ಹ್ವಾನ್‌ನಿಗೆ ಆಶ್ಚರ್ಯವಾಯಿತು. ಅವಳ ಜಾಣತನ ಮತ್ತಷ್ಟು ಶ್ರುತವಾಯಿತು.

"ನಾವು ಈಗಾಗ್ಲೇ ಒಂದಿಷ್ಟು ತೆಗೆದಿಟ್ಟಿದ್ದೇವೆ... ಎಲ್ಲರೂ ಧಣಿಗೆ ಮೋಸ ಮಾಡ್ತಾರೆ. ನಾವು ತಗೊಳ್ಳಬಹುದಾದ್ದನ್ನ ಬೇರೆಯವರು ಒಯ್ಯುವಾಗ ನಾವ್ಯಾಕೆ ಕಣ್ಣು ಕಣ್ಣು ಬಿಟ್ಟುಕೊಂಡು ನೋಡ್ತಿರಬೇಕು ? ನಾವು ಈ ಪಶುಪಾಲನ ಕ್ಷೇತ್ರವನ್ನು ಪುಂಡಪೋಕರಿಗಳಿಂದ ರಕ್ಷಿಸುತ್ತಿರೋದ್ರಿಂದ ಅದರ ಮೇಲೆ ನಮಗೆ ಬೇರೆಯವರಿಗಿಂತ ಹೆಚ್ಚಿನ ಹಕ್ಕು ಇದೆ. ಆದ್ರೆ ಅಷ್ಟೇ ಸಾಲದು. ಇಲ್ಲಿ ಮೇಲ್ವಿಚಾರಕನ ಕೆಲಸವನ್ನು ವಹಿಸಿಕೊಳ್ಳಬೇಕಾದವನು ನೀನು. ಆದ್ರಿಂದ ನಾವು ಮದುವೆಯಾಗಬೇಕು. ಆಗ್ಲೇ ಜನ ಮಾತಾಡಿಕೊಳ್ಳೋದಕ್ಕೆ ಆರಂಭಿಸಿದಾರೆ."

ಅವಳ ದುಬಾರಿ ಸಲಹೆಯನ್ನು ಅವರು ತಿರಸ್ಕರಿಸಿದ. ಹ್ಞ! ಅವನಿಗೆ ಮದುವೆಯೇ ? ಆದರೆ ಕೊನೆಗೂ ಅವನು ಒಪ್ಪಿಕೊಳ್ಳಬೇಕಾಯಿತು. ಜನರು ಎಂಥವರು ಎಂದು ಆ ದುಡುಮಿಗೆ ಚೆನ್ನಾಗಿ ಗೊತ್ತಿತ್ತು. ಅಂತೂ ಅವರು ಮದುವೆಯಾದರು. ಮದುವೆಯಾದ ಮೇಲೆ ಹ್ವಾನ್ ಆ ಪಶುಪಾಲನ ಕ್ಷೇತ್ರಕ್ಕೆ ಮೇಲ್ವಿಚಾರಕನಾದ. ಮಾದರಿ ಪಶುಪಾಲನ ಕ್ಷೇತ್ರಕ್ಕೆ ಮಾದರಿ ಮೇಲ್ವಿಚಾರಕ.

ಅವನು ಧಣಿಯ ವೆಚ್ಚದಲ್ಲಿ 'ತಮಗಾಗಿ' ಒಂದು ಸಣ್ಣ ಮನೆಯನ್ನು ಕಟ್ಟಿ ಅದನ್ನು ಪೀಠೋಪಕರಣಗಳಿಂದ ಸಜ್ಜುಮಾಡಿದ. ಉಳಿತಾಯ ಹೆಚ್ಚಿತು, 'ವ್ಯವಹಾರ' ಬೆಳೆಯಿತು. ಹೌದು, ದಿಟ ! ಪಶುಪಾಲನ ಕ್ಷೇತ್ರದಲ್ಲಿ ಪ್ರತಿಯೊಂದೂ ಶಿಸ್ತಿನಿಂದ ವ್ಯವಸ್ಥಿತಗೊಳಿಸಲ್ಪಟ್ಟಿತು. ತನ್ನ ಆಸ್ತಿ ಅಭಿವೃದ್ಧಿ ಹೊಂದುತ್ತಿರುವುದುನ್ನು ಕಂಡು ಧಣಿಗೆ ಪರಮ ಸಂತೋಷವಾಯಿತು. ಅವನು ಹೋಸೇಫಾಳಿಗೆ ಹೇಳಿದ : "ದುರಾಸೆಯಿಂದ ದೋಚಿಕೊಳ್ಳದವರಿಗೆ ದೇವರೇ ಕೊಡ್ತಾನೆ !" ಸ್ವಲ್ಪ ದಿನಗಳಲ್ಲೇ ನೆರೆಹೊರೆಯ ಪಶುಪಾಲನ ಕ್ಷೇತ್ರದ ಗೆಳೆಯರೊಡನೆ ಹ್ವಾನ್‌ನನ್ನೂ ಕುರಿತು ಧಣಿ ಜಂಬ ಕೊಚ್ಚಿಕೊಳ್ಳತೊಡಗಿದ :

"ಆ ಮುದುಕ ಭಾರೀ ಪ್ರಚಂಡ. ಪಕ್ಕಾ ಪ್ರಾಮಾಣಿಕ. ಯಾರೂ ಅವನ ಕಣ್ಣಿಗೆ ಮಣ್ಣು ಎರಚೋದಕ್ಕೆ ಸಾಧ್ಯವಿಲ್ಲ !"

ಅದು ನಿಜವೇ. ಹೆದ್ದಾರಿಯ ದರೋಡೆಕಾರನಾಗಿ ಪಡೆದಿದ್ದ ಹಿಂದಿನ ಅನುಭವದಿಂದಾಗಿ, ಕರವಾಳಿಯ ಜಗಳಗಂಟಿಗರಾದ ಐಲು ಕೆಲಸಗಾರರನ್ನು ಹದ್ದುಬಸ್ತಿನಲ್ಲಿಡಲು ಹ್ವಾನ್‌ಗೆ ತುಂಬ ಅನುಕೂಲವಾಗಿತ್ತು. ಮೇಲ್ವಿಚಾರಕನ ಕಟ್ಟುನಿಟ್ಟು ಕಂಡು ಮೊದಮೊದಲು ತಿರುಗಿಬೀಳ ಬೇಕೆಂದು ಅವರಿಗೆ ಅನ್ನಿಸಿತ್ತು. ಆದರೆ ಬರಬರುತ್ತಾ ಅವರು ಹ್ವಾನ್ ಬಾರ್ಗಾಸ್‌ನ – ಅಥವಾ ಅವನೇ ಸಹಿಮಾಡುತ್ತಿದ್ದ ಹಾಗೇ ಬ್ರಗಾಸ್‌ನ – ವ್ಯಕ್ತಿತ್ವದ ಪರಿಚಯ ಮಾಡಿಕೊಂಡರು. ದನಗಾಹಿಗಳಲ್ಲೆಲ್ಲ ತುಂಬ ಉದ್ಧಟನಾಗಿದ್ದವನೊಬ್ಬನನ್ನು ಮೇಲ್ವಿಚಾರಕ ತನ್ನ ಮಚ್ಚುಕತ್ತಿಯ ಹಿಂಭಾಗದಿಂದ ಹೊಡೆದು ಮೆತ್ತಗೆ ಮಾಡಿದ್ದ. ಮಚ್ಚುಕತ್ತಿ ಅಥವಾ ಚಾಕುವನ್ನು ಬೀಸುವುದರಲ್ಲಿ, ಅಥವಾ ಗುರಿ ತಪ್ಪದೆ ಹರಳುಗಳ ಈಡನ್ನಾಗಲಿ, ಗುಂಡನ್ನಾಗಲಿ ಹೊಡೆಯುವುದರಲ್ಲಿ, ಸುತ್ತಮುತ್ತಿನ ಎಂಟು ಮೈಲಿ ಫಾಸಲೆಯಲ್ಲಿ ಈ ಮುದುಕನನ್ನು ಮೀರಿಸುವವರು ಯಾರೂ ಇಲ್ಲ ಎಂದು ಕೆಲಸಗಾರರೆಲ್ಲ ಒಮ್ಮತದಿಂದ ಒಪ್ಪಿಕೊಂಡಿದ್ದರು. ಹೆದರಿಕೆಯ ಹಿಂದೆಯೇ, ಅತ್ಯಂತ ಒರಟನನ್ನೂ ಮಣಿಯುವಂತೆ ಮಾಡಬಲ್ಲ ಅವನ ಸಾಮರ್ಥ್ಯದ ಬಗೆಗೆ ಅವರಿಗೆ

ಮೆಚ್ಚುಗೆ, ಶ್ರದ್ಧೆ ಮೂಡಿದುವು. ಈ ಶ್ರದ್ಧೆಯೊಂದಿಗೆ ಅಧಿಕಾರದಲ್ಲಿರುವ ಮನುಷ್ಯನ ಬಗೆಗೆ ಹಳ್ಳಿಗಾಡಿನ ಜನರಲ್ಲಿ ಸಹಜವಾಗಿ ಹುಟ್ಟುವ ಮುಗ್ಧ ಪ್ರಾಕೃತ ವಾತ್ಸಲ್ಯವೂ ಕೂಡಿತ್ತು – ಮುಖಂಡರು ನಿರ್ಮಾಣಗೊಳ್ಳುವುದು ಈ ಕಚ್ಚಾವಸ್ತುವಿನಿಂದಲೇ.

"ಹ್ವಾನ್ ಬುದ್ಧಿಯೋರು" ಆ ಸ್ಥಾನವನ್ನು ಅಲಂಕರಿಸಲೆಂದೇ ಹುಟ್ಟಿದ ಹಾಗಿತ್ತು. ಆ ವಿಚಾರವಾಗಿ ಮೊದಲು ಅಭಿಪ್ರಾಯ ವ್ಯಕ್ತಪಡಿಸಿದವಳೆಂದರೆ ಅವನ ಹೆಂಡತಿಯೇ :

"ನೀನು ಇಷ್ಟೊಂದು ಮಡೆಯನಾಗಿ ಮುಗ್ಧನಾಗಿ ಇಲ್ಲದಿರುತ್ತಿದ್ದರೆ ಸೇನೆಯ ದಂಡಾಧಿಕಾರಿಯೇ ಆಗಿ ಬಿಡುತ್ತಿದ್ದೆಯೇನೋ..."

"ಅಥವಾ ರಾಷ್ಟ್ರಾಧ್ಯಕ್ಷರೇ ಆಗಿಬಿಡುತ್ತಿದ್ದರು" ಎಂದ ಒಬ್ಬ ದನಗಾಹಿ.

ಹ್ವಾನ್ ಬಾರ್ಗಾಸ್‌ನ ಜೀವನದಲ್ಲಿದ್ದ ಒಂದೇ ಒಂದು ಕಪ್ಪು ಛಾಯೆ ಎಂದರೆ ಅವನ ಮಗಳು ರೋಸೆಂದಾ. ಹದಿನೈದಕ್ಕೆ ಅಡಿಯಿಡುತ್ತಿದ್ದ ಅವಳು ಕ್ಯಾಲೆಂಡರ್ ಕನ್ಯೆಯ ಹಾಗೇ ಚೆಲುವಾಗಿ ಬೆಳೆಯುತ್ತಿದ್ದಳು. ಪಶುಪಾಲನ ಕ್ಷೇತ್ರದ ಧಣಿಯ ಕಣ್ಣು ಅವಳ ಮೇಲೆ ಬಿದ್ದಿತ್ತು, ಅದರಲ್ಲಿ ಅನುಮಾನವೇ ಇರಲಿಲ್ಲ. ವಿಷಯ ಸರಳವಾಗಿರಲಿಲ್ಲ. ತಾಯಿಯೇ ಧಣಿಯ ಮಧ್ಯಸ್ಥಗಾರಳಾಗಿದ್ದಳು.

ಒಂದು ದಿನ ಹೋಸೇಫಾ ತನಗೆ ಸಹಜವಲ್ಲದ ರೀತಿಯಲ್ಲಿ ಸಿಹಿಮಾತುಗಳಿಂದ ಲಲ್ಲೆಗರೆಯುತ್ತಾ ಹ್ವಾನ್ ಬಾರ್ಗಾಸ್‌ನ ಬಳಿ ಬಂದು, ಕೊನೆಗೆ ಹೇಳಿದಳು, "ಧಣಿ ನಮ್ಮ ರೋಸೆಂದಾಳನ್ನು ಪ್ರೀತಿಸ್ತಿದ್ದಾನೆ." ಅದರ ಹಿಂದೆ ಚಿನ್ನದ ಹೊಳೆಯೇ ಹರಿದೀತು ಎಂದೂ ಅವಳು ಹೇಳಿದಳು.

ಅವಳ ಮಾತು ಕೇಳಿ ಆ ಮುದಿ ದರೋಡೆಕಾರ ಗರ್ಜಿಸಿದ :

"ಪೂಜ್ಯ ದೇವಮಾತೆಯಾಣೆ ! ಇದೆಂಥ ಹೊಲೆಗೆಲಸ ! ನಿನ್ನ ಆ ಹುಡುಗನನ್ನು ನಾನು ಹೇಗೋ ಸಹಿಸಿದೆ. ಆದ್ರೆ ಇದಕ್ಕೆ ಮಾತ್ರ ನಾನು ಒಪ್ಪೋದಿಲ್ಲ !"

ಇಷ್ಟು ಹೇಳಿದವನೇ ಹಿಂದೆ ಮುಂದೆ ನೋಡದೆ ಆ ಮಧ್ಯಸ್ಥಗಾರಳಿಗೆ ಅವನು ಚೆನ್ನಾಗಿ ಬಾರಿಸಿದ. ತನಗೆ ಸುಸ್ತಾಗುವವರೆಗೂ ಅವಳನ್ನು ಬಡಿದ. ಮೈಯೆಲ್ಲಾ ಬಾಸುಂಡೆ ಬಂದು ಅವಳು ಅಳುತ್ತಾ ಗುಡಿಸಲು ನೆಲದ ಮೇಲೆ ಕುಸಿದಳು. ದಿನಗಳು ಉರುಳಿದವು. ಹೋಸೇಫಾ ಮತ್ತೆ ಮತ್ತೆ ನಿಟ್ಟುಸಿರಿಡುತ್ತಾ ಅವನ ಬಳಿ ಗೋಗರೆದಳು, ಸುತ್ತು ಬಳಸು ಮಾತಾಡಿ, ಅವರು ಪಶುಪಾಲನ ಕ್ಷೇತ್ರವನ್ನು ಬಿಟ್ಟು ಹೊರಡಬೇಕಾಗುತ್ತದೆಂದೂ ಸೂಚನೆ ಕೊಟ್ಟಳು. ಆದರೆ ಹ್ವಾನ್ ಬಾರಾಬಾಸ್ ಜಗ್ಗಲಿಲ್ಲ.

"ಇದಕ್ಕೆಲ್ಲ ನಾನು ಜಗ್ಗೋದಿಲ್ಲ ಮರೀ. ಇಂಥ ನಾಚಿಕೆಗೇಡಿನ ಕೆಲಸ ಮಾಡೋದೇ ಗೌರವದ ಬದುಕು ಅಂತ ನೀನು ಹೇಳಿದರೆ ನಾನು ಮತ್ತೆ ರಸ್ತೆಗೆ ಇಳೀತೇನೆ. ಜನರನ್ನ ದೋಚ್ತೇನೆ..."

ಅನಂತರ ಅವನು ಯೋಚಿಸುತ್ತಾ ಮಾತು ಮುಂದುವರಿಸಿದ: "ಘನತೆ ಗೌರವದ ವಿಷಯವನ್ನು ಯಾರ ತಲೆಗಾದರೂ ಹತ್ತಿಸಿದರೆ ಇದೇ ತೊಂದರೆ. ನಾನು ದರೋಡೆ ಮಾಡಿದೇನೆ, ನಿಜ. ನಾನೊಬ್ಬ ಧೂರ್ತ, ಆಷಾಢಭೂತಿ – ಅಲ್ಲ ಅಂತ ಹೇಳೋದಿಲ್ಲ. ಆದ್ರೆ ನಾನು ಮಾಡಿದ ಎಲ್ಲ ಕೆಟ್ಟ ಕೆಲಸವೂ ನನ್ನನ್ನು ಹೆಚ್ಚು ಹೆಚ್ಚು ಕಾಡ್ತದೆ. ದುಃಖಿತನನ್ನಾಗಿ ಮಾಡತದೆ. ಏನಂತೀಯ ? ನಾನೇನೋ ಕೆಟ್ಟ ಮನುಷ್ಯ. ಆದರೆ ನನ್ನ ಮತ್ತು ನಿನ್ನ ರಕ್ತ ಮಾಂಸದಿಂದ ಹುಟ್ಟಿಬಂದ ಮಗಳನ್ನು ನಾನು ಮಾರಲಾರೆ. ಮೂರ್ಖತನ ಅಂತೀಯಾ?

ಆದರೆ ಅದೇ ನನ್ನ ರೀತಿ. ಹಾಗಾದ್ರೆ ನೀನು ಹೇಳಿದ ಹಾಗೇ ನಾನು ಯಾಕೆ ನೇರವಾದ ಮಾರ್ಗದಲ್ಲಿ ಹೋಗಬೇಕಾಗಿತ್ತು? ನಾನು ಮೊದಲು ಇದ್ದುದಕ್ಕಿಂತ ಅಧಮ ಸ್ಥಿತಿಗೆ ಹೋಗೋದಕ್ಕಾ? ದೇವರ ಮೇಲೆ ಆಣೆ, ನಾನು ನನ್ನ ಹಳೇ ಚಳಕಗಳಲ್ಲೊಂದನ್ನು ಹೊರತೆಗೆಯೋಕೆ ಮುಂಚೆ ನನ್ನ ಕಣ್ಣೆದುರಿನಿಂದ ಆಚೆ ಹೋಗು. ನೀನು, ನಿನ್ನ ಧಣಿ, ನಿನ್ನ ಮಗಳು – ಪ್ರತಿಯೊಬ್ಬರೂ ಹುಷಾರಾಗಿ ನೋಡಿ ಹೆಜ್ಜೆ ಇಡಿ. ಹ್ವಾನ್ ಬಾರಾಬಾಸ್ ಇನ್ನೂ ಸತ್ತಿಲ್ಲ – ಹುಷಾರ್."

ಹೋಸೇಫಾ ತನ್ನ ಕಣ್ಣೀರನ್ನು ಮೇಲುವಸ್ತ್ರದಿಂದ ಒರೆಸಿಕೊಳ್ಳುತ್ತಾ ತೊದಲಿದಳು:

"ಹೌದು, ಅವನು ಸತ್ತಿದಾನೆ ಪ್ರಿಯ; ಅವನು ಸತ್ತಿದಾನೆ. ಯಾಕಂತೀಯಾ? ನೀನು ನಮ್ಮನ್ನೆಲ್ಲಾ ಸುಧಾರಿಸ್ತಿದೀಯ. ನಾನು ಅದನ್ನು ಕುರಿತೇ ಯೋಚಿಸ್ತಿದ್ದೆ ಹ್ವಾನ್. ನೀನು ದಂಡನಾಯಕ ಆಗೋದಕ್ಕೆ ಹೊರಟಿಲ್ಲ, ಸಂತ ಆಗ್ತಿದೀಯ." ❍

○ ರಿಕಾರ್ದೋ ಫೇರ್ನಾಂದೇಸ್ – ಗಾರ್ಸಿಯಾ

ಕೋಸ್ತಾ ರೀಕಾ

ಔದಾರ್ಯ

ಜುಲೈ ತಿಂಗಳ ಒಂದು ರಾತ್ರಿ. ಸುಸಜ್ಜಿತವಾದ ಕುದುರೆಗಳ ಮೇಲೆ ಕೂತ ನಾಲ್ಕು ಜನ ಸವಾರರು ಉರೂಕಾದ ಕೃಷಿ ಕ್ಷೇತ್ರವೊಂದರಿಂದ ಹೊರಬಂದರು. ಹೆದ್ದಾರಿಯಲ್ಲಿ ನಾಗಾಲೋಟ ದಿಂದ ಸವಾರಿಮಾಡಿದ ಅವರು ಸಾನ್ ಅಂತೋನಿಯೋ ದ ಬಲೇನ್ ಕಡೆಗೆ ಹೋಗುವ ರಸ್ತೆಯ ಕವಲಿನಲ್ಲಿ ನಿಂತರು.

ಕತ್ತಲಲ್ಲೇ ಮಿತ್ರನ ಕೈಯನ್ನು ತಡಕುತ್ತಾ ಅವರಲ್ಲೊಬ್ಬ ಹೇಳಿದ: "ಇಲ್ಲಿ ನಾವು ಬೇರೆಯಾಗಬೇಕು. ನಿನಗೆ ಅದೃಷ್ಟ ಒಲಿಯಲಿ ರಾಮೋನ್."

"ದೇವರು ನಿನ್ನನ್ನು ಕಾಪಾಡಲಿ ಸಾಲ್ವಾದೋರ್" ಎಂದ ಇನ್ನೊಬ್ಬ, ಭಾವ ನಿರ್ಭರತೆಯಿಂದ ಕಂಪಿಸುವ ಧ್ವನಿಯಲ್ಲಿ. ಇಬ್ಬರೂ ಕೈ ಹಿಡಿದುಕೊಂಡಿದ್ದಂತೆಯೇ ಕುದುರೆಗಳನ್ನು ಪರಸ್ಪರ ರಿಕಾಪುಗಳು ತಾಕುವವರೆಗೆ ಹತ್ತಿರ ಸರಿಸಿ ಪ್ರೀತಿಯಿಂದ ಆಲಿಂಗಿಸಿಕೊಂಡರು.

"ದೇವರು ಕಾಪಾಡಲಿ, ಕಾಪಾಡಲಿ."

"ಅದೃಷ್ಟ ಒಲಿಯಲಿ."

ಒಲವಿನಿಂದ ಕೊನೆಯ ಬಾರಿ ದೀರ್ಘವಾಗಿ ಆಲಿಂಗಿಸಿ ಕೊಂಡ ಮೇಲೆ ಇಬ್ಬರೂ ಬೇರೆ ಬೇರೆ ದಿಕ್ಕುಗಳ ಕಡೆಗೆ ಧಾವಿಸಿದರು. ಇಬ್ಬರಿಗೂ ಜೊತೆಯಲ್ಲಿ ಒಬ್ಬೊಬ್ಬ ಅಂಗರಕ್ಷಕ ಕುದುರೆ ಸವಾರ. ಈ ಹೃದಯಸ್ಪರ್ಶಿ ಬೀಳ್ಕೊಡುಗೆಯನ್ನು ನೋಡಿದ ನಂತರ ಅವರೂ ತಮ್ಮ ತಮ್ಮ ಧಣಿಗಳನ್ನು ಹಿಂಬಾಲಿಸಿದರು. ಹೆದ್ದಾರಿಯಲ್ಲಿ ಹೋದವರು ಹೆಚ್ಚು ದೂರ ಹೋಗಲಾಗಲಿಲ್ಲ. ಸಿರೂಲೇಆಸ್ ನದಿಯ ಬಳಿ ಸೈನಿಕರ ತುಕಡಿ ಯೊಂದಕ್ಕೆ ಸಿಕ್ಕಿಬಿದ್ದರು. ಅವರು ಇವರನ್ನು ಆಲೇಹ್ವೇಲಾದ ದಂಡಿನ ಪಾಳೆಯಕ್ಕೆ ಸೆರೆಯಾಳುಗಳಾಗಿ ಹಿಡಿದುಕೊಂಡು ಹೋದರು. ಇನ್ನಿಬ್ಬರು ದೇಶಭ್ರಷ್ಟರು – ಅವರು ದೇಶಭ್ರಷ್ಟರೇ– ಅದೃಷ್ಟವಶಾತ್ ಯಾವ ತೊಂದರೆಯೂ ಇಲ್ಲದೆ ಸಾನ್ ಅಂತೋನಿಯೋ ದಾರಿಯಲ್ಲಿ ಮುಂದುವರಿದರು. ಕತ್ತಲೆಯಲ್ಲಿ ಅವರಿಗೆ ಎಲ್ಲಿಗೆ ಹೋಗುತ್ತಿದ್ದೇವೆಂದೇ ಗೊತ್ತಾಗುತ್ತಿರಲಿಲ್ಲ. ಆದುದರಿಂದ ಗುಂಡಿಗೊಟರುಗಳಿಂದ ತಪ್ಪಿಸಿಕೊಳ್ಳಲು ಅವರು

ಪ್ರಯತ್ನಿಸದೆ ತಮ್ಮ ತಮ್ಮ ಕುದುರೆಗಳ ಸಹಜ ಕೌಶಲಕ್ಕೆ ಆ ಜವಾಬ್ದಾರಿಯನ್ನು ಬಿಟ್ಟುಕೊಟ್ಟರು. ಅದೃಷ್ಟಕ್ಕೆ ಮಳೆ ಬರಲಿಲ್ಲ. ಬಂದಿದ್ದರೆ ಅವರ ತುರ್ತು ಪಲಾಯನಕ್ಕೆ ಅದು ಇನ್ನೊಂದು ಅಡಚಣೆಯಾಗುತ್ತಿತ್ತು. ಹಿಂದಿನ ರಾತ್ರಿ ಸಾನ್ ಹೋಸೇನ ಮುಖ್ಯ ಸೇನಾಠಾಣ್ಯದ ಮೇಲೆ ನಡೆದ ಆಕ್ರಮಣದಲ್ಲಿ ಸಾಲ್ವಾದೋರ್ ಮೋರೇನೋವಿನ ಪಾತ್ರವೂ ಇದ್ದುದರಿಂದ ಅವನು ಇಷ್ಟು ತುರ್ತಾಗಿ ಅಲ್ಲಿಂದ ತಪ್ಪಿಸಿಕೊಂಡು ಹೋಗುತ್ತಿದ್ದ. ನೆರೆಯ ನಗರಗಳಿಂದ ಜನರನ್ನು ಕರೆದುಕೊಂಡು ಬರಬೇಕಾದವರು ಬಾರದೆ ಉಳಿದುದರಿಂದ ಅವರು ಯೋಜಿಸಿದ್ದ ದಂಗೆ ವಿಫಲವಾಗಿತ್ತು. ಸೇನಾಠಾಣ್ಯವನ್ನು ಕೈವಶಮಾಡಿಕೊಂಡ ಮೇಲೆ ಅದರ ರಕ್ಷಣೆಗೆ ಹಾಗೂ ಇತರ ಕಡೆಗಳಿಗೆ ಆಕ್ರಮಣ ಮಾಡಲು ಜನ ಬರಬೇಕಾಗಿತ್ತು.

ಆಯತ ಸಮಯದಲ್ಲಿ ಒಬ್ಬನೂ ಇತ್ತ ಸುಳಿದಿರಲಿಲ್ಲ. ಪರಿಣಾಮವಾಗಿ ನಡುರಾತ್ರಿಯ ಎರಡು ಗಂಟೆಯಲ್ಲಿ ಕಾವಲುಪಡೆಯ ಮೇಲೆ ಎರಗಿದ್ದ ಕೆಲವು ವೀರರು, ದಿಟ್ಟತನದಿಂದ ಹೋರಾಡಿ, ಸಾಕಷ್ಟು ರಕ್ತ ಸುರಿಸಿ, ಬೆಳಕು ಹರಿಯುವಷ್ಟರಲ್ಲಿ ಅಲ್ಲಿಂದ ಪರಾರಿಯಾಗಬೇಕಾಗಿ ಬಂದಿತ್ತು.

ತನ್ನ ಸಹಚರ ಮತ್ತೆ ಮತ್ತೆ ಕೇಳುತ್ತಿದ್ದ ಪ್ರಶ್ನೆಗಳಿಗೆ ಸಾಲ್ವಾದೋರ್ ಉತ್ತರ ಕೊಡಲಿಲ್ಲ. ಯೋಚನೆಯಲ್ಲಿ ಮುಳುಗಿದ್ದ ಅವನ ಮನಸ್ಸಿನಲ್ಲಿ ಹಿಂದಿನ ದಿನ ರಾತ್ರಿ ನಡೆದ ರಕ್ತರಂಜಿತ ನಾಟಕದ ದೃಶ್ಯಗಳೆಲ್ಲ ಮತ್ತೆ ಸುಳಿದವು. ಫಿತೂರಿಗಾರನೊಬ್ಬನ ಮನೆಯಲ್ಲಿ ಎಲ್ಲ ಸೇರಿದ್ದು, ಬರದವರಿಗಾಗಿ ವೃಥಾ ಕಾದದ್ದು, ಮೋಸದ ಹೆದರಿಕೆ, ಕೊನೆ ಗಳಿಗೆಯ ಭಯ ಹಾಗೂ ಅನುಮಾನಗಳು, ಕೊನೆಗೆ ಹೊರಟದ್ದು, ಸೇನಾಠಾಣ್ಯದ ಬಾಗಿಲನ್ನು ವಿದ್ರೋಹಿಯೊಬ್ಬ ತೆರೆದದ್ದು, ಕಾವಲು ಪಡೆಯವರೊಡನೆ ಕೈಕೈ ಮಿಲಾವಣೆ ಮಾಡಿದ್ದು, ತಮ್ಮ ತಮ್ಮ ನೆಲೆಗಳಲ್ಲೇ ಮೃತ್ಯುವನ್ನೆದುರಿಸಿದ ಕಾವಲು ಪಡೆಯ ಅಧಿಕಾರಿಗಳ ಶೌರ್ಯ – ಎಲ್ಲ ನೆನಪಾಯಿತು. ಆದರೆ ಎಲ್ಲಕ್ಕಿಂತ ಹೆಚ್ಚಾಗಿ ಒಂದು ದೃಶ್ಯ ಅವನಿಗೆ ಬಹಳ ನೋವು ಕೊಟ್ಟಿತು. ತರುಣ ಲೆಫ್ಟಿನೆಂಟನೊಬ್ಬ ಕೈಯಲ್ಲಿ ಕತ್ತಿಹಿಡಿದುಕೊಂಡು ತನ್ನ ಗೆಳೆಯರನ್ನು ಕಾಪಾಡಲು ಧಾವಿಸುವಾಗ ಸಾಲ್ವಾದೋರ್ ಅವನನ್ನು ಕೈಯಳತೆಯ ದೂರದಲ್ಲಿ ಗುಂಡಿಕ್ಕಿ ಕೆಳಗೆ ಬೀಳಿಸಿದ್ದ. ಯುದ್ಧದಲ್ಲಿ ನಡೆದ ನ್ಯಾಯ ಸಮ್ಮತವಾದ ಕ್ರಿಯೆ ಇದು ಎಂದು ತನ್ನನ್ನು ನಂಬಿಸಲು ಅವನು ವ್ಯರ್ಥ ಪ್ರಯತ್ನ ಮಾಡುತ್ತಿದ್ದ. ಅವನ ಮನಸ್ಸಿನ ನ್ಯಾಯಮಂಡಳಿಯ ಎದುರು ಅವನ ಆತ್ಮಸಾಕ್ಷಿ ಆ ರಕ್ತಪಾತದ ವಿರುದ್ಧ ಒಳಗೇ ಕೂಗಿ ಹೇಳುತ್ತಿತ್ತು. ಸಾಲ್ವಾದೋರ್ ಮೋರೇನೊ ಸೂಕ್ಷ್ಮ ಸ್ವಭಾವದ ಸುಸಂಸ್ಕೃತ ಮನುಷ್ಯ. ಅವನಿಗೆ ಶಕ್ತಿಯ ಕ್ರೂರತಮ ದುರುಪಯೋಗ ಕಂಡರೆ ಜುಗುಪ್ಸೆ ಉಂಟಾಗುತ್ತಿತ್ತು. ಅದೇ ಸಮಯದಲ್ಲಿ ಮಾರಣಾಂತಿಕವಾದ ವ್ರಣದಂತೆ ತಮ್ಮನ್ನು ಕೊಲ್ಲುತ್ತಿದ್ದ ರಾಜಕೀಯ ದಬ್ಬಾಳಿಕೆಗೆ ಡೊಗ್ಗು ಸಲಾಮು ಹಾಕಲು ಅವನ ಅದಮ್ಯವಾದ ಹಾಗೂ ಉನ್ನತವಾದ ಚೇತನ ಸಿದ್ಧವಿರಲಿಲ್ಲ. ಈಗ ವಿಫಲಗೊಂಡಿದ್ದ ಫಿತೂರಿಯ ಮೂಲಕ ಭಾರವಾದ ಈ ದಾಸ್ಯದ ನೊಗವನ್ನು ಕಿತ್ತು ಬಿಸುಡಬಹುದು, ತನ್ನ ದೇಶದ ಘನತೆಯನ್ನು ಉಳಿಸಬಹುದು, ಸ್ವಾತಂತ್ರ್ಯದ ವಿಜಯವನ್ನು ಸಂಪಾದಿಸಬಹುದು ಎಂದು ಅವನು ಭಾವಿಸಿದ್ದ. ಇದನ್ನೆಲ್ಲ ಪಡೆಯಲು ತನ್ನ ಪ್ರಾಣವನ್ನೇ ತ್ಯಾಗ ಮಾಡುವುದು ಕೂಡ ಹೆಚ್ಚಲ್ಲವೆಂದೆನಿಸಿತ್ತು ಅವನಿಗೆ. ಈಗ ಅವನಿಗೆ ಎಣೆಯಿಲ್ಲದ ದುಃಖವಾಗಿತ್ತು. ಎಚ್ಚರವಾದ ಕೂಡಲೇ ಕರಗಿಹೋಗುವ ಸುಂದರ ಕನಸಿನಂತೆ ದೇಶಭಕ್ತಿಯ ಭ್ರಮೆ ಕರಗಿಹೋಗಿತ್ತು. ಇಂಥ ಪ್ರಚಂಡ ಪ್ರಯತ್ನವನ್ನು ತಮ್ಮ ಹೇಡಿತನದಿಂದಾಗಿ ವಿಫಲಗೊಳಿಸಿದವರ ಮೇಲೆ ಅವನ ಹೃದಯದಲ್ಲಿ ಕೋಪ ಕುದಿಯುತ್ತಿತ್ತು. ತನ್ನ ಸಂಗಾತಿಗಳು ಪ್ರಾಣತ್ಯಾಗ ಮಾಡಿದ್ದು ನಿಷ್ಪ್ರಯೋಜಕವಾಗಿತ್ತು. ಪ್ರಾಣಾಂತಿಕವಾಗಿ ಗಾಯಗೊಂಡಿದ್ದ ಧೈರ್ಯಶಾಲಿ

ತರುಣನೊಬ್ಬನನ್ನು ಎತ್ತಿಕೊಂಡು ಸೇನಾಠಾಣ್ಯದ ಆಚೆಗೆ ತಾನು ಸಾಗಿಸಿದ್ದು ಅವನಿಗೆ ನೆನಪಾಯಿತು. ಇದನ್ನೆಲ್ಲ ನೆನೆದು ಅವನ ಮನ ತೀವ್ರ ಪಶ್ಚಾತ್ತಾಪದಿಂದ ತುಂಬಿತು. ಆ ತುಮುಲ ಯುದ್ಧದ ಘಟನೆಗಳು ಸ್ಪಷ್ಟವಾಗಿ ಹಾಗೂ ನಿಖರವಾಗಿ ಅವನ ಮನಸ್ಸಿನ ಮುಂದೆ ಮೆರವಣಿಗೆಯಂತೆ ಹಾದುಹೋದುವು. ಅವುಗಳಲ್ಲಿ ಕೆಲವು ಅನಾಗರಿಕರಿಗೆ ತಕ್ಕುದಾದಷ್ಟು ಹೇಯವಾಗಿದ್ದರೆ, ಇನ್ನೂ ಕೆಲವು ತಮಾಷೆಯಾಗಿದ್ದವು. ತನ್ನ ಬಂದೂಕವನ್ನು ಮರೆತು ಬಂದಿದ್ದೇನೆ ಎಂದು ನಟಿಸುತ್ತಾ ಠಾಣ್ಯದ ದ್ವಾರದಿಂದ ಅದನ್ನು ಹುಡುಕಿಕೊಂಡು ಹಿಂದೆ ಹೋದ ಒಬ್ಬ ಜಂಬಗಾರನ ಪ್ರಸಂಗ ಅದಕ್ಕೊಂದು ಉದಾಹರಣೆ. ಸಾಲ್ವಾದೋರ್‌ನನ್ನು ಬೆಂಬಿಡದೆ ಕಾಡುತ್ತಿದ್ದ ಇನ್ನೊಂದು ದುಃಖಮಯ ದೃಶ್ಯವೆಂದರೆ ಆ ಲೆಫ್ಟಿನೆಂಟ್ ಎದೆಯ ಮೇಲೆ ಕೈ ಇಟ್ಟುಕೊಂಡು ನಿಶ್ಶಬ್ದವಾಗಿ ಕೆಳಗೆ ಬಿದ್ದದ್ದು. ಆಮೇಲೆ ದಂಗೆ ವಿಫಲವಾದದ್ದಕ್ಕೆ ತೀವ್ರ ನಿರಾಶೆ, ರಾಜಧಾನಿಯ ನಿರ್ಜನ ರಸ್ತೆಗಳ ಮೂಲಕ ಬೆಳಕು ಹರಿಯುವಷ್ಟರಲ್ಲಿ ಓಡಿಬಂದದ್ದು, ಬೇಗುದಿಯಲ್ಲಿ ಕಳೆದ ನಡುವಂತರದ ಸಮಯ, ಸ್ನೇಹಿತನೊಬ್ಬನ ಹಳ್ಳಿ ಮನೆಯಲ್ಲಿ ಮೂಟೆಗಳ ಹಿಂದೆ ರಾಮೋನ್ ಸೋಲಾರೇಶ್ ಒಡನೆ ಬಚ್ಚಿಟ್ಟುಕೊಂಡದ್ದು, ತಮ್ಮನ್ನು ಹುಡುಕಿಕೊಂಡು ಬರುವವರ ಕಾಲಸಪ್ಪಳಕ್ಕಾಗಿ ಆಲಿಸಿದ್ದು – ಎಲ್ಲ ಅವನ ಮನೋಪಟಲದಲ್ಲಿ ಸುಳಿದವು. ಕೊನೆಗೆ ಕತ್ತಲೆಯ ರಕ್ಷಣೆಯಲ್ಲಿ ಗಡಿಬಿಡಿಯಿಂದ ಪಲಾಯನ ಮಾಡಿದ್ದು. ಕುಪಿತ ನಿರಂಕುಶ ಪ್ರಭುವಿನ ಕೋಪಕ್ಕೆ ಬಲಿಯಾಗುವ ಭೀಷಣ, ವಿಷಣ್ಣ ಭವಿಷ್ಯ.

ಪಲಾಯನಕ್ಕೆ ಅನುಕೂಲವಾಗಲಿ ಎಂದು ಇಬ್ಬರು ದೇಶಭ್ರಷ್ಟರೂ ಬೇರೆ ಬೇರೆ ದಾರಿಗಳಲಿ ಹೋಗಲು ಒಪ್ಪಿಕೊಂಡಿದ್ದರು. ಸಾನ್ ಅಂತೋನಿಯೋ ದ ಬಲೇನ್‌ಅನ್ನು ದಾಟಿ ಕಾರ್ಮೇನ್ ಬಯಲು ಸೀಮೆಯ ಮೂಲಕ ಪುಂತರೇನಾಸ್‌ಗೆ ಹೋಗುವ ಮಾರ್ಗವನ್ನು ಹಿಡಿದ ಸಾಲ್ವಾದೋರ್ ಮೋರೇನೋ. ರಾಮೋನ್ ಸೋಲಾರೇಸ್ ಸಾನ್ ಕಾರ್ಲೊ ಮಾರ್ಗವನ್ನು ಆರಿಸಿಕೊಂಡ. ಭೂಮಾರ್ಗವಾಗಿ ಹೋಗಿ ನಿಕಾರಾಗ್ವದಲ್ಲಿ ಆಶ್ರಯ ಪಡೆಯುವುದು ಅವನ ಯೋಚನೆ. ಬಂದರುಕಟ್ಟೆಯ ಅಧಿಕಾರಿಗಳ ಕಾವಲನ್ನು ಸಾಲ್ವಾದೋರ್ ಯಶಸ್ವಿಯಾಗಿ ತಪ್ಪಿಸಿಕೊಡು ಬಂದರೆ, ನಿಕಾರಾಗ್ವದಲ್ಲಿ ಇಬ್ಬರು ಸ್ನೇಹಿತರೂ ಮತ್ತೆ ಸಂಧಿಸುವುದೆಂದು ಇಬ್ಬರಲ್ಲೂ ಮಾತಾಗಿತ್ತು.

ಇಬ್ಬರಿಗೂ ನಂಬಿಕೆಗೆ ಅರ್ಹರಾದ ಹಾಗೂ ಒಳನಾಡನ್ನು ಚೆನ್ನಾಗಿ ಬಲ್ಲ ಧೈರ್ಯಶಾಲಿ ಅನುಚರರು ಸಿಕ್ಕಿದ್ದರು. ಆದರೆ ವಿಧಿಯ ಹಂಚಿಕೆಯೇ ಬೇರೆ. ಸಾಲ್ವಾದೋರ್ ಒಂದು ನರಹುಳುವಿನ ಕಣ್ಣಿಗೂ ಬೀಳದೆ ಪುಂತರೇ ನಾಸ್‌ಗೆ ಹೋಗುವ ಹೆದ್ದಾರಿಯ ಬಳಿಗೆ ನಡುರಾತ್ರಿ ಒಂದು ಗಂಟೆಯ ಹೊತ್ತಿಗೆ ಬಂದ. ಆದರೆ ಅವನ ಗೆಳೆಯ ಸರಪಳಿಯಿಂದ ಬಿಗಿಸಿಕೊಂಡು, ಬೆನ್ನಟ್ಟಿ ಬರುವವರಿಂದ ತಪ್ಪಿಸಿಕೊಂಡು ಹೋಗುವುದು ತನ್ನ ಸ್ನೇಹಿತನಿಗೆ ಸಾಧ್ಯವಾಗಲಿ ಎಂದು ಸೆರೆಮನೆಯಲ್ಲಿ ಪ್ರಾರ್ಥನೆ ಮಾಡುತ್ತಿದ್ದ. ಮೂರು ಗಂಟೆಯಲ್ಲಿ ಸಾಲ್ವಾದೋರ್ ಆತೇನಾಸ್ ದಾಟಿ, ಆರು ಗಂಟೆಯ ಹೊತ್ತಿಗೆ ತನ್ನ ಸಂಗಾತಿಯೊಡನೆ ಸಾನ್ ಮಾತೇಓ ಹೆಬ್ಬಾಗಿಲ ಬಳಿಗೆ ಬಂದ. ಆದರೆ ಇಷ್ಟು ಹೊತ್ತಿಗೆ ಕುದುರೆಗಳು ತುಂಬ ಬಳಲಿದ್ದವು. ಸುರುಬ್ರೆಸ್ ಬಯಲುಸೀಮೆಯಲ್ಲಿ ಸುರಕ್ಷಿತವಾದ ಹಾಗೂ ಸೌಹಾರ್ದದಿಂದ ಕೂಡಿದ ಯಾವುದಾದರೊಂದು ಮನೆಯೊಳಗೆ ಹಗಲಿನಲ್ಲಿ ಅಡಗಿ ಕುಳಿತು ಅನಂತರ ಮುಂದೆ ಹೋಗಬೇಕೆಂದು ಸಾಲ್ವಾದೋರ್ ಯೋಜನೆ ಹಾಕಿದ್ದ. ಆದರೆ ಕುದುರೆಗಳು ತುಂಬ ಬಳಲಿದ್ದುದರಿಂದ ಇದು ಈಗ ಅಸಾಧ್ಯವಾಯಿತು. ಅಲ್ಲದೆ ಹಳ್ಳಿಗರ ವೇಷವನ್ನು ಹಾಕಿ

ಕೊಂಡಿದ್ದರೂ, ಹಳ್ಳಿಯನ್ನು ಹಾದುಹೋಗುವಾಗ ಯಾರಾದರೂ ಅವನನ್ನು ಗುರುತಿಸುವ ಅಪಾಯವಿತ್ತು. ಅಂದಮೇಲೆ ಬೇರೆ ಏನಾದರೂ ತೀರ್ಮಾನ ಮಾಡಬೇಕಿತ್ತು.

"ಒಡೇರೇ, ಇಲ್ಲಿಂದ ಮುನ್ನೂರು ಗಜ ದೂರದಲ್ಲಿ ನನ್ನ ಪರಿಚಯಸ್ಥ ಒಬ್ಬ ಇದಾನೆ. ಒಳ್ಳೇ ನಂಬಿಕಸ್ಥ. ನೀವು ಒಪ್ಪೋ ಹಾಗಿದ್ರೆ ನಾವು ಇಲ್ಲಿ ಇಳಿದುಬಿಡೋಣ. ಹಾಗೇ ಮಾಡಿದ್ರೆ ಸಾನ್ ಮಾತೇಓವನ್ನು ಹಗಲು ಹೊತ್ತಿನಲ್ಲಿ ದಾಟಬೇಕಾಗೋದಿಲ್ಲ."

"ಸರಿ ಹಾಗಾದ್ರೆ, ಅಲ್ಲಿಗೇ ಹೋಗೋಣ."

ಇಬ್ಬರೂ ತಮ್ಮ ಕುದುರೆಗಳನ್ನು ತಿವಿದರು. ಮತ್ತೆ ಕೆಲವೇ ನಿಮಿಷಗಳಲ್ಲಿ ರಸ್ತೆಗೆ ಅನತಿ ದೂರದಲ್ಲಿದ್ದ ಒಂದು ಮನೆಯ ಹತ್ತಿರ ಬಂದರು. ಅಗಳಿ ಹಾಕಿಲ್ಲದ ಗೇಟನ್ನು ತಳ್ಳಿಕೊಂಡು ಅವರು ಒಳಗೆ ಬರುತ್ತಿದ್ದಂತೆಯೇ ನರಪೇತಲವಾದ ಎರಡು ಕಜ್ಜಿನಾಯಿಗಳು ಬೊಗಳುತ್ತಾ ಅವರನ್ನು ಸ್ವಾಗತಿಸಿದವು. ಗಲಾಟೆ ಕೇಳಿ ಕೈಸಾಲೆಯಿಂದ ಸ್ಥೂಲಕಾಯದ ಮುದುಕನೊಬ್ಬ ಹೊರಗೆ ಬಂದ.

"ನಮಸ್ಕಾರ ಶ್ರೀಮಾನ್ ಹೋಸೇ ಅವರೆ" ಎಂದ ಮಾರ್ಗದರ್ಶಿ.

"ನಮಸ್ಕಾರ ಪೇದ್ರೋ. ಹ್ಯಾಗಿದೀಯ ?" ಎಂದು ಕೇಳಿದ ಹೋಸೇ.

"ಚೆನ್ನಾಗಿದೀನಿ. ನೀವು ಹ್ಯಾಗಿದೀರ ? ನಿಮ್ಮ ಹೆಣ್ಣುಮಕ್ಕಳು ಹ್ಯಾಗಿದಾರೆ ?"

"ಚೆನ್ನಾಗಿದ್ದಾರೆ. ಕೆಳಗಿಳಿದು ಸ್ವಲ್ಪ ವಿಶ್ರಾಂತಿ ತಗೊಳ್ಳಿ. ಬನ್ನಿ, ಬನ್ನಿ" ಎಂದ ಆ ಮುದುಕ.

ಸವಾರರು ಕೆಳಗಿಳಿದರು. ಸಾಲ್ವಾದೋರ್ ಆಯಾಸದಿಂದ ಅರೆಸತ್ತವನಂತೆ ಕೈಸಾಲೆಯಲ್ಲಿ ಇರಿಸಿದ್ದ ಪೆಟ್ಟಿಗೆ ಬೆಂಚಿನ ಮೇಲೆ ಕುಸಿದ. ನೋಯುತ್ತಿದ್ದ ಕಾಲುಗಳನ್ನು ಅವನು ಚಾಚುವಾಗ ಹೋಸೇ ಮತ್ತು ಪೇದ್ರೋ ಕುದುರೆಗಳ ಜೀನು ತೆಗೆದರು. ಆಗ ಪೇದ್ರೋ ತನ್ನ ಸಂಗಾತಿ ದೇಶದಿಂದ ಪಲಾಯನ ಮಾಡುತ್ತಿದ್ದಾನೆ ಎಂದು ಹೋಸೇಗೆ ತಿಳಿಸಿದ. ಲಗುಬಗೆಯಿಂದ ಒಂದು ಕಥೆಯನ್ನು ಕಟ್ಟಿ ಹೇಳಿದ – ಯಾವುದೋ ಒಂದು ಜಗಳದಲ್ಲಿ ಮಚ್ಚುಕತ್ತಿಗಳು ಗಾಳಿಯಲ್ಲಿ ಹಾರಾಡಿದವು ಎಂದು. ಮುದುಕ ಹೆಚ್ಚಿನ ವಿವರಗಳನ್ನು ಕೇಳಲಿಲ್ಲ. ತನ್ನ ಅನಿರೀಕ್ಷಿತ ಅತಿಥಿಗಳನ್ನು ಯಾರಾದರೂ ಹುಡುಕಿಕೊಂಡು ಬಂದರೆ ಬಿಟ್ಟೆನ್ನುವುದಿಲ್ಲ ಎಂದು ಭರವಸೆ ನೀಡಿದ.

ಪೇದ್ರೋ ಕುದುರೆಗಳನ್ನು ಹುಲ್ಲು ತಿನ್ನಲು ಹೊಡೆದುಕೊಂಡು ಹೋದ. ಹೋಸೇಯ ಕೊನೆಯ ಮಗಳು ತಂದುಕೊಟ್ಟ ಕಾಫಿಯನ್ನು ಸಾಲ್ವಾದೋರ್ ಸಂತೋಷದಿಂದ ಸ್ವೀಕರಿಸಿದ. ಸಾನ್ ಮಾತೇಓದಲ್ಲಿ ತನ್ನ ಅಳಿಯನೊಬ್ಬ ಜಿಲ್ಲಾಧಿಕಾರಿಯಾಗಿರುವುದರ ಬಗೆಗೆ ಮುದುಕನಿಗೆ ಹೆಮ್ಮೆ ಇತ್ತು. ಅವನು ಮುದುಕನ ಹಿರಿಯ ಮಗಳನ್ನು ಮದುವೆಯಾಗಿದ್ದ. ಅವಳು ಚೆಲುವೆ ಅನ್ನುತ್ತಿದ್ದರು ಕಂಡವರು. ತನ್ನ ಅತಿಥಿಗೆ ನಿದ್ದೆ ಬರುವಂತಾದುದನ್ನು ಕಂಡು ಮುದುಕ ಅವನನ್ನು ಒಳಗೆ ಹಾಸಿಗೆ ಹಾಸಿದ್ದ ಒಂದು ಮಂಚದ ಬಳಿಗೆ ಕರೆದುಕೊಂಡು ಹೋಗಿ ವಿಶ್ರಾಂತಿ ತೆಗೆದುಕೊಳ್ಳುವಂತೆ ಹೇಳಿದ.

ಐದೇ ನಿಮಿಷದಲ್ಲಿ ಸಾಲ್ವಾದೋರ್ ಒಳ್ಳೆ ಮರದ ಕೊರಡಿನ ಹಾಗೇ ಬಿದ್ದುಕೊಂಡು ನಿದ್ದೆಹೊಡೆಯತೊಡಗಿದ. ರಾತ್ರಿ ಬಂದರೂ ಅವನಿಗೆ ಎಚ್ಚರವಾಗಲಿಲ್ಲ. ಅವನಿಗೆ ಅಂಥ ಗಾಢನಿದ್ದೆ ಬಂದಿತ್ತು. ಅವನ ಮೂಳೆಗಳು ನೋಯುತ್ತಿದ್ದವು. ಅವನು ಅನುಭವಿಸಿದ ಆಯಾಸ ಮತ್ತು ಭಾವೋದ್ವೇಗದಿಂದ ಅವನ ನರನರಗಳೆಲ್ಲಾ ಬಿಗಿಯುತ್ತಿದ್ದವು.

ಸಿಕ್ಕ ಸಮಯವನ್ನು ಪೇದ್ರೋ ವ್ಯರ್ಥಮಾಡಲಿಲ್ಲ. ಕುದುರೆಗಳಿಗೆ ಬದಿಯ ನದಿಯಲ್ಲಿ ಚೆನ್ನಾಗಿ ಮೈತೊಳೆದು ಹುರುಳಿ ತಿನ್ನಿಸಿದ. ಈ ಕೆಲಸ ಮುಗಿಸಿ ಸ್ವಲ್ಪಹೊತ್ತು ಚುಟುಕಿನ ನಿದ್ದೆ

ಮಾಡಿದ. ಅವನ ಮಾಂಸಖಂಡಗಳಿಗೆ ಅಗತ್ಯ ಶಕ್ತಿಯನ್ನು ಮರಳಿ ಕೊಡಲು ಅಷ್ಟು ಸಾಕಾಯಿತು. ಅಷ್ಟು ಹೊತ್ತಿಗೆ ಇನ್ನೂ ಮಧ್ಯಾಹ್ನ ಎರಡು ಗಂಟೆಯೂ ಆಗಿರಲಿಲ್ಲ. ಆದುದರಿಂದ ತನ್ನ ಆತಿಥೇಯ ಬಡಿಸಿದ ಸರಳ ಊಟವನ್ನು ಆತ ಸ್ವೀಕರಿಸಿದ.

ಸಾನ್ ಮಾತೇಓ ಇಗರ್ಜಿಯಿಂದ ಸಂಜೆಯ ಘಂಟಾನಾದ ಕೇಳಿಸಲಾರಂಭಿಸಿದಾಗ ಅವನು ಸಾಲ್ವಾದೋರ್‌ನನ್ನು ಎಬ್ಬಿಸಬೇಕೆಂದುಕೊಂಡ. ಆದರೆ ಅದು ಸುಲಭದ ಕೆಲಸವಾಗಿರಲಿಲ್ಲ. ಅವನು ಎಷ್ಟೇ ಅಲ್ಲಾಡಿಸಿದರೂ ಸಾಲ್ವಾದೋರ್‌ಗೆ ಗಾಢ ನಿದ್ದೆಯಿಂದ ಎಚ್ಚರವಾಗಲಿಲ್ಲ. ಅಂತೂ ಕೊನೆಗೆ ಅವನು ಕಣ್ಣು ತೆರೆದ. ಆದರೂ ಮಂಪರು ಹರಿಯದೆ ಶೂನ್ಯ ನೋಟ ಬೀರಿದ. ಪೇದ್ರೋ ಬೇಗ ಮುಂದೆ ಹೋಗಬೇಕಾದ ವಿಚಾರ ಹೇಳಿದಾಗ ಅವನು ವಾಸ್ತವ ಪ್ರಪಂಚಕ್ಕೆ ಬಂದು ಕಷ್ಟಪಟ್ಟು ಎದ್ದುನಿಂತ. ಅವನ ಪ್ರತಿ ಚಲನೆಯೂ ದೇಹದಲ್ಲಿ ತೀವ್ರಯಾತನೆಯ ಅಲೆಯನ್ನೆಬ್ಬಿಸುತ್ತಿತ್ತು. ಮೈಕೈ ನೋವಿನಿಂದ ಅವನಿಗೆ ಜ್ವರ ಬಂದಹಾಗಾಗಿತ್ತು. ಒಂದು ಚಿಕ್ಕ ಲೋಟ ಕೊಂಯಾಕ್* ಕುಡಿದ ಮೇಲೆ ದೇಹದಲ್ಲಿ ಅಪೇಕ್ಷಿತ ಪರಿಣಾಮವಾಯಿತು. ಬಡಿಸಿದ ಅಡಿಗೆಯ ವಾಸನೆ ಮೂಗಿಗೆ ಬಡಿದು ಎಷ್ಟೋ ಗಂಟೆಗಳಿಂದ ತಾನು ಉಪವಾಸ ಇರುವುದು ಅವನಿಗೆ ನೆನಪಾಯಿತು.

ಪೇದ್ರೋನ ಪ್ರಾರ್ಥನೆಯಂತೆ ಹೋಸೆಯ ಮಗಳು ಅಟ್ಟ ಕೋಳಿಯನ್ನು ಸಾಲ್ವಾದೋರ್ ಧ್ವಂಸ ಮಾಡುತ್ತಿದ್ದಾಗ ಹೋಸೇ ಒಂದು ಬೆಂಚಿನ ಮೇಲೆ ಕೂತು ಅವನನ್ನು ಸೂಕ್ಷ್ಮವಾಗಿ ಗಮನಿಸುತ್ತಿದ್ದ, ಸಹಜವಾಗಿಯೇ ಅವನದು ಸೂಕ್ಷ್ಮದೃಷ್ಟಿ. ಗಿಡ್ಡನೆಯ ನಡುವಂಗಿ ಧರಿಸಿದ್ದ ಈ ಮನುಷ್ಯನಿಗೆ ಅದನ್ನು ತೊಟ್ಟು ಅಭ್ಯಾಸವಿಲ್ಲ ಎಂಬ ಸಂಗತಿ ಅವನಿಗೆ ಗೊತ್ತಾಗಿಹೋಯಿತು. ಸಾಲ್ವಾದೋರ್ ವಿಷಯದಲ್ಲಿ ಪೇದ್ರೋ ತೋರಿಸುತ್ತಿದ್ದ ಚಚ್ಚರ, ಮಾತನಾಡುವಾಗ ಅವನಿಗೆ ನೀಡುತ್ತಿದ್ದ ಗೌರವ, ಇವೆಲ್ಲಾ ಈ ಮನುಷ್ಯ ಅವನ ಉಡುಪು ಹೇಳುವುದಕ್ಕಿಂತ ಉಚ್ಚ ವರ್ಗಕ್ಕೆ ಸೇರಿದವನು ಎಂಬುದಕ್ಕೆ ಸಾಕ್ಷಿಯಾಗಿದ್ದವು. ಇದರಲ್ಲೇನೂ ಅನುಮಾನವಿರಲಿಲ್ಲ. ಆದರೆ ವಿಷಯವನ್ನು ಸರಿಯಾಗಿ ಪರಿಶೀಲಿಸಿ ನೋಡಿದರೆ, ಆ ಅಪರಿಚಿತ ಯಾರಾದರೇನು, ಅದರಿಂದ ತನಗೇನು ವ್ಯತ್ಯಾಸ ಎಂದುಕೊಂಡ ಹೋಸೇ.

ಐದು ಡಾಲರಿನ ನೋಟನ್ನು ಸಾಲ್ವಾದೋರ್ ಮುದುಕನ ಕೈಯಲ್ಲಿ ಹಾಕಿದಾಗ, ಮುದುಕನ ಅನುಮಾನ ಇನ್ನಷ್ಟು ದೃಢವಾಯಿತು. ಸ್ವಲ್ಪ ಹೊತ್ತಿನಲ್ಲೇ ಪೇದ್ರೋ ಒಳಗೆ ಬಂದು ಕುದುರೆಗಳು ಸಜ್ಜಾಗಿವೆ ಎಂದು ಹೇಳಿದ. ಸಾಲ್ವಾದೋರ್ ತನ್ನ ಆಕಸ್ಮಿಕ ಆತಿಥೇಯನ ಕೈಯನ್ನು ಹಿಡಿದುಕೊಂಡು ಆತ್ಮೀಯತೆಯಿಂದ ಅಮುಕಿದ. ಮುದುಕ ಅಡ್ಡ ಬೀಳುವವನ ಹಾಗೇ ಮೈ ಬಾಗಿ, ಕ್ಷೇಮವಾಗಿ ಪ್ರಯಾಣ ಸಾಗುವಂತೆ ಹಾರೈಸಿದ. ಅವರು ಆಗಲೇ ಕೈಸಾಲೆಗೆ ಬಂದಿದ್ದರು. ಅಷ್ಟರಲ್ಲಿ ಹುಡುಗನೊಬ್ಬ ಓಡಿಬಂದು ಹೋಸೇಯ ಹಿರಿಯ ಮಗಳಿಗೆ ತೀವ್ರ ಅಸ್ವಸ್ಥವಾಗಿದೆಯೆಂಬ ಸುದ್ದಿಕೊಟ್ಟ. ಪ್ರಸೂತಿಯ ಸಮಯ ಸಮೀಪಿಸುತ್ತಿದ್ದ ಅವಳು ಮೇಲಿನಿಂದ ಕೆಳಗೆ ಬಿದ್ದು. ಅದರಿಂದ ದುಷ್ಪರಿಣಾಮವಾಗಿತ್ತು.

ಮುದುಕನಿಗೆ ಬಹಳ ಗಾಬರಿಯಾಯಿತು. ಸಾಲ್ವಾದೋರ್ ಅವನನ್ನು ಸಮಾಧಾನಪಡಿಸುತ್ತಾ ವೈದ್ಯರನ್ನು ಕರೆಸುವಂತೆ ಹೇಳಿದ.

"ಇಲ್ಲಿ ವೈದ್ಯರೇ ಇಲ್ಲ. ಆಲೇಹ್ವೇಲಾದಿಂದ ಅವರು ಬರೋ ಹೊತ್ತಿಗೆ ಹುಡುಗಿ ಸತ್ತೇ ಹೋಗ್ಬಹುದು," ಎಂದು ಹೋಸೇ ನಿರಾಶೆಯಿಂದ ಹೇಳಿದ.

---

* ಫ್ರೆಂಚ್ ಬ್ರಾಂದಿ. ಕೊಂಯಾಕ್ ದ್ರಾಕ್ಷಾ ಮದ್ಯದಿಂದ ಭಟ್ಟಿ ಇಳಿಸಿ ತೆಗೆದದ್ದು.

ದಯಾರ್ದ್ರ ಹೃದಯನಾದ ಸಾಲ್ವಾದೋರ್ ಒಂದು ಕ್ಷಣವೂ ಹಿಂದೆ ಮುಂದೆ ನೋಡದೆ ನುಡಿದ :

"ಬನ್ನಿ ಹೋಗಿ ನೋಡೋಣ ಅವಳನ್ನ – ನಾನೂ ಒಬ್ಬ ಡಾಕ್ಟರ್."

ಆಶ್ಚರ್ಯ ಆನಂದಗಳಿಂದ ಮುದುಕನಿಗೆ ಏನು ಹೇಳಬೇಕೆಂಬುದೇ ತಿಳಿಯಲಿಲ್ಲ.

"ದೇವರು ನಿಮ್ಮನ್ನು ಅನುಗ್ರಹಿಸಲಿ ಸ್ವಾಮಿ. ದೇವರು ನಿಮ್ಮನ್ನು ಅನುಗ್ರಹಿಸಲಿ" ಎಂದು ಮೆದುವಾಗಿ ಹೇಳುವಷ್ಟರಲ್ಲಿ ಅವನ ಕಣ್ಣುಗಳಿಂದ ಕಂಬನಿ ಒಸರಿತು. ಪೇದ್ರೋಗೆ ಆತಂಕವಾಯಿತು. ಮುದುಕ ಟೋಪಿ ಹಾಕಿಕೊಂಡು ಚಿಕ್ಕ ಮಗಳನ್ನು ಕರೆದುಕೊಂಡು ಬರಲು ಹೋದಾಗ ಪೇದ್ರೋ, ಸಾಲ್ವದೋರ್‌ನ ಕಿವಿಯಲ್ಲಿ ಉಸುರಿದ. "ಆ ಅಸ್ವಸ್ಥ ಮಹಿಳೆ ಬೇರೆ ಯಾರೂ ಅಲ್ಲ, ಜಿಲ್ಲಾಧಿಕಾರಿಯ ಹೆಂಡತಿಯೇ. ಈ ವೇಳೆಗಾಗಲೇ ನಿನ್ನನ್ನು ಬಂಧಿಸಲು ಅವನಿಗೆ ಆದೇಶ ಬಂದಿರಬಹುದು."

"ಪರವಾಗಿಲ್ಲ ಪೇದ್ರೋ. ಈ ಬಡಪಾಯಿ ಹೆಣ್ಣುಮಗಳು ಮರಣಕ್ಕೆ ತುತ್ತಾಗದಂತೆ ತಡೆಯೋದು ನನ್ನ ಕರ್ತವ್ಯ. ಕೂಡಲೇ ಹೋಗೋಣ ಬಾ."

ಲಗುಬಗೆಯಿಂದ ಹಿಂತಿರುಗಿದ ಮುದುಕನಿಗೆ ಈ ಕೊನೆಯ ಮಾತುಗಳು ಕೇಳಿಸಿದವು. "ಸ್ವಾಮಿ, ದೇವರು ನಿಮ್ಮನ್ನು ಅನುಗ್ರಹಿಸಲಿ," ಎಂದು ಆತ ಮತ್ತೆ ಮೆಲುದನಿಯಲ್ಲಿ ಹೇಳಿದ. ಪೇದ್ರೋ, ಮುದುಕನನ್ನು ತನ್ನ ಕುದುರೆಯ ಹಿಂಭಾಗದ ಮೇಲೆ ಕೂರಿಸಿಕೊಂಡ. ಸಾಲ್ವಾದೋರ್ ಹುಡುಗಿಯನ್ನು ಕೂರಿಸಿಕೊಂಡ. ಹದಿನೈದು ನಿಮಿಷಗಳ ಕಾಲ ವೇಗವಾಗಿ ಸವಾರಿ ಮಾಡಿ ಆ ನಾಲ್ವರೂ ಜಿಲ್ಲಾಧಿಕಾರಿಯ ಕಚೇರಿಯ ಮುಂದೆ ಇಳಿದರು.

ಮನೆಯ ತುಂಬ ನೆರೆಹೊರೆಯ ಹರಟೆಮಲ್ಲರೇ ತುಂಬಿದ್ದರು. ಅವರೆಲ್ಲ ನರಳುತ್ತಿರುವ ರೋಗಿಗೆ ತಮ್ಮ ಅಮೋಘವಾದ ಚಿಕಿತ್ಸೆಗಳನ್ನು ನೀಡಲು ಕಾತರರಾಗಿದ್ದರು. ಜಿಲ್ಲಾಧಿಕಾರಿಯ ಸ್ನೇಹಿತರು ಭೋಜನಶಾಲೆಯಲ್ಲಿ ಸೇರಿಕೊಂಡು ಬಿಳಿ ರಮ್‌ನ ಒಂದು ಬಾಟಲನ್ನು ಮುಂದಿಟ್ಟುಕೊಂಡು, ಅಧಿಕಾರಿಯನ್ನು ಸಮಾಧಾನಪಡಿಸುವ ಸಲುವಾಗಿ, ಸುಸೂತ್ರವಾಗಿ ಮುಗಿದಂಥ ಇಂಥ ಅನೇಕ ಪ್ರಸಂಗಗಳನ್ನು ಹೇಳುತ್ತಿದ್ದರು.

ತಂದೆ ಮತ್ತು ತಂಗಿ ಬಂದುದನ್ನು ನೋಡಿ ರೋಗಿ ಒಂದು ಸಲ ನರಳಿದಳು. ಮೊದಲ ಸಲ ತಾಯಿಯಾಗುತ್ತಿರುವ ಅವಳಿಗೆ ಯಾತನೆಯಿಂದ ಸತ್ತೇಹೋಗುತ್ತಿರುವಂತೆ ಅನ್ನಿಸುತ್ತಿತ್ತು.

"ಬನ್ನಿ, ಬನ್ನಿ ಡಾಕ್ಟರೇ" ಎಂದು ಮುದುಕ ಆ ದೇಶಭ್ರಷ್ಟನನ್ನು ವಿನಯದಿಂದ ಒಳಗೆ ಕರೆದುಕೊಂಡು ಬಂದ. ಗೊಂದಲದ ವಾತಾವರಣದಲ್ಲಿ ಅವನನ್ನು ಯಾರೂ ಸರಿಯಾಗಿ ನೋಡಿರಲಿಲ್ಲ. ಅಲ್ಲಿದ್ದವರು ಅವನ ಉಡುಪು ನೋಡಿ, ಈತ ಜನರ ಅಜ್ಞಾನ ಮತ್ತು ಅತ್ಯಾಶೆಗಳನ್ನು ಅವಲಂಬಿಸಿ ಜೀವನೋಪಾಯ ನಡೆಸುತ್ತಿರುವ ಯಾರೋ ಅಳಲೆಕಾಯಿ ಪಂಡಿತ ಇರಬೇಕು ಎಂದುಕೊಂಡರು. ಸಾಲ್ವಾದೋರ್ ರೋಗಿಯನ್ನು ಎಚ್ಚರಿಕೆಯಿಂದ ಪರೀಕ್ಷಿಸಿದ. ಪರಿಸ್ಥಿತಿ ಗಂಭೀರವಾಗಿದ್ದರೂ ಅವಳನ್ನು ಉಳಿಸುವುದೇನೂ ಕಷ್ಟವಿಲ್ಲ ಎಂದು ಅವನಿಗೆ ದೃಢವಾಯಿತು. ಅನಂತರ ಒಂದು ಕ್ಷಣವನ್ನೂ ವ್ಯರ್ಥಮಾಡದೆ, ಸನ್ನಿವೇಶಕ್ಕೆ ತಕ್ಕಂತೆ ಕೆಲವು ಅಗತ್ಯ ಕ್ರಮಗಳನ್ನು ಆತ ಕೈಗೊಂಡ. ಆ ಗಳಿಗೆಯಿಂದ ತನ್ನನ್ನೇ ಅವಲಂಬಿಸಿರುವ, ತನ್ನ ರಕ್ಷಣೆಯಲ್ಲಿರುವ ಮಾನವ ಜೀವಿಯ ಹೊರತು ಬೇರೇನನ್ನೂ ಅವನು ಯೋಚಿಸಲಿಲ್ಲ. ಆ ಮನೆಯಲ್ಲಿ ಎಂಥ ದೊಡ್ಡ ಅಪಾಯ ಅವನಿಗೆ ಎದುರಾಗುತ್ತಿದೆ ಎಂದು ಪೇದ್ರೋ ಮತ್ತೆ ಮತ್ತೆ ಅವನಿಗೆ ನೆನಪಿಸಿದ. ಆದರೆ ಅದು ನಿಷ್ಫಲವಾಯಿತು. ಅವನನ್ನು ಯಾವುದೂ ಅಲುಗಿಸಲಾಗಲಿಲ್ಲ.

ಡಾಕ್ಟರ ಅಭಿಪ್ರಾಯವನ್ನು ತಿಳಿದ ಮೇಲೆ ಹೋಸೇ ಮತ್ತು ಜಿಲ್ಲಾಧಿಕಾರಿಗೆ ಸ್ವಲ್ಪ ಸಮಾಧಾನವಾಯಿತು. ಅವರು ಆಗಲೇ ಮೊದಲ ಬಾಟಲಿ ರಮ್ ಮುಗಿಸಿದ್ದ ಸ್ನೇಹಿತರ ಗುಂಪಿಗೆ ಹೋಗಿ ಸೇರಿಕೊಂಡರು. ಎರಡನೆಯ ಬಾಟಲನ್ನು ತೆರೆದಾಗ ನಾಲಗೆಗಳು ನಿಯಂತ್ರಣ ಕಳೆದುಕೊಳ್ಳತೊಡಗಿದವು. ಮಾತಿನಲ್ಲಿ ಮೊದಲು ಇರದಿದ್ದ ಉತ್ಸಾಹ ತುಂಬಿಕೊಂಡಿತು.

ಹಾಗೇ ಮಾತನಾಡುತ್ತಾ ಅವರು ಆಗಷ್ಟೇ ನಡೆದ ದಂಗೆಯ ಬಗೆಗೆ ಪ್ರಸ್ತಾಪಿಸಿದರು. ಹೋಸೇ ನಗರದಿಂದ ಸ್ವಲ್ಪ ದೂರದಲ್ಲಿ ಏಕಾಂತದಲ್ಲಿ ವಾಸಿಸುತ್ತಿದ್ದುದರಿಂದ ಅವನಿಗೆ ಇವೆಲ್ಲಾ ತಿಳಿದಿರಲೇ ಇಲ್ಲ. ಆದುದರಿಂದ ಎಲ್ಲರಿಂದಲೂ ಆ ಬಗೆಗೆ ಹೇಳಿಸಿ ಅವನು ಆತಂಕದಿಂದ ಕಿವಿಗೊಟ್ಟ. ಮುಖ್ಯ ಸೇನಾಠಾಣ್ಯದ ಮೇಲೆ ಆಕ್ರಮಣ ನಡೆಯಿತು ಎಂದು ಕೇಳಿ ಅವನು ಕಾವಲು ಪಡೆಯಲ್ಲಿ ಒಬ್ಬನಾಗಿದ್ದ ತನ್ನ ಮಗ ರಾಫಾಏಲ್ ವಿಚಾರ ಏನಾದರೂ ಗೊತ್ತಾಯಿತೇ ಎಂದು ಅಳಿಯನನ್ನು ಕೇಳಿದ.

"ಅವನ ವಿಚಾರ ನನಗೇನೂ ಗೊತ್ತಾಗಿಲ್ಲ. ನನಗೆ ಹೇಳಿಕಳುಹಿಸಿಲ್ಲವಾದ್ದರಿಂದ ಏನೂ ಸಮಾಚಾರ ಇಲ್ಲ ಅಂತ ಕಾಣ್ತದೆ. ಹಾಗಿದ್ರೂ ನಮ್ಮ ಮನಸ್ಸಮಾಧಾನಕ್ಕೆ ಈಗಲೇ ಸಾನ್ ಹೋಸೇಗೆ ತಂತಿ ಕಳಿಸ್ತೇನೆ" ಎಂದ ಜಿಲ್ಲಾಧಿಕಾರಿ.

ಸಂದೇಶವನ್ನು ಬರೆದ ಮೇಲೆ ಅದನ್ನು ತಂತಿ ಕಚೇರಿಗೆ ಕಳುಹಿಸಲಾಯಿತು.

ಸಾಲ್ವಾದೋರ್ ತನ್ನ ರೋಗಿಯನ್ನು ಬಿಟ್ಟು ಅತ್ತ ಇತ್ತ ಅಲುಗಲಿಲ್ಲ. ಅವಳು ತನ್ನ ನೋವನ್ನು ತಾಳ್ಮೆಯಿಂದ ತಡೆದುಕೊಳ್ಳುವಂತೆ ಸಂತೋಷಪಡಿಸುವ ಮಾತುಗಳನ್ನು ಆಡುತ್ತಾ ಆತ ಅವಳಲ್ಲಿ ಧೈರ್ಯ ತುಂಬುತ್ತಿದ್ದ. ಪೇದ್ರೋ ಚಡಪಡಿಸುತ್ತಾ ಬೀದಿಯಲ್ಲಿದ್ದ ಕುದುರೆಗಳ ಕಡೆಗೆ ನೋಡುತ್ತಿದ್ದ. ಅವು ತಲೆ ಕೆಳಗೆ ಹಾಕಿಕೊಂಡು ತೂಕಡಿಸುತ್ತಿದ್ದವು.

ರಾತ್ರಿ ಹತ್ತು ಗಂಟೆಯ ಹೊತ್ತಿಗೆ ಜಿಲ್ಲಾಧಿಕಾರಿಗೆ ಒಂದು ದೀರ್ಘವಾದ ತಂತಿ ಸಂದೇಶ ಬಂದಿತು. ಅದನ್ನು ಓದುತ್ತಾ ಅವನ ಕೈಗಳು ಸ್ವಲ್ಪ ನಡುಗಿದವು. ಇದ್ದಕ್ಕಿದ್ದಂತೆಯೇ ಅವನ ಬಾಯಿಯಿಂದ ಚೀತ್ಕಾರವೊಂದು ಹೊರಬಿತ್ತು.

ಅದನ್ನು ಕೇಳಿದ ಕೂಡಲೇ ಅಲ್ಲಿ ನೆರೆದಿದ್ದ ಜನ ಏನು ಸಮಾಚಾರ ಎಂದು ಕೇಳುವಂತೆ ಎದ್ದು ನಿಂತರು. ಆದರೆ ಜಿಲ್ಲಾಧಿಕಾರಿ ಒಂದೂ ಮಾತನಾಡದೆ ತನ್ನ ಮಾವನನ್ನೂ ಪಕ್ಕದ ಕೋಣೆಗೆ ಕರೆದುಕೊಂಡು ಹೋದ. ಅಲ್ಲಿ ಏನೂ ಸುತ್ತುಬಳಸು ಮಾಡದೆ ಹಿಂದಿನ ರಾತ್ರಿಯ ಆಕ್ರಮಣದಲ್ಲಿ ಅವನ ಮಗ ಮಡಿದಿದ್ದನೆಂದೂ, ಅವನನ್ನು ಕೊಂದವನು ಡಾಕ್ಟರ್ ಸಾಲ್ವಾದೋರ್ ಮೋರೇನೋ ಇರಬೇಕೆಂದೂ, ಅವನು ದೇಶದಿಂದ ತಲೆ ತಪ್ಪಿಸಿಕೊಂಡು ಓಡಿಹೋಗಲು ಪ್ರಯತ್ನಿಸುತ್ತಿದ್ದಾನೆಂದೂ ಹೇಳಿದ.

ಬಡಪಾಯಿ ಮುದುಕ ನಿಸ್ತೇಜನಾಗಿ ಕುರ್ಚಿಯ ಮೇಲೆ ಕುಸಿದು ಕುಳಿತು ತನ್ನ ಮಗ ಸತ್ತದ್ದಕ್ಕೆ ಹೃದಯವಿದ್ರಾವಕವಾಗಿ ಅಳಲಾರಂಭಿಸಿದ. ಸ್ವಲ್ಪ ಹೊತ್ತಾದ ಮೇಲೆ ಅವನ ಮುಖದಲ್ಲಿ ಮಾತಿನಿಂದ ಹೇಳಲಾಗದಂಥ ಕೋಪ ಮಿಂಚಿತು. ಕಣ್ಣುಗಳಲ್ಲಿ ಕಂಬನಿ ಆರಿತು. ಅವು ಈಗ ಕೆಂಡದಂತೆ ಪ್ರಜ್ವಲಿಸಲಾರಂಭಿಸಿದವು. ಗೊಗ್ಗರ ಧ್ವನಿಯಲ್ಲಿ ಅವನು ಹೇಳಿದ "ಸಾಲ್ವಾದೋರ್ ಮೋರೇನೋ–ಆ ಹೆಸರನ್ನು ನಾನು ಮರೆಯೋದಿಲ್ಲ."

"ನಾನೂ ಆ ಹೆಸರು ಕೇಳಿದೇನೆ. ಇತ್ತೀಚಿಗಷ್ಟೇ ಯೂರೋಪಿನಿಂದ ಹಿಂತಿರುಗಿದ ಒಬ್ಬ ತರುಣ ಡಾಕ್ಟರ್ ಇರಬೇಕು ಅವನು," ಎಂದ ಜಿಲ್ಲಾಧಿಕಾರಿ.

ಅಷ್ಟರಲ್ಲಿ ನೆರೆಯ ಹೆಂಗಸೊಬ್ಬಳು ಬಂದು ಅವರ ಸಂಭಾಷಣೆಯನ್ನು ತಡೆದು,

ಆರೋಗ್ಯಶಾಲಿಯಾದ ಸುದೃಢ ಗಂಡುಮಗು ಹುಟ್ಟಿತು ಎಂಬ ಸಂತೋಷದಿಂದ ಸುದ್ದಿಯನ್ನು ಹೇಳಿದಳು. ಇಬ್ಬರೂ ಅದನ್ನು ನೋಡಲು ಒಳಗೆ ಹೊರಟರು. ಆದರೆ ಅವರನ್ನು ರೋಗಿಯ ಕೋಣೆಯೊಳಗೆ ಬಿಡಲು ಇನ್ನೂ ಸ್ವಲ್ಪ ಸಮಯ ಬೇಕಿತ್ತು.

ಈ ಅವಧಿಯ ಉದ್ದಕ್ಕೂ ತ್ರಸ್ತನಾಗಿದ್ದ ಪೇದ್ರೋ, ಮಗು ಹುಟ್ಟಿದ ಸುದ್ದಿ ಕೇಳುತ್ತಿದ್ದ ಹಾಗೇ ತನ್ನ ಸಂಗಾತಿಯನ್ನು ಕೂಡಲೇ ಹೊರಡಲು ನೆನಪಿಸುವಂತೆ ಹೇಳಲು ಹೋಸೇಯನ್ನು ಹುಡುಕಿಕೊಂಡು ಹೋದ. ಅವನನ್ನು ಕಂಡೊಡನೆ ತನ್ನ ಸಂಗಾತಿಯ ಬದಲಿ ಹೆಸರನ್ನು ಉಪಯೋಗಿಸಲು ಮರೆತು ಪೇದ್ರೋ ಹೇಳಿದ:

"ಆಗ್ಲೇ ಬಹಳ ಹೊತ್ತಾಗಿಬಿಟ್ಟಿದೆ, ನಾನು ಅವನಿಗೋಸ್ಕರ ಇಲ್ಲಿ ಕಾಯ್ತಾ ಇದೇನೆ ಅಂತ ದೋನ್ ಸಾಲ್ವಾದೋರ್‌ಗೆ ತಿಳಿಸು."

ಆ ಹೆಸರನ್ನು ಕೇಳುತ್ತಿದ್ದ ಹಾಗೇ ಮುದುಕ ಸ್ತಂಭೀಭೂತನಾದ. ಅನಂತರ ಅವನು ಕೋಪದಿಂದ ಕೇಳಿದ:

"ದೋನ್ ಸಾಲ್ವಾದೋರ್! ದೋನ್ ಸಾಲ್ವಾದೋರ್ ಮೋರೇನೋ! ಡಾಕ್ಟರ್ ಹೆಸರು ಅದೇ; ಹೌದಲ್ವ?"

"ಹೌದು. ಅವರು ನಿಮಗೆ ಹೇಳಿದರಾ?"

ಅವನ ಮಾತಿಗೆ ಉತ್ತರಕೊಡದೆ ಹೋಸೇ ಆ ಕೋಣೆಯ ಮೂಲೆಗೆ ಹೋದ. ಅಲ್ಲಿ ಒಂದು ಮಚ್ಚುಕತ್ತಿಯನ್ನು ಗೋಡೆಗೆ ಒರಗಿಸಿಟ್ಟಿದ್ದರು. ಅದನ್ನು ಆತ ಒರೆಯಿಂದ ಎಳೆದ. ಎಳೆದುಕೊಂಡವನೇ ಅಪೂರ್ವ ರೋಷದಿಂದ ತನ್ನ ಮಗಳು ಇದ್ದ ಕೋಣೆಗೆ ಧಾವಿಸಿದ.

ಆ ಗಳಿಗೆಗೆ ಸರಿಯಾಗಿ ಬಾಗಿಲು ತೆರೆಯಿತು. ಹಾಸಿಗೆಯ ಮೇಲೆ ತಾಯಿ ನಿಸ್ತೇಜಳಾಗಿ ಮಲಗಿದ್ದಳು. ಆದರೆ ಅವಳ ಕಣ್ಣುಗಳು ಮತ್ತು ತುಟಿಗಳು ಮುಗುಳುನಗುತ್ತಿದ್ದವು. ಸಾಲ್ವಾದೋರ್ ತನ್ನ ಅಂಗಿಯ ತೋಳನ್ನು ಮೇಲಕ್ಕೆ ಮಡಿಸಿಕೊಂಡು ನವಜಾತ ಶಿಶುವಿಗೆ ಒಂದು ಡಬರಿಯಲ್ಲಿ ಸ್ನಾನಮಾಡಿಸುವ ಕೆಲಸದಲ್ಲಿ ಮಗ್ನನಾಗಿದ್ದ. ಇದನ್ನು ನೋಡುತ್ತಿದ್ದ ಹಾಗೇ ಕೋಪದಲ್ಲಿದ್ದ ತಂದೆಯ ಹೃದಯದಲ್ಲಿ ಔದಾರ್ಯದ ಬುಗ್ಗೆ ಉಕ್ಕಿ ಹರಿಯಿತು. ಅದೇ ಮನುಷ್ಯ ತನ್ನ ಮಗ ರಾಫಾಏಲ್‌ನನ್ನು ಕೊಂದವನು; ಅದು ಅಪ್ರಿಯವಾದ ಸತ್ಯ; ಆದರೆ ಮಗನ ರಕ್ತ ಹರಿಸಿದ ಅದೇ ಮನುಷ್ಯ ಈಗ ತನ್ನ ಆತ್ಮದ ಇನ್ನೊಂದು ತುಣುಕಾದ ಮಗಳ ಜೀವವನ್ನು ಉಳಿಸಿದ್ದಾನೆ. ಅದೂ ತನ್ನ ಸ್ವಾತಂತ್ರ್ಯವನ್ನು ಪಣವಾಗಿ ಒಡ್ಡಿ. ಅಷ್ಟೇ ಅಲ್ಲ, ಪ್ರಾಯಶಃ ತನ್ನ ಪ್ರಾಣವನ್ನೇ ಅಪಾಯದಲ್ಲಿ ತೊಡಗಿಸಿದ್ದಾನೆ. ಹೋಸೇ ಆ ಪ್ರಶಾಂತ ದೃಶ್ಯವನ್ನು ನೋಡುತ್ತ ನಿಂತ. ಸಂತೃಪ್ತ ತಾಯಿ, ಆತಂಕ ತುಂಬಿದ ನೆರೆಹೊರೆಯವರು ಮತ್ತು ಡಾಕ್ಟರ್. ಆತ ತಲ್ಲೀನನಾಗಿ ಮಗುವಿಗೆ ಉಪಚಾರ ಮಾಡುತ್ತಿದ್ದಾನೆ. ಆ ಮಗುವಿನ ಅಳು, ತನ್ನ ತಾಯಿಯನ್ನು ಉಳಿಸಿದವನನ್ನು ಕ್ಷಮಿಸುವಂತೆ ಕೇಳುತ್ತಿರುವಂತಿದೆ.

ಮುದುಕನ ಕೈಯಿಂದ ಮಚ್ಚುಕತ್ತಿ ಕೆಳಗೆ ಜಾರಿತು. ಆತ ಮೆಲ್ಲನೆ ಹಿಂದಕ್ಕೆ ಬಂದ. ಒಂದು ಕ್ಷಣ ಹಿಂತೆಗೆದ ಮೇಲೆ, ತನ್ನ ಒರಟಾದ ಕೈಯಿಂದ ಮುಖವನ್ನು ಒರೆಸಿಕೊಂಡು, ದೇಶಭ್ರಷ್ಟನ ಬಳಿಗೆ ಬಂದು ನಡುಗುವ ಗೊಗ್ಗರ ಧ್ವನಿಯಲ್ಲಿ ಹೇಳಿದ :

"ದೋನ್ ಸಾಲ್ವಾದೋರ್, ದಯವಿಟ್ಟು ಇಲ್ಲಿಂದ ಬೇಗ ಹೊರಟುಹೋಗಿ. ಯಾಕೆಂದರೆ ಈ ಮನೆಯಲ್ಲಿರೋದರಿಂದ ನಿಮಗೆ ತುಂಬ ಅಪಾಯವಿದೆ." ○

❍ ಗಾಬ್ರಿಯೇಲ್ ಗಾರ್ಸಿಯಾ ಮಾರ್ಕೋಸ್

ಕೋಲೋಮ್‌ಬಿಯಾ

ಮಂಗಳವಾರ ಮಧ್ಯಾಹ್ನದ ಲಘು ನಿದ್ರೆ

ಕಂಪಿಸುವ ಮರುಳುಗಲ್ಲುಗಳ ಸುರಂಗದಿಂದ ನುಗ್ಗಿ ಹೊರಬಂದ ಟ್ರೈನ್ ಕೊನೆ ಇಲ್ಲದ, ಒಂದೇ ಥರ ಕಾಣುವ ಬಾಳೆಯ ತೋಟಗಳನ್ನು ಹಾಯ್ದು ಮುಂದೋಡತೊಡಗಿತು. ಗಾಳಿ ತೇವಭರಿತವಾಯಿತು. ಸಮುದ್ರ ತಡಿಯ ಮಂದಾನಿಲ ದೂರವಾಯಿತು. ಕಂಪಾರ್ಟ್‌ಮೆಂಟಿನ ಕಿಟಿಕಿಯ ಮೂಲಕ ಉಸಿರುಕಟ್ಟಿಸುವಂಥ ಹೊಗೆಯ ರಾಶಿಯೊಂದು ಭಗ್ಗನೆ ಒಳಗೆ ನುಗ್ಗಿತು. ರೈಲುದಾರಿಗೆ ಸಮಾನಾಂತರವಾಗಿದ್ದ ಸಣ್ಣ ಬಂಡಿ ಜಾಡಿನಲ್ಲಿ ಬಾಳೆಯ ಗೊನೆಗಳನ್ನು ಹೇರಿದ್ದ ಎತ್ತಿನ ಗಾಡಿಗಳಿದ್ದವು. ರಸ್ತೆಯಿಂದಾಚೆಗೆ ಕೃಷಿ ಮಾಡದ ಭಾಗಗಳಲ್ಲಿ ಅಲ್ಲೊಂದು ಇಲ್ಲೊಂದರಂತೆ, ವಿದ್ಯುತ್ ಪಂಖಗಳಿದ್ದ ಕಚೇರಿ ಗಳಿದ್ದವು, ಕೆಂಪು ಇಟ್ಟಿಗೆಯ ಕಟ್ಟಡಗಳಿದ್ದವು. ಧೂಳು ತುಂಬಿದ ತಾಳೆಯ ಮರಗಳ ಮತ್ತು ಗುಲಾಬಿ ಪೊದೆಗಳ ನಡುವೆ ಮನೆಗಳಿದ್ದವು. ಅವುಗಳ ಬಿಸಿಲುಮಚ್ಚಿನಲ್ಲಿ ಕುರ್ಚಿಗಳು ಹಾಗೂ ಬಳಿ ಬಣ್ಣದ ಚಿಕ್ಕ ಮೇಜುಗಳೂ ಇದ್ದವು. ಆಗ ಬೆಳಗಿನ ಹನ್ನೊಂದು ಗಂಟೆ. ಸೆಖೆ ಇನ್ನೂ ಆರಂಭವಾಗಿರಲಿಲ್ಲ.

"ಕಿಟಿಕಿ ಮುಚ್ಚು. ಇಲ್ಲದಿದ್ದರೆ ನಿನ್ನ ತಲೆ ತುಂಬ ಹೊಗೆಮಸಿ ತುಂಬುತ್ತೆ" ಎಂದಳು ಹೆಂಗಸು.

ಹುಡುಗಿ ಪ್ರಯತ್ನಿಸಿದಳು. ಆದರೆ ಚೌಕಟ್ಟಿಗೆ ತುಕ್ಕು ಹಿಡಿದಿದ್ದರಿಂದ ಕಿಟಿಕಿಯ ಗಾಜನ್ನು ಮುಚ್ಚಲಾಗಲಿಲ್ಲ.

ಮೂರನೆಯ ದರ್ಜೆಯ ಒಂಟಿ ಬೋಗಿಯಲ್ಲಿ ಅವರಿಬ್ಬರೇ ಪ್ರಯಾಣಿಕರು. ಟ್ರೈನಿನ ಹೊಗೆ ಕಿಟಿಕಿಯ ಮೂಲಕ ಬರಲಾರಂಭಿಸಿದ್ದರಿಂದ ಹುಡುಗಿ ಕಿಟಿಕಿ ಬಿಟ್ಟು ಎದ್ದಳು. ತಿನಿಸುಗಳಿಂದ ಕೂಡಿದ್ದ ಒಂದು ಪ್ಲಾಸ್ಟಿಕ್ ಚೀಲ ಮತ್ತು ವೃತ್ತಪತ್ರಿಕೆಯಲ್ಲಿ ಸುತ್ತಿದ್ದ ಒಂದು ಹೂವಿನ ಗುಚ್ಛ – ಇವಿಷ್ಟೇ ಅವರ ವಸ್ತುಗಳು. ಹುಡುಗಿ ಅವನ್ನು ಬೇರೆಡೆ ಇಟ್ಟಳು. ಅವಳು ಕಿಟಿಕಿಯಿಂದ ದೂರವಾಗಿ ಎದುರು ಜಾಗದಲ್ಲಿ ತಾಯಿಯ ಕಡೆಗೆ ಮುಖ ಮಾಡಿ ಕುಳಿತಳು. ಅವರಿಬ್ಬರೂ ಜೀರ್ಣವಾದ ದುಃಖಸೂಚಕ ಬಟ್ಟೆಗಳನ್ನು ತೊಟ್ಟಿದ್ದರು.

ಹುಡುಗಿಗೆ ಹನ್ನೆರಡು ವರ್ಷ ವಯಸ್ಸು. ಅದೇ ಅವಳ

ಮೊದಲ ಟ್ರೈನ್ ಪ್ರಯಾಣ. ಕಣ್ಣರೆಪ್ಪೆಗಳಲ್ಲಿನ ನೀಲಿನಾಳಗಳು, ಕುಳ್ಳಾದ ಮೃದುವಾದ ತೊಪ್ಪೆ ದೇಹ ಮತ್ತು ಗುತ್ತನಾದ ನಿಲುವಂಗಿಯಂತಿದ್ದ ಉಡುಪಿನಿಂದಾಗಿ ಆ ಹೆಂಗಸು, ಹುಡುಗಿಯ ತಾಯಿ ಅನ್ನಿಸಿಕೊಳ್ಳುವುದಕ್ಕಿಂತ ಹೆಚ್ಚು ಮುಪ್ಪಾಗಿದ್ದಳು. ಅವಳು ಸೀಟಿನ ಹಿಂಭಾಗಕ್ಕೆ ನೆಟ್ಟಗೆ ಒರಗಿಕೊಂಡು ಕೂತಿದ್ದಳು. ಅವಳ ತೊಡೆಯ ಮೇಲಿದ್ದ ಚರ್ಮದ ಕೈಚೀಲ ಅಲ್ಲಲ್ಲಿ ಕಿತ್ತುಹೋಗಲಾರಂಭಿಸಿತ್ತು. ಅದನ್ನು ಎರಡೂ ಕೈಗಳಿಂದ ಅವಳು ಹಿಡಿದುಕೊಂಡಿದ್ದಳು. ಬಡತನಕ್ಕೆ ಹೊಂದಿಕೊಂಡಿದ್ದ ಹೆಣ್ಣಿನ ಪ್ರಾಮಾಣಿಕ ಪ್ರಶಾಂತಿ ಅವಳ ಮುಖದಲ್ಲಿ ನೆಲಸಿತ್ತು.

ಹನ್ನೆರಡು ಗಂಟೆಯ ಹೊತ್ತಿಗೆ ಧಗೆ ಪ್ರಾರಂಭವಾಯಿತು. ನೆರೆಯಲ್ಲಿ ಪಟ್ಟಣವಿಲ್ಲದ ನಿಲ್ದಾಣವೊಂದರ ಬಳಿ ನೀರು ಸಂಗ್ರಹಿಸಲು ಟ್ರೈನು ಹತ್ತು ನಿಮಿಷ ನಿಂತಿತು. ಹೊರಗೆ ತೋಟಗಳ ರಹಸ್ಯಮಯ ಮೌನದಲ್ಲಿ ನೆರಳುಗಳು ಗೆರೆಕೊರೆದಂತೆ ಕಾಣುತ್ತಿದ್ದವು. ಆದರೆ ಬೋಗಿಯೊಳಗೆ ತುಂಬಿಕೊಂಡಿದ್ದ ಸ್ತಬ್ಧ ಗಾಳಿ ಹದಮಾಡದ ಚರ್ಮದ ವಾಸನೆ ಬೀರುತ್ತಿತ್ತು. ಟ್ರೈನ್ ಮತ್ತೆ ವೇಗವಾಗಿ ಓಡಲಿಲ್ಲ. ಒಂದೇ ಥರ ಇದ್ದ ಎರಡು ಪಟ್ಟಣಗಳಲ್ಲಿ ಅದು ನಿಂತಿತು. ಅಲ್ಲಿನ ಮರದ ಮನೆಗಳಿಗೆ ಉಜ್ವಲ ವರ್ಣಗಳನ್ನು ತೊಡೆದಿದ್ದರು. ಹೆಂಗಸು ತೂಕಡಿಸುತ್ತಾ ನಿದ್ದೆಮಾಡಿಬಿಟ್ಟಳು. ಹುಡುಗಿ ತನ್ನ ಬೂಟುಗಳನ್ನು ಕಳಚಿದಳು. ಅನಂತರ ಶೌಚಕೋಣೆಗೆ ಹೋಗಿ ಹೂಗುಚ್ಛವನ್ನು ನೀರಿನಲ್ಲಿಟ್ಟಳು.

ಅವಳು ತನ್ನ ಜಾಗಕ್ಕೆ ಹಿಂತಿರುಗಿದಾಗ ತಾಯಿ ಊಟ ಮಾಡಲು ಕಾದಿದ್ದಳು. ಅವಳು ಮಗಳಿಗೆ ಒಂದಿಷ್ಟು ಚೀಸ್, ಅರ್ಧ ತುಂಡು ರೊಟ್ಟಿ ಹಾಗೂ ಒಂದು ಸೀರೊಟ್ಟಿಯನ್ನು ಕೊಟ್ಟಳು. ತಾನು ಕೂಡ ಪ್ಲಾಸ್ಟಿಕ್ ಚೀಲದಿಂದ ಅಷ್ಟೇ ಆಹಾರವನ್ನು ತೆಗೆದುಕೊಂಡಳು. ಅವರು ತಿನ್ನುತ್ತಿರುವಾಗ ಟ್ರೈನ್ ಒಂದು ಕಬ್ಬಿಣದ ಸೇತುವೆಯ ಮೇಲೆ ನಿಧಾನವಾಗಿ ಸಾಗಿ ಹೋಗಿ, ಹಿಂದೆ ಕಂಡಂಥ ಪಟ್ಟಣವೊಂದನ್ನು ದಾಟಿತು. ಒಂದೇ ವ್ಯತ್ಯಾಸವೆಂದರೆ ಈ ಪಟ್ಟಣದ ಚೌಕದಲ್ಲಿ ಜನಗಳ ಗುಂಪೊಂದಿತ್ತು. ಪ್ರಖರ ಸೂರ್ಯನ ಬಿಸಿಲಲ್ಲಿ ವಾದ್ಯಮೇಳವೊಂದು ಲವಲವಿಕೆಯ ರಾಗವೊಂದನ್ನು ನುಡಿಸುತ್ತಿತ್ತು. ಪಟ್ಟಣದ ಇನ್ನೊಂದು ಪಕ್ಕದಲ್ಲಿ ಬಾಳೆಯ ತೋಟಗಳಿದ್ದುವು. ಆಚೆ ಬಯಲು. ಅನಾವೃಷ್ಟಿಯಿಂದಾಗಿ ಬಯಲಿನ ನೆಲ ಒಣಗಿ ಒಡೆದುಹೋಗಿತ್ತು.

ಹೆಂಗಸು ತಿನ್ನುವುದನ್ನು ನಿಲ್ಲಿಸಿದಳು.

"ಷೂಸ್ ಹಾಕ್ಕೋ," ಎಂದಳು.

ಹುಡುಗಿ ಹೊರಗೆ ನೋಡಿದಳು. ನಿರ್ಜನವಾದ ಬಯಲಿನ ವಿನಾ ಬೇರೇನೂ ಕಾಣಿಸಲಿಲ್ಲ. ಟ್ರೈನ್ ಮತ್ತೆ ವೇಗವನ್ನು ರೂಢಿಸಿಕೊಳ್ಳುತ್ತಿತ್ತು. ಆದರೂ ಅವಳು ಸೀ ರೊಟ್ಟಿಯ ಕೊನೆಯ ತುಂಡನ್ನು ಚೀಲದೊಳಕ್ಕೆ ಹಾಕಿ, ಬೇಗ ಬೇಗ ಬೂಟುಗಳನ್ನು ಹಾಕಿಕೊಂಡಳು. ಹೆಂಗಸು ಅವಳಿಗೊಂದು ಬಾಚಣಿಗೆ ಕೊಟ್ಟು,

"ತಲೆ ಬಾಚಿಕೊ" ಎಂದಳು.

ಹುಡುಗಿ ತಲೆ ಬಾಚಿಕೊಳ್ಳುತ್ತಿರುವಾಗ ಟ್ರೈನ್ ಶಿಳ್ಳೆ ಹಾಕಲಾರಂಭಿಸಿತು. ಹೆಂಗಸು ತನ್ನ ಕೊರಳಿನ ಬೆವರನ್ನು ಒರೆಸಿಕೊಂಡಳು. ಮುಖದ ಮೇಲೆ ಜಿನುಗಿದ್ದ ಜಿಡ್ಡನ್ನೂ ಬೆರಳು ಗಳಿಂದ ಒರೆಸಿದಳು. ಹುಡುಗಿ ಬಾಚಿಕೊಳ್ಳುವುದನ್ನು ನಿಲ್ಲಿಸುವ ಹೊತ್ತಿಗೆ ಟ್ರೈನು ಪಟ್ಟಣವೊಂದರ ಹೊರವಲಯದ ಮನೆಗಳನ್ನು ದಾಟಿಕೊಂಡು ಹೋಗುತ್ತಿತ್ತು. ಈ ಪಟ್ಟಣ ಹಿಂದಿನ ಪಟ್ಟಣಗಳಿಗಿಂತ ದೊಡ್ಡದಾಗಿದ್ದರೂ ಅವುಗಳಿಗಿಂತ ಹೆಚ್ಚು ಮಂಕಾಗಿದ್ದಂತೆ ಕಂಡಿತು.

"ಏನಾದ್ರು ಮಾಡೋದಾದ್ರೆ ಈಗ್ಲೇ ಮಾಡಿಬಿಡು. ಮುಂದೆ ಬಾಯಾರಿಕೆಯಿಂದ ಸಾಯೋಹಾಗಾದ್ರೂ ಏನೂ ಕುಡೀಬೇಡ. ಎಲ್ಲದಕ್ಕಿಂತ ಮುಖ್ಯವಾಗಿ ಅಳೋಹಾಗಿಲ್ಲ," ಎಂದಳು ಹೆಂಗಸು.

ಹುಡುಗಿ ತಲೆದೂಗಿದಳು. ಟ್ರೈನಿನ ಶಿಳ್ಳೆ ಮತ್ತು ಹಳೆಯ ಬೋಗಿಗಳ ಗಡಗಡ ಸದ್ದಿನೊಡನೆ ಬಿಸಿಗಾಳಿ ಒಳನುಗ್ಗಿತು. ಹೆಂಗಸು ಉಳಿದ ಆಹಾರವನ್ನು ಪ್ಲಾಸ್ಟಿಕ್ ಚೀಲದೊಳಗೆ ಹಾಕಿ ಅದನ್ನು ಮಡಿಸಿ ಕೈಚೀಲದೊಳಗೆ ಇಟ್ಟಳು. ಒಂದು ಕ್ಷಣ ಆಗಸ್ಟ್ ತಿಂಗಳ ಆ ಮಂಗಳವಾರದ ಉಜ್ವಲ ಹಗಲಿನಲ್ಲಿ ನಗರದ ಪೂರ್ಣ ಚಿತ್ರ ಕಿಟಕಿಯಲ್ಲಿ ಕಂಡಿತು. ಹುಡುಗಿ ನೀರಿಳಿಯುತ್ತಿದ್ದ ನೆನೆದ ವೃತ್ತಿಪತ್ರಿಕೆಯಿಂದ ಹೂವನ್ನು ಸುತ್ತಿ ಕಿಟಕಿಯಿಂದ ಸ್ವಲ್ಪ ದೂರ ಸರಿದು ತಾಯಿಯನ್ನು ದಿಟ್ಟಿಸಿದಳು. ಪ್ರತಿಯಾಗಿ ತಾಯಿ ಅವಳನ್ನು ಹಿತವಾಗಿ ನೋಡಿದಳು. ಟ್ರೈನ್ ಶಿಳ್ಳೆ ಹಾಕುತ್ತಾ ತನ್ನ ವೇಗವನ್ನು ಕಡಮೆ ಮಾಡಿಕೊಳ್ಳಲಾರಂಭಿಸಿತು. ಮುಂದಿನ ಕ್ಷಣದಲ್ಲಿ ಅದು ನಿಂತಿತು.

ನಿಲ್ದಾಣದಲ್ಲಿ ಯಾರೂ ಇರಲಿಲ್ಲ. ಬಾದಾಮಿ ಮರಗಳ ನೆರಳಿನಲ್ಲಿ ಮುಳುಗಿದ್ದ ಆಚೆಕಡೆಯ ಕಿರುದಾರಿಯಲ್ಲಿ ದಳ್ಳಾಳಿಗಳ ಅಂಗಡಿ ಮಾತ್ರ ತೆರೆದಿತ್ತು. ಪಟ್ಟಣ ಧಗೆಯಲ್ಲಿ ತೇಲುತ್ತಿತ್ತು. ಹೆಂಗಸು ಮತ್ತು ಹುಡುಗಿ ಟ್ರೈನಿನಿಂದ ಇಳಿದು ನಿಲ್ದಾಣವನ್ನು ದಾಟಿದರು. ನೆಲಕ್ಕೆ ಹಾಸಿದ್ದ ಹಂಚುಗಳ ನಡುವೆ ಹುಲ್ಲು ಬೆಳೆದು ಅವನ್ನು ಮಗುಚಿಹಾಕಿದ್ದವು. ಅದನ್ನು ದಾಟಿಕೊಂಡು ಅವರು ರಸ್ತೆಯ ನೆರಳಿಗೆ ಹೋದರು.

ಆಗಲೇ ಎರಡು ಗಂಟೆಯ ಸುಮಾರು. ಆ ಸಮಯದಲ್ಲಿ ತೂಕಡಿಕೆಯ ಭಾರದಲ್ಲಿ ಇಡೀ ಊರೇ ಮಧ್ಯಾಹ್ನದ ಲಘು ನಿದ್ರೆಯಲ್ಲಿತ್ತು. ಅಂಗಡಿಗಳು, ಕಚೇರಿಗಳು, ಸಾರ್ವಜನಿಕ ಶಾಲೆಗಳು, ಎಲ್ಲ ಹನ್ನೊಂದು ಗಂಟೆಗೆ ಮುಚ್ಚಿದ್ದವು. ನಾಲ್ಕು ಗಂಟೆಗೆ ಸ್ವಲ್ಪ ಮೊದಲು, ಟ್ರೈನು ಮರಳಿ ಬರುವ ಸಮಯಕ್ಕೆ ಅವುಗಳನ್ನು ಮತ್ತೆ ತೆರೆಯುತ್ತಿದ್ದರು. ನಿಲ್ದಾಣದ ಆಚೆಕಡೆ ಇದ್ದ ಹೋಟೆಲ್, ಅದರ ಬಾರ್ ಮತ್ತು ದಳ್ಳಾಳಿ ಅಂಗಡಿ, ಚೌಕದ ಒಂದು ಪಾರ್ಶ್ವದಲ್ಲಿದ್ದ ತಂತಿ ಕಚೇರಿ ಮಾತ್ರ ತೆರೆದಿದ್ದವು. ಮನೆಗಳಲ್ಲಿ ಹೆಚ್ಚಿನವು ಬಾಳೆ ಕಂಪೆನಿ ರೂಢಿಗೆ ತಂದ ಮಾದರಿಯವು. ಬಾಗಿಲುಗಳನ್ನು ಒಳಗಿಂದ ಬೀಗ ಹಾಕಿ ಮುಚ್ಚಿದ್ದರು. ಕಿಟಕಿಯ ಪರದೆಗಳನ್ನು ಇಳಿಬಿಟ್ಟಿದ್ದರು. ಕೆಲವು ಮನೆಗಳೊಳಗೆ ಎಂಥ ಧಗೆ ಇತ್ತೆಂದರೆ ನಿವಾಸಿಗಳು ಹೊರಗೆ ಅಂಗಳದಲ್ಲಿ ಕುಳಿತುಕೊಂಡು ಊಟ ಮಾಡುತ್ತಿದ್ದರು. ಉಳಿದವರು ಬಾದಾಮಿ ಮರಗಳ ನೆರಳಿನಲ್ಲಿ ಕುರ್ಚಿಗಳನ್ನು ಗೋಡೆಗೆ ಆನಿಸಿ ಬೀದಿಯಲ್ಲೇ ಮಧ್ಯಾಹ್ನದ ವಿಶ್ರಾಂತಿ ತೆಗೆದುಕೊಳ್ಳುತ್ತಿದ್ದರು.

ಬಾದಾಮಿ ಮರಗಳ ನೆರಳಿನ ಆಶ್ರಯದಲ್ಲೇ ನಡೆಯುತ್ತಾ ಹೆಂಗಸು ಮತ್ತು ಹುಡುಗಿ ಮಧ್ಯಾಹ್ನದ ಲಘು ನಿದ್ರೆಗೆ ಅಡಚಣೆ ಉಂಟುಮಾಡದೆ ಪಟ್ಟವನ್ನು ಪ್ರವೇಶಿಸಿದರು. ಅವರು ನೇರವಾಗಿ ಪಾದ್ರಿಯ ಮನೆಗೆ ಹೋದರು. ಹೆಂಗಸು ಬಾಗಿಲಿನಲ್ಲಿದ್ದ ಲೋಹದ ತೂತು ಕಿಂಡಿಯನ್ನು ಉಗುರಿನಿಂದ ಕೆರೆದು ಒಂದು ಕ್ಷಣ ಕಾದು ಮತ್ತೆ ಕೆರೆದಳು. ಒಳಗೆ ವಿದ್ಯುತ್ ಪಂಖವೊಂದು ಗೊಂಯ್ ಎನ್ನುತ್ತಿತ್ತು. ಒಳಗಿನ ಹೆಜ್ಜೆಯ ಸದ್ದು ಅವರಿಗೆ ಕೇಳಿಸಲಿಲ್ಲ. ಬಾಗಿಲು ಮೆಲ್ಲನೆ ಕಿರುಗುಟ್ಟಿದ್ದು ಅವರಿಗೆ ಮಂದವಾಗಿ ಕೇಳಿಸಿತು. ಹಿಂದೆಯೇ ತೂತುಕಿಂಡಿಯ ಪಕ್ಕದಿಂದ ಒಂದು ಜಾಗರೂಕ ಧ್ವನಿ ಕೇಳಿಸಿತು : "ಯಾರದು ?" ಹೆಂಗಸು ತೂತುಕಿಂಡಿಯ ಮೂಲಕ ನೋಡಲು ಪ್ರಯತ್ನಿಸುತ್ತಾ, ಎಂದಳು :

"ಪಾದ್ರಿಗಳನ್ನು ಕಾಣಬೇಕಾಗಿತ್ತು."

"ಅವರು ನಿದ್ದೆ ಮಾಡ್ತಿದಾರೆ."

"ತುರ್ತಾಗಿ ನೋಡಬೇಕಾಗಿತ್ತು," ಎಂದು ಹೆಂಗಸು ಆಗ್ರಹಪಡಿಸಿದಳು.

ಅವಳ ಧ್ವನಿಯಲ್ಲಿ ದೃಢ ನಿರ್ಧಾರವಿತ್ತು.

ಬಾಗಿಲು ಸದ್ದಿಲ್ಲದಂತೆ ಇನ್ನಷ್ಟು ತೆರೆಯಿತು. ಧಡೂತಿಯಾದ, ವಯಸ್ಸಾದ ಮಹಿಳೆಯೊಬ್ಬಳು ಕಾಣಿಸಿಕೊಂಡಳು. ಅವಳ ಮೈ ಬಿಳಿಚಿಕೊಂಡಿತ್ತು. ಕೂದಲ ಬಣ್ಣ ಕಬ್ಬಿಣದಂತಿತ್ತು. ಅವಳು ಹಾಕಿಕೊಂಡಿದ್ದ ದಪ್ಪಗಾಜಿನ ಕನ್ನಡಕದಲ್ಲಿ ಅವಳ ಕಣ್ಣುಗಳು ತೀರಾ ಚಿಕ್ಕವಾಗಿ ಕಾಣುತ್ತಿದ್ದವು.

"ಒಳಗೆ ಬನ್ನಿ," ಎನ್ನುತ್ತಾ ಅವಳು ಬಾಗಿಲನ್ನು ಪೂರ್ತಿ ತೆರೆದಳು.

ಹೂಗಳ ಹಳೆಯ ಕಂಪಿನಿಂದ ತುಂಬಿದ್ದ ಕೊಠಡಿಯೊಂದನ್ನು ಅವರು ಪ್ರವೇಶಿಸಿದರು. ಮನೆಯಾಕೆ ಅವರನ್ನು ಒಂದು ಮರದ ಬೆಂಚಿನ ಬಳಿಗೆ ಕರೆದುಕೊಂಡು ಹೋಗಿ ಕುಳಿತುಕೊಳ್ಳುವಂತೆ ಸನ್ನೆ ಮಾಡಿದಳು. ಹುಡುಗಿ ಕುಳಿತಳು. ಆದರೆ ತಾಯಿ ಎರಡೂ ಕೈಗಳಿಂದ ಕೈಚೀಲವನ್ನು ಅವಚಿಕೊಂಡು ಯಾವುದೋ ಧ್ಯಾನದಲ್ಲಿ ನಿಂತೇ ಇದ್ದಳು. ವಿದ್ಯುತ್ ಪಂಖದ ವಿನಾ ಬೇರಾವ ಸದ್ದೂ ಕೇಳಿಸುತ್ತಿರಲಿಲ್ಲ. ಮನೆಯಾಕೆ ಕೊಠಡಿಯ ಆಚೆ ತುದಿಯ ಬಾಗಿಲಲ್ಲಿ ಕಾಣಿಸಿಕೊಂಡು ಅತಿ ಮೆಲ್ಲಗೆ ಹೇಳಿದಳು: "ಮೂರು ಗಂಟೆಯಾದಮೇಲೆ ಬರಬೇಕಂತೆ. ಐದು ನಿಮಿಷದ ಹಿಂದಷ್ಟೇ ಅವರು ಮಲಗಿದರು."

"ಟ್ರೈನು ಮೂರೂವರೆಗೆ ಬಿಡ್ತದೆ," ಎಂದಳು ಹೆಂಗಸು.

ಅದು ಸಂಕ್ಷಿಪ್ತವಾದ, ಆತ್ಮವಿಶ್ವಾಸದಿಂದ ಕೂಡಿದ ಉತ್ತರವಾಗಿತ್ತು. ಆದರೆ ಅವಳ ಧ್ವನಿ ಮೆಲುವಾಗಿ ಮೃದುವಾಗಿತ್ತು. ಮನೆಯಾಕೆ ಮೊದಲ ಬಾರಿಗೆ ನಕ್ಕು,

"ಸರಿ" ಎಂದಳು.

ಆಚೆಯ ಬಾಗಿಲು ಮತ್ತೆ ಮುಚ್ಚಿಕೊಂಡಮೇಲೆ ಹೆಂಗಸು ತನ್ನ ಮಗಳ ಪಕ್ಕದಲ್ಲಿ ಕುಳಿತುಕೊಂಡಳು. ಆ ಚಿಕ್ಕ ನಿರೀಕ್ಷಣಾ ಕೋಣೆ ಬಡವಾಗಿದ್ದರೂ ಲಕ್ಷಣವಾಗಿ ಸ್ವಚ್ಛವಾಗಿತ್ತು. ಕೋಣೆಯನ್ನು ವಿಭಾಗಿಸಿದ ಮರದ ಕಟಾಂಜನದ ಆ ಕಡೆ ಸಾದಾ ರೀತಿಯ ಒಂದು ಬರೆಯುವ ಮೇಜಿತ್ತು. ಅದರ ಮೇಲೆ ಒಂದು ಮೇಣಗಪಟವನ್ನು ಹಾಸಿ ಒಂದು ಹೂದಾನಿಯನ್ನಿಟ್ಟಿದ್ದರು. ಹೂದಾನಿಯ ಪಕ್ಕದಲ್ಲಿ ಒಂದು ಪುರಾತನ ಬೆರಳಚ್ಚಿನ ಯಂತ್ರವಿತ್ತು. ಆಚೆ ಕಡೆ ಪ್ಯಾರಿಷ್‌ನ ದಸ್ತಾವೇಜುಗಳಿದ್ದವು. ಅವಿವಾಹಿತ ಹೆಂಗಸೊಬ್ಬಳು ಆ ಕಚೇರಿಯನ್ನು ವ್ಯವಸ್ಥಿತವಾಗಿಟ್ಟಿದ್ದಳು ಎಂದು ನೋಡಿದ ಕೂಡಲೇ ತಿಳಿಯುತ್ತಿತ್ತು.

ಆಚೆ ಕೊನೆಯ ಬಾಗಿಲು ತೆರೆದುಕೊಂಡಿತು. ಈ ಸಲ ತಮ್ಮ ಕನ್ನಡಕದ ಗಾಜನ್ನು ಕರವಸ್ತ್ರದಿಂದ ಒರೆಸುತ್ತಾ ಪಾದ್ರಿಯೇ ಬಂದ. ಕನ್ನಡಕವನ್ನು ಆತ ಹಾಕಿಕೊಂಡ ಮೇಲೆ ಮಾತ್ರವೇ ಅವನು ಬಾಗಿಲು ತೆರೆದಾಕೆಯ ಸೋದರ ಎಂದು ಅವರಿಗೆ ಗೊತ್ತಾಯಿತು.

"ನಿಮಗೆ ಏನು ಸಹಾಯ ಮಾಡಲಿ ?" ಎಂದ ಆತ.

"ಸ್ಮಶಾನದ ಬೀಗದ ಕೈ" ಎಂದಳು ಹೆಂಗಸು.

ಹುಡುಗಿ ಹೂವನ್ನು ತೊಡೆಯ ಮೇಲೆ ಇಟ್ಟುಕೊಂಡಿದ್ದಳು. ಬೆಂಚಿನ ಕೆಳಗೆ ಅವಳ ಪಾದಗಳು ಒಂದರ ಮೇಲೊಂದಿದ್ದವು. ಪಾದ್ರಿ ಅವಳ ಕಡೆ ನೋಡಿದ, ಅನಂತರ ಹೆಂಗಸನ್ನು ದಿಟ್ಟಿಸಿದ. ಆಮೇಲೆ ಕಿಟಕಿಯ ತಂತಿ ಬಲೆಯ ಮೂಲಕ ಮೋಡವಿಲ್ಲದ ಥಳಥಳಿಸುವ ಆಕಾಶವನ್ನು ನೋಡಿ ಹೇಳಿದ :

"ಈ ಉರಿಬಿಸಿಲಲ್ಲೇ ! ಸ್ವಲ್ಪ ಬಿಸಿಲು ಇಳಿಯೋವರೆಗೆ ಕಾಯಬಹುದಾಗಿತ್ತಲ್ಲ."

ಹೆಂಗಸು ಮೌನವಾಗಿ ತಲೆ ಅಲ್ಲಾಡಿಸಿದಳು. ಪಾದ್ರಿ ಕಟಾಂಜನದ ಆ ಕಡೆ ಪಕ್ಕಕ್ಕೆ ಹೋಗಿ, ಮೇಣಗಪಟದಿಂದ ಸುತ್ತಿದ ಒಂದು ಟಿಪ್ಪಣಿ ಪುಸ್ತಕವನ್ನೂ ಒಂದು ಮರದ ಲೇಖನಿಯನ್ನೂ ಮಸಿದೌತಿಯನ್ನೂ ಬೀರುವಿನಿಂದ ತೆಗೆದುಕೊಂಡು ಮೇಜಿನ ಮುಂದೆ ಕುಳಿತ. ಅವನ ತಲೆಯಲ್ಲಿ ಕೂದಲು ಇಲ್ಲದ್ದಕ್ಕೆ ಪರಿಹಾರವೋ ಎನ್ನುವಂತೆ ಕೈಮೇಲೆ ಸಮೃದ್ಧ ಕೂದಲಿತ್ತು.

"ಯಾವ ಗೋರಿಗೆ ನೀವು ಭೇಟಿ ಕೊಡ್ತೀರಿ ?" ಎಂದ ಪಾದ್ರಿ.

"ಕಾರ್ಲೋಸ್ ಸೇಂತೇನೊ ಗೋರಿಗೆ" ಎಂದಳು ಹೆಂಗಸು.

"ಯಾರು ?"

"ಕಾರ್ಲೋಸ್ ಸೇಂತೇನೊ" ಪುನರುಚ್ಚರಿಸಿದಳು ಆಕೆ.

ಆದರೂ ಪಾದ್ರಿಗೆ ಇನ್ನೂ ಅರ್ಥವಾಗಲಿಲ್ಲ.

"ಕಳೆದ ವಾರ ಇಲ್ಲಿ ಕೊಲೆಯಾದ ಕಳ್ಳ ಅವನು. ನಾನು ಅವನ ತಾಯಿ," ಎಂದಳು ಹೆಂಗಸು, ಹಿಂದಿನ ಧ್ವನಿಯಲ್ಲೇ.

ಪಾದ್ರಿ ಪರೀಕ್ಷಕ ನೋಟದಿಂದ ಅವಳನ್ನು ನೋಡಿದ. ಅವಳು ಆತ್ಮಸಂಯಮದಿಂದ ಅವನನ್ನು ದಿಟ್ಟಿಸಿದಳು. ಪಾದ್ರಿ ನಾಚಿಕೊಂಡ. ಆತ ತಲೆತಗ್ಗಿಸಿ ಬರೆಯಲಾರಂಭಿಸಿದ. ಹಾಳೆಯಲ್ಲಿ ಬರೆಯುತ್ತಾ ಪಾದ್ರಿ ಅವಳ ಗುರುತನ್ನು ಕೇಳಿದ. ಅದಕ್ಕೆ ಅವಳು ಸ್ವಲ್ಪವೂ ಹಿಂತೆಗೆಯದೆ, ಓದುತ್ತಿರುವಳೋ ಎನ್ನುವಂತೆ ಕರಾರುವಾಕ್ಕಾಗಿ ಎಲ್ಲ ವಿವರಗಳಿಂದಲೂ ಕೂಡಿದ ಉತ್ತರ ಕೊಟ್ಟಳು. ಪಾದ್ರಿ ಬೆವರಲಾರಂಭಿಸಿದ. ಹುಡುಗಿ ಎಡಗಾಲಿನ ಬೂಟಿನ ಕೊಂಡಿಯನ್ನು ಕಳಚಿ ಹಿಮ್ಮಡಿಯನ್ನು ಹೊರಗೆಳೆದು ಬೆಂಚಿನ ಪಟ್ಟಿಯ ಮೇಲಿಟ್ಟಳು. ಬಲಗಡೆಯದನ್ನೂ ಹಾಗೇ ಮಾಡಿದಳು.

ಅದೆಲ್ಲ ಪ್ರಾರಂಭವಾದದ್ದು ಕಳೆದ ಸೋಮವಾರ ಬೆಳಗಿನ ಝಾವ ಮೂರು ಗಂಟೆಯಲ್ಲಿ, ಈ ಸ್ಥಳದಿಂದ ಕೆಲವೇ ಮನೆಗಳ ಆಚೆ. ಅಲ್ಲಿ ರೆಬೆಕ್ಕಾ ಎಂಬ ವಿಧವೆ ಎಲ್ಲ ಬಗೆಯ ಚೂರು ಪಾರುಗಳಿಂದ ತುಂಬಿಕೊಂಡಿದ್ದ ಒಂದು ಮನೆಯಲ್ಲಿ ಒಂಟಿಯಾಗಿ ವಾಸಮಾಡುತ್ತಿದ್ದಳು. ತುಂತುರು ಮಳೆಯ ಶಬ್ದವನ್ನೂ ಮೀರಿ, ಯಾರೋ ಮುಂಬಾಗಿಲನ್ನು ಹೊರಗಡೆಯಿಂದ ಬಲಪ್ರಯೋಗ ಮಾಡಿ ತೆರೆಯಲು ಪ್ರಯತ್ನಿಸುತ್ತಿರುವ ಸದ್ದು ಆ ಹೊತ್ತಿನಲ್ಲಿ ಅವಳಿಗೆ ಕೇಳಿಸಿತು. ಅವಳು ಮೇಲೆದ್ದು ಗೋಡೆ ಬೀರುವಿನಲ್ಲಿದ್ದ ಒಂದು ಪುರಾತನ ರಿವಾಲ್ವರ್‌ಗಾಗಿ ತಡಕಾಡಿದಳು. ಅದನ್ನು ಕರ್ನಲ್ ಆವ್ರೇಲಿಯಾನೋ ಬ್ವೇಂದಿಯಾನ ಕಾಲದಿಂದ ಯಾರೂ ಉಪಯೋಗಿಸಿರಲಿಲ್ಲ. ಅದನ್ನು ತೆಗೆದುಕೊಂಡವಳೇ ಆಕೆ ದೀಪಗಳನ್ನು ಹಾಕದೆ ಪಡಸಾಲೆಗೆ ಹೋದಳು. ಬೀಗದ ಬಳಿಯಿಂದ ಬರುತ್ತಿದ್ದ ಶಬ್ದಕ್ಕಿಂತ ಹೆಚ್ಚಾಗಿ ಇಪ್ಪತ್ತೆಂಟು ವರ್ಷದ ಏಕಾಂಗಿತನ ತನ್ನಲ್ಲಿ ತುಂಬಿದ್ದ ಭಯವೇ ಅವಳಿಗೆ ಬಾಗಿಲಿನತ್ತ ದಾರಿ ತೋರಿಸಿತು. ಬಾಗಿಲು ಯಾವ ಕಡೆಗಿದೆ ಎಂದಷ್ಟೇ ಅಲ್ಲ, ಬೀಗ ಎಷ್ಟು ಎತ್ತರದಲ್ಲಿದೆ ಎಂದೂ ಊಹೆಯಿಂದಲೇ ಅವಳು ತೀರ್ಮಾನಿಸಿದಳು. ಅನಂತರ ಗುರಿ ಇಟ್ಟು ರಿವಾಲ್ವರನ್ನು ಎರಡೂ ಕೈಗಳಿಂದ ಭದ್ರವಾಗಿ ಹಿಡಿದುಕೊಂಡು, ಕಣ್ಣುಮುಚ್ಚಿ ಕುದುರೆ ಎಳೆದಳು. ಅದೇ ತನ್ನ ಜೀವಮಾನದಲ್ಲಿ ಅವಳು ಹಾರಿಸಿದ ಮೊದಲ ಗುಂಡು. ಸ್ಫೋಟವಾದ ಬಳಿಕ ಒಂದೆರಡು ಕ್ಷಣಗಳವರೆಗೆ ತಗಡಿನ ಛಾವಣಿಯ ಮೇಲೆ ಬೀಳುತ್ತಿದ್ದ ಸೋನೆ ಮಳೆಯ ಸದ್ದಲ್ಲದೆ ಬೇರೇನೂ ಅವಳಿಗೆ ಕೇಳಿಸಲಿಲ್ಲ. ಆಮೇಲೆ ಸಿಮೆಂಟ್ ನೆಲದ ಮೇಲೆ ಲೋಹದ ವಸ್ತುವೇನೋ ಬಿದ್ದ ಸದ್ದು, ಅನಂತರ ಹಿತವಾದ ಆದರೆ ತೀರಾ ಬಳಲಿದ

ಮೆಲುಧ್ವನಿಯಲ್ಲಿ "ಅಯ್ಯೋ, ಅಮ್ಮಾ..." ಎಂಬ ಶಬ್ದ ಕೇಳಿಸಿತು. ಬೆಳಗ್ಗೆ ಮನೆಯ ಮುಂದೆ ಅವನು ಸತ್ತು ಬಿದ್ದಿದ್ದು ಕಂಡಿತು. ಅವನ ಮೂಗು ಛಿದ್ರ ಛಿದ್ರವಾಗಿತ್ತು. ಆತ ಬಣ್ಣ ಬಣ್ಣದ ಪಟ್ಟೆಯ ಫ್ಲಾನೆಲ್ ಅಂಗಿ, ಸಾಧಾರಣ ಪ್ಯಾಂಟ್ಸ್ ತೊಟ್ಟಿದ್ದ. ಬೆಲ್ಟ್ ಬದಲು ಒಂದು ಹಗ್ಗವನ್ನು ಕಟ್ಟಿದ್ದ. ಬರಿಗಾಲು. ಪಟ್ಟಣದಲ್ಲಿ ಯಾರಿಗೂ ಅವನು ಯಾರೆಂದು ಗೊತ್ತಿರಲಿಲ್ಲ.

"ಹಾಗಾದ್ರೆ ಅವನ ಹೆಸರು ಕಾರ್ಲೋಸ್ ಸೇಂತೇನೋ" ಎಂದು ಗುಣುಗುಣಿಸಿದ ಪಾದ್ರಿ, ಬರೆಯುವುದನ್ನು ಮುಗಿಸುತ್ತಾ.

"ಸೇಂತೇನೋ ಅಯಾಲ" ಎಂದಳು ಹೆಂಗಸು. "ಅವನು ನನ್ನ ಒಬ್ಬನೇ ಮಗ."

ಪಾದ್ರಿ ಮತ್ತೆ ಬೀರುವಿನ ಬಳಿಗೆ ಹೋದ. ಅದರ ಬಾಗಿಲ ಒಳ ಭಾಗದಲ್ಲಿ ತುಕ್ಕು ಹಿಡಿದ ಎರಡು ಬೀಗದ ಕೈಗಳನ್ನು ನೇತುಹಾಕಿದ್ದರು. ಅವು ಸಂತ ಪೀಟರನ ಬೀಗದ ಕೈಗಳಾಗಿರಬೇಕೆಂದು* ಹುಡುಗಿ ಭಾವಿಸಿದಳು. ಹುಡುಗಿಯಾಗಿದ್ದಾಗ ಅವಳ ತಾಯಿಯೂ ಹಾಗೇ ಯೋಚಿಸಿದ್ದಳು. ಯಾಕೆ, ಸ್ವತಃ ಪಾದ್ರಿಯೇ ಒಂದು ಕಾಲದಲ್ಲಿ ಹಾಗೇ ಊಹಿಸಿದ್ದಿರಬೇಕು. ಪಾದ್ರಿ ಅವನ್ನು ತೆಗೆದುಕೊಂಡು, ಕಟಾಂಜನದ ಮೇಲೆ ಇರಿಸಿದ್ದ ತೆರೆದ ಟಿಪ್ಪಣಿ ಪುಸ್ತಕದ ಮೇಲಿಟ್ಟು ತಾನು ಆಗಷ್ಟೇ ಬರೆದಿದ್ದ ಸ್ಥಳದಲ್ಲಿ ತೋರುಬೆರಳು ಇಡುತ್ತಾ ಹೆಂಗಸಿನ ಕಡೆ ನೋಡಿ ಹೇಳಿದ:

"ಇಲ್ಲಿ ಸಹಿ ಮಾಡು."

ಕೈಚೀಲವನ್ನು ಕಂಕುಳಲ್ಲಿಟ್ಟುಕೊಂಡು ಹೆಂಗಸು ತನ್ನ ಹೆಸರನ್ನು ಗೀಚಿದಳು. ಹುಡುಗಿ ಹೂವುಗಳನ್ನು ಎತ್ತಿಕೊಂಡು ಕಾಲೆಳೆಯುತ್ತಾ ಕಟಾಂಜನದ ಬಳಿಗೆ ಬಂದು ತನ್ನ ತಾಯಿಯನ್ನೇ ತದೇಕಚಿತ್ತದಿಂದ ನೋಡಿದಳು.

ಪಾದ್ರಿ ನಿಟ್ಟುಸಿರಿಟ್ಟ.

"ಅವನನ್ನು ಸರಿಯಾದ ದಾರಿಯಲ್ಲಿ ತರೋದಕ್ಕೆ ನೀನೆಂದೂ ಪ್ರಯತ್ನ ಮಾಡಲಿಲ್ಲವೆ ?"

ಸಹಿ ಹಾಕಿದ್ದು ಮುಗಿಸಿದ ಮೇಲೆ ಹೆಂಗಸು ಉತ್ತರಿಸಿದಳು:

"ಅವನು ಬಹಳ ಒಳ್ಳೆ ಮನುಷ್ಯನಾಗಿದ್ದ."

ಪಾದ್ರಿ ಮೊದಲು ಹೆಂಗಸನ್ನೂ ಅನಂತರ ಹುಡುಗಿಯನ್ನೂ ನಿಟ್ಟಿಸಿದ. ಅವರು ಅಳಲು ಪ್ರಾರಂಭಿಸಿಲ್ಲವೆಂದು ಮನವರಿಕೆಯಾಗಿ ಪಾದ್ರಿಯಲ್ಲಿ ಒಂದು ಬಗೆಯ ಸಾತ್ವಿಕ ಆಶ್ಚರ್ಯ ತುಂಬಿತು. ಹೆಂಗಸು ಅದೇ ಧ್ವನಿಯಲ್ಲಿ ಮುಂದುವರಿಸಿದಳು:

"ತಿನ್ನಲು ಗತಿಯಿಲ್ಲದವರಿಂದ ಯಾವಾಗಲೂ ಏನನ್ನೂ ಕದಿಯಬೇಡ ಅಂತ ಅವನಿಗೆ ನಾನು ಹೇಳಿದ್ದೆ. ಅವನು ನನ್ನ ಮಾತನ್ನು ಮನ್ನಿಸಿದ್ದ. ಬೇರೆ ವಿಷಯ ಹೇಳಬೇಕು ಅಂದರೆ, ಅವನು ಹಿಂದೆ ಬಾಕ್ಸಿಂಗ್ ಆಡುತ್ತಿದ್ದ ಕಾಲದಲ್ಲಿ ಚೆನ್ನಾಗಿ ಹೊಡಿಸಿಕೊಂಡು ಬಂದು ಸುಸ್ತಾಗಿ ಮೂರು ದಿನ ಹಾಸಿಗೆ ಹಿಡೀತಿದ್ದ."

"ಅವನ ಹಲ್ಲುಗಳನ್ನೆಲ್ಲಾ ಕೀಳಿಸಬೇಕಾಯ್ತು" ಎಂದು ನಡುವೆ ಬಾಯಿ ಹಾಕಿದಳು ಹುಡುಗಿ.

ಅದನ್ನು ಅನುಮೋದಿಸುತ್ತ ಹೆಂಗಸೆಂದಳು:

"ಹೌದು ಹಾಗಾಯ್ತು. ಆ ದಿನಗಳಲ್ಲಿ ನಾನು ಬಾಯಲ್ಲಿಟ್ಟುಕೊಳ್ಳುತ್ತಿದ್ದ ಪ್ರತಿ ತುತ್ತೂ ನನ್ನ ಮಗ ಶನಿವಾರ ರಾತ್ರಿಗಳಲ್ಲಿ ತಿನ್ನುತ್ತಿದ್ದ ಹೊಡೆತಗಳ ರುಚಿಯನ್ನು ನೆನಪಿಗೆ ತರುತ್ತಿತ್ತು.

---

* ಸ್ವರ್ಗ ದ್ವಾರದ ಬೀಗದ ಕೈಗಳು ಸಂತ ಪೀಟರನ ವಶದಲ್ಲಿವೆ ಎಂಬುದು ಕ್ರೈಸ್ತರ ನಂಬಿಕೆ.

"ದೈವಚಿತ್ತ ಊಹೆಗೆ ನಿಲುಕದ್ದು," ಎಂದ ಪಾದ್ರಿ.

ಆದರೆ ಆ ಮಾತನ್ನು ಆತ ದೃಢ ವಿಶ್ವಾಸದಿಂದ ಹೇಳಲಿಲ್ಲ. ಅದಕ್ಕೆ ಒಂದು ಕಾರಣವೆಂದರೆ ಅನುಭವ ಅವನನ್ನು ಸಂದೇಹವಾದಿಯಾಗಿಸಿತ್ತು. ಇನ್ನೊಂದು ಕಾರಣ ಸೆಖೆ. ಸೂರ್ಯಾಘಾತದಿಂದ ತಪ್ಪಿಸಿಕೊಳ್ಳಲು ತಲೆಯ ಮೇಲೆ ಏನಾದರೂ ಹಾಕಿಕೊಂಡು ಹೋಗಬೇಕೆಂದು ಅವರಿಗೆ ಅವನು ಸಲಹೆ ಕೊಟ್ಟ. ಬಳಿಕ ಆಕಳಿಸುತ್ತಾ, ಸಂಪೂರ್ಣವಾಗಿ ನಿದ್ದೆಯ ಭಾರದಿಂದ ತೂಗುತ್ತಿದ್ದ ಆತ, ಕಾರ್ಲೋಸ್ ಸೇಂತೇನೋ ಗೋರಿಯನ್ನು ಹುಡುಕುವುದು ಹೇಗೆಂದು ಸೂಚನೆ ನೀಡಿದ. ಅಲ್ಲದೆ, ಅವರು ಮರಳಿ ಬಂದಾಗ ಬಾಗಿಲು ತಟ್ಟಬೇಕಾಗಿಲ್ಲ; ಬೀಗದ ಕೈಯನ್ನು ಬಾಗಿಲ ಕೆಳಗೆ ತೂರಿಸಬೇಕು; ಅವರಿಗೆ ಸಾಧ್ಯವಾದರೆ ಇಗರ್ಜಿಗೆ ಕಣಿಕೆ ಸಲ್ಲಿಸಬಹುದು ಎಂದೂ ತಿಳಿಸಿದ. ಹೆಂಗಸು ಅವನ ಸೂಚನೆಗಳನ್ನೆಲ್ಲ ತದೇಕಚಿತ್ತಳಾಗಿ ಕೇಳಿದಳು. ಆದರೆ ನಸುನಗದೆ ಅವನಿಗೆ ಧನ್ಯವಾದ ಅರ್ಪಿಸಿದಳು.

ಅವರು ಹೊರ ಹೋಗುವಂತೆ ಪಾದ್ರಿ ಮುಂಬಾಗಿಲನ್ನು ತೆರೆಯುವುದಕ್ಕೆ ಮೊದಲೇ, ಅದರ ತೂತುಕಿಂಡಿಯ ಮೇಲೆ ಮೂಗನ್ನು ಒತ್ತಿ ಯಾರೋ ಒಳಗಡೆ ನೋಡುತ್ತಿರುವುದು ಅವನ ಗಮನಕ್ಕೆ ಬಂತು. ಹೊರಗಡೆ ಮಕ್ಕಳ ಗುಂಪೊಂದು ಇತ್ತು. ಬಾಗಿಲನ್ನು ಪೂರ್ತಿ ತೆರೆದಾಗ ಮಕ್ಕಳು ಚದರಿದರು. ಸಾಮಾನ್ಯವಾಗಿ ಅಷ್ಟು ಹೊತ್ತಿನಲ್ಲಿ ರಸ್ತೆಯಲ್ಲಿ ಯಾರೂ ಇರುತ್ತಿರಲಿಲ್ಲ. ಈಗ ಮಕ್ಕಳಷ್ಟೇ ಅಲ್ಲ. ಬಾದಾಮಿ ಮರಗಳ ಕೆಳಗೆ ಗುಂಪು ಗುಂಪಾಗಿ ಜನ ಜಮಾಯಿಸಿದ್ದರು. ಧಗೆಯಲ್ಲಿ ದುಮುದುಮಿಸುತ್ತಿದ್ದ ರಸ್ತೆಯನ್ನು ಉದ್ದಕ್ಕೂ ನೋಡಿ ಪಾದ್ರಿ ಅರ್ಥಮಾಡಿಕೊಂಡ. ಆತ ಮತ್ತೆ ಮೆಲ್ಲನೆ ಬಾಗಿಲು ಮುಚ್ಚಿದ.

"ಒಂದು ನಿಮಿಷ ತಾಳಿ" ಎಂದು ಹೆಂಗಸಿನ ಕಡೆ ನೋಡದೆಯೇ ಅವನೆಂದ.

ಅವನ ಸೋದರಿ ಒಳಬಾಗಿಲ ಬಳಿ ಕಾಣಿಸಿಕೊಂಡಳು. ಆಕೆ ತನ್ನ ರಾತ್ರಿಯ ನಿಲುವಂಗಿಯ ಮೇಲೆ ಕಪ್ಪು ಮೇಲಂಗಿಯನ್ನು ತೊಟ್ಟಿದ್ದಳು. ಅವಳ ತಲೆಗೂದಲು ಭುಜದ ಮೇಲೆ ಇಳಿದಿತ್ತು. ಅವಳು ಮೌನವಾಗಿ ಪಾದ್ರಿಯನ್ನು ನೋಡಿದಳು.

"ಏನದು ?" ಪಾದ್ರಿ ಕೇಳಿದ.

"ಜನಗಳು ನೋಡಿಬಿಟ್ಟಿದ್ದಾರೆ," ಎಂದು ಗೊಣಗಿದಳು ಅವನ ಸೋದರಿ.

"ನೀವು ಹಿಂದಿನ ಬಾಗಿಲ ಮುಖಾಂತರ ಹೊರಗೆ ಹೋಗೋದು ವಾಸಿ," ಎಂದ ಪಾದ್ರಿ.

"ಅಲ್ಲೂ ಅದೇ ಕಥೆ: ಎಲ್ಲರೂ ಕಿಟಕಿಗಳ ಬಳಿ ನಿಂತು ಇಣುಕಿ ನೋಡ್ತಿದ್ದಾರೆ" ಎಂದಳು ಸೋದರಿ.

ಹೆಂಗಸಿಗೆ ಅಲ್ಲಿಯವರೆಗೂ ಅದು ಅರ್ಥವಾಗಿರಲಿಲ್ಲ ಎನ್ನುವಂತೆ ತೋರಿತು. ತೂತುಕಿಂಡಿಯ ಮೂಲಕ ಅವಳು ರಸ್ತೆಯನ್ನು ನೋಡಲು ಪ್ರಯತ್ನಿಸಿದಳು. ಅನಂತರ ಅವಳು ಹುಡುಗಿಯಿಂದ ಹೂವಿನ ಗುಚ್ಛವನ್ನೂ ಇಸಿದುಕೊಂಡು ಬಾಗಿಲ ಕಡೆಗೆ ಹೊರಟಳು. ಹುಡುಗಿ ಅವಳನ್ನು ಅನುಸರಿಸಿದಳು.

"ಬಿಸಿಲು ಇಳಿಯುವವರೆಗೂ ತಡೀರಿ" ಎಂದ ಪಾದ್ರಿ.

"ಬಿಸಿಲಲ್ಲಿ ನೀವು ಕರಗಿ ಹೋಗ್ತೀರಿ; ನಿಲ್ಲಿ ಛತ್ರಿ ಕೊಡ್ತೇನೆ" ಎಂದಳು ಪಾದ್ರಿಯ ಸೋದರಿ, ತನ್ನ ಜಾಗದಿಂದ ಕದಲದೆ.

"ಉಪಕಾರವಾಯ್ತು ; ಪರವಾಗಿಲ್ಲ ಹೀಗೇ ಹೋಗ್ತೇವೆ" ಎಂದು ಉತ್ತರಿಸಿದಳು ಹೆಂಗಸು. ಅವಳು ಹುಡುಗಿಯ ಕೈ ಹಿಡಿದುಕೊಂಡು ಬೀದಿಗೆ ಇಳಿದಳು. ❍

○ ಲೂಯೀಸ್ ಮಾನ್‌ವೇಲ್ ಉರ್ಬಾನೇಹೋ ಆಖೇಲ್‌ಪೋಲ್

ಬೇನೇಷ್ವೇಲಾ

ಓವೇಹೋನ್

ಹೆದ್ದಾರಿಗಳು ಕೂಡುವ ಸ್ಥಳದ ಬಳಿ ಗುಂಪು ಗುಂಪಾಗಿ ಜನ ನಿಂತು ಗಾಬರಿಯಿಂದ ಮತ್ತೆ ಮತ್ತೆ ಕೇಳುತ್ತಿದ್ದರು: "ಓವೇಹೋನ್! ಅದು ಓವೇಹೋನ್ ಇರಬಹುದೆ?"

ಆದರೆ ರಸ್ತೆಯಲ್ಲಿ ಯಾರೂ ಕಾಣಿಸುತ್ತಿರಲಿಲ್ಲ. ಮೇಲೇರುತ್ತಿದ್ದ ಗೋಧೂಳಿಯನ್ನು ಸೂರ್ಯನ ಕಿರಣಗಳು ಹೊನ್ನ ಬಣ್ಣಕ್ಕೆ ತಿರುಗಿಸುತ್ತಿದ್ದವು.

ಅವನನ್ನು ಯಾರೂ ಕಂಡವರಿಲ್ಲ. ಆದರೂ ಸ್ವಾತಾದಿಂದ ಅವನನ್ನು ಬೆನ್ನಟ್ಟಿ ಬಂದಿದ್ದ ಸೈನಿಕರ ಗುಂಪೊಂದು, ಮುಂದೆ ಬಂದಂತೆ ಜನರನ್ನು ಚದರಿಸುತ್ತಾ, ಓಡಿಹೋದವನು ಅವನೇ ಎಂದು ಖಚಿತವಾಗಿ ಹೇಳಿತ್ತು. ಈಗ ಭೀತಿ ಎಲ್ಲ ಕಡೆ ಹರಡಿತು. ಅಂಥ ಅತಿಥಿ ಹೊರಹೊರಟಿದ್ದಾನೆಂದರೆ, ಸುತ್ತುಮುತ್ತಿನ ಹಳೆಯ ಕಾಲದ ಸಂಪ್ರದಾಯದಂತೆ ಬಾಗಿಲುಗಳನ್ನು ತೆರೆದು ಕೊಂಡು ಮಲಗುವ ಸಮಯ ಇದಾಗಿರಲಿಲ್ಲ.

ಎಂದಿನಂತೆ ಓವೇಹೋನ್ ತನ್ನನ್ನು ಬೆನ್ನಟ್ಟಿ ಬಂದವರು ನೋಡುನೋಡುತ್ತಿದ್ದಂತೆಯೇ ಕಣ್ಮರೆಯಾಗಿದ್ದ. ಅವನಿಗೆ ಆ ಗಳಿಗೆ ಮಾರಣಾಂತಿಕವಾಗಿತ್ತು. ಬಾರು ಮಾಡಿದ ಬಂದೂಕುಗಳು ಅವನ ಕಡೆಗೆ ಗುರಿ ಹಿಡಿದಿದ್ದವು. ಚಾಪು ಎಳೆದರೆ ಸಾಕು, ಅವನ ಎದೆ ಜರಡಿಯ ಹಾಗೇ ತಾತಾತೂತು ಆಗುತ್ತಿತ್ತು. ಆದರೆ ಆ ಡಕಾಯಿತ ಅವರ ಎದುರಿಗೆ ಅದೇನು ಮಾಯದ ತೆರೆ ಎಳೆದನೋ, ಅಂತೂ ಕಣ್ಣು ತಪ್ಪಿಸಿದ್ದ. ಓವೇಹೋನ್ ಮಹಾ ತಂತ್ರಗಾರ.

ಕುತೂಹಲಾವಿಷ್ಟವಾದ ಜನರ ಗುಂಪು ಏನು ನಡೆಯಿತು ಎಂದು ಚರ್ಚಿಸುತ್ತಾ ಮನೆಗಳಿಗೆ ಹಿಂತಿರುಗುತ್ತಿತ್ತು. ಮತ್ತೆ ಅದೇ ಹಳೇ ಕಥೆ. ಅವರು ಬೆನ್ನಟ್ಟಿಕೊಂಡು ಬರುವುದು. ಇವನು ಅವರ ಕಣ್ಣಿಗೆ ಮಣ್ಣೆರಚುವುದು. ತಮಗೆಲ್ಲಾ ಗಾಬರಿ ಹುಟ್ಟಿಸುವುದು. ಇಷ್ಟು ಹೊತ್ತಿಗಾಗಲೇ ಅವನು ಎಷ್ಟು ದೂರ ಹೋಗಿದ್ದಾನೋ? ರೇಷಿಮೆಯಂಥ ನಯವೆನಿಸುವ ನಸುಬೆಳಕೊಂದು ಮುಚ್ಚಂಜೆಯ ವಿಶಾಲ ಆಕಾಶದಲ್ಲಿ ಪಸರಿಸುತ್ತಿತ್ತು. ಪ್ರಕೃತಿ ಪ್ರಶಾಂತವಾಗಿತ್ತು. ಇಗರ್ಜಿ ಗೋಪುರದ ಮೇಲೆ ಕೆಂಬಣ್ಣದ ಕಾಂತಿ ಮಂಕಾಗಿ ಹೊಳೆಯುತ್ತಿತ್ತು. ಕೆಳಗೆ ನದಿಯ ಹಾಯ್ಗಡದಲ್ಲಿ ಶುಭ್ರ ಶೀತಲ

ನೀರು ಮಂಜುಳ ನಿನಾನದದಲ್ಲಿ ಜುಳುಜುಳಿಸುತ್ತಿತ್ತು. ಜಲ್ಲೆ ಹುಲ್ಲು ಹಾಗೂ ಕುರುಚಲು ಗಿಡಗಳ ಮೇಲೆ ಬೆಳಕಿನ ಕಿರಣಗಳು ಚೆಲ್ಲಾಟವಾಡುತ್ತಿದ್ದವು.

ಊದಿದ ಮುಖ, ದಪ್ಪ ತುಟಿಗಳು ಮತ್ತು ಹಳದಿ ಚರ್ಮದ ಹರಕು ಬಟ್ಟೆಯ ಕೊಳಕು ಭಿಕ್ಷುಕನೊಬ್ಬ, ತನ್ನ ಬಾತುಕೊಂಡ ಕಾಲನ್ನು ಕಷ್ಟದಿಂದ ಎಳೆಯುತ್ತಾ ಬರುತ್ತಿದ್ದ. ಪಾಚಿಕಟ್ಟಿ ನೀರಿನಲ್ಲಿ ಹೊಳೆಯುತ್ತಿದ್ದ ಕಲ್ಲು ಚಪ್ಪಟೆಯ ಮೇಲೆ ಕಾಲಿಡುತ್ತಾ ಹಾಯ್ಗಡವನ್ನು ದಾಟಲು ಆತ ಪ್ರಯತ್ನಿಸುತ್ತಿದ್ದ. ತನ್ನ ಉದ್ದನೆಯ ಊರುಗೋಲಿನ ಮೇಲೆ ಭಾರ ಬಿಟ್ಟು ನಡೆಯುತ್ತಿದ್ದ. ಹೆಗಲಲ್ಲಿ ಖಾಲಿ ಜೋಳಿಗೆಯೊಂದು ಜೋಲಾಡುತ್ತಿತ್ತು. ಅದರಲ್ಲಿ ಒಂದು ತುಂಡು ಕೆಂಡದ ರೊಟ್ಟಿಯೂ ಇರಲಿಲ್ಲ.

ಭಿಕ್ಷುಕ ತನ್ನ ಕೋಲನ್ನು ಚಾಚಿ, ಕಲ್ಲುಗಳು ಗಟ್ಟಿಯಾಗಿವೆಯೋ ಇಲ್ಲವೋ ಎಂದು ನೋಡಿ ತನ್ನ ನೋವಿನ ಕಾಲನ್ನು ಬಹಳ ಎಚ್ಚರಿಕೆಯಿಂದ ಮುಂದಿಡುತ್ತಿದ್ದ. ಸಮತೋಲನ ಕಾಪಾಡಿಕೊಳ್ಳುವುದು ಕಷ್ಟವಾಗಿತ್ತು, ಅನಿಶ್ಚಿತವಾಗಿತ್ತು. ಆಗಲೇ ಕತ್ತಲು ಆವರಿಸುತ್ತಿತ್ತು. ಇದ್ದಕ್ಕಿದ್ದಂತೆಯೇ ಭಿಕ್ಷುಕ ಕಲ್ಲುಗಳ ಮೇಲೆ ಧಡಾರನೆ ಬಿದ್ದುಬಿಟ್ಟ.

ಅವನ ಕರುಣಾಜನಕ ಆಕ್ರಂದವನವನ್ನು ಕೇಳಿ, ಬಳಿಯ ಕುರುಚಲು ಪೊದೆಯಿಂದ ಒಬ್ಬ ವ್ಯಕ್ತಿ ಹಾರಿ ಹೊರಬಂದ. ಮಟ್ಟಸವಾದ ಎತ್ತರದ ಅವನ ಕಣ್ಣುಗಳು ಫಳಫಳ ಹೊಳೆಯುತ್ತಿದ್ದವು. ನೋಡಲು ಅವನೂ ಅಸ್ವಸ್ಥನಂತಿದ್ದ. ಆದರೆ ಅವನ ತುಟಿಯಂಚಿನಲ್ಲಿ ಕರುಣೆಯ ಕಿರುನಗೆ ಮಿಂಚುತ್ತಿತ್ತು.

ಆ ವ್ಯಕ್ತಿ ಕೂಡಲೇ ನದಿಗೆ ಹಾರಿ, ಒಂದು ಮಗುವನ್ನು ಎತ್ತಿಕೊಳ್ಳುವಂತೆ ಆ ಭಿಕ್ಷುಕನನ್ನು ಮೃದುವಾಗಿ ಎತ್ತಿಕೊಂಡು ದಡದ ಇಳಿಜಾರನ್ನು ಏರಿದ. ಭಿಕ್ಷುಕ ನರಳುತ್ತಾ ಗೋಳಾಡುತ್ತಿದ್ದ. ಅವನ ಕಾಲಿನ ಕೀವು ತುಂಬಿದ ಗಾಯಕ್ಕೆ ಏನು ಚಿಕಿತ್ಸೆ ಮಾಡಬೇಕೆಂಬುದೇ ತೋಚದಂತಿತ್ತು. ಬಾತುಕೊಂಡ ಹರಡಿನಿಂದ ನೆತ್ತರು ಒಸರುತ್ತಿತ್ತು. ಅವನ ಊದಿಕೊಂಡ ಕಣ್ಣುರೆಪ್ಪೆಗಳಲ್ಲಿ ಕಂಬನಿ ತುಂಬಿತ್ತು.

ಅಪರಿಚಿತ ವ್ಯಕ್ತಿ ತಲೆಯೆತ್ತಿ ಸುತ್ತಲೂ ದಿಟ್ಟಿಸಿದ. ಬಹಳ ಎಚ್ಚರಿಕೆಯಿಂದ ನೋಡಿದ. ಎಲ್ಲವೂ ಶಾಂತಿಯಲ್ಲಿ ಅದ್ದಿದಂತಿತ್ತು. ಮುಚ್ಚಂಜೆಯ ನಸುಗತ್ತಲೆ ಮೆಲ್ಲನೆ ಆವರಿಸುತ್ತಿತ್ತು. ವ್ಯಕ್ತಿ ಮತ್ತೆ ಭಿಕ್ಷುಕನ ಬಳಿ ಬಂದು ಗಾಯವನ್ನು ಪರೀಕ್ಷಿಸಿದ. ತಾಯಿ ತನ್ನ ಪುಟ್ಟ ಮಗುವನ್ನು ಲಾಲಿಸುವಂತೆ ವ್ಯಕ್ತಿ ನದಿಯ ನೀರಿನಿಂದ ಭಿಕ್ಷುಕನ ಗಾಯವನ್ನು ತೊಳೆಯಲಾರಂಭಿಸಿದ. ರಕ್ತ ಒಸರುವುದು ನಿಲ್ಲಲಿಲ್ಲ. ಜೋರಾಗಿ ಸುರಿಯದಿದ್ದರೂ ಒಂದೇ ಸಮನೆ ಜಿನುಗುತ್ತಿತ್ತು. ವ್ಯಕ್ತಿ ಸ್ವಲ್ಪ ದೂರ ಹೋಗಿ ಕೆಳಗೆ ಬಗ್ಗಿ ಕಳೆಯ ನಡುವೆ ತಡಕಾಡಿದ. ಅನಂತರ ಏನೋ ಒಂದು ಮೂಲಿಕೆಯನ್ನು ಕಿತ್ತುಕೊಂಡು ಮೇಲೆದ್ದ. ಅದನ್ನು ಅಂಗೈಯಲ್ಲಿ ಹಾಕಿಕೊಂಡು ಚೆನ್ನಾಗಿ ಗಸಗಸ ತಿಕ್ಕಿ ಗಾಯಕ್ಕೆ ಹಚ್ಚಿದ. ಭಿಕ್ಷುಕನ ಬಳಿ ಗಾಯಕ್ಕೆ ಕಟ್ಟಲು ಬರುವಂಥ ಶುಭ್ರವಾದ ಬಟ್ಟೆ ಇರಲಿಲ್ಲ. ಆ ವ್ಯಕ್ತಿ ತನ್ನ ಕೊರಳಿನಿಂದ ಮೀನಖಂಡದವರೆಗೂ ಮುಚ್ಚಿದ್ದ ಉದ್ದನೆಯ ಅಂಗಿಯ ಗುಂಡಿಬಿಚ್ಚಿ ಶುದ್ಧ ರೇಶ್ಮೆಯಿಂದ ತಯಾರಿಸಲಾಗಿದ್ದ ಥಳಕಿನ ಕರವಸ್ತ್ರ ಒಂದನ್ನು ಒಳಗಿನಿಂದ ಹೊರತೆಗೆದ. ಕ್ಯಾನರಿ ದ್ವೀಪಗಳಿಂದ ಬರುವವರು ಸುಂಕದ ಕಟ್ಟೆಗಳಲ್ಲಿ ಉಡುಗೊರೆಗಳೆಂದು ಹೇಳಿ ನುಣುಚಿಕೊಂಡು ಅವನ್ನು ಒಳತರುತ್ತಿದ್ದರು.

ಭಿಕ್ಷುಕ ಒಂದೂ ಮಾತನಾಡದೆ ವ್ಯಕ್ತಿಯನ್ನು ನೋಡುತ್ತಿದ್ದ. ವ್ಯಕ್ತಿಯ ಲಕ್ಷ್ಯವೆಲ್ಲ ಗಾಯದ ಕಡಗೇ ಇತ್ತು. ನೆತ್ತರು ಒಸರುವುದು ನಿಂತ ಮೇಲೆ ವ್ಯಕ್ತಿ ಗಾಯಕ್ಕೆ ಬಟ್ಟೆ ಕಟ್ಟಿದ. ರೇಷಿಮೆಯ

ಬಿಳಿಮೆಯಲ್ಲಿ ಚೂರೂ ಕೆಂಪು ಕಂಡುಬರಲಿಲ್ಲ. ತೃಪ್ತಿಯ ಮುಗುಳುನಗೆ ವ್ಯಕ್ತಿಯ ತುಟಿಗಳಲ್ಲಿ ಮಿನುಗಿತು.

"ತುಂಬ ಉಪಕಾರವಾಯ್ತಪ್ಪ, ನನ್ನ ನೋವು ನಿವಾರಣೆಯಾಯ್ತು," ಎಂದು ಮೆಲ್ಲನೆ ನುಡಿದ ಭಿಕ್ಷುಕ.

"ಯೋಚಿಸಬೇಡ. ಆ ಮೂಲಿಕೆ ನಿನ್ನ ಗಾಯವನ್ನು ಗುಣಪಡಿಸ್ತದೆ," ಎಂದ ವ್ಯಕ್ತಿ.

ಭಿಕ್ಷುಕ ಏಳಲು ಪ್ರಯತ್ನಿಸಿದ. ವ್ಯಕ್ತಿ ಕೂಡಲೇ ತನ್ನ ಎರಡೂ ಕೈಗಳನ್ನು ಚಾಚಿ ಅವನು ಏಳಲು ಸಹಾಯ ಮಾಡಿದ. ಭಿಕ್ಷುಕನ ಬಟ್ಟೆಗಳು ನೀರಿನಲ್ಲಿ ತೊಪ್ಪನೆ ತೋಯ್ದು ಮೈಗಂಟಿಕೊಂಡಿದ್ದವು. ವ್ಯಕ್ತಿ ತನ್ನ ದೊಡ್ಡಂಗಿಯನ್ನು ತೆಗೆದು ಅವನಿಗೆ ಕೊಟ್ಟ.

ಭಿಕ್ಷುಕ ನಿಬ್ಬೆರಗಾಗಿ ಅವನನ್ನು ನೋಡಿದ. ವ್ಯಕ್ತಿ ತನ್ನ ಒರಟು ಅಂಗಿಯ ಒಳಗೆ ಬೆಳ್ಳನೆಯ ಲಿನನ್ ಸೂಟ್ ಧರಿಸಿದ್ದ. ಅವನು ತನ್ನ ದೊಡ್ಡಂಗಿಯನ್ನು ಕಳಚುವಾಗ ಭಿಕ್ಷುಕ ಅವನನ್ನು ಜಾಗರೂಕತೆಯಿಂದ ಪರೀಕ್ಷಿಸಿದ. ಎರಡು ವಿವರಗಳು ಅವನ ಮನದಲ್ಲಿ ಊರಿ ನಿಂತವು: ವ್ಯಕ್ತಿಯ ಕಣ್ಣುಗಳು ಉಜ್ವಲವಾಗಿ ಹೊಳೆಯುತ್ತಿದ್ದವು; ಅವನ ತಲೆಗೂದಲು ಗುಂಗುರು ಗುಂಗುರಾಗಿ ಮಿಠಾಯಿಯ ಬಣ್ಣವಾಗಿತ್ತು.

ಅನಂತರ ವ್ಯಕ್ತಿ, ಭಿಕ್ಷುಕನ ಊರುಗೋಲನ್ನು ಎತ್ತಿಕೊಟ್ಟು, ನೆಲದ ಮೇಲೆ ಬಿದ್ದಿದ್ದ ಜೋಳಿಗೆಯನ್ನೂ ತೆಗೆದುಕೊಟ್ಟ. ಅದು ಖಾಲಿ ಇರುವುದನ್ನು ನೋಡಿ ತನ್ನ ಅಗಲವಾದ ಸೊಂಟಪಟ್ಟಿಯನ್ನು ಸಡಿಲಮಾಡಿದ. ಅದಕ್ಕೆ ಒಂದು ಕಠಾರಿಯನ್ನೂ, ಅಗಲ ನಳಿಗೆಯ ಒಂದು ರಿವಾಲ್ವರನ್ನೂ ಸಿಕ್ಕಿಸಲಾಗಿತ್ತು. ಅಲ್ಲಿಂದ ಒಂದಾದ ಮೇಲೊಂದರಂತೆ ಅನೇಕ ಬೆಳ್ಳಿಯ ನಾಣ್ಯಗಳನ್ನು ಹೊರತೆಗೆದ. ಅವುಗಳ ಜೊತೆಗೆ ಬೇನೇಷ್ವೇಲಾದ ಒಂದು ಚಿನ್ನದ ಡಾಲರ್ ಕೂಡ ಸೇರಿಕೊಂಡಿತ್ತು. ವ್ಯಕ್ತಿ ಅದನ್ನೇ ಒಂದು ಕ್ಷಣ ನೋಡಿದ. ಅನಂತರ ಎಲ್ಲವನ್ನೂ ಜೋಳಿಗೆಯ ಒಳಗೆ ಹಾಕುತ್ತಾ, "ಅದು ತನ್ನಷ್ಟಕ್ಕೆ ತಾನೇ ಬಂದುದರಿಂದ ನಿನಗೇ ಸೇರಬೇಕಾದ್ದು ಅಂತ ಕಾಣ್ತದೆ," ಎಂದ.

ಭಿಕ್ಷುಕ ಅವನ ಕೈ ಹಿಡಿದುಕೊಂಡು ಮುತ್ತಿಡಲು ಪ್ರಯತ್ನಿಸಿದ. ಈ ಹಣ ಅವನ ಕಲ್ಪನೆಗೇ ನಿಲುಕದ ನಿಧಿಯಾಗಿತ್ತು. ತನಗೆ ಉಪಕಾರ ಮಾಡಿದವನ ಬಗೆಗೆ ಅವನಿಗೆ ಅಪಾರ ಕೃತಜ್ಞತೆ ಉಕ್ಕುತ್ತಿತ್ತು. ಕುಂಟಿಕೊಂಡು ಮುಂದೆ ಸಾಗುತ್ತಾ ಅವನು ತನ್ನ ಕೃತಜ್ಞತೆಯನ್ನೂ ಆಶೀರ್ವಾದವನ್ನೂ ಮೆಲುದನಿಯಲ್ಲಿ ಉಸುರಿದ. ವ್ಯಕ್ತಿ ತಿರುಗಿ ನೋಡಿ ಹೇಳಿದ :

"ಇವತ್ತು ನಿನಗೆ ಸಹಾಯ ಮಾಡುವ ಸರದಿ ನನ್ನದು. ನಾಳೆ ನನಗೆ ಸಹಾಯ ಮಾಡುವ ಸರದಿ ನಿನ್ನದಾಗ್ತದೆ."

ಈಗ ಸೂರ್ಯನ ಕಿರಣಗಳು ಭಿಕ್ಷುಕನ ಕಣ್ಣುಗಳನ್ನು ಕುಕ್ಕುತ್ತಿರಲಿಲ್ಲ. ಪಟ್ಟಣ ದೂರದಲ್ಲಿತ್ತು. ಮಾಗಿ ಕಾಲದ ದೀರ್ಘ ಹಗಲಿನ ಕೊನೆಯ ಭಾಗದಲ್ಲಿನ್ನೂ ಮುಚ್ಚಂಜೆಯ ನಸುಬೆಳಕು ಬೆಳಗುತ್ತಿತ್ತು. ಈಗ ಭಿಕ್ಷುಕ ತನ್ನ ಊನ ಕಾಲಿನ ಕಡೆಗೆ ಲಕ್ಷ್ಯಕೊಡದೆ ಒಬ್ಬನೇ ಖುಷಿಯಿಂದ ಮುಂದಕ್ಕೆ ಹೋದ.

ಬೀದಿ ದೀಪಗಳನ್ನು ಹೊತ್ತಿಸುವವನು ತನ್ನ ಮಾಮೂಲಿ ದಿನಚರಿಯನ್ನಿನ್ನೂ ಆರಂಭಿಸಿರಲಿಲ್ಲ. ಅವನು ಯಾವಾಗಲೂ ಯಾವ ಕಂಬದಿಂದ ದೀಪ ಹಚ್ಚಲು ಆರಂಭಿಸುತ್ತಿದ್ದನೋ ಅದಕ್ಕೆ ಇನ್ನೂ ಏಣಿಯನ್ನು ಒರಗಿಸಿ ಇಡಲಾಗಿತ್ತು. ಒಳಗೆ ಮದ್ಯದಂಗಡಿಯಲ್ಲಿ ಪಾನ ಸೇವನೆಯ ನಡುವೆ ಓವೇಹೋನನ ಇತ್ತೀಚಿನ ಸಾಹಸಗಳನ್ನು ಕುರಿತು ನಡೆಯುತ್ತಿದ್ದ ಟೀಕೆ ಟಿಪ್ಪಣಿಗಳನ್ನು

ಕೇಳಬಹುದಿತ್ತು. ಸ್ವಾತಾದಲ್ಲಿ ಅವನು ಒಬ್ಬ ಪಶುಪಾಲನ ಕ್ಷೇತ್ರದ ಒಡೆಯನನ್ನು ದೋಚಿ, ತನ್ನ ಕಠಾರಿಯಿಂದ ಇನ್ನೊಬ್ಬನನ್ನು ಕೊಲೆ ಮಾಡಿದ್ದ.

ಮದ್ಯದಂಗಡಿಯ ಬಾಗಿಲಿನ ಮುಖಾಂತರ ಭಿಕ್ಷುಕನ ಊದಿದ ಮುಖ ಇಣಿಕಿ ನೋಡಿತು. ಕೊಳೆಯಾಗಿದ್ದ ತನ್ನ ಹ್ಯಾಟನ್ನು ಮುಂದೆ ಚಾಚಿ ಏಕತಾನದ ಧ್ವನಿಯಲ್ಲಿ ಭಿಕ್ಷೆಗಾಗಿ ಆತ ಒತ್ತಾಯಿಸುತ್ತಾನೆ ಎಂದು ನಿರೀಕ್ಷಿಸುತ್ತಾ, ಅವನ ಆಕಾರರಹಿತ ಕಾಲನ್ನು ನೋಡಿದ ಕೂಡಲೇ ಅಲ್ಲಿದ್ದವರೆಲ್ಲ ಸ್ತಬ್ಧರಾದರು. ಆದರೆ ಭಿಕ್ಷೆ ಬೇಡುವ ಬದಲು ಅವನು ಗಲ್ಲಾಪೆಟ್ಟಿಗೆಯವರೆಗೆ ಕುಂಟಿಕೊಂಡು ಬಂದು, ಮದ್ಯಕ್ಕಾಗಿ ಆರ್ಡರ್ ಕೊಟ್ಟ. ತನ್ನ ಅಂಗಿಯ ಒಳಗಿನ ಬಟ್ಟೆಗಳು ಒದ್ದೆಯಾಗಿದ್ದುದರಿಂದ ಅವನಿಗೆ ಬಾಧೆಯಾಗುತ್ತಿತ್ತು. ಅವನು ಹಸಿದು, ಚಳಿಯಿಂದ ಗಡಗಡ ನಡುಗುತ್ತಿದ್ದ. ಕಬ್ಬಿನ ರಸದಿಂದ ಸಿಹಿ ಮಾಡಿದ ಹಳೆಯ ಪಾನೀಯವನ್ನು ಗುಟುಕರಿಸುತ್ತ, ತಳ ಹಿಡಿದ ರೊಟ್ಟಿಯ ತುಂಡೊಂದನ್ನು ಆತ ನಿಧಾನವಾಗಿ ಕಡಿಯತೊಡಗಿದ.

ಉಳಿದವರು ಅವನ ಕಡೆ ನೋಡುವುದನ್ನು ನಿಲ್ಲಿಸಿ ತಮ್ಮ ಸಂಭಾಷಣೆಯನ್ನು ಮುಂದುವರಿಸಿದರು. ದೀಪ ಹಚ್ಚುವವನು ಹೇಳುತ್ತಿದ್ದ, "ಅವನೊಬ್ಬ ಮಹಾ ಗಾರುಡಿಗ. ಅವನಿಗೆ ಯಕ್ಷಿಣಿ ವಿದ್ಯೆ ಚೆನ್ನಾಗಿ ಗೊತ್ತು."

ಮದ್ಯದ ಅಂಗಡಿ ಒಡೆಯ ಅದನ್ನು ನಂಬದೆ ಹೇಳಿದ :

"ನನ್ನ ಜೋಡಿ ನಳಿಗೆಯ ಬಂದೂಕಿನಿಂದ ಅವನ ಕಡೆ ಗುಂಡು ಹಾರಿಸುವ ಅವಕಾಶವೇನಾದರೂ ನನಗೆ ಸಿಕ್ಕರೆ, ಆಗ ಅವನ ಗಾರುಡಿಯೆಲ್ಲ ಹಾರಿಹೋಗ್ತದೆ !"

ಬೆರಕೆ ಜಾತಿಯ ಧಡೂತಿ ಆಸಾಮಿಯೊಬ್ಬ ಹೇಳಿದ:

"ಓವೇಹೋನ್ ನೋಡೋದಕ್ಕೆ ಹ್ಯಾಗಿದಾನೆ ಅಂತ ತಿಳೀಬೇಕಲ್ಲ. ಅವನ ತಲೆಗಿಟ್ಟಿರುವ ಐನೂರು ಪೇಸೋ* ಬಹುಮಾನ ಗಳಿಸಬೇಕು ಅಂತ ನನಗೆ ಆಸೆ. ಅವನನ್ನು ಸಜೀವವಾಗಿಯೋ ನಿರ್ಜೀವವಾಗಿಯೋ ಹಿಡಿದು ಕೊಟ್ಟವರಿಗೆ ಐನೂರು ಪೇಸೋ ಬಹುಮಾನ ಇಟ್ಟಿದ್ದಾರೆ."

ಎಣ್ಣೆ ಬಳಿದಂತಿದ್ದ ದೇಹದ ಒಬ್ಬ ನೀಗ್ರೋ ಹೇಳಿದ: "ಅದೇನು ಮಹಾ ! ಅವನು ನೋಡೋದಕ್ಕೆ ಒಳ್ಳೇ ಎತ್ತರವಾಗಿ, ಲಕ್ಷಣವಾಗಿದಾನೆ. ಕಣ್ಣುಗಳು ಎರಡು ಹೊಳೆಯುವ ನಾಣ್ಯಗಳ ಹಾಗೇ ಮಿನುಗುತ್ತವೆ. ಅವನ ತಲೆಗೂದಲು ಒಳ್ಳೆ ಕುಟ್ಟಿದ ಮಿಠಾಯಿಯ ಬಣ್ಣಕ್ಕಿದೆ. ಈ ಸಲ ಹೋಗು – ಗುಡ್ಡಕ್ಕೆ ಹೋಗಿ ಅವನ್ನ ಹುಡುಕ್ಕೊಂಡು ಬಾ. ನೀನು ಅವನ್ನ ಹಿಡ್ಕೊಂಡು ಬಂದಮೇಲೆ ನನ್ನ ಮದ್ಯದ ದುಡ್ಡು ಕೊಡುವೆಯಂತೆ."

ದೀಪ ಹಚ್ಚುವವನು ಅಂದ: "ಅದೇ ಮದ್ಯನಯ್ಯ ನಾನೀಗ ಕುಡೀತಿರೋದು. ಹೆಣ ಕಾಯಬೇಕಾದರೆ ಹಂಚುವ ಬ್ರಾಂಡಿ ತುಂಬ ರುಚಿಯಾಗಿರ್‍ತದೆ."

ಭಿಕ್ಷುಕ ತನ್ನ ಒಣಕಲು ರೊಟ್ಟಿಯನ್ನು ಬಾಯಿಯೊಳಗೆ ಚೀಪುತ್ತ ಮಿದು ಮಾಡಲು ಪ್ರಯತ್ನಿಸುತ್ತಿದ್ದ. ಆದರೆ ಅವನ ಯೋಚನೆ ಬೇರೆ ಕಡೆ ಸಾಗಿತ್ತು. "ನದಿ ಹತ್ರ ಸಿಕ್ಕಿದ್ದ ಮನುಷ್ಯ ಓವೇಹೋನ್ ಇರ್ಬೇಕು. ಅವನನ್ನು ಜೀವಂತವಾಗಿಯೋ ಅಥವಾ ನಿರ್ಜೀವ ಸ್ಥಿತಿಯಲ್ಲೋ ಹಿಡಿಯೋದಕ್ಕೆ ಸಹಾಯ ಮಾಡಿದವರಿಗೆ ಐನೂರು ಪೇಸೋ ಸಿಗ್ತದೆ. ಆ ಮಾಂತ್ರಿಕ ಓವೇಹೋನ್ ತನ್ನ ಆತ್ಮವನ್ನು ಸೈತಾನನಿಗೆ ಮಾರಿಕೊಂಡಿದಾನೆ. ಅವನಿಗೆ ನಾನು ದ್ರೋಹ

---

* ದಕ್ಷಿಣ ಅಮೆರಿಕದ ಕೆಲವು ರಾಷ್ಟ್ರಗಳಲ್ಲಿ ಬಳಕೆಯಲ್ಲಿರುವ, ಸುಮಾರು 4 ಷಿಲಿಂಗ್ ಬೆಲೆಯ ಒಂದು ಬೆಳ್ಳಿಯ ನಾಣ್ಯ.

ಬಗೆದರೆ ಮತ್ತೆ ಭಿಕ್ಷೆ ಎತ್ತಬೇಕಾಗಿಲ್ಲ. ಬೀದಿ ಬೀದಿಗಳಲ್ಲಿ ಕಾಲೆಳೆದುಕೊಂಡು ಅಲೆದಾಡುವ ದಿನಗಳು ಇನ್ನಿಲ್ಲ. ನನ್ನ ಕಾಲನ್ನು ವಾಸಿ ಮಾಡಲು ಒಬ್ಬ ವೈದ್ಯರನ್ನು ಹಿಡೀಬಹುದು. ಐನೂರು ಪೇಸೋ! ಅಷ್ಟು ಹಣ ನನಗೆ ಸಿಕ್ಕಿದರೆ ನಾನು ಹುಷಾರಾಗ್ಬಹುದು."

ಭಿಕ್ಷುಕ ಇನ್ನೊಂದು ತುಂಡು ರೊಟ್ಟಿಗಾಗಿ ತನ್ನ ಜೋಳಿಗೆಯಲ್ಲಿ ಕೈ ಹಾಕಿದಾಗ ಅವನ ಬೆರಳಿಗೆ ನಾಣ್ಯಗಳು ತಾಕಿದವು. ಹಾಗೇ ಕೈಯಾಡಿಸಿ ಬೇನೇಷ್ವೇಲಾದ ಚಿನ್ನದ ನಾಣ್ಯವನ್ನೂ ಸವರಿದ. ಮತ್ತೆ ಅವನ ಯೋಚನೆ ಮುಂದುವರಿಯಿತು: "ಓವೇಹೋನ್ ಹತ್ರ ಇಂಥವು ಮಸ್ತಾಗಿರ್ಬಹುದು. ಹುಣಸೇಬೀಜದ ಹಂಗೆ ತಕ್ಕೊಟ್ಟುಬಿಟ್ಟ. ಕೊಡುಗೈ ದೊರೆ ಅಂತ ಕಾಣ್ತದೆ. ಅದಕ್ಕೇ ಅವನು ಡಕಾಯಿತನಾಗಿರಬೇಕು. ಯಾಕೇಂದ್ರೆ ದಾನ ಕೊಡೋದಕ್ಕೆ ಅವನಿಗೆ ತುಂಬ ಇಷ್ಟ ಇರ್ಬೇಕು. ಇಲ್ಲಿರೋ ಜನರಿಗೆ ನನ್ನ ಕಂಡ್ರೇ ಅಸಹ್ಯ, ಇನ್ನು ನನ್ನ ಕಾಲು ತೊಳೀತಿದ್ರಾ? ಅಂದ ಬಳಿಕ ಡಕಾಯಿತನಾದ ಆತ ನನ್ನ ಮೇಲ್ಯಾಕೆ ಕರುಣೆ ತೋರಿಸಬೇಕಾಗಿತ್ತು? ಅವನೊಬ್ನೇ ಹಂಗೆ ಮಾಡ್ದೋನು." ಆ ಅಪರಿಚಿತನ ಹೊಳೆಯುವ ಕಣ್ಣುಗಳನ್ನೂ ಹೊಂಬಣ್ಣದ ಕೂದಲನ್ನೂ ಭಿಕ್ಷುಕ ಜ್ಞಾಪಿಸಿಕೊಂಡ. ಗೆರೆ ಕೊರೆದಂಥ ಬಾಯಿ ಹಾಗೂ ದಯೆ ತುಂಬಿದ ಮುಗುಳುನಗೆ ಅವನಿಗೆ ನೆನಪಾದವು.

ಆಗ ಬೀದಿಯಲ್ಲಿ ದೌಡಾಯಿಸುವ ಕುದುರೆಯ ಕ್ರಮಬದ್ಧ ಗೊರಸಿನ ಶಬ್ದ ಕೇಳಿಸಿತು. ಭಿಕ್ಷುಕ ನೋಡಲೆಂದು ಹೊರಬಂದ.

ಉದ್ದನೆಯ ಬೂಟುಗಳನ್ನು ಧರಿಸಿದ್ದ ಸವಾರನೊಬ್ಬ ಮಿಶ್ರವರ್ಣದ ಕುದುರೆಯೊಂದರ ಮೇಲೆ ದೌಡಾಯಿಸುತ್ತಿದ್ದ. ಜೀನಿನ ಮುಂದಿನ ಗುಬುಟಿನ ಮೇಲೆ ಕುರಿಚರ್ಮದ ಹಾಸೊಂದನ್ನು ಹಾಕಲಾಗಿತ್ತು. ಅವನು ನಾಗಾಲೋಟದಲ್ಲಿ ಸವಾರಿ ಮಾಡುತ್ತಾ ಮದ್ಯದಂಗಡಿಯನ್ನು ದಾಟುವಾಗ ಇತ್ತ ತಿರುಗಿದ. ಭಿಕ್ಷುಕನ ಕಣ್ಣುಗಳೂ ಸವಾರನ ಕಣ್ಣುಗಳೂ ಒಂದು ಕ್ಷಣ ಸಂಧಿಸಿದವು. ಭಿಕ್ಷುಕ ಅಚ್ಚರಿಯಿಂದ ಬಾಯಿ ತೆರೆದವನು ತಟಕ್ಕನೆ ಮುಚ್ಚಿಕೊಂಡ.

ಮದ್ಯದಂಗಡಿಯ ಒಡೆಯ ಕೂಡ ಅದ್ಯಾರೋ ನೋಡೋಣವೆಂದು ತಲೆ ಹೊರ ಚಾಚಿದ. ಅಷ್ಟರಲ್ಲಿ ಸವಾರ ದೂರ ಸಾಗಿಹೋಗಿದ್ದ. "ಆ ಸದ್ದು ಕೇಳಿದರೆ ಒಳ್ಳೇ ಜಾತೀ ಕುದುರೆ ಇರಬೇಕು ಅನಿಸ್ತದೆ," ಎಂದ ಮದ್ಯದಂಗಡಿಯ ಒಡೆಯ.

ಭಿಕ್ಷುಕ ತನಗೆ ತಾನೇ ಹೇಳಿಕೊಂಡ: "ಅವನೇ ಓವೇಹೋನ್. ಅವನ ಕಣ್ಣುಗಳು ಹೊಳೆಯುವ ಎರಡು ನಾಣ್ಯಗಳಂತೆ ಫಳ ಫಳಸ್ತಿದ್ದವು. ಆ ಕಣ್ಣ ನೋಟ ಜೋಡಿ ಕಠಾರಿಯಿಂದ ನನ್ನನ್ನು ಇರಿದ ಹಾಗಾಯಿತು."

ದೀಪ ಹಚ್ಚುವವನು, "ನಾನು ಲಾಟೀನು ಹಚ್ಚೋದಕ್ಕೆ ಹೋಗ್ತೇನಪ್ಪ," ಎಂದ.

ಎಣ್ಣೆ ಬಳಿದಂತಿದ್ದ ನೀಗ್ರೋ, ಬೆರಕೆ ಜಾತಿಯವನನ್ನು ತಮಾಷೆ ಮಾಡುತ್ತಾ ಹೇಳಿದ: "ಓವೇಹೋನ್‌ನನ್ನ ಹುಡುಕೋದಕ್ಕೆ ಹೋಗಲ್ಲವೇನಯ್ಯ? ಹುಷಾರ್, ನಿನ್ನ ಜೋಲೆ ಹಾಸಿಗೆಯಲ್ಲಿ ಬಂದು ಮಲಗಿಯಾನು ಅವನು. ಹೋಗು, ಹಳ್ಳಿ ಗಸ್ತು ಹಾಕು ಹೋಗು. ಗಸ್ತು ಹೊಡೆಯೋದಕ್ಕೆ ಇದೇ ಸರಿಯಾದ ಹೊತ್ತು. ಆದ್ರೆ ಓವೇಹೋನ್ ಸಿಗ್ತಾನಾ ನೋಡು."

ಭಿಕ್ಷುಕ ತನಗೆ ತಾನೇ ಹೇಳಿಕೊಂಡ: "ಅವನೇ, ಹೋಗಿದ್ದು ಅವನೇ. ಅವನು ಪಲಾಯನ ಮಾಡ್ತಿದಾನೆ. ಯಾರನ್ನೋ ಕೊಂದಿರ್ಬೇಕು ಇಲ್ಲಾ ದೋಚಿರ್ಬೇಕು. ಯಾರನ್ನಿರ್ಬಹುದು ?"

ರಸ್ತೆಯಲ್ಲಿ ನಾಲ್ವರು ಸಶಸ್ತ್ರ ಸೈನಿಕರು ಓಡಿಬಂದರು. ಅವರು ಮದ್ಯದಂಗಡಿಗೆ ನುಗ್ಗಿ, "ಅವನು ಇಲ್ಲಿ ದಾಟಿ ಹೋದದ್ದನ್ನು ಯಾರಾದ್ರು ಕಂಡಿರಾ ?" ಎಂದರು.

"ಯಾರು ? ಯಾರನ್ನ... ?"

"ಓವೇಹೋನ್ ! ಓವೇಹೋನ್ !!"

ಎಲ್ಲರೂ ಆಶ್ಚರ್ಯಚಕಿತರಾಗಿ, ಒಬ್ಬರ ಮುಖ ಒಬ್ಬರು ನೋಡುತ್ತಾ ಪದೇ ಪದೇ "ಓವೇಹೋನ್ ! ಓವೇಹೋನ್ !" ಎಂದು ಉದ್ಗರಿಸಿದರು.

ಸೈನಿಕರೆಂದರು : "ಮಿಶ್ರ ಬಣ್ಣದ ಕುದುರೆ, ದಂಡನಾಯಕನ ಜೀನು ಮತ್ತು ಬೂಟುಗಳು ಕಳವಾಗಿವೆ."

ಎಲ್ಲ ಮೂಕವಿಸ್ಮಿತರಾಗಿ ಪ್ರತಿಧ್ವನಿಸಿದರು–"ಮಿಶ್ರ ಬಣ್ಣದ ಕುದುರೆ, ದಂಡನಾಯಕನ ಜೀನು ಮತ್ತು ಬೂಟುಗಳೇ !"

ಸೈನಿಕರು: "ಅವನು ದಾಟಿ ಹೋದದ್ದನ್ನು ಯಾರಾದ್ರೂ ಕಂಡಿರಾ ?"

ಮದ್ಯದಂಗಡಿಯವನು: "ಯಾರೋ ಸವಾರಿ ಮಾಡಿಕೊಂಡು ಹೋದರು."

ಸೈನಿಕರು: "ಕರೀ ಬಿಳಿ ಕುದುರೆಯ ಮೇಲಾ ?"

ಮದ್ಯದಂಗಡಿಯವನು ಭಿಕ್ಷುಕನ ಕಡೆಗೆ ತಿರುಗಿ: "ಇಲ್ಲಿ ನೋಡಯ್ಯಾ ಅವನು ಹೋದಾಗ ನೀನು ನೋಡಿದೆಯಲ್ಲ. ಅದು ಮಿಶ್ರ ಬಣ್ಣದ ಕುದುರೆಯೇ ?"

ಭಿಕ್ಷುಕ: "ನನಗೆ ಸರಿಯಾಗಿ ಕಾಣಿಸಲಿಲ್ಲ."

ಮದ್ಯದಂಗಡಿಯವನು: "ಆ ಕುದುರೆ ಮರೀನ ಬಿಚ್ಚಿ ಬಿಡ್ರೀ – ಅದು ತನ್ನ ತಾಯಿಯ ಜಾಡು ಹಿಡಿದುಕೊಂಡು ಹೋಗ್ತದೆ.

ಬೆರಕೆ ಜಾತಿಯವ : "ಅದೇ ಸರಿ. ಮರೀನ ಬಿಚ್ಚಿ ಬಿಡಿ, ನಮಗೆ ಐನೂರು ಪೇಸೋ ಸಿಗ್ತದೆ."

ಭಿಕ್ಷುಕ ನೆರಳಿನಂತೆ ಅಲ್ಲಿಂದ ಸರಿದುಹೋದ. ಬೀದಿಯುದ್ದಕ್ಕೂ ತನಗೆ ಸಾಧ್ಯವಾದಷ್ಟು ವೇಗವಾಗಿ ಕುಂಟುತ್ತಾ ಸಾಗಿದ. ದೀಪಹಚ್ಚುವವನು ಬೀದಿ ಲಾಂದ್ರಗಳ ಬತ್ತಿ ಉಜ್ಜುವ ಕೆಲಸದಲ್ಲಿ ಮಗ್ನನಾಗಿದ್ದ. ಸೈನಿಕರು ಕುದುರೆ ಮರಿಯನ್ನು ಬಿಚ್ಚಿಬಿಟ್ಟು ತಾವು ಅದನ್ನು ಹಿಂಬಾಲಿಸಿದರು. ಆ ವೇಳೆಗೆ ಭಿಕ್ಷುಕ ಊರಿನ ಕೊನೆಯ ಮನೆಯನ್ನೂ ದಾಟಿ ಹೆದ್ದಾರಿಯಲ್ಲಿ ಬಹುದೂರ ಮುಂದೆ ಹೋಗಿದ್ದ. ರಸ್ತೆ ಇಕ್ಕಟ್ಟಾಗಿ ಅಪಾಯಕಾರಿ ತಿರುವಿನಲ್ಲಿ ತಿರುಗಿಕೊಳ್ಳುವ ಸ್ಥಳದಲ್ಲಿ ಒಂದು ಇಳಿಜಾರಿನಲ್ಲಿ ಅವಿತುಕೊಂಡು ಕೂತ.

ಸ್ವಲ್ಪ ಹೊತ್ತಿನಲ್ಲೆ ಅದೇ ಆಗ ಹುಟ್ಟಿದ ಕುದುರೆ ಮರಿಯ ಅವಸರದ ಹೆಜ್ಜೆಯ ನಾದ ಅವನಿಗೆ ಕೇಳಿಸಿತು. ದೂರದಲ್ಲಿ ಜನರು ಕೂಗುತ್ತಿದ್ದರು. ಹುಡುಕಾಟದ ಗುಂಪಿನೊಡನೆ ಬೇರೆಯವರೂ ಸೇರಿಕೊಳ್ಳುವಂತೆ ಅವರು ಒತ್ತಾಯಿಸುತ್ತಿದ್ದರು. ಅವರು ಹತ್ತಿರ ಹತ್ತಿರ ಬರುತ್ತಿದ್ದರು. ರಸ್ತೆಯ ತಿರುವಿನಲ್ಲಿ ಮರಿ ಓಡಿಬಂತು. ಭಿಕ್ಷುಕ ತನ್ನ ಕೈಯಲ್ಲಿದ್ದ ಕೋಲನ್ನು ಮೇಲಕ್ಕೆತ್ತಿ, ಎರಡೂ ಕೈಗಳನ್ನು ಉಪಯೋಗಿಸಿ, ಶಕ್ತಿಯನ್ನೆಲ್ಲಾ ಬಿಟ್ಟು ಅದರ ತಲೆಯ ಮೇಲೆ ಹೊಡೆದ. ಅದು ತಬ್ಬಿಬ್ಬಾಗಿ ದಾರಿಯಲ್ಲೇ ನಿಂತುಬಿಟ್ಟಿತು. ಇನ್ನೊಂದು ಹೊಡೆತ ಕೊಡುತ್ತಿದ್ದಂತೆಯೇ ತಲೆ ಕೆಳಗಾಗಿ ಕಮರಿಗೆ ಉರುಳಿ ಬಿತ್ತು.

ಭಿಕ್ಷುಕ ತಡಕಾಡಿಕೊಂಡು ಎಚ್ಚರಿಕೆಯಿಂದ ದಟ್ಟವಾದ ಕಾಫಿ ಗಿಡಗಳ ಒಳಗೆ ನುಗ್ಗುತ್ತಾ ತನಗೆ ತಾನೆ ಮೆದುವಾಗಿ ಪಿಸುಗುಟ್ಟಿಕೊಂಡ: "ಇವತ್ತು ನಿನಗೆ ಸಹಾಯ ಮಾಡುವ ಸರದಿ ನನ್ನದು; ನಾಳೆ ನನಗೆ ಸಹಾಯ ಮಡುವ ಸರದಿ ನಿನ್ನದಾಗ್ತದೆ."

ಮುಳುಗುತ್ತಿದ್ದ ಶುಕ್ರಗ್ರಹ ಬೇನೇಷ್ವೇಲಾದ ಚಿನ್ನದ ನಾಣ್ಯದಂತೆ ದೇದೀಪ್ಯಮಾನವಾಗಿ ಬೆಳಗಿತು. ❍

○ ರೂಫೀನೋ ಬ್ಲಾಂಕೋ ಫೋಂಬೋನಾ

ಕ್ರಿಯೋಲ್* ಪ್ರಜಾಪ್ರಭುತ್ವ

ಬಯಲುಸೀಮೆಯ ಹೆಬ್ಬಾಗಿಲೊಂದರ ಬಳಿ ಕಾಮೊರೂಕೋ ಗ್ರಾಮವಿತ್ತು. ಈ ಚಿಕ್ಕ ಜನವಸತಿಯನ್ನು ಬಂಡಿ ಜಾಡೊಂದು, ಶೋಕೀಲಾಲನ ಬೈತಲೆಯ ಹಾಗೆ, ಸರಿಯಾಗಿ ಇಬ್ಭಾಗ ಮಾಡಿತ್ತು. ಹುಲ್ಲುಗಾವಲಿನಲ್ಲಿ ಹರಡಿಕೊಂಡಿದ್ದ ಈ ಊರಿನ ಎರಡು ಸಾಲು ಮನೆಗಳು ರಸ್ತೆಯ ಇಕ್ಕೆಲಗಳಲ್ಲೂ ಸಾಲಾಗಿ ನಿಂತುಕೊಂಡು ರಸ್ತೆಯಲ್ಲಿ ಬರಹೋಗುವವರನ್ನು ಕಳ್ಳನೋಟ ದಿಂದ ನೋಡುತ್ತಿವೆಯೇನೋ ಎಂಬಂತಿತ್ತು. ಸಮಾನಾಂತರ ವಾದ ಎರಡು ಟೆಲಿಗ್ರಾಫ್ ತಂತಿಗಳ ಮೇಲೆ ಕೂತ ಜೋಡಿಸಾಲು ಗುಬ್ಬಚ್ಚಿಗಳ ಹಾಗೇ ಆ ಮನೆಗಳು ಕಾಣುತ್ತಿದ್ದವು. ಹತ್ತಿರದಲ್ಲೇ ಗ್ವಾರೀಕೋ ಎಂಬ ದೊಡ್ಡ ತೊರೆ ಹರಿಯುತ್ತಿತ್ತು. ಬಯಲಿಗೆ ಅದರಿಂದಲೇ ನೀರು ಸರಬರಾಜು. ಆ ತೊರೆಯ ತಳದ ಮರಳ ಮೇಲೆ ಸ್ಕೇಟ್ ಮೀನುಗಳು ನಿದ್ರಿಸುತ್ತಿರುತ್ತವೆ. ಅರೆತೆರೆದ ಬಾಯಿಯ ಸೋಮಾರಿ ಮೊಸಳೆಗಳು ಅದರ ದಂಡೆಯ ಮೇಲೆ ಮಧ್ಯಾಹ್ನದ ವಿಶ್ರಾಂತಿ ಪಡೆಯುತ್ತಿರುತ್ತವೆ.

ಅದು ಚುನಾವಣೆಯ ಕಾಲ. ಒಂದು ಪ್ರಾಂತದ ರಾಜ್ಯಪಾಲರನ್ನು ಆರಿಸಬೇಕಾಗಿತ್ತು. ಕೆಲವು ರಾಜಕೀಯ ಕಾರಣ ಗಳಿಂದಾಗಿ, ಆ ಪ್ರಜಾರಾಜ್ಯದ ಬಹುತೇಕ ಜನರ ಕುತೂಹಲ ಈ ಸ್ಪರ್ಧೆಯ ಮೇಲೆ ನೆಟ್ಟಿತ್ತು, ಈ ಸಂದರ್ಭಕ್ಕಾಗಿಯೇ ಆ ಕಗ್ಗಾಡು ಪ್ರದೇಶದಲ್ಲಿ ಪ್ರಾರಂಭವಾಗಿದ್ದ 'ಏಲ್‌ಫಾರಾ' (ದೀಪಸ್ತಂಭ) ಎಂಬ ಪತ್ರಿಕೆ ತನ್ನ ಮೊದಲ ಸಂಚಿಕೆಯಲ್ಲಿ ಹೀಗೆ ಹೇಳಿತ್ತು: "ಪ್ರಾಯಶಃ ಇದೇ ಮೊದಲನೆಯ ಬಾರಿ ಇರಬೇಕು, ಕಾಮೊರೂಕೋ ಗ್ರಾಮದಲ್ಲಿ ಚುನಾವಣೆಯು ಕೇವಲ ಓಟುಗಳನ್ನು ಸಂಚಯಿಸುವ ಕ್ಷುಲ್ಲಕ ಪುಢಾರಿಗಳ ಕೈಯಿಂದ ವಿಮೋಚನೆ ಹೊಂದುತ್ತಿದೆ. ಪ್ರಾಯಶಃ ಇದೇ ಮೊದಲನೆಯ ಬಾರಿ ಕಾಮೊರೂಕೋದಲ್ಲಿ ಚುನಾವಣೆಯ ವಸನವನ್ನು ಜನರ ನಿಷ್ಕಳಂಕ ಕೈಗಳು ನೇಯಲಿವೆ."

---

* ವೆಸ್ಟ್ ಇಂಡೀಸ್, ಮಾರಿಷಸ್ ಮೊದಲಾದ ಪ್ರದೇಶಗಳಲ್ಲಿ ನೆಲಸಿರುವ ಐರೋಪ್ಯ (ಬಿಳಿ ಕ್ರಿಯೋಲ್) ಅಥವಾ ನೀಗ್ರೋ (ಕಪ್ಪು ಕ್ರಿಯೋಲ್) ಸಂತತಿಯವರು.

ಅಭ್ಯರ್ಥಿಗಳ ಸಂಖ್ಯೆ ಎರಡಕ್ಕೆ ಇಳಿದಿತ್ತು. ಚುನಾವಣೆಯ ಮುನ್ನಾ ದಿನ, ಜಿಲ್ಲೆಯಲ್ಲೇ ಶ್ರೀಮಂತ ಹೈನುಗಾರರಾದ ಸ್ಥಳೀಯ ಮುಖಂಡರು, ಸುತ್ತುಮುತ್ತಿನ ವಸತಿಗಳಿಗೆ ವಾಣಿಜ್ಯ ಕೇಂದ್ರವಾದ ನೆರೆಯ ಪಟ್ಟಣದಿಂದ ಗುಂಪು ಗುಂಪು ಆಳುಗಳನ್ನು ಕರೆದುಕೊಂಡು ಬಂದರು. ಇವರು ಹೊಲದಲ್ಲಿ ಕೆಲಸ ಮಾಡುವ ದೀನ ಜನ. ಬಯಲುಸೀಮೆಯ ಸರಳ ಜನ. ಸುಳ್ಳು, ತಟವಟ, ಅರಿಯದವರು. ಎಲ್ಲ ವಿಷಯಗಳಲ್ಲೂ ಮುಗ್ಧರು. ಮರುದಿನದ ಚುನಾವಣೆಯಲ್ಲಿ ಏನು ಮಾಡಬೇಕೆಂದೂ ಅವರಿಗೆ ತಿಳಿದಿರಲಿಲ್ಲ. ದನಗಳಂತೆ ತರುಬಲಾಗಿದ್ದ ಈ ಆಳುಗಳೇ ನಾಗರಿಕರು, ಅಂದರೆ ಮತದಾರರಾಗಿದ್ದರು. ಇವರಲ್ಲಿ ಬಹುಪಾಲು ಜನರ ಉಡುಪು – ಒರಟು ಡ್ರಿಲ್‌ಬಟ್ಟೆಯ ಇಜಾರ ಮತ್ತು ಪಟ್ಟೆಪಟ್ಟೆಯ ಅಂಗಿ, ಕಾಲಲ್ಲಿ ಸೆಣಬಿನ ಚಪ್ಪಲಿ, ತಲೆಯ ಮೇಲೆ ಚೂಪಾಕಾರದ ಅಗಲ ಅಂಚಿನ ಟೊಪ್ಪಿಗೆ; ಅಥವಾ ಸೊಂಟದ ಸುತ್ತ ಕೇಸರಿ ಬಣ್ಣದ ನಾರಿನ ನಡುಪಟ್ಟಿ, ಹೆಗಲ ಮೇಲೆ ಡವಾಲಿಯಂತೆ ನೇತಾಡುತ್ತಿದ್ದ ಕೆಂಪು, ನೀಲಿ ಬಣ್ಣಗಳ ಎದೆಪಟ್ಟಿ. ಜೊತೆಗೆ ದಂಡದಂತೆ ಸದಾ ಸಿದ್ಧವಾಗಿ ಬಲಗೈಯಲ್ಲಿ ಹಿಡಿದುಕೊಂಡಿದ್ದ ರೈತಾಪಿ ಜನರ ಆಯುಧ ಮಚ್ಚುಕತ್ತಿ. ಈ ಸರಳ ಸ್ವಭಾವದ ಜನರದು ಮಟ್ಟಸವಾದ ಎತ್ತರ, ಕಟ್ಟು ಮಸ್ತಾದ ಆಕಾರ, ಸೂರ್ಯನ ಬಿಸಿಲಿನಿಂದಾಗಿ ಹಾಗೂ ವರ್ಣಸಂಕರದಿಂದಾಗಿ ಕಂಚಿನಂಥ ಮೈಬಣ್ಣ. ಆಪುರೇ ಮತ್ತು ಆರಾಕ್ವಾದ ಇತಿಹಾಸ ಪ್ರಸಿದ್ಧ ಬಯಲುಸೀಮೆಯವರನ್ನು ಇವರು ನೆನಪಿಗೆ ತರುವಂತಿದ್ದರು. ಆ ಜನರಾದರೋ, ಜನರಲ್ ಪಾಇಸ್*ನ ಭೀಕರ ನರತುರಗಗಳೆಂದು ಬೋಲಿವಾರ್**ನ ಪಡೆಗಳಲ್ಲಿ ಹೆಸರು ಗಳಿಸಿದ ಅಶ್ವಾರೋಹಿ ಯೋಧರಾಗಿದ್ದರು. ಸ್ಪೇನಿನ ಯುದ್ಧನೌಕೆಗಳನ್ನು ತಮ್ಮ ಭರ್ಜಿಯ ಮೊನೆಯಲ್ಲಿ ತಡೆದು ಸೆರೆಹಿಡಿದ ವೀರಾಧಿವೀರರಾಗಿದ್ದರು. ಕೇಸೇರಾಸ್ ದೇಲ್ ಮೇದ್ಯೋ ಯುದ್ಧದಲ್ಲಿ ಅವರ ಪೈಕಿ ಕೇವಲ ನೂರೈವತ್ತು ಜನ ಮೋರೀಯೋ***ನ ಆರು ಸಾವಿನ ಸೈನಿಕರ ಮೇಲೆ ದಾಳಿ ಮಾಡಿದ್ದರು. ಬಯಲುಸೀಮೆಯ ಆ ವೀರರು ಇತಿಹಾಸದಲ್ಲಿ, ಚಿತ್ರಗಳಲ್ಲಿ, ಹಾಡುಗಬ್ಬ ಗಳಲ್ಲಿ ಮಹಾಕಾವ್ಯಗಳಲ್ಲಿ – ಎಲ್ಲಕ್ಕಿಂತ ಹೆಚ್ಚಾಗಿ ಜನಪ್ರಿಯ ಕಲ್ಪನೆಯಲ್ಲಿ ಜೀವಂತವಾಗಿ ಉಳಿದುಕೊಂಡಿದ್ದಾರೆ. ಈ ಮತದಾರರನ್ನು ನೋಡಿದಾಗ ಅವರ ನೆನಪಾಗುತ್ತಿತ್ತು.

ಚುನಾವಣೆಯಲ್ಲಿದ್ದ ಅಭ್ಯರ್ಥಿಗಳ ಸಂಖ್ಯೆಯಂತೆ ಪಕ್ಷಗಳ ಸಂಖ್ಯೆಯೂ ಎರಡೇ ಆಗಿತ್ತು. ಪಕ್ಷದ ಮುಖಂಡರ ಮುಖ್ಯ ಕೆಲಸವೆಂದರೆ ಸಾಧ್ಯವಿದ್ದಷ್ಟೂ ಹೆಚ್ಚಿನ ಸಂಖ್ಯೆಯ ಜನರನ್ನು ಮತಗಟ್ಟೆಗೆ ತರುಬುವುದು. ಅವರ ಪ್ರಯತ್ನವೆಲ್ಲ ಇದರಲ್ಲಿ ಕೇಂದ್ರೀಕೃತವಾಗಿತ್ತು. ಕಾಮೊರೂಕೋವಿನ ಎರಡು ಬಣಗಳೂ ತಮ್ಮ ತಮ್ಮ ಜಿಲ್ಲೆಗಳಲ್ಲಿ ಠಿಕಾಣಿ ಹೂಡಿದ್ದವು. ಹಳ್ಳಿಯ ಉತ್ತರ ಭಾಗದಲ್ಲಿ ಒಂದು, ದಕ್ಷಿಣ ಭಾಗದಲ್ಲಿ ಇನ್ನೊಂದು. ಆಳುಗಳ ಹೊಸ ಹೊಸ ಗುಂಪುಗಳು ಬರತೊಡಗಿದ ಹಾಗೆ, ಎರಡೂ ಬಣಗಳ ಮುಖ್ಯಸ್ಥರು ತಮ್ಮ

---

* ಜನರಲ್ ಪಾಇಸ್ (1790–1873) : ದಕ್ಷಿಣ ಅಮೆರಿಕದ ಸ್ವಾತಂತ್ರ್ಯ ಸಂಗ್ರಾಮದಲ್ಲಿ ಸ್ಪೇನಿನ ಪಡೆಗಳ ವಿರುದ್ಧ ಹೋರಾಡಲು ಬಯಲುಸೀಮೆಯ ದನಗಾಹಿಗಳ ತುಕಡಿಯನ್ನು ಸಂಘಟಿಸಿ ಬೋಲಿವಾರ್‌ಗೆ ನೆರವು ನೀಡಿದ ವೀರ ಸೇನಾನಿ.

** ಬೋಲಿವಾರ್ : ಸೈಮನ್ ಬೋಲಿವಾರ್ (1783–1830) 19ನೇ ಶತಮಾನದಲ್ಲಿ ಸ್ಪೇನಿನ ಆಧಿಪತ್ಯದ ವಿರುದ್ಧ ನಡೆದ ದ. ಅಮೆರಿಕದ ಸ್ವಾತಂತ್ರ್ಯ ಸಂಗ್ರಾಮಕ್ಕೆ ನೇತೃತ್ವ ನೀಡಿದ ಮಹಾನಾಯಕ.

*** ಮೋರೀಯೋ (1778–1837) : ದಕ್ಷಿಣ ಅಮೆರಿಕದ ಸ್ವಾತಂತ್ರ್ಯ ಹೋರಾಟವನ್ನು ಹತ್ತಿಕ್ಕಲು ಸ್ಪೇನಿನಿಂದ ಕಳುಹಿಸಲ್ಪಟ್ಟ ದಂಡನಾಯಕ.

ಪ್ರತಿಸ್ಪರ್ಧಿಯ ಗುಂಪಿಗೆ ಎಷ್ಟು ಜನ ಮತದಾರರು ಹೊಸದಾಗಿ ಸೇರಿದರು ಎಂದು ಗೂಢಚರ್ಯೆ ಮಾಡಿ ತಿಳಿಯುತ್ತಿದ್ದರು. ಅವರು ನಂಬಿಕಸ್ಥನಾದ ರೈತನೊಬ್ಬನನ್ನು ಕರೆದು ಹೇಳುತ್ತಿದ್ದರು: "ಇಲ್ಲಿ ನೋಡು, ಅಲ್ಲಿ ಹೋಗಿ ಎಷ್ಟು ಜನ ಮಂಕಣ್ಣಗಳು ಇದ್ದಾರೆ ಅಂತ ತಿಳಿಕೊಂಡು ಬಾ." ಇಷ್ಟರ ಮಧ್ಯೆ ಪಕ್ಷದ ಕಾರ್ಯಕರ್ತರು ಒಂದೊಂದು ಗುಂಪಿಗೂ ಹೋಗಿ ಮರುದಿನದ ಚುನಾವಣೆಯ ವಿಧಿವಿಧಾನಗಳನ್ನು ವಿವರಿಸುತ್ತಿದ್ದರು. ಆದರೆ ಎಷ್ಟೇ ವಿವರಿಸಿದರೂ ಈ ಸರಳ ನಿಷ್ಕಪಟ ಜನರಿಗೆ ಏನೋ ಅನುಮಾನ. ಸಶಸ್ತ್ರ ಬಂಡಾಯ ವೊಂದನ್ನು ಹೂಡಲು ಇದೆಲ್ಲಾ ಉಪಾಯ ಎಂದು ಅನೇಕರ ನಂಬಿಕೆ. ಹೀಗೆ ಒಂದು ಗುಂಪಿನಲ್ಲಿ ಅಪನಂಬಿಕೆಯ ಭಾವನೆ ಬಲಿಯಿತು. ಜನ ಹುಚ್ಚಾಪಟ್ಟೆ ಮಾತನಾಡ ಲಾರಂಭಿಸಿದರು. ಸಾಸೇಜ್ ಎಂಬ ಮಾಂಸಭಕ್ಷ್ಯದ ಹಾಗೆ ದುಂಡಗಾಗಿ ಕಂದುಬಣ್ಣಕ್ಕಿದ್ದ ದನಗಾಹಿಯೊಬ್ಬ ಗೇಲಿ ಮಾಡಿದ :

"ಚುನಾವಣೆಗಳು ! ಸ್ವಲ್ಪ ಕಾಲದಲ್ಲೇ ಢಂ ಢಂ ಶಬ್ದ ಕೇಳಿಸ್ತದೆ ನಮಗೆ, ಆಮೇಲೆ ಹೋ! ಚರ್ಮ ಸುಲಿಯುವ ಕೆಲಸ !"

ಬರಲಿರುವ ದುರಂತದ ಸಮ್ಮುಖದಲ್ಲಿ ಇಂಥ ಕಟು ಹಾಸ್ಯ ಕೇಳಿ ಇನ್ನೊಬ್ಬ ದನಗಾಹಿ ಹೇಳಿದ: "ಹೌದ್ಹೌದು. 'ಎರಡು ಗುಂಡು ಹಾರಿದ ಕೂಡ್ಲೆ ನಿಮ್ಮ ಮಚ್ಚುಕತ್ತಿ ಹೊರತೆಗೀರೋ' ಎಂಬ ಕರೆ ಇನ್ನೇನು ಕೇಳಿಸ್ತದೆ."

ಇದು ಎಲ್ಲರಿಗೂ ಪರಿಚಿತವಾಗಿದ್ದ ಘೋಷಣೆ. ಅದನ್ನು ಕೇಳಿ ಹಳೆ ನೆನಪುಗಳು ಮರುಕೊಳಿಸಿ ಅನೇಕರು ಕಹಿಯಾಗಿ ನಕ್ಕರು. 'ಎರಡು ಗುಂಡು ಹಾರಿದ ಕೂಡ್ಲೆ ನಿಮ್ಮ ಮಚ್ಚುಕತ್ತಿ ಹೊರತೆಗೀರೊ.' ಯುದ್ಧದ ಕಾಲದಲ್ಲಿ ಕ್ರಾಂತಿಕಾರಿ ಅಧಿಕಾರಿ ಕೂಗುತ್ತಿದ್ದ ಕರೆ ಅದು. ಏಕೆಂದರೆ ಅವರಿಗೆ ಸಾಮಾನ್ಯವಾಗಿ ಶಸ್ತ್ರಾಸ್ತ್ರಗಳ ಕೊರತೆ ಇರುತ್ತಿತ್ತು. ದಂಗೆ ಎದ್ದವರು ಸಾಮಾನ್ಯವಾಗಿ ಒಂದೆರಡು ಸುತ್ತು ಗುಂಡು ಹಾರಿಸಿ ಅನಂತರ ತಮ್ಮ ಶತ್ರುಪಾಳೆಯದ ಮೇಲೆ ಕತ್ತಿಹಿರಿದು ಎರಗುತ್ತಿದ್ದರು. ಅದೇ ಅವರ ಪದ್ಧತಿ. ಆದರೆ ಸರ್ಕಾರದ ಬಂದೂಕುಧಾರಿಗಳು ತಪ್ಪದೇ ಇಂಥ ದಂಗೆಗಾರರನ್ನು ಮಿಂಚಿನ ವೇಗದಲ್ಲಿ ಹದ್ದು ಬಡಿಯುತ್ತಿದ್ದರು. ಕೆಲವೇ ನಿಮಿಷಗಳಲ್ಲಿ ಯುದ್ಧಭೂಮಿ ದಂಗೆಯೆದ್ದವರ ಹೆಣಗಳಿಂದ ತುಂಬಿ ಹೋಗುತ್ತಿತ್ತು. ಆದರೆ ಸೈನಿಕರ ಸಾಲುಗಳನ್ನು ಜೀವಂತವಾಗಿ ತಲಪುವುದರಲ್ಲಿ ಯಶಸ್ವಿಯಾಗುತ್ತಿದ್ದ ಕೆಲವರು ನೆಲಕ್ಕೆ ಕೆಡೆದ ತಮ್ಮ ಮಿತ್ರರ ಪರವಾಗಿ ಸೇಡು ತೀರಿಸಿಕೊಳ್ಳುತ್ತಿದ್ದರು. ಏಕೆಂದರೆ ಕೈಕೈ ಮಿಲಾಯಿಸಿ ನಡೆಸುವ ಮುಖಾಮುಖಿ ಯುದ್ಧದಲ್ಲಿ ಭಾರವಾದ ಬಂದೂಕು ನೆರವಿಗಿಂತ ಹೆಚ್ಚಾಗಿ ಅಡಚಣೆಯೇ. ಅಲ್ಲದೆ ಕೋಪೋದ್ರಿಕ್ತವಾದ ಮಚ್ಚುಕತ್ತಿಯ ಎದುರು ಸನೀನಾಗಲಿ ಬೇರೆ ಏನೇ ಆಗಲಿ ತಡೆಯುವುದಿಲ್ಲ. ಆಗ ಉಳಿದಿದ್ದೆಂದರೆ ಮೃತ್ಯು ಇಲ್ಲವೇ ಪಲಾಯನ.

"ಈ ವ್ಯವಹಾರದಲ್ಲಿ ನನಗೆ ಹಿಡಿಸದೇ ಇರೋದು ಏನೆಂದರೆ, ಇವರು ನಿಜ ಹೇಳೋದಿಲ್ಲ ನೋಡಿ, ಅದು. ನಾವು ಯುದ್ಧಕ್ಕೆ ಹೋಗೋದಾದರೆ ಹೋಗೋಣ. ಆದರೆ ನಮ್ಮಿಂದ ಅವರು ಅದನ್ನು ಮುಚ್ಚಿಡೋದು ಬೇಡ," ಎಂದು ಹೇಳಿದ ಒಬ್ಬ ಆಳು.

ಎಲ್ಲರೂ ಇದು ಸರಿಯಾದ ಮಾತು ಎಂದು ಹೇಳಿದರು. ಸತ್ಯಾಂಶ ಗೊತ್ತಾದರೆ ಅವರು ಕೊನೇ ಪಕ್ಷ ತಮ್ಮ ಹೆಂಡತಿ ಮಕ್ಕಳಿಗೆ, ತಾಯಂದಿರಿಗೆ ಹೇಳಿ ಬರ್ಬಹುದು.

"ನಮ್ಮನ್ನೇನು ಹೇಂಟೆಗಳು ಅಂತ ಅವರು ತಿಳಕೊಂಡಿದಾರಾ ?"

"ಅಲ್ಲ, ಹೇಂಟೆಗಳಲ್ಲ; ಹರಟೇಮಲ್ಲ ಮ್ಯಾಗ್‌ಪೈ*ಗಳು ಅಂತ ತಿಳಕೊಂಡಿದಾರೆ."

"ಖರೇವು. ಹೆಂಗಸರ ಹಾಗೆ, ಹೇಂಟೆಗಳ ಹಾಗೆ ನಾವು ಓಡಿಹೋಗೋದಿಲ್ಲ ಅಂತ ಅವರಿಗೆ ಖಾತ್ರಿ ಇದೆ. ಆದರೆ ನಾವು ಅವರ ಬಗೆಗೆ ಬಾಯಿ ಬಿಡ್ಬಹುದು ಅಂತ, ದಂಗೆಗೆ ದ್ರೋಹ ಬಗೆದು ಮೋತಿಖಾನೆ ಅಧಿಕಾರಿಗೆ, ನ್ಯಾಯಾಧೀಶರಿಗೆ ತಿಳಿಸಿಬಿಡ್ಬಹುದು ಅಂತ ಅವರಿಗೆ ಭಯ."

ಆಗ ನರೆತ ಕೂದಲಿನ, ಹಣೆಯಲ್ಲಿ ಆಳವಾದ ಕಲೆಯಿದ್ದ ಒಬ್ಬ ಅನುಭವಿ ಮುದುಕ ಮೂಲಾಟೊ** ಈ ಒಡಕನ್ನು ಹತ್ತಿಕ್ಕಲು ಯತ್ನಿಸಿದ.

"ಅದನ್ನೆಲ್ಲಾ ಹಾಗೇ ಮಾಡೋದು ಹುಡುಗ್ರಾ. ಜನರಲ್ ಕ್ರೇಸ್ಪೋ ನೇತೃತ್ವದಲ್ಲಿ 1892ರಲ್ಲಿ ನಾವು ಎಲ್‌ಟೋಟಂನಲ್ಲಿ ಒಂದು ದಂಗೆ ಆರಂಭಿಸಿದಾಗ..." ಹೀಗೆ ಹೇಳುತ್ತಾ ಅವನು ತನ್ನ ಸೇನಾ ಜೀವನದ ನೆನಪುಗಳನ್ನು ನಿರೂಪಿಸತೊಡಗಿದ. ಅವರೆಲ್ಲ ಅವನ ಮಾತುಗಳನ್ನು ಸಂತೋಷದಿಂದ ಕೇಳತೊಡಗಿದರು. ಯಾಕೆಂದರೆ ಬಯಲುಸೀಮೆಯ ಈ ಮುದುಕ ತನ್ನದೇ ಆದ ರೀತಿಯಲ್ಲಿ ಅವನಂಥ ಜನರ ಮಟ್ಟಿಗೆ ಒಬ್ಬ ನಿಜವಾದ ಮಾತುಗಾರನಾಗಿದ್ದ. ಅವನ ನೆನಪುಗಳ ನಡುವೆ ಪಕ್ಷದ ಮುಖಂಡನೊಬ್ಬ ದೂರದಿಂದ ಈ ಮಾತಾಳಿ ಮುದುಕನನ್ನು ಕೂಗಿದ :

"ಹೇ ರಾಮೋನ್, ಮುದಿ ಮರಿ !"

ಮುದುಕ ರಾಮೋನ್ ಆ ಕರೆಗೆ ಉತ್ತರ ಕೊಡುವ ಮೊದಲು ತನ್ನ ಕಥೆಯನ್ನು ಸಂಕ್ಷಿಪ್ತವಾಗಿ ಹೇಳಿ ಮುಗಿಸಲು ನೋಡಿದ. ಆದರೆ ಮುಖಂಡ ಮತ್ತೆ ಕರೆದ: "ರಾಮೋನ್, ಮುದಿ ಮರಿ, ಬಾ ಇಲ್ಲಿ." ಮರುದಿನದ ಘಟನೆಗಳಿಗೂ ಯುದ್ಧಕ್ಕೂ ಏನೂ ಸಂಬಂಧ ವಿಲ್ಲವೆಂದೂ ತಮ್ಮ ಪ್ರಾಂತದ ರಾಜ್ಯಪಾಲರನ್ನು ಆರಿಸುವುದಷ್ಟೇ ನಾಳಿನ ಕೆಲಸವೆಂದೂ ಮುದುಕನಿಗೆ ಮತ್ತು ಆ 'ಹುಡುಗರಿಗೆ' ಅವನು ಮನಗಾಣಿಸಿಕೊಡಬೇಕಾಗಿತ್ತು.

ಸಂಜೆ ಆವರಿಸತೊಡಗಿತು. ಹಚ್ಚನೆಯ ಮೈದಾನದ ಮೇಲೆ, ರಸ್ತೆಯ ಮೇಲೆ ಕತ್ತಲೆ ತನ್ನ ಕರಿಯ ಮಕಮಲ್ ಪರದೆಯನ್ನು ಎಳೆಯಿತು. ಇಲ್ಲಿ ಹಳದಿ, ಅಲ್ಲಿ ಕೆಂಪು ತೇಪೆಗಳು ಹರಡಿದವು. ಉಜ್ವಲ ಬಾನ್ನೀಲಿಯ ಮೇಲೂ ತೆರೆ ಹರಡಿತು. ಸುಳಿಗಾಳಿಯ ಮರ್ಮರ, ದನಗಳ ಅಂಬಾ ಎನ್ನುವ ಧ್ವನಿ, ಮಿಡತೆಗಳ ಚಿರಿಚಿರಿ, ಕಪ್ಪೆಗಳ ವಟಗುಟ್ಟುವಿಕೆ – ಮುಂತಾದ ರಾತ್ರಿಯ ಶಬ್ದಗಳು ಕೇಳಿಸಲಾರಂಭಿಸಿದವು. ಮೂಡತೊಡಗಿದ ತಾರಗೆಗಳು ಮುಚ್ಚಂಜೆಯ ನಸುಕತ್ತಲೆಯನ್ನು ಸೀಳಿಕೊಂಡು ತಮ್ಮ ಹೊಳೆ-ಹೊಳೆಯುವ ಕಣ್ಣುಗಳನ್ನು ಗ್ವಾರೀಕೋ ತೊರೆಯಲ್ಲಿ ತೋಯಿಸಿಕೊಂಡವು, ನಕ್ಷತ್ರಗಳ ಹೊಂಬಣ್ಣವನ್ನು ಪ್ರತಿಫಲಿಸುತ್ತಾ, ಕನಕಮಯ ಪಾಕ್ಟೋಲೋಸ್*** ನದಿಯಂತೆ ಆ ತೊರೆ ರಾತ್ರಿಯಲ್ಲಿ ಜುಳುಜುಳು ಹರಿಯುತ್ತಿತ್ತು. ಎಂಟು ಗಂಟೆ ಬಾರಿಸಿತು. ಕಾಮೊರೂಕೋ ನಿದ್ದೆಗೆ ಸಲ್ಲುತ್ತಿತ್ತು. ನಸುಕಿನಲ್ಲೇ ಎಚ್ಚರಗೊಳ್ಳುವ ಈ ಗ್ರಾಮ, ರಾತ್ರಿ ನಕ್ಷತ್ರಗಳು ಕಣ್ಣರಳಿಸತೊಡಗಿದ ಹಾಗೆ ತನ್ನ ಕಣ್ಣುಗಳನ್ನು

*** ಪಾಕ್ಟೋಲೋಸ್ : ಪ್ರಾಚೀನ ಲಿಡಿಯಾದಲ್ಲಿನ (ಈಗ ತುರ್ಕಿಯ ಒಂದು ಭಾಗ) ಒಂದು ಸಣ್ಣ ನದಿ. ನದಿ ತಂದು ಹಾಕುತ್ತಿದ್ದ ಚಿನ್ನ ಇದರ ತಳದ ಮರಳಿನಲ್ಲಿ ದೊರೆಯುತ್ತಿತ್ತು.

ಮುಚ್ಚುತ್ತದೆ. ರಾಜಕೀಯ ಬಣಗಳ ಎರಡು ಕೇಂದ್ರ ಕಚೇರಿಗಳಿಂದ ಮಾತ್ರ ಒಂದು ಕ್ಷಣ ಗಿಟಾರ್‌ವಾದನ, ಮರುಗಳಿಗೆಯಲ್ಲಿ ಕ್ರಿಯೋಲ್ ಜಾನಪದ ಸಂಗೀತದ ಗೋಳುಕರೆ ಕೇಳಿಸುತ್ತಿತ್ತು. ಮಧ್ಯಾಹ್ನದಲ್ಲಿ ಬಾಟಲಿಗಳು ಕೈಯಿಂದ ಕೈಗೆ ಮುಕ್ತವಾಗಿ ಸಾಗಿದ್ದವು. ಗಿಟಾರಿನ ಗೋಳುಕರೆ, ಹಾಡುಗಳ ಪ್ರಲಾಪ ಮತ್ತು ಜನರ ಚಿತ್ತಕ್ಷೋಭೆಗೆ ಬಯಲುಸೀಮೆಯ ಆ ಬ್ರಾಂಡಿಯೇ ಕಾರಣ. ಅದು ಮನುಷ್ಯರನ್ನು ಉದ್ರಿಕ್ತಗೊಳಿಸದಿದ್ದಾಗ, ವ್ಯಾಕುಲಗೊಳಿಸುತ್ತದೆ, ರಕ್ತಸುರಿಸದಿದ್ದಾಗ, ಕಣ್ಣೀರು ಹರಿಸುತ್ತದೆ. ಒಂದು ಜಾನಪದ ಹಾಡಿನ ಲಹರಿಗಳು ಗಾಳಿಯಲ್ಲಿ ನುಗ್ಗಿ ಬರುತ್ತಿದ್ದವು:

"ಎರಡು ಮುತ್ತುಗಳನ್ನು ನನ್ನೆದೆಯ ಕಣಜದಲಿ
ಎಂದು ಮರೆಯದ ಹಾಗೆ ಕಾಪಿಡುವೆನು
ನನ್ನ ತಾಯಿಗೆ ಕೊಟ್ಟ ಕೊನೆಯ ಮುತ್ತದು ನೋಡು
ನಿನಗೆ ಕೊಟ್ಟಿರುವಂಥ ಮೊದಲ ಮುತ್ತು.

ಸೆರೆಮನೆಯ ಬಾಗಿಲಲಿ ಬರೆದ ಹಾಡಿನ ಸಾಲು
ಬಳಪದಕ್ಷರ ನೋಡು ಕಾಣುತಿಹುದು
ಒಳ್ಳೆಯವನಾಗುವವನು ಇಲ್ಲಿ ಕೇಡಿಗನಂತೆ
ಕೇಡಿಗನು ಮತ್ತಷ್ಟು ಕೆಡುಕನಾಗುವನು."

ಅಷ್ಟರಲ್ಲಿ ಮುಖಂಡನೊಬ್ಬ ಹಾಡು ತೇಲಿಬರುತ್ತಿರುವ ಗುಂಪಿನ ಮುಂದೆ ಬರುತ್ತಾನೆ, "ಅಲ್ಲಿ ಏನಾಗ್ತಿದೆ ಅಂತ ಯಾರಾದರೂ ನೋಡಿಕೊಂಡು ಬರಬಹುದಲ್ಲ?" ಎಂದು ಸೂಚನೆ ಕೊಡುತ್ತಾನೆ. 'ಅಲ್ಲಿ' ಎಂದರೆ ಆ ಇನ್ನೊಂದು ಬಣ ಎಂದು ಅರ್ಥ. ಸಾವಿರಾರು ಧ್ವನಿಗಳು ಚೀರುತ್ತವೆ: "ನಾನು", "ನಾನು", "ನಾನು."

ಕೊನೆಗೆ ಈ ಕೆಲಸಕ್ಕೆ ಆಯ್ಕೆಯಾದವನು ಸುಮಾರು ಇಪ್ಪತ್ತು ವರ್ಷದ ಒಬ್ಬ ದನಗಾಹಿ. ಕಪ್ಪನೆಯ ಕಟ್ಟುಮಸ್ತಾದ ಆಳು. ಇನ್ನೂ ಗಡ್ಡ ಮೀಸೆ ಮೂಡಿರಲಿಲ್ಲ. ಅವನ ಪುಟ್ಟ ಕಣ್ಣುಗಳು ಎರಡು ಪರಪೇರ ಹಣ್ಣುಗಳಂತೆ ಕಪ್ಪಗೆ ಹೊಳೆಯುತ್ತಿದ್ದವು. ಅವನು ಹೊರಟಾಗ, ಆಯ್ಕೆ ಯಾಗದೆ ಸೋತ ಇತರ ಕಾರ್ಯಕರ್ತರು ಅವನನ್ನು ಛೇಡಿಸಲು ಮೊದಲು ಮಾಡಿದರು.

"ಆ ಹಸುವನ್ನು ಅವರು ಯಾಕೆ ಕಳಿಸ್ತಾರೆ ?"

"ನಿನಗೆ ನಮ್ಮ ಸಹಾಯ ಬೇಕಾದ್ರೆ ತಪ್ಪದೇ ಕೂಗು. ಮರೀಬೇಡ."

"ಇಗೋ ನಿನ್ನ ಜೊತೆಗೆ ಸಾಥಿ ಕೊಡೋದಕ್ಕೆ ಒಬ್ಬಳು ಹೆಂಗಸು."

ಮುಖಂಡ ನಡುವೆ ಬಾಯಿಹಾಕಿದ: "ಸದ್ದು, ಸದ್ದು. ಈವಾಗ ಎಲ್ಲ ಮಲಗಿ ನಿದ್ದೆ ಮಾಡಿ. ನಾಳೆ ಶತ್ರುವನ್ನು ಗೆಲ್ಲೋಣ."

ಮುಖಂಡ ಎದುರಿಗೆ ಇದ್ದರು ಕೂಡ, ಆಯ್ಕೆಯಾದ ತರುಣ ಎರಡು ಮೂರು ಸುತ್ತು ಬೈಗುಳದ ಮಳೆ ಸುರಿಸಿ ಅನಂತರ ಹೊರಟ. ದಾರಿಯಲ್ಲಿ ಹೋಗುತ್ತಾ ಅವನು ಯೋಚಿಸಿದ :

"ಈ ಮೂರ್ಖರೂ ಏನೂಂತ ತಿಳಕೊಂಡಿದಾರೆ ? ನಾಳೆ ಶತ್ರುಗಳನ್ನು ಗೆಲ್ತೀವಿ ಅಂತಲೋ ? ಹೊಡೆದಾಟ ಇವತ್ತೇ ಆಗಬಾರದೆ ? ನಾನು ಅಂಜುಬುರುಕ ಅಂತ ತಿಳಿಕೊಂಡಿದಾರೆ. ಅವರ ಮಾತು ನಾನು ಕೇಳಿಸಿಕೊಳ್ಳಬಾರದಾಗಿತ್ತು. ದನಗಳು !"

ದಾರಿ ನಿರ್ಜನವಾಗಿತ್ತು. ಎಲ್ಲದರ ಮೇಲೂ ಕತ್ತಲೆ ತೆರೆಯೆಳೆದಿತ್ತು. ತುಂತುರು ಹನಿ ಬೀಳಲಾರಂಭಿಸಿತ್ತು. ತರುಣ ಮನಸ್ಸಿನಲ್ಲೇ ಯೋಚಿಸುತ್ತಾ ಮುಂದೆ ಸಾಗುತ್ತಿರುವಾಗ ದೂರದಿಂದ ಮಳೆಯಲ್ಲಿ ತೊಯ್ದು ಗಾಳಿ ಅರೆಬರೆ ಸಂಗೀತವನ್ನು ಹಾರಿಸಿಕೊಂಡು ಬರುತ್ತಿತ್ತು. ಆ ಪಕ್ಷದವರು ಮಜಾ ಮಾಡುತ್ತಿದ್ದರು. ತರುಣ ತನ್ನ ಜೊತೆಗಾರರು ಮಾಡಿದ್ದ ತಮಾಷೆಯನ್ನು ಮತ್ತೆ ನೆನೆದು ಕೋಪದಿಂದ "ದನಗಳು" ಎಂದ ಗೊಗ್ಗರ ದನಿಯಲ್ಲಿ.

ಇದ್ದಕ್ಕಿದ್ದಂತೆಯೇ ಕತ್ತಲೆಯಲ್ಲಿ ಯಾರೋ ಬರುತ್ತಿರುವುದು ಅವನಿಗೆ ಕಾಣಿಸಿತು. ಅವನು ಜಾಗೃತನಾದ. ಆ ಆಕೃತಿ ಎದುರು ದಿಕ್ಕಿನಿಂದ ಬರುತ್ತಿತ್ತು. ಹತ್ತಿರ ಬರುತ್ತಿದ್ದಂತೆಯೇ ಅದು ಎದುರು ಪಕ್ಷದ ಒಬ್ಬ ಮುದುಕ ಎಂದು ತರುಣ ಗುರುತು ಹಿಡಿದ.

"ಎತ್ಲಾಗಿ ಹೋಗ್ತಿದೀಯಪ್ಪೋ ಯಜ್ಜಾ?"

"ಹಿಂಗೇ ಗಾಳಿಲಿ ಕಾಲಾಡಿಸ್ಕೊಂಡು ಬರೋಣ ಅಂತ ಬಂದೆ."

"ಕಾಲಾಡಿಸೋದಕ್ಕೆ ಬರ್ತಿದೀಯೋ! ನೀನೊಬ್ಬ ಗೂಢಚಾರ! ನಾವೇನು ಮಾಡ್ತಿದೇವೆ ಅಂತ ನೋಡೋದಕ್ಕೆ ಬಂದಿದೀಯ!"

"ಗೂಢಚಾರ? ನಿಮ್ಮಪ್ಪ, ಪೆದ್ದ ಬಡ್ಡೀಮಗನೆ!"

ಬೇರೆ ಮಾತೇ ಇಲ್ಲ. ಮಚ್ಚುಕತ್ತಿಗಳು ಕತ್ತಲನ್ನು ಸೀಳಿದವು. ಮುದುಕನ ತಲೆ ಇಬ್ಭಾಗವಾಯಿತು. ಅವನು ಕೊಚ್ಚೆಯಲ್ಲಿ ಕುಸಿದುಬಿದ್ದ. ಮಳೆ ಸುರಿಯುತ್ತಿತ್ತು. ಒದೆ ತಿಂದ ನಾಯಿಯಂತೆ ಅವನು ಪ್ರಾಣಬಿಟ್ಟ.

ತರುಣ ಕೂಡಲೇ ತನ್ನ ಮುಖಂಡನ ಕಡೆಗೆ ಓಡಿಬಂದು, ಸ್ವಲ್ಪ ಹೆಗ್ಗಳಿಕೆಯಿಂದಲೇ ಏನೇನಾಯಿತೆಂದು ಎಲ್ಲರ ಎದುರಿಗೆ ಹೇಳಿದ.

ಗುಂಪಿನಲ್ಲೊಬ್ಬ ತಮಾಷೆ ಮಾಡಿದ, "ಮುದುಕನ್ನ ಕೊಂದು ಬಂದೆಯಾ! ಯಾಕೆ ಮುದುಕಿ ಸಿಗಲಿಲ್ವಾ?"

ಮುಖಂಡ, ತರುಣನನ್ನು ಬಾಯಿಗೆ ಬಂದಂತೆ ಬೈದ:

"ಕೊಲೆ ಮಾಡಿಬಿಟ್ಟೆಯಲ್ಲೋ! ಅನಗತ್ಯವಾಗಿ ಕೊಲೆ ಮಾಡಿಬಿಟ್ಟೆಯಲ್ಲೋ! ಅವರು ನಿನ್ನ ಬೆನ್ನುಹತ್ತುತ್ತಾರೆ. ನಿನಗೆ ನಾನೇನೂ ಸಹಾಯ ಮಾಡಲಾರೆ. ಓಡು, ಕೂಡ್ಲೇ ಬೆಟ್ಟಕ್ಕೆ ಓಡು!"

ತರುಣ ತಬ್ಬಿಬ್ಬಾದ. ಏನು? ಬೆಟ್ಟಕ್ಕೆ ಓಡೋದೆ? ಕಾಡುಪ್ರಾಣಿಯ ಹಾಗೆ ಬೆಟ್ಟಕ್ಕೆ ಪಲಾಯನ ಮಾಡೋದೆ? ಹಾಗಾದ್ರೆ ನಿಜವಾಗಿಯೂ ಇದು ಅಪರಾಧವೆ? ಎಂಥ ಅನಿಷ್ಟ! ಆ ಮುದುಕ ಶತ್ರುಪಾಳೆಯದವನಾಗಿರಲಿಲ್ವೆ?

"ಬೇಗ ಹೊರಡಯ್ಯಾ. ನಿನ್ನ ಜಾಗಕ್ಕೆ ನಾನು ಸುದ್ದಿ ತರ್ತೀನಿ ಹೋಗು."

ತರುಣ ಆ ಸೋನೆ ಮಳೆಯಲ್ಲೇ ಓಡಿಹೋಗಿ ಕತ್ತಲಲ್ಲಿ ಕಣ್ಮರೆಯಾದ.

ಅವನ ಪಲಾಯನವೇ ಅವನ ಅಪರಾಧವನ್ನು ಸಾರಿತು... ಕೊನೆಗೆ ಸುತ್ತಿಸುತ್ತಿ ಸಾಕಾಗಿ, ಅಂಥ ಕ್ಷಣಗಂಡ ಅಸ್ತಿತ್ವಕ್ಕೆ ಬೇಸರಗೊಂಡು ಅವನೇ 'ನ್ಯಾಯ'ಕ್ಕೆ ಶರಣಾದ... ಅವನಿಗೆ ಶಿಕ್ಷೆ ವಿಧಿಸಿದ ದಿನ ಬೆಳಗ್ಗೆ, ತಾನು ಜೀವಾವಧಿ ಸೆರೆಮನೆವಾಸದ ದಂಡನೆಗೆ ಗುರಿಯಾಗಿರುವೆನೆಂದೂ ಅದರಿಂದ ಪಾರಾಗುವ ಆಸೆಯಿಲ್ಲವೆಂದೂ ಅರಿತು ಆ ಬಡಪಾಯಿ ನ್ಯಾಯಾಲಯದೆದುರು ಬಿಕ್ಕಿಬಿಕ್ಕಿ ಅಳುತ್ತ ಹೇಳಿದ:

"ಆದ್ರೆ ಅವರನ್ನು ನಾವು ಗೆಲ್ಲಬೇಕಾಗಿತ್ತು ಅಲ್ವಾ? ಅವರು ನಮ್ಮ ಶತ್ರುಗಳಾಗಿರಲಿಲ್ವಾ?"

○ ರಿಕಾರ್ದೋ ಪಾಲ್ಮಾ

ಪೇರೂ

ಸಲ್ಲಪಿಸುವ ಎರಡು ಪಾರಿವಾಳಗಳು

1

ದೋನಾ ಕಾತಲಿನಾ ದೇ ಚಾವೇಸ್, ಚುಕಿಸಾಕಾದಲ್ಲೇ ಅತ್ಯಂತ ಕಿರಿವಯಸ್ಸಿನ ಆಕರ್ಷಕ ವಿಧವೆ. ಸಕ್ಕರೆಯಂಥ ಬಿಳಿಯ ಮೈಬಣ್ಣ, ಚೆರ್ರಿ ಹಣ್ಣಿನಂಥ ಬಾಯಿ ಮತ್ತು ಆ ಜೋಡಿ ಕಣ್ಣುಗಳು – ಬರೀ ಕಣ್ಣುಗಳು ಅನ್ನುವುದಕ್ಕಿಂತ ಅವನ್ನು ಜೋಡಿ ಕಾನ್‌ಸ್ಟೇಬಲ್‌ಗಳು ಅನ್ನಬಹುದಿತ್ತು. ಯಾಕೆಂದರೆ ನೋಡಿದ ಕೂಡಲೇ ಅವು ನಿಮ್ಮನ್ನು ಥಟ್ಟನೆ ಸೆರೆಹಿಡಿದು ಬಿಡುತ್ತಿದ್ದವು. ಹೀಗೇ ನಾನು ಮುಂದುವರಿಸಬಹುದು. ಆದರೆ ನೀವು ನಿಮ್ಮ ಕಲ್ಪನಾಶಕ್ತಿಯನ್ನು ಉಪಯೋಗಿಸಿ. ಇಪ್ಪತ್ತೆರಡು ವಸಂತಗಳನ್ನು ಕಳೆದು ಯೌವನದ ಉಚ್ಛ್ರಾಯ ಸ್ಥಿತಿಯಲ್ಲಿದ್ದ ಅವಳಿಗೆ ಮನೆಗಳು ಹಾಗೂ ಫಲವತ್ತಾದ ಭೂಮಿ ಕಾಣಿ ಇತ್ತು.

ಖಾತೆ ಪುಸ್ತಕದ ಜಮೆಯ ಲೆಕ್ಕದಲ್ಲಿ ಇಷ್ಟೊಂದು ಅಂಕೆಗಳಿದ್ದಾಗ ಅವನ್ನು ಕೂಡುವ ಛಾತಿಯುಳ್ಳ ಗಣಿತ ಶಾಸ್ತ್ರಜ್ಞರು ಬೇಕಾದಷ್ಟು ಮಂದಿ ಇದ್ದಿರಬೇಕಲ್ಲ? ಆ ವಿಧವೆ ತನ್ನ ವೈಧವ್ಯದ ವಸ್ತ್ರವನ್ನು ಬದಲಾಯಿಸಿ ಮದುವಣಗಿತ್ತಿಯ ಉಡುಗೆಯನ್ನು ಧರಿಸುವಂತೆ ಅವಳ ಮನ ಒಲಿಸಲು ಅವರು ಪ್ರಯತ್ನಿಸುತ್ತಿದ್ದಿರ ಬೇಕಲ್ಲ ? ನೀವೇ ಯೋಚಿಸಿ.

ಆದರೆ ಮೋಡವಿಲ್ಲದ ಆಕಾಶದಂತೆ ಏನಾದರೊಂದು ಸಣ್ಣ ಕುಂದಿಲ್ಲದ ಪರಿಪೂರ್ಣ ಸುಂದರಿಯೂ ಇರುವುದಿಲ್ಲ. ಹಾಗೇ ದೋನಾ ಕಾತಲಿನಾಳಿಗೂ ಒಂದು ಕುಂದಿತ್ತು. ಅವಳ ಒಂದು ಕಾಲು ಇನ್ನೊಂದು ಕಾಲಿಗಿಂತ ಸ್ವಲ್ಪ ಗಿಡ್ಡವಾಗಿತ್ತು. ಅದರಿಂದಾಗಿ ಅವಳು ನಡೆಯುತ್ತಿದ್ದಾಗ ಎರಡು ಕೂವೆಕಂಬದ ನಾವೆ ಪ್ರಶಾಂತ ಸಾಗರದಲ್ಲಿ ತೇಲುತ್ತಿರುವಂತೆ ಕಾಣುತ್ತಿತ್ತು.

ಪ್ರೇಮಕ್ಕೆ ಕಣ್ಣಿಲ್ಲ ಅನ್ನುತ್ತಾರಲ್ಲ ಹಾಗೆ, ಇನ್ನೂ ನಿರಾಶ ರಾಗದಿದ್ದ ಅವಳ ಪ್ರಣಯಾಕಾಂಕ್ಷಿಗಳು ಅವಳು ಕುಂಟುವುದು ಕೂಡ ಆಕರ್ಷಕವಾಗಿದೆಯೆಂದೂ ಅದು ಅವಳ ವಿಪುಲ ಸೌಂದರ್ಯಕ್ಕೆ ಒಪ್ಪವಿಟ್ಟಿದೆಯೆಂದೂ ಹೇಳುತ್ತಿದ್ದರು. ಇದಕ್ಕೆ ಅಯಶಸ್ವಿ ಪ್ರಣಯಾಕಾಂಕ್ಷಿಗಳು ದ್ರಾಕ್ಷಿ ಹುಳಿ ಎನ್ನುವ ನರಿಯಂತೆ ಉತ್ತರಿಸುತ್ತಿದ್ದರು :

ಕುಂಟದಿರುವ ಕನ್ನೆ ಕೂಡ
ಜಾರಿಯಾಳು ಆಗ ಈಗ
ಆಕಸ್ಮಿಕ ಪತನ ಬಿಡಿ...
ಅದೇನೆಂದು ಹೇಳಿ ಬೇಗ.

ಇದನ್ನೆಲ್ಲ ಕೈಬಿಟ್ಟರೂ, ನಮ್ಮ ಮಾನ್ಯೆ ದೋನಾ ಕಾತಲಿನಾ ಫ್ಯಾಷನ್ ಲೋಕದ ರಾಣಿಯರಲ್ಲಿ ಒಬ್ಬಳಾಗಿದ್ದಳು. ಒಬ್ಬಳು ಅಂತ ಯಾಕೆ ಹೇಳಿದೆ ಅಂದರೆ, ಅದೇ ನಗರದಲ್ಲಿ ದೋನಾ ಫ್ರಾನ್ಸಿಸ್ಕಾ ಮಾರ್ಮೋಲೇಹೋ ಎಂಬ ಇನ್ನೊಬ್ಬಳಿದ್ದಳು. ಲೆಮೋಸ್‌ನ ಕೌಂಟ್‌ಗಳ ಕುಟುಂಬಕ್ಕೆ ಸೇರಿದ, ಸಾಂತಿಯಾಗೋ ವರ್ಗದ ವೀರಮನ್ನೆಯ ಎಂಬ ಬಿರುದು ಪಡೆದಿದ್ದ ದೋನ್ ಪೇದ್ರೋ ದೇ ಅಂದ್ರಾದೇಯ ಹೆಂಡತಿ ಅವಳು.

ದೋನಾ ಫ್ರಾನ್ಸಿಸ್ಕಾ, ದೋನಾ ಕಾತಲಿನಾಳಷ್ಟು ಚಿಕ್ಕ ವಯಸ್ಸಿನವಳಾಗಿರಲಿಲ್ಲ. ಅವಳದು ಬೇರೆಯೇ ಶೈಲಿ. ನಮ್ಮನ್ನು ಉದ್ಧರಿಸಿದ ಕ್ರಿಸ್ತನಂಥ ನಸುಗಪ್ಪು ಮೈ ಬಣ್ಣ ಅವಳದು. ಅವಳಷ್ಟೇ ಇವಳೂ ಚೆಲುವೆ. ಇಬ್ಬರೂ ಸೊಗಸಾದ ಉಡುಪುಗಳನ್ನು ಧರಿಸುತ್ತಿದ್ದರು. ಇಬ್ಬರೂ ತಮ್ಮ ಬಟ್ಟೆಬರೆಗಳನ್ನೂ ಇತರ ಥಳುಕು ಪಳುಕಿನ ಒಡವೆಗಳನ್ನೂ ಪ್ಯಾರಿಸ್ಸಿನಿಂದಲ್ಲ, ಲೀಮಾದಿಂದ ತರಿಸುತ್ತಿದ್ದರು. ಆ ಕಾಲದಲ್ಲಿ ಫ್ಯಾಷನ್ ವಿಷಯದಲ್ಲಿ ಲೀಮಾ ನಗರದ್ದೇ ಕೊನೆಯ ಮಾತಾಗಿತ್ತು.

ಪೋತೋಸಿಯ ಒಬ್ಬ ಗಣಿ ಒಡೆಯನ ಮಗಳು ದೋನಾ ಫ್ರಾನ್ಸಿಸ್ಕಾ. ಅವಳು ಮದುವೆಯಾಗಿ ಬಂದಾಗ ಐದು ಲಕ್ಷ ಪೇಸೋಗಳನ್ನು ವರದಕ್ಷಿಣೆಯಾಗಿ ತಂದಿದ್ದಳು. ಆದರೆ, ಬೇರೆಯವರಿಗೆ ಹೋಲಿಸಿದರೆ ಅವಳ ಅಪ್ಪ ಜಿಪುಣ ಎಂದು ಕೆಲವರು ಹೇಳುತ್ತಿದ್ದರು. ಇತಿಹಾಸಕಾರ ಮಾರ್ತಿನೇಸ್ ವೇಲಾ ಹೇಳುವ ಪ್ರಕಾರ, ತಮ್ಮ ಹೆಣ್ಣುಮಕ್ಕಳು ಯಾರಾದರೊಬ್ಬ ಉನ್ನತ ಕುಲದ ಸ್ಪಾನಿಷ್ ತರುಣನನ್ನು ಮದುವೆಯಾದಾಗ – ಅವನಿಗೆ ತನ್ನ ವಂಶ ಲಾಂಛನದ ಹೊರತು ಬೇರಾವ ಸೊತ್ತಿರದಿದ್ದರು ಸಹ – ಇತರರು ಇಪ್ಪತ್ತು, ಮೂವತ್ತು ಲಕ್ಷ ಪೇಸೋಗಳನ್ನು ಅವರಿಗೆ ಬಳುವಳಿಯಾಗಿ ಕೊಡುತ್ತಿದ್ದರಂತೆ. ಯಾಕೆಂದರೆ, ಅತ್ಯಂತ ಉತ್ತಮ ಕುಲದವರೆಂದು ಪ್ರಖ್ಯಾತರಾಗಿದ್ದ ಅಸ್ತೂರಿಯಾ ಮತ್ತು ಗಾಲೀಸಿಯಾಗಳ* ಮನ್ನೆಯರ ಸಾಲಿನಿಂದ ತಮ್ಮ ಕನ್ಯೆಯರಿಗೆ ಬಿರುದಾಂಕಿತ ಗಂಡಂದಿರನ್ನು ಸಂಪಾದಿಸ ಬೇಕೆನ್ನುವುದು ಗಣಿ ಒಡೆಯರ ಮಹತ್ವಾಕಾಂಕ್ಷೆ.

ಎಲ್ಲದರಲ್ಲೂ ಬಾಲ ಆಡಿಸುವ ಸೈತಾನ, ಆ ವಿಧವೆಯ ಮಧುಕುಂಭದ ಸುತ್ತ ಹಾರಾಡುವ ದುಂಬಿಗಳ ಪೈಕಿ ತನ್ನ ಗಂಡನೂ ಒಬ್ಬ ಎಂಬ ಸುದ್ದಿ ದಓನಾ ಫ್ರಾನ್ಸಿಸ್ಕಾಳ ಕಿವಿಗೆ ಬೀಳುವಂತೆ ಮಾಡಿತು. ಅದನ್ನು ಕೇಳಿ ಪುಸ್ತಕ ಕ್ರಿಮಿಯ ಹಾಗೆ ಅವಳ ಹೃದಯವನ್ನು ಅಸೂಯೆಯ ಗೆದ್ದಲು ತಿನ್ನತೊಡಗಿತು. ಆದರೆ ಸತ್ಯವನ್ನು ಗೌರವಿಸುವ ಪ್ರಾಮಾಣಿಕ, ಕಥೆಗಾರನಾದ ನಾನು ಇಲ್ಲಿ ಒಂದು ಮಾತನ್ನು ಹೇಳಬೇಕು, ಅದೇನೆಂದರೆ ಅಂದ್ರಾದೇಯ ಒತ್ತಾಯಪೂರ್ವಕ ಪ್ರಣಯ ಭಿಕ್ಷೆಗೆ ದೋನಾ ಕಾತಲಿನಾ ಕಿವುಡಾಗಿದ್ದಳು.

ಮೊದಮೊದಲು ಈ ಇಬ್ಬರು ಮಹಿಳೆಯರ ಸ್ಪರ್ಧೆ ಕೇವಲ ಶ್ರೀಮಂತಿಕೆಯ ಹೆಗ್ಗಳಿಕೆಯ ಪ್ರದರ್ಶನಕ್ಕೆ ಸೀಮಿತವಾಗಿತ್ತು. ಆದರೆ ನಗರದಲ್ಲಿ ಒಂದೇ ಸಮನೆ ಹಬ್ಬಿದ ಗಾಳಿಮಾತುಗಳು

---

* ಸ್ಪೇನಿನ ಎರಡು ಪ್ರಾಂತಗಳು.

ಮತ್ತು ಚಾಡಿಮಾತುಗಳು ಅವರಿಬ್ಬರಲ್ಲಿ ಪೂರಾ ವೈರವನ್ನೇ ಬೆಳೆಸಿದವು. ದೋನಾ ಫ್ರಾನ್ಸಿಸ್ಕಾಳ ದಿವಾನಖಾನೆಯಲ್ಲಿ ಕಾತೂಜಾಳನ್ನು (ಅಂದರೆ ದೋನಾ ಕಾತಲಿನಾ) ನಿರ್ದಯವಾಗಿ ಟೀಕಿಸಲಾಗುತ್ತಿತ್ತು ; ದೋನಾ ಕಾತಲಿನಾಳ ಹಜಾರದಲ್ಲಿ 'ಪಾಂಚಾ'ಳನ್ನು (ದೋನಾ ಫ್ರಾನ್ಸಿಸ್ಕಾ) ಲಂಗುಲಗಾಮಿಲ್ಲದೆ ದೂಷಿಸಲಾಗುತ್ತಿತ್ತು.

1616ನೇ ಇಸವಿಯ ಈಸ್ಟರ್ ಹಬ್ಬದ ಹಿಂದಿನ ಗುರುವಾರ ಪರಿಸ್ಥಿತಿ ಹೀಗಿತ್ತು.

ಸ್ಯಾನ್ ಫ್ರಾನ್ಸಿಸ್ಕೊದ ಇಗರ್ಜಿಯನ್ನು ಅತ್ಯಂತ ಅದ್ದೂರಿಯಿಂದ ಅಲಂಕರಿಸಲಾಗಿತ್ತು. ಚುಕಿಸಾಕಾದ ಉಚ್ಚವರ್ಗದ ಜನರೆಲ್ಲ ಅಲ್ಲಿ ಸಮಾವೇಶಗೊಂಡಿದ್ದರು. ಶಿಲುಬೆಯ ಮೇಲಣ ಯೇಸುಕ್ರಿಸ್ತನ ಯಾತನೆಯನ್ನು ಚಿತ್ರಿಸುವ ಮೆರವಣಿಗೆಯಲ್ಲಿ, ಅಂತಿಮ ಭೋಜನ ಹಾಗೂ ಕ್ರಿಸ್ತನನ್ನು ಸೆರೆಹಿಡಿಯುವ ದೃಶ್ಯಗಳಲ್ಲಿ – ಬೆಳ್ಳುಳ್ಳಿ ಪಳುಕೊಂದನ್ನು ಬಾಯಲ್ಲಿಟ್ಟುಕೊಂಡಿದ್ದ ಕೆಂಗೂದಲ ಜುದಾಸ ಹಾಗೂ ಕರಿಮುಖದ ಜೈಲಿನ ಅಧಿಕಾರಿಗಳು ಸ್ವಾಭಾವಿಕವಾಗಿಯೇ ಪ್ರಧಾನ ಪಾತ್ರ ವಹಿಸಿದ್ದರು.

ಆ ದಿನ ಮಧ್ಯಾಹ್ನ ಮೂರು ಗಂಟೆಗೆ ಇಗರ್ಜಿಯಲ್ಲಿ ಶವಪೆಟ್ಟಿಗೆಯನ್ನಿಡುವ ವೇದಿಕೆಯ ಕಟಾಂಜನಕ್ಕೆ ಒರಗಿಕೊಂಡು ನಿಂತಿದ್ದ ನಮ್ಮ ಇಬ್ಬರು ನಾಯಕಿಯರೂ ಪರಸ್ಪರ ಸಂಧಿಸಿದರು. ಕಣ್ಣಿನ ಈಟಿಗಳಿಂದ ಪರಸ್ಪರ ಇರಿಯುವಂತೆ ಅವರು ಒಬ್ಬರನ್ನೊಬ್ಬರು ಮೊದಲು ನಖಶಿಖಾಂತ ದಿಟ್ಟಿಸಿದರು. ಅನಂತರ ಕೆಮ್ಮು ಹಾಗೂ ತಿರಸ್ಕಾರ ಸೂಚಕ ನಗೆಗಳ ಶರವರ್ಷವನ್ನು ಒಬ್ಬರ ಮೇಲೊಬ್ಬರು ಕರೆದರು. ಬಳಿಕ ತಮ್ಮ ಅಂಗರಕ್ಷಕಿಯರ ಜೊತೆಗೆ ಪಿಸುಮಾತನಾಡುವ ನೆಪದಲ್ಲಿ ಮುಂದೆ ನುಗ್ಗತೊಡಗಿದರು.

ದೋನಾ ಫ್ರಾನ್ಸಿಸ್ಕಾ ಪೂರ್ಣಪ್ರಮಾಣದ ಆಕ್ರಮಣವನ್ನು ನಡೆಸಲು ನಿರ್ಧರಿಸಿ, ತನ್ನ ಅಂಗರಕ್ಷಕಿಯೊಡನೆ ಮಾತನಾಡುವ ಸೋಗಿನಲ್ಲಿ ಜೋರಾಗಿ ಹೇಳಿದಳು :

"ಬಿಳಿಮೈಯವರು ಜುದಾಸ ಸಂತಾನ ಎನ್ನುವುದನ್ನು ಅಲ್ಲಗಳೆಯುವಂತಿಲ್ಲ. ಅದಕ್ಕೇ ಅವರು ಎಷ್ಟು ವಿಶ್ವಾಸಘಾತಕರು."

ದೋನಾ ಕಾತಲಿನಾ ಆ ಟೀಕೆಗೆ ಉತ್ತರ ಕೊಡದೆ ಬಿಡಲಿಲ್ಲ:

"ಕ್ರಿಸ್ತನನ್ನು ಕರೆದೊಯ್ದು ಯೆಹೂದಿಯರ ತಂಡದಿಂದ ಬಂದ ಮಿಶ್ರ ಸಂತಾನದವರೇನು ಕಮ್ಮಿ? ಅದಕ್ಕೇ ಅವರ ಮುಖಗಳು ಅವರ ಆತ್ಮದಷ್ಟೇ ಕಪ್ಪಾಗಿರ್ತವೆ."

"ಬುದ್ಧಿಯಿಲ್ಲದ ಆ ಕುಂಟಿ ಗಯ್ಯಾಳಿ ತನ್ನ ನಾಲಗೆ ಬಿಗಿಹಿಡೀಬೇಕು. ಯಾವ ಮರ್ಯಾದಸ್ಥ ಹೆಣ್ಣು ಅವಳ ಮಟ್ಟಕ್ಕಿಳಿದು ಮಾತಾಡಿಯಾಳು?" ಎಂದು ಮಾರುತ್ತರ ನೀಡಿದಳು ದೋನಾ ಫ್ರಾನ್ಸಿಸ್ಕಾ.

ದೇವರೇ ನಮ್ಮನ್ನು ಕಾಪಾಡಬೇಕು ! ಕುಂಟಿ ಅಂದೆಯಾ ? ಸಂತರು ನಮ್ಮನ್ನು ಕಾಪಾಡಲಿ ! ವಿಧವೆ ತನ್ನ ಕಂಠವಸ್ತ್ರವನ್ನು ಕೆಳಗೆ ಹಾಕಿ, ಉಗುರುಗಳನ್ನು ಚಾಚಿ ತನ್ನ ಪ್ರತಿಸ್ಪರ್ಧಿಯ ಮೇಲೆ ರಭಸದಿಂದ ಆಕ್ರಮಣ ಮಾಡಿದಳು. ಇನ್ನೊಬ್ಬಳು ವಿಚಲಿತಳಾಗದೆ ತನ್ನ ಎರಡೂ ಕೈಗಳಿಂದ ದೋನಾ ಕಾತಲಿನಾಳನ್ನು ತಬ್ಬಿಕೊಂಡು ಅವಳು ಸಮತೋಲನ ಕಳೆದುಕೊಳ್ಳುವಂತೆ ಮಾಡಿ ಮಣ್ಣುಮುಕ್ಕಿಸಿದಳು. ಮರುಕ್ಷಣದಲ್ಲಿ ಅವಳು ತನ್ನ ಚಪ್ಪಲಿಯನ್ನು ಕೈಗೆತ್ತಿಕೊಂಡು, ಕೆಳಗೆ ಬಿದ್ದ ವೈರಿಯ ಲಂಗವನ್ನು ಮೇಲೆತ್ತಿ, ಎಲ್ಲರಿಗೂ ಪಶ್ಚಿಮ ಘಟ್ಟಗಳು ಕಾಣುವಂತೆ ಹಿಡಿದು, ಚಪ್ಪಲಿಯಿಂದ ಫಟ್ ಫಟ್ ಎಂದು ಮೂರು ಬಾರಿ ಹೊಡೆಯುತ್ತಾ ಹೇಳಿದಳು:

"ತಗೋ ಹಂದಿ. ತಗೊ, ಇನ್ನೊಂದು, ನಿನಗಿಂತ ಉತ್ತಮರನ್ನ ಹ್ಯಾಗೆ ಗೌರವಿಸಬೇಕು ಅಂತ ಕಲಿತುಕೊ."

ಇದೆಲ್ಲಾ ಕಣ್ಣುಮುಚ್ಚಿ ಬಿಡುವಷ್ಟರಲ್ಲಿ ನಡೆದುಹೋಯಿತು. ಇಗರ್ಜಿಯಲ್ಲಿ ಸೇರಿದ್ದ ಜನರು ಗೊಂದಲಗೊಂಡು ಹುಯಿಲೆಬ್ಬಿಸಿದರು. ಹೆಂಗಸರು ಅಲ್ಲಿಗೆ ಧಾವಿಸಿದರು. ಅಲ್ಲಿನ ಕೂಗಾಟ ಒಂದು ಕೋಳಿ ಗೂಡಿನೊಳಗಣ ಕೇಕೆಯನ್ನು ಮೀರಿಸಿತು. ಇಬ್ಬರು ಸ್ಪರ್ಧಿಗಳ ಸ್ನೇಹಿತರೂ ಬಹಳ ಕಷ್ಟದಿಂದ ಅವರನ್ನು ಪ್ರತ್ಯೇಕಿಸಿ, ದೋನಾ ಕಾತಲಿನಾಳನ್ನು ಹೊರಗೆ ಕರೆದುಕೊಂಡು ಹೋದರು.

ಅಲ್ಲಿ ಯಾರೂ ಅಳಲೂ ಇಲ್ಲ, ಮೂರ್ಛೆಯೂ ಹೋಗಲಿಲ್ಲ. ಆದರೆ ಮೂದಲಿಕೆಗಳ ಮೇಲೆ ಮೂದಲಿಕೆಗಳನ್ನು ಪೇರಿಸಿದರು. ಇದನ್ನೆಲ್ಲ ನೋಡಿ ಚುಕಿಸಾಕಾದ ಮಹಿಳೆಯರದು ಬಹಳ ಗಟ್ಟಿಪಿಂಡ ಅಂದುಕೊಂಡೆ.

ಈ ಮಧ್ಯೆ ಸಮಾಚಾರವೇನೆಂದು ಗಂಡಸರಿಗೆ ಗೊತ್ತಾಯಿತು. ಅವರು ತಮಗೆ ಯಾರ ಕಡೆಗೆ ಅನುಕಂಪವಿದೆಯೋ ಅದಕ್ಕೆ ತಕ್ಕ ಹಾಗೆ ಇಗರ್ಜಿಯ ಮುಂಬಾಗಿಲ ಬಳಿ ಎರಡು ಗುಂಪುಗಳಾದರು. ಅದರಲ್ಲಿ ಹೊಂಬಣ್ಣದ ಹೆಣ್ಣಿನ ಪಕ್ಷಪಾತಿಗಳು ನಿಜವಾಗಿಯೂ ಹೆಚ್ಚಿನ ಸಂಖ್ಯೆಯಲ್ಲಿದ್ದರು.

ತನ್ನ ಮೇಲೆ ಯಾರಾದರೂ ಪ್ರತೀಕಾರ ಕೈಗೊಂಡಾರೆಂಬ ಭೀತಿಯಿಂದ ದೋನಾ ಫ್ರಾನ್ಸಿಸ್ಕಾ ಅಂದು ರಾತ್ರಿ ಎಂಟು ಗಂಟೆಯವರೆಗೂ ಇಗರ್ಜಿಯಿಂದ ಹೊರಬರಲಿಲ್ಲ. ಅಷ್ಟು ಹೊತ್ತಿಗೆ ಅವಳ ಗಂಡ, ನಗರದ ಮೇಯರ್, ಮಾಲ್ಟಾ ವರ್ಗದ ನೈಟ್ ದೋನ್ ರಾಫಾಎಲ್ ಓರ್ತಿಸ್ ದೇ ಸೋತೋ ಮಾಯೋರ್ ಹಾಗೂ ಕೆಲವು ಅಧಿಕಾರಿಗಳ ಗುಂಪಿನೊಡನೆ ಅವಳನ್ನು ಸುರಕ್ಷಿತವಾಗಿ ಮನೆಗೆ ಕರೆದುಕೊಂಡು ಹೋಗಲೆಂದು ಬಂದ.

ಅವರು ಪ್ಲಾಜಾ ಮೇಯರ್* ಹತ್ತಿರ ಬಂದಾಗ ಹೊಂಬಣ್ಣದ ಹೆಣ್ಣಿನ ಕಡೆಯವರಿಗೂ ಕಂದುಬಣ್ಣದ ಹೆಣ್ಣಿನ ಕಡೆಯವರಿಗೂ ಹೊಡೆದಾಟ ಆರಂಭವಾಗಿ ಹುಯಿಲೂ ಕತ್ತಿಗಳ ಖಣಿಲೂ ಕೇಳಿಸಿತು. ಮೇಯರ್ ಕೂಡಲೇ ಮಹಿಳೆಯನ್ನು ಹಿಂದೆ ಬಿಟ್ಟು ತನ್ನ ಕಾನ್‌ಸ್ಟೇಬ್‌ಲ್‌ಗಳೊಡನೆ ಅಲ್ಲಿಗೆ ಹೋಗಿ ಶಾಂತಿಯನ್ನು ಸ್ಥಾಪಿಸಿದ.

ಎಲ್ಲರೂ ಚೌಕದ ಕಡೆಗೆ ಧಾವಿಸುತ್ತಿದ್ದರು. ತನ್ನ ಗಂಡನ ಮೇಲೆ ಭಾರಬಿಟ್ಟು ಬರುತ್ತಿದ್ದ ದೋನಾ ಫ್ರಾನ್ಸಿಸ್ಕಾಳಿಗೆ ನಡೆಯುವುದೇ ಕಷ್ಟವಾಗಿತ್ತು.

ಹೀಗೆ ಜನಗಳಲ್ಲಿ ದೊಡ್ಡ ಕೋಲಾಹಲವಾಗಿರುವಾಗ ಒಬ್ಬ ಇಂಡಿಯನ್ ಜೋರಾಗಿ ಓಡಿಬಂದ. ದೋನಾ ಫ್ರಾನ್ಸಿಸ್ಕಾಳನ್ನು ಹಾದು ಹೋಗುವಾಗ ಅವನು ತನ್ನ ಕೈಯಲ್ಲಿ ಹಿಡಿದಿದ್ದ ಕ್ಷೌರದಕತ್ತಿಯನ್ನು ಮೇಲೆತ್ತಿದವನೇ ಅವಳ ಕೆನ್ನೆ ಮೂಗು ಮತ್ತು ಗದ್ದಗಳನ್ನು ಇರಿದು ಮುಖದ ಮೇಲೆ 'Z' ಆಕಾರದ ಗುರುತು ಬೀಳುವ ಹಾಗೆ ಮಾಡಿದ.

ಅನಂತರ ಕತ್ತಲೆಯ ಆ ದೊಂಬಿಯಲ್ಲಿ ಕತ್ತಿ ಎತ್ತಿದ ಆ ನೀಚ ಯಾರ ಕಣ್ಣಿಗೂ ಬೀಳದೆ ಮಾಯವಾದ.

2

ಯಥಾ ಪ್ರಕಾರ ಕಾನೂನು ಅಪರಾಧಿಯನ್ನು ಪತ್ತೆಹಚ್ಚಲು ಪ್ರಯತ್ನಿಸಿತು. ಆದರೆ ಅದು ಮರಳು ದಿಬ್ಬದಲ್ಲಿ ಸೂಜಿಯನ್ನು ಹುಡುಕಿದಂತಾಯಿತು. ಈಸ್ಟರ್ ಸೋಮವಾರದ ದಿನ,

---

* ಒಂದು ಚೌಕದ ಹೆಸರು.

ಅಪರಾಧಕ್ಕೆ ಪ್ರಚೋದನೆ ನೀಡಿದವಳೆಂದು ಎಲ್ಲರೂ ಭಾವಿಸಿದ್ದ ದೋನಾ ಕಾತಲಿನಾಳ ಮನೆಗೆ ಸರ್ಕಾರಿ ವಕೀಲ ಬಂದ.

ವಕೀಲ ಸಾಕಷ್ಟು ಸುತ್ತು ಬಳಸಿ, ಕರ್ತವ್ಯ ನಿರ್ವಹಣೆಗಾಗಿ ತಾನು ಅಲ್ಲಿಗೆ ಬರಬೇಕಾದುದಕ್ಕೆ ಕ್ಷಮಾಪಣೆ ಕೇಳುತ್ತಾ, ಈಸ್ಟರ್ ಗುರುವಾರದ ರಾತ್ರಿ ದೋನಾ ಫ್ರಾನ್ಸಿಸ್ಕಾ ಮಾರ್ಮಲೇಹೋಗೆ ಕತ್ತಿಯಿಂದ ಹೊಡೆದವರು ಯಾರು ಎಂಬುದು ಅವಳಿಗೆ ತಿಳಿದಿದೆಯೇ ಎಂದು ವಿಚಾರಿಸಿದ.

"ಹೌದು ಸರ್ ನನಗೆ ಗೊತ್ತು. ನಿಮಗೂ ಗೊತ್ತು," ಎಂದಳು ವಿಧವೆ ಸ್ವಲ್ಪವೂ ವಿಚಲಿತಳಾಗದೆ. ಅದನ್ನು ಕೇಳಿ ವಕೀಲ ದೋನ್ ವಾಲೇಂತನ್‌ತ್ರೂಸಿಯೊಸ್ ಉದ್ವೇಗದಿಂದ ನಡುವೆ ಬಾಯಿ ಹಾಕಿದ: "ಏನು ಹಾಗಂದ್ರೆ? ನನಗೂ ಗೊತ್ತೆ? ಅಂದ್ರೆ ಅಪರಾಧದಲ್ಲಿ ನಾನೂ ಒಬ್ಬ ಪಾಲುದಾರ ಅಂತ ಆರೋಪಿಸ್ತಿದೀರಾ?"

'ಓಹ್...ಹಾಗನ್ನಲಾರೆ" ಎಂದಳು ದೋನಾ ಕಾತಲಿನಾ ನಗುತ್ತಾ.

"ಮತ್ತೆ? ನೋಡಿ, ಸುಮ್ಮನೆ ಮಾತು ಬೆಳೆಸೋದು ಬೇಡ. ಆಕೆಗೆ ಗಾಯ ಮಾಡಿದವರು ಯಾರು ಹೇಳಿ?"

"ಕತ್ತಿ ಹಿಡಿದ ಒಂದು ಕೈ."

"ಅದು ನನಗೆ ಗೊತ್ತು," ಎಂದು ಗೊಣಗಿದ ವಕೀಲ.

"ನನಗೂ ಅಷ್ಟೇ ಗೊತ್ತಿರೋದು."

ಕಾನೂನಿನ ಕೈಯಲ್ಲಾದದ್ದು ಅಷ್ಟೆ. ದೋನಾ ಕಾತಲಿನಾಳ ಮೇಲೆ ಅನುಮಾನವಿದ್ದರೂ ಆಧಾರವಿಲ್ಲದೆ ಅವಳನ್ನು ಶಿಕ್ಷಿಸುವಂತಿರಲಿಲ್ಲ.

ಅಷ್ಟಾದರೂ ಇಬ್ಬರು ವೈರಿಗಳೂ ತಾವು ಜೀವಂತವಾಗಿರುವವರೆಗೂ ಈ ವ್ಯಾಜ್ಯವನ್ನು ಮುಂದುವರಿಸಿಕೊಂಡು ಹೋದರು. ಅನಂತರ ಅದು ಪರಂಪರೆಯಾಗಿ ಮಕ್ಕಳ ಮೊಮ್ಮಕ್ಕಳ ಕಾಲಕ್ಕೂ ಸಾಗಿ ಬಂದಿತು. ಲೀಮಾದ ಕೋನ್‌ಕೋರ್ದಿಯ ತುಕಡಿಯ ನಾಯಕನಾಗಿದ್ದ ಹಾಗೂ ಮುಂದೆ ಏಸ್ಪಾರ್ತೇರೋನ* ಆಳ್ವಿಕೆಯಲ್ಲಿ ಸ್ಪೇನ್‌ನಲ್ಲಿ ವಿದೇಶಾಂಗ ಮಂತ್ರಿಯಾದ ದೋನ್ ಹೋಆಕೀನ್ ಮಾರಿಯಾ ಫೇರೇರ್ 1821ರಲ್ಲಿ ಬರೆದ ಒಂದು ಮನೋರಂಜಕ ಪುಸ್ತಕದಲ್ಲಿ ಈ ವ್ಯಾಜ್ಯದ ಪರಂಪರೆಯ ಸತ್ಯತೆಯನ್ನು ದೃಢೀಕರಿಸಿದ್ದಾರೆ. ಅದೇನೇ ಇರಲಿ, ಎಷ್ಟೋ ಜನರು ಸಂಬಂಧಪಟ್ಟ ಹಿತಾಸಕ್ತಿಗಳಿಗಿಂತ ಹೆಚ್ಚಾಗಿ ಕೇವಲ ತಾತ್ವಿಕ ಕಾರಣಗಳಿಗೋಸ್ಕರ ಕಾನೂನಿನ ಕ್ರಮವನ್ನು ಆಶ್ರಯಿಸುತ್ತಾರೆ ಎಂದು ನನ್ನ ನಂಬಿಕೆ.

ಈ ಮಧ್ಯೆ ತನ್ನ ಕಾಲುಗಳ ಮೇಲಣ ತರಚು ಗಾಯದ ಕಲೆ ಕರ್ಪೂರದ ಪ್ಲೋಲ್ಟೀಸ್‌ನಿಂದ ಈಗಾಗಲೇ ಮರೆಯಾಗಿರದಿದ್ದರೆ, ತನ್ನ ಲಂಗ ಅದನ್ನು ಮುಚ್ಚುತ್ತದೆಂದೂ ಆದರೆ ದೋನಾ ಫ್ರಾನ್ಸಿಸ್ಕಾ ತನ್ನ ಮುಖದ ಮೇಲಾದ ವಿರೂಪದ ಕಲೆಯನ್ನು ಏನು ಮಾಡಿದರೂ ಮರೆಮಾಚುವುದಕ್ಕಾಗುವುದಿಲ್ಲವೆಂದೂ ತನ್ನ ಸ್ನೇಹಿತರು ಹಾಗೂ ನೆರೆಹೊರೆಯ ಹರಟೆಮಲ್ಲಿಯರ ಬಳಿ ದೋನಾ ಕಾತಲಿನಾ ಕೊಚ್ಚಿಕೊಳ್ಳುತ್ತಿದ್ದಳು.

ಇದೆಲ್ಲವನ್ನೂ ನೋಡಿದರೆ, ಚುಕಿಸಾಕಾದ ಈ ಇಬ್ಬರು ಮಹಿಳೆಯರನ್ನು ಸಲ್ಲಪಿಸುತ್ತಿದ್ದ ಜೋಡಿ ಪಾರಿವಾಳಗಳೆಂದು ಕರೆಯಬಹುದಲ್ಲ! ❍

---

* ಒಬ್ಬ ಸ್ಪಾನಿಷ್ ದಂಡನಾಯಕ ಮತ್ತು ರಾಜಕಾರಣಿ (1793–1879).

○ ಬೇಂತೊರಾ ಗಾರ್ಸಿಯಾ ಕಾಲ್ದೇರೋನ್

ಪಿಗ್‌ಮಾಲಿಯೋನ್* ವೃತ್ತಾಂತ

1. ಕಲಾವಿದ

ವಿಗ್ರಹವನ್ನು ಪೂರ್ಣಗೊಳಿಸಿದಾಗ ಪಿಗ್‌ಮಾಲಿಯೋನ್‌ನ ಮುಖದಲ್ಲಿ ಮುಗುಳುನಗೆ ಮೂಡಿತು. ಜಗತ್ತನ್ನೇ ಅನಾವರಣ ಗೊಳಿಸಿದಾಗ ಮಂತ್ರಮುಗ್ಧರಾಗುವ ಮಕ್ಕಳ ಮುಗುಳುನಗೆ! ನಿಜವಾಗಿಯೂ ಆ ವಿಗ್ರಹ ಪರಿಪೂರ್ಣವಾಗಿತ್ತು, ಅದ್ವಿತೀಯ ವಾಗಿತ್ತು. ಪ್ರಾಚೀನ ಶಿಲ್ಪಿಗಳು ತಾವು ಸೃಷ್ಟಿಸಿದ ದೇವತಾ ವಿಗ್ರಹಗಳನ್ನು ಹೇಗೆ ತಾವೇ ಪೂಜಿಸುತ್ತಿದ್ದರೋ ಹಾಗೆ ಅವನೂ ಮಂಡಿಯೂರಿ ಸಂತೋಷದಿಂದ ಅದನ್ನು ಆರಾಧಿಸಲು ಸಿದ್ಧನಾಗಿದ್ದ. ಅವನ ಸುತ್ತಮುತ್ತ ಒರಟು ಪೀಠಗಳಲ್ಲಿ, ನೆಲದ ಮೇಲೆ, ಹತ್ತಿರದಲ್ಲಿ, ದೂರದಲ್ಲಿ, ಅಲಮಾರುಗಳಲ್ಲಿ, ಕಿಟಕಿಗಳಲ್ಲಿ – ಹೀಗೆ ಎಲ್ಲೆಂದರಲ್ಲಿ ಸೊಬಗಿನ ಮತ್ತು ನಿರ್ಲಕ್ಷ್ಯತೆಯ ನಿಶ್ಚಲ ಭಂಗಿಗಳಲ್ಲಿ ಅಮೃತಶಿಲೆಯ ವಿಗ್ರಹ ಸಮೂಹವೇ ಇತ್ತು. ಯೌವನದಿಂದ ಜಾರುತ್ತಿರುವ ತರುಣನೊಬ್ಬನ ಕನಸುಗಳೆಲ್ಲ ಸಾಕಾರಗೊಂಡ ಜೀವಂತ ಶಿಲಾಕರದಂತೆ ಅವು ಕಾಣುತ್ತಿದ್ದವು. ಅದರಿಂದಾಗಿಯೇ ಅವನು ತಾಯ ಚಚ್ಚರದಿಂದ ಯಾರನ್ನೂ ತನ್ನ ಕಲಾಶಾಲೆಯೊಳಗೆ ಬಿಡುತ್ತಿರಲಿಲ್ಲ. ಈ ಕುಟೀರದಲ್ಲಿ ಬೇರೆಯವರಿಗೆ ಏನು ಸಿಕ್ಕೀತು? ಕುತೂಹಲದಿಂದಲೋ ಕುಂದನ್ನು ಕಂಡುಹಿಡಿಯುವ ಕುಹಕದೃಷ್ಟಿಯಿಂದಲೋ ಅವರು ಬರಬೇಕಷ್ಟೆ. ಇಲ್ಲಿ ಅವನು ತನ್ನ ಆತ್ಮವನ್ನೇ ಅನಾವರಣಗೊಳಿಸಿದ್ದ.

ಅಲ್ಲಿ ಕೋಶಾವಸ್ಥೆಯಷ್ಟೇ ಅಸ್ಫುಟವಾದ ಕಲ್ಪನೆಗಳ ತುಂಡುಗಳಿದ್ದವು. ಇನ್ನೂ ಕೆಲವು ತುಂಡುಗಳಲ್ಲಿ ನಿತಂಬರೇಖೆಯ ಸೂಚನೆ ಇತ್ತಷ್ಟೆ. ಕಗ್ಗಲ್ಲಿನಲ್ಲಿ ಜೀವತುಂಬುವ ಆತುರದಲ್ಲಿ, ಸೃಷ್ಟಿಕ್ರಿಯೆಯ ದೈತ್ಯಾವೇಶದಲ್ಲಿ ಪಿಗ್‌ಮಾಲಿಯೋನ್ ಬಲವಾಗಿ ಹೊಡೆದು ಅಮೃತಶಿಲೆಯಲ್ಲಿ ಬಿರುಕುಗಳನ್ನು ಉಂಟು ಮಾಡಿದ್ದನೋ ಎಂಬಂತೆ ಬೇರೆ ಕೆಲವು ತುಂಡುಗಳಲ್ಲಿ ಉಳಿ

---

* ಗ್ರೀಕ್ ಪುರಾಣಕಥೆಗಳಲ್ಲಿ ಬರುವ ಒಬ್ಬ ನಾಯಕ. ಸೈಪ್ರಸ್‌ನ ರಾಜ. ಒಂದು ಕಥೆಯ ಪ್ರಕಾರ ಈತ ಸ್ವತಃ ಒಬ್ಬ ಶಿಲ್ಪಿಯಾಗಿದ್ದ.

ಆಳವಾದ ಒರಟು ಗೆರೆಗಳನ್ನು ರೇಖಿಸಿತ್ತು. ಅಸ್ಪಷ್ಟ ಭ್ರೂಣಾಕೃತಿಯಿಂದ ಹಿಡಿದು ಪರಿಪೂರ್ಣ ಬಿಂಬದವರೆಗೆ ಕ್ರಮಾಗತವಾಗಿ ಮಾಡಿದ ರೇಖಾಚಿತ್ರಗಳು ಕಲ್ಪನೆಯ ಕನವರಿಕೆಯನ್ನೆಲ್ಲ ವಿಷಾದದಿಂದ ತೆರೆದು ತೋರುತ್ತಿದ್ದವು.

ಆದರೆ ಸೋದರಿಯರಂತಿದ್ದ ಈ ಎಲ್ಲ ವಿಗ್ರಹಗಳ ನಡುವೆ – ಸಮಾನಯಾತನೆ ಮತ್ತು ಉನ್ಮಾದಗಳ ಬಾಂಧವ್ಯದಿಂದ ಬೆಸೆಯಲ್ಪಟ್ಟಿದ್ದ ಈ ಎಲ್ಲ ಶ್ವೇತ ಸಮೂಹದ ನಡುವೆ ತನ್ನ ಹೊಂಬಣ್ಣದ ತಲೆಯನ್ನು ಕೈಯ ಕನ್ನಡಿಯ ಮುಂದೆ ಬಾಗಿಸಿ, ಅದರ ಲಾವಣ್ಯಮಯ ಅಸ್ತವ್ಯಸ್ತತೆಯನ್ನು ನೋಡಿ ಮೆಚ್ಚುತ್ತ ನಿಂತಿದ್ದ ಕನ್ನೆ ಗಾಲಾತೇಆಳಲ್ಲಿ ಬಿರಿಯುತ್ತಿದ್ದ ವಿಜಯೋನ್ಮತ್ತತೆಯನ್ನು ಸರಿಗಟ್ಟುವವರು ಯಾರೂ ಇರಲಿಲ್ಲ. ಸೈಕೆಯ ಪುರಾಣ ಪ್ರಸಿದ್ಧ ಸುಕುಮಾರತೆಯನ್ನೂ ಸೂಕ್ಷ್ಮತೆಯನ್ನೂ ಪಿಗ್‌ಮಾಲಿಯೋನ್ ಅವಳಲ್ಲಿ ರೂಪಿಸಿದ್ದ.

ಕಲ್ಪನೆ ಅವಳ ಪಾದಗಳಿಗೆ ರೆಕ್ಕೆಗಳ ಹಗುರವನ್ನು ಬೆರೆಸಿತ್ತು ; ಜಘನದ ನುಣ್ಪು ಅಥೆನ್ಸ್ ಸಂಪ್ರದಾಯದ ಹೂದಾನಿಗಳನ್ನು ನೆನಪಿಸುತ್ತಿತ್ತು; ಅವಳ ನಳಿದೋಳುಗಳು ತನ್ನ ನಲ್ಲನನ್ನು ಅನವರತ ಭದ್ರವಾಗಿ ಆಲಿಂಗಿಸಿಕೊಂಡಿರಲು ಸಮರ್ಥವಾದ ಭವ್ಯ ಸರಪಣಿಯಂತೆ ರೂಪಗೊಂಡಿದ್ದವು.

ಕಲ್ಲಿನ ಪುಡಿಯಿಂದ ಬೆಳ್ಳಗಾಗಿದ್ದ ತನ್ನ ಅಂಗೈಗಳನ್ನು ನೋಡಿಕೊಂಡ ಪಿಗ್‌ಮಾಲಿಯೋನ್. ಈ ನಶ್ವರವಾದ ಕೈಗಳಿಂದ ಇಂಥ ಅಸಮಾನ ಅದ್ಭುತವನ್ನು ಕಂಡರಿಸಿದೆನೇ ಎಂದು ಒಂದು ಕ್ಷಣ ಅವನಿಗೇ ಅನುಮಾನವಾಯಿತು. ಅಂದರೆ ದೇವರಿಂದ ಚೆಲುವಿನ ರಹಸ್ಯವನ್ನು ಗೆದ್ದುಕೊಳ್ಳುವುದು ಮಾನವಶಿಲ್ಪಿಗೆ ಸಾಧ್ಯ ಎಂದಾಯಿತು. ಯಾವ ಆತ್ಮವಂಚನೆಯೂ ಇಲ್ಲದೆ, ಮಹೋನ್ನತ ಮೌಲ್ಯ ನಿರ್ಣಯ ಮಾಡುವ ಗಳಿಗೆಗಳಲ್ಲಿ ಮೂಡುವ ಅಸಾಧಾರಣ ಪ್ರಜ್ಞೆಯ ಮೂಲಕ, ಈ ಸಲ ಪವಾಡದಿಂದಲೋ ಎಂಬಂತೆ ಶಾಶ್ವತವಾದ ಮೇರು ಕೃತಿಯೊಂದನ್ನು ತಾನು ರಚಿಸಿರುವೆನೆಂದು ಆತ ಅರಿತಿದ್ದ. ಆಹಾ, ಪಕ್ಕದಲ್ಲಿದ್ದ ಅಪೂರ್ಣ ಅಮೃತಶಿಲೆಗಳನ್ನು ಕಂಡಾಗ ಅವನಿಗೆ ತನ್ನ ಹಿಂದಿನ ವಿಫಲತೆಗಳೆಲ್ಲ ನೆನಪಾದವು. ಆಗ ಅವನ ಕಲ್ಪನೆ ಹಿಂಜರಿಯುತ್ತಿತ್ತು. ತುಂಡರಿಸಿದ ಆಕೃತಿಗೆ ಮುಖಾಮುಖಿಯಾಗಿ ನಿಂತಾಗ, ತನ್ನ ಕೈ ಎಷ್ಟು ಒರಟು, ತನ್ನ ಮನಸ್ಸು ಎಂಥ ಮಂಕು ಎನ್ನಿಸುತ್ತಿತ್ತು. ಸಾವು ಕೂಡ ನಿವಾರಿಸಲಾರದಂಥ ಯಾತನೆಯದು ! ತನ್ನ ಕಲ್ಪನೆಯ ಕೃತಿಗಳಿಗೂ ತಾನು ನಿರ್ಮಿಸಿದ ಅಲ್ಪಕೃತಿಗಳಿಗೂ ಇರುವ ಅಂತರವನ್ನು ನೋಡಿದಾಗ ಅವನ ಕಣ್ಣುಗಳಿಂದ ವಿಷಾದ ತುಂಬಿದ ಕಣ್ಣೀರು ಹರಿಯುತ್ತಿತ್ತು. ಮೈಯೆಲ್ಲಾ ಕೋಪದಿಂದ ಬೆಂಕಿಯಾಗುತ್ತಿತ್ತು. ಅವನ್ನು ಒಡೆದು ಹಾಕಬೇಕೆನಿಸುವಷ್ಟು ರೋಷ ಅವನಿಗೆ ಉಂಟಾಗುತ್ತಿತ್ತು.

2. ಪವಾಡ

ಈ ಕನ್ನೆಯರ ವಿಗ್ರಹಗಳ ಮೇಲೆ ಸಂಜೆ ಇಳಿಯಿತು. ಆದರೆ ಈ ಬಿಳಿಯ ಮೊತ್ತಗಳು ಸಂಜೆ ಗತ್ತಲನ್ನು ತಡೆದವು. ಗೋಡೆಗಳಿಗೆ ದುಃಖ ಸೂಚಕ ಕರಿಯ ತೆರೆಗಳು ಬಿದ್ದರೂ ಈ ವಿಗ್ರಹಗಳು ಇನ್ನೂ ಕಾಂತಿಯನ್ನು ಹೊಮ್ಮಿಸುತ್ತಿದ್ದವು. ಸಂಜೆಯ ಕಾಂತಿ ಅವುಗಳಿಗೆ ಒಂದು ಬಗೆಯ ಲಾವಣ್ಯವನ್ನೂ ನಗ್ನತೆಯ ಭ್ರಮೆಯನ್ನೂ ತಂದುಕೊಟ್ಟಿತು. ಈ ಗಳಿಗೆಯಲ್ಲಿ ಬದಲಾವಣೆಯಿಲ್ಲದ ಅಮೃತಶಿಲೆಯ ಅಸ್ತಿತ್ವಕ್ಕಿಂತ ಭಿನ್ನವಾದ ರೀತಿಯಲ್ಲಿ ಅವುಗಳಲ್ಲಿ ಜೀವ ಮಿಡಿಯುತ್ತಿದೆ ಎನ್ನಿಸಿತು ಪಿಗ್‌ಮಾಲಿಯೋನ್‌ಗೆ. ಸಂಜೆಯ ಕಾಂತಿ ಅವುಗಳ ಅವಯವಗಳ ಮೇಲೆ ತನ್ನ ಉಜ್ವಲ

ಬೆಳಕನ್ನು ಹಚ್ಚಿತು. ಮುಳುಗುತ್ತಿರುವ ಸೂರ್ಯ ಅವರ ಸ್ತನಗಳ ಮೇಲೆ ಕೈ ಆಡಿಸಿದ.

ಅಂದು ಸಂಜೆ ಮೆಲುಗಾಳಿ ಕೂಡ ವಿಷಯೋದ್ದೀಪಕತೆಯಿಂದ ಮಿಡಿಯುತ್ತಿತ್ತು. ತನ್ನ ನಗ್ನ ಪಾವಿತ್ರ್ಯದಲ್ಲಿ ವೀನಸ್ ಆಳುತ್ತಿದ್ದ ಸನಿಹದ ಸಮುದ್ರದಿಂದ ಮಂಕುಗೊಳಿಸುವ ಅಲಸಿಕೆಯ ಭಾವ ತೇಲಿ ಬರುತ್ತಿತ್ತು. ಮೊದಲು ಪಿಗ್‌ಮಾಲಿಯೋನ್ ಅವಳ ನಗ್ನ ಪಾದಗಳನ್ನು ಚುಂಬಿಸಿದ. ಅನಂತರ ಅವಳ ಕೊಬ್ಬಿದ ತೊಡೆಗಳಲ್ಲಿ ತನ್ನ ಕಾದ ತಲೆಯನ್ನೂರಿದ. ಆಮೇಲೆ ಅವನು ತಟಕ್ಕನೆ ಎದ್ದು ಪೀಠವನ್ನು ಏರಿ ಅವಳ ಮೂಕ ತುಟಿಗಳನ್ನು ಮಾನವನ ಮೊದಲ ಮುತ್ತಿನಿಂದ ಬಂಧಿಸಿದ. ಅದು ಪ್ರೇಮದ ಪ್ರಥಮ ಚುಂಬನ. ಅವನು ನಾಚಿಕೆಯಿಂದ ದೃಷ್ಟಿಯನ್ನು ಕೆಳಗೆ ಹಾಕಿದ. ಕೂಡಲೇ ಭಯಮಿಶ್ರಿತ ಅಚ್ಚರಿಯಿಂದ ರೋಮಾಂಚಗೊಂಡು ಕಣ್ಣರಳಿಸಿದ. ಪವಾಡ ! ಪ್ರತಿಮೆಗೆ ಜೀವಬಂದು ಅದು ಅಲುಗಾಡತೊಡಗಿತ್ತು. ಅದರ ಕೆನ್ನೆಗಳಲ್ಲಿ ನಾಚಿಕೆಯ ಚೆಂಗುಲಾಬಿ ಅರಳಿತು. ಮೆಲ್ಲಮೆಲ್ಲನೆ ಲಯಬದ್ಧವಾಗಿ ಅವಳ ವಕ್ಷ ಏರಳಿಯತೊಡಗಿತು. ಬೆಳಕಿನೆದುರಿಗೆ ಭಯಗೊಂಡಂತೆ ಕಣ್ಣರೆಪ್ಪೆಗಳು ಪಟಪಟ ಬಡಿದವು.

ಇನ್ನು ಅವನಿಗೆ ಅನುಮಾನ ಉಳಿಯಲಿಲ್ಲ. ಹೂಗಳನ್ನು ಸವರುವ ತೋಟದ ಮಾಲಿಯಂತೆ ಆತ ಮೃದುವಾಗಿ ಅವಳ ಮೈಯನ್ನು ಸ್ಪರ್ಶಿಸಿದ. ಅವನ ಸ್ಪರ್ಶದಿಂದ ಅಮೃತಶೀಲೆ ತನ್ನ ಭಾರವನ್ನೂ ಕಾಠಿಣ್ಯವನ್ನೂ ಕಳೆದುಕೊಂಡಿತು. ಕತ್ತಲು ಬೆಸೆದುಕೊಂಡ ಹಾಗೆ ಅವಳ ಕೇಶರಾಶಿ ಕರಿಯ ಮೊತ್ತವಾಯಿತು. ಆದರೆ ಕಣ್ಣುಗಳು ಸಾಗರದ ಹೊಳಪನ್ನು ಪಡೆದುಕೊಂಡವು.

ಅವಳು ಮಾತನಾಡಲಿಲ್ಲ. ಅವಳ ಪ್ರಕಾಶಮಾನದ ಮುಖದಲ್ಲಿ ಅಚ್ಚರಿಯ ಮುಗುಳ ನಗೆಯೊಂದು ಮಿನುಗಿತು. ತೊಟ್ಟಿಲ ಮಗುವಿನಂತೆ ಕೈಚಾಚಿ ಅವಳು ಪಿಗ್‌ಮಾಲಿಯೋನ್ನನ ಮುಂಗುರುಳನ್ನು ಮುಟ್ಟಿದಳು. ಕಪ್ಪು ಗುಂಗುರು ಕೂದಲಲ್ಲಿ ಬೆರಳಾಡಿಸುತ್ತಾ ಅವಳು ನಕ್ಕಳು. ನಿರಭ್ರ ಮುಗ್ಧ ನಗು. ಅವನು ಒಂದೆರಡು ಮಾತನಾಡಿದ. ಅದನ್ನು ಅರ್ಥಮಾಡಿಕೊಳ್ಳುವ ಪ್ರಯತ್ನದಲ್ಲಿ ಮೊದಲ ಬಾರಿಗೆ ಅವಳ ನುಣುಪಾದ ಹಣೆಯಲ್ಲಿ ನೆರಿಗೆಗಳು ಬಿದ್ದವು.

ಅವಳನ್ನು ನವಿರಾದ ನಿದ್ದೆಯ ಮಂಪರು ಕವಿಯಿತು. ನಿಶ್ಚಲ ಶಾಶ್ವತತೆಗಿಂತ ಬದುಕಿರುವುದು ಖಂಡಿತವಾಗಿಯೂ ಹೆಚ್ಚು ಆಯಾಸಕರವಲ್ಲವೆ ? ತನ್ನ ಅಪಾರ ಶ್ರಮದ ಫಲವಾಗಿ ಮೂಡಿಬಂದ ಶಿಲ್ಪಕೃತಿ ಕೈತಪ್ಪಿಹೋಗುತ್ತಿದೆಯಲ್ಲಾ ಎಂದು ಸನ್ನಿಹಿಡಿದವನಂತೆ ಪಿಗ್‌ಮಾಲಿಯೋನ್ ಅಲ್ಲಿ ಜೀವಸಂಚಾರದ ಚಿಹ್ನೆಗಳಿಗಾಗಿ ನೋಡಿದ. ನಿದ್ದೆಯ ನಿರ್ಲಕ್ಷ್ಯ ಮುಖಭಾವದಲ್ಲಿ, ನಿಶ್ಚಲ ತುಟಿಗಳಲ್ಲಿ, ಎದೆಯ ಮೇಲೆ ಎರಡೂ ಕೈಗಳನ್ನು ಇರಿಸಿಕೊಂಡಿದ್ದ ಆರಾಮದ ಭಂಗಿಯಲ್ಲಿ ಗಾಲತೇಆ ಹೆಮ್ಮೆ ತಳೆಯಬಹುದಾದ ಅಮೃತಶಿಲೆಯ ದೇವತಾವಿಗ್ರಹ ಎನ್ನುವುದಕ್ಕಿಂತ, ಪ್ರೀತಿಯ ಆಸರೆಯನ್ನು ಬಯಸುತ್ತಿರುವ ದುಃಖಿತ ಹೆಣ್ಣಿನಂತೆ ಕಾಣುತ್ತಿದ್ದಳು. ದೈವ ಸಂಕಲ್ಪದಂತೆ ಅವಳನ್ನು ಸಾಮಾನ್ಯ ಮಣ್ಣಿನಿಂದ ನಿರ್ಮಿಸದೆ ಪರಿಶುದ್ಧ ಅಮೃತಶಿಲೆಯಿಂದ ಕೆತ್ತಲಾಗಿತ್ತು. ಸೃಷ್ಟಿಸುವ ಸಮಯದಲ್ಲಿನ ಅನುಭವದಂತೆ ಅವನಿಗೆ ತಾನು ಕೂಡ ದೈವಿಕತೆಯನ್ನು ಪಡೆದ ಹಾಗೆ ಈಗ ಪುನಃ ಭಾಸವಾಯಿತು.

ಆ ಇಡೀ ರಾತ್ರಿ ಈ ಕೋಮಲ ಜೀವಿಯನ್ನು ಕಾಯುತ್ತ ಅವನು ಅಲ್ಲೇ ಕೂತುಬಿಟ್ಟ. ಸುಪ್ರಭಾತದ ಮೊದಲ ಕಿರಣಗಳು ಬೀಳುತ್ತಿದ್ದ ಹಾಗೆ ಮತ್ತೆ ಅವನು ಆಶ್ಚರ್ಯ ಪಡಬೇಕಾಯಿತು. ಗಾಲಾತೇಆಳಲ್ಲಿದ್ದ ಅಮೃತಶಿಲೆಯ ಲಕ್ಷಣಗಳೆಲ್ಲ ಮಾಯವಾಗಿದ್ದವು. ಪ್ರಾಯಶಃ ಅವಳ ಮೈಯ ಮಾಂಸಲ ಭಾಗದಲ್ಲಿ, ಮೈದಡವಿದರೆ ಕೈಜಾರುವಂಥ ಅದರ

ಹೊಳಪಾದ ನುಣ್ಪು ಇನ್ನೂ ಇದ್ದಿರಬಹುದು, ಆದರೆ ಅವಳ ತುಟಿಗಳಲ್ಲಿ. ತೋಳುಗಳಲ್ಲಿ, ಅವಳ ಭುಜದ ಮೇಲೆ ಅಲೆಯಲೆಯಾಗಿ ಇಳಿದ ಕೂದಲ ರಾಶಿಯಲ್ಲಿ ಮೃಣ್ಮಯ ಲಾವಣ್ಯವೂ ಭಂಗುರತೆಯೂ ಕಾಣುತ್ತಿದ್ದುವು. ಪಾಪೆಗಳಿಲ್ಲದ ಅವಳ ಕಣ್ಣುಗಳಲ್ಲಿ ಮಾತ್ರ ಒಲಿಂಪಿಯನ್ ನೆನಪಿನ ಅಸ್ಪಷ್ಟತೆಯೊಂದು ತೇಲುತ್ತಿತ್ತು.

ಅವಳು ಚಿರಂತನಳಾಗಿದ್ದ ಕಾರಣ ಮಾತನಾಡಲಿಲ್ಲ. ಆದರೂ ಬೆಳಕಿನೊಡನೆ ಲೌಕಿಕ ವಸ್ತುಗಳ ಗೋಜಲಾದ ಗ್ರಹಿಕೆಯೊಂದು ನಿಸ್ಸಂಶಯವಾಗಿಯೂ ಅವಳ ಮನದಲ್ಲಿ ಪ್ರವೇಶಿಸಿರಬೇಕು. ಅವಳ ಆತ್ಮ ಹಿಂದೂಗಳು ಉಪಯೋಗಿಸುವ ಹಸ್ತಿದಂತದ ಕೊರಡಿನಂತಿತ್ತು; ಅದರ ಮೇಲೆ ವನದೇವತೆಯ ಮೇಕೆ ಮುಖಮುದ್ರೆಯನ್ನೂ ಕೆತ್ತಬಹುದು ಅಥವಾ ಪಲ್ಲಾಸ್ ಅಥೀನಾಳ* ಮುಖವನ್ನೂ ಚಿತ್ರಿಸಬಹುದು.

3. ದೀಕ್ಷೆ

ಪಿಗ್‌ಮಾಲಿಯೋನ್ ಅವಳ ಸ್ವಾಮಿಯೂ ಮಾರ್ಗದರ್ಶಿಯೂ ಆದ. ತನ್ನ ಮೆಚ್ಚುಗೆಯ ಆಕೃತಿಯನ್ನು ಮೇಣದಲ್ಲಿ ರೂಪಿಸುವವನ ಹಾಗೇ ಅವನನ್ನು ಈ ಬೋಧನಾ ವಿಧಾನ ಒಂದು ಬಗೆಯ ಕಕಮಕ ಹಿಡಿಸುವ ಮತ್ತಿನಿಂದ ಮುಳುಗಿಸಿಬಿಟ್ಟಿತು. ಮೇಣದ ಮುದ್ದೆಯಲ್ಲಿ ಅಸ್ಪಷ್ಟವಾಗಿ ಗೆರೆಗಳನ್ನು ಗೀಚುತ್ತಿರುವಾಗ ಸುಂದರ ಮಾನವಾಕಾರ ಮೂಡುವಂತೆ. ಅಲೌಕಿಕ ಲಾವಣ್ಯದಿಂದ ಕೂಡಿದ ಆ ಮುಗ್ಧ ಕನ್ನೆಯಲ್ಲೂ ಸ್ತ್ರೀತ್ವದ ಪ್ರಥಮ ಅವಿಶ್ರಾಂತಿಯ ಲಕ್ಷಣಗಳು ಕಾಣಿಸಿಕೊಂಡವು. ಶಿಲ್ಪಶಾಲೆಯ ಕಲ್ಲುಚಪ್ಪಡಿಗಳ ನಡುವೆ ಅವಳು ಅಡ್ಡಾಡಲಿಲ್ಲ. ಅನಂತ ಸಾಧ್ಯತೆಗಳನ್ನು ಒಳಗೊಂಡಿದ್ದ ಅಮೃತಶಿಲೆಯ ಒರಟು ಖಂಡಗಳ ಮೇಲೆ ಅವಳು ಒರಗಲಿಲ್ಲ, ಅವುಗಳೊಡನೆ ಅವಳ ದೇಹ ಒಂದಾಗಿ ತನ್ನ ಹಿಂದಿನ ಮೂಲ ಸ್ಥಿತಿಗೆ ಮರಳಲು ಸಿದ್ಧವಾಗಿರುವಂತೆ ಕಾಣುತ್ತಿತ್ತು. ಪ್ರಾಯಶಃ ಹಿಂದಿನ ಅಸ್ಪಷ್ಟ ನೆನಪೊಂದು ಅವಳನ್ನು ಈ ಪರಿಶುದ್ಧ ಶಿಲೆಯ ಬಳಿ ಇರಲು ಪ್ರಚೋದಿಸುತ್ತಿತ್ತೇನೋ? ನಿಂತ ನಿಲುವಿನಲ್ಲಿ ಅವಳದು ಸದಾ ದೇವತೆಯ ಭಂಗಿಯೇ. ಧ್ಯಾನ ಭಂಗಿಯಲ್ಲಿ ಒರಗಿ ಕುಳಿತಾಗ ಅವಳ ದೇಹ ಅಥೀನಾ ದೇವಿಯ ಕೋಮಲ ಆಕೃತಿಯನ್ನು ಹೋಲುತ್ತಿತ್ತು.

ಇಂಥ ಪರಿಶುದ್ಧ, ಪ್ರಕಾಶಮಾನವಾದ ಬಿಳಿಮೆಯ ಪ್ರಭಾವಳಿಯಲ್ಲಿ, ಗಂಟೆಗಂಟೆಗೂ ಕನಸು ನನಸಾಗುವ ಪವಾಡವನ್ನು ಅವಳು ಆ ಚಕಿತಕಲಾವಿದನೆದುರು ಪುನರಾವರ್ತಿಸಿದಳು. ಪಿಗ್‌ಮಾಲಿಯೋನ್‌ನ ಆತ್ಮದ ಅಂತರಾಳದಿಂದ ಯಾವುದೇ ನಿರ್ದಿಷ್ಟ ಗುರಿ ಇಲ್ಲದಿದ್ದ ಕೃತಜ್ಞತೆಯ ಮಾತೊಂದು ಮೂಡಿಬಂತು. ತನ್ನ ವಿಷಯದಲ್ಲಿ ಇಷ್ಟೊಂದು ಕರುಣೆಯನ್ನು ತೋರಿಸಿದ ಅಜ್ಞಾತ ದೈವವನ್ನು ಆತ ಹುರುಪಿನಿಂದ ವಂದಿಸಿದ. ಹಿಂದಿನ ನಿರುತ್ಸಾಹದ ಸಮಯದಲ್ಲಿನ ಹಾಗೆ ತನ್ನ ಕಲೆ ಹಾಗೂ ಶಿಲ್ಪ, ಹುಚ್ಚನೊಬ್ಬ ಏಕಾಂತದಲ್ಲಿ ನಿರ್ಮಿಸಿದ ನಿರರ್ಥಕ ಕರ್ಮವಾಗಿ ಅವನಿಗೆ ಈಗ ಕಾಣಿಸಲಿಲ್ಲ. ಬದಲಾಗಿ ಅಜ್ಞಾತ ದೇವರ ಸ್ಥಾನದಲ್ಲಿ ತಾನೇ ಸ್ಥಾಪಿತವಾದ ಹಾಗೇ ತೋರಿತು. ಯಾಕೆಂದರೆ ಅವನೂ ದೇವರ ಹಾಗೆ ಸಜೀವ ಆಕೃತಿಯನ್ನು ಸೃಷ್ಟಿಸಬಲ್ಲವನಾಗಿದ್ದ. ಪ್ರತ್ಯಕ್ಷವಾಗದ ಸ್ಫೂರ್ತಿಗಾಗಿ ಕಾದು ಕೂತಾಗ ಮಾರಣಾಂತಿಕ ನಿದ್ರಾರಹಿತ ಸ್ಥಿತಿಯದೇನು ಲೆಕ್ಕ? ಕಲ್ಪನೆಯನ್ನು ಕೃತಿಗಿಳಿಸಲಾಗದ

* ಗ್ರೀಕ್ ದೇವತೆ, ಜ್ಞಾನದ ಅಧಿದೇವತೆ.

ನಡುರಾತ್ರಿಯ ಹುಚ್ಚು, ಮರುದಿನದ ನೈರಾಶ್ಯ, ಅನಿತ್ಯವಾದ ನಿತ್ಯ; ಪ್ರತಿಯೊಂದು ಹೆಬ್ಬಯಕೆಯ ರಾಗಪರವಶತೆಯೂ ಒಂದು ಶಿಕ್ಷೆಯಾದಾಗ ಕನಸು ಕಾಣುವ ಅವನ ಏಕಾಂಗಿತನವೆಷ್ಟು ಯಾತನಾಪೂರ್ಣ ! ಪ್ರಪಂಚದ ಎಲ್ಲ ಜೇಡಿಮಣ್ಣಿಗೂ ರೂಪು ನೀಡುವ ಸಾಮರ್ಥ್ಯ ನಿಮ್ಮ ಕೈಗಳಲ್ಲಿದೆ ಎಂಬ ಭಾವನೆಯನ್ನು ಅನುಭವಿಸಲು ನೀವು ಸೃಷ್ಟಿ ಮಾಡುತ್ತೀರಿ; ಅನೇಕ ಸಲ ಹತಭಾಗ್ಯರಾಗಿ, ನಿಶ್ಶಕ್ತರಾಗಿ ತೊಳಲಾಡಿದ ಬಳಿಕ, ಒಂದು ಗಳಿಗೆ ದೇವರಾಗುವ ಆಸೆಗಾಗಿ ಸೃಷ್ಟಿ ಮಾಡುತ್ತೀರಿ !

ಕಣ್ಣೀರು ಉಕ್ಕಿಬಂದು ಅವನ ಮುಖ ಸುಕ್ಕಾಯಿತು. ಪ್ರಾರ್ಥನೆಗೆ ಮಂಡಿಯೂರಿದವನ ಹಾಗೆ ಅವನ ನರನಾಡಿಗಳು ಬಿಗಿದವು. ಅವನು ಮಂಡಿಯೂರಿ, ಸ್ತ್ರೀಪುರುಷ ಲಕ್ಷಣಗಳೆರಡೂ ಉಳ್ಳ ಒಬ್ಬ ವ್ಯಕ್ತಿಯ ಕಾಲುಗಳಂಥ ಅವಳ ಮಜಭೂತಾದ ಶಕ್ತಿಶಾಲಿ ಕಾಲುಗಳನ್ನು ತನ್ನ ಎರಡೂ ಕೈಗಳಿಂದ ಗಾಢವಾಗಿ ತಬ್ಬಿದ. ರಾತ್ರಿಯ ಅರಣ್ಯದಿಂದ ಹೊಮ್ಮುವ ಅಮಲು ಬರಿಸುವ ಕಟು ಸೌರಭದಂತೆ, ಬಾಯಾರಿಕೆಯನ್ನು ಹುಚ್ಚೆಬ್ಬಿಸುವ ದ್ರಾಕ್ಷಾರಸದಂತೆ ಅವಳಿಂದ ಯೌವನದ ಪುನುಗಿನ ಕಂಪು ಉಕ್ಕಿ ಬರುತ್ತಿತ್ತು. ನರತುರಗಗಳು ತಮ್ಮ ವಿಶಾಲ ಮೂಗಿನ ಹೊಳ್ಳೆಗಳನ್ನು ಅಗಲಿಸಿ ಚಿಮ್ಮಿಕೊಂಡು ಓಡುವಂತೆ ಮಾಡುತ್ತಿದ್ದ ಕಂಪು ಅದು.

ಪಿಗ್‌ಮಾಲಿಯೋನ್ ಚಿಂತಿಸಿದ : "ಮುತ್ತೊಂದೇ ಸಾಲದೇನು ? ನಮ್ಮಲ್ಲಿರುವ ನರನ ಮತ್ತು ತುರಗದ ದ್ವಿಸ್ವಭಾವವು ಸ್ವಾಧೀನಪಡಿಸಿಕೊಳ್ಳಬೇಕೆಂಬ ಒರಟುತನವನ್ನೇಕೆ ಮೂಡಿಸುತ್ತದೆ ? ಹೇ, ಕಾಮವೇ, ಅತ್ಯುನ್ನತ ಪರಿಶುದ್ಧತೆಯೊಂದಿಗೆ ಕೂಡ ನೀನು ಬೆರೆತಿರುವೆಯಲ್ಲ !"

ಅಂತೂ ಒಂದು ಇಂದ್ರಿಯೋದ್ದೀಪಕವಾದ ಸಂಜೆ ಗಾಲಾತೇಆ ಹೆಣ್ತನದ ನಿಬ್ಬೆರಗನ್ನೂ ಭಯಂಕರತೆಯನ್ನೂ ಕಣ್ಣರಳಿಸಿ ಅರಿತಳು. ಅತಿ ಕಾತರದ ಪ್ರಣಯಿನಿಯಾಗಿದ್ದ ಅವಳು ಅಥವಾ ಸಮಸ್ತ ಸ್ತ್ರೀಸಮುದಾಯವೇ ಒಂದು ಅಸದೃಶ ರೂಪದಲ್ಲಿ ಮೂರ್ತಿವೆತ್ತು ಬಂದಂತಿದ್ದ ಆ ಹೆಣ್ಣು ಸ್ವಾಧೀನತೆಯ ಉನ್ಮಾದಗಳನ್ನು – ಚೀತ್ಕಾರ, ಏದುಸಿರು, ಬೆಳಕು ಹರಿಯುವವರೆಗೂ ನವಿರಾದ ಮೃದು ಸ್ಪರ್ಶ, ಪ್ರಾಣಹೋಗುವಂಥ ಆಯಾಸ ಮರಳಿ ಮೇಲೇಳಲು ಬಯಸದಂಥ ದೈವಿಕ ಸಾವು – ಇವೆಲ್ಲವನ್ನೂ ಅನುಭವಿಸಿದಳು. ಪ್ರೇಮದ ಸಂಕ್ಷಿಪ್ತತೆಯನ್ನು ಮರೆಮಾಚಲು ಪ್ರಣಯಿಗಳು ಎಲ್ಲ ಕಾಲದಲ್ಲೂ ಕಂಡುಹಿಡಿದಿರುವ ಅರೆಬರೆ ಶಪಥಗಳನ್ನು, ತಮ್ಮ ಸನಿಹದಲ್ಲಿದ್ದ ಸಮುದ್ರದ ಪರಿವರ್ತನಶೀಲ ನೋಟಗಳ ಮುಂದೆ ಮಕ್ಕಳಂತೆ ಅವರು ತೊದಲಿದರು.

ಎಡೆಬಿಡದೆ ಬಿಡುವಿಲ್ಲದೆ ಉರುಳುವ ಅಲೆಗಳು ಬದುಕಿನ ಕ್ಷಣ ಭಂಗುರತೆಯ ಚಿತ್ರವನ್ನು ಅವರಿಗೆ ನೀಡಿದವು. ಆದರೆ ಅವರು ಅದರಿಂದ ಪಾಠ ಕಲಿಯಲಿಲ್ಲ.

4. ದಣಿವು

ಬಾಯಿಬಿಟ್ಟು ಹೇಳಲು ಧೈರ್ಯಸಾಲದ ಪಿಗ್‌ಮಾಲಿಯೋನ್ ಮನಸ್ಸಿನಲ್ಲಿಯೇ ಅಂದುಕೊಂಡ : "ಓ ದಿವ್ಯ ಸ್ವರೂಪಳೇ, ನೀನು ದೈವಿಕ ಮೂಲದಿಂದ ಬಂದಿದ್ದರೂ ಮೃತ್ಯುವನ್ನಪ್ಪಲೇ ಬೇಕು. ನಾನು ಕನಸು ಕಂಡಹಾಗೆ ನೀನು ನಿತ್ಯತ್ವವನ್ನು ಹೊಂದದೆ ಹುಳುಹಿಡಿದು ಕೊಳೆತುಹೋಗುತ್ತೀಯ. ನನ್ನ ದೈವಿಕ ಶಕ್ತಿಯನ್ನು ಅರಿತುಕೊಳ್ಳುವ ಸಂಭ್ರಮದಲ್ಲಿ ನಿನ್ನನ್ನು ಮೃತ್ಯುವಿನ ನಿಯಮಕ್ಕೆ ಒಳಗು ಮಾಡಿದ್ದೇನೆ. ಆದರೆ ನೀನು ಸಾಯುವುದನ್ನು ನಾನು ಸಹಿಸಲಾರೆ. ನಿನ್ನ ಬದಲು ನಾನು ಸಾಯುತ್ತೇನೆ. ನನ್ನ ದೇಹ ಕೊಳೆತು ನಾರಲಿ; ಆದರೆ ನೀನು ಮಾತ್ರ ಬದಲಾವಣೆ ಹೊಂದದೆ ಕಾಲಾತೀತಳಾಗಿ ಉಳಿಯಬೇಕು. ಅಯ್ಯೋ ನಾನು ನಿನಗೆ ಯಾಕಾದರೂ ಪ್ರೇಮಪಾಠವನ್ನು ಕಲಿಸಿದೆನೋ !"

ತನ್ನ ಪರಿಪೂರ್ಣ ಸಂಗಾತಿಯ ಪ್ರತಿಯೊಂದು ಉಬ್ಬು ತಗ್ಗುಗಳನ್ನೂ ಮೈಯ ಮಡಿಕೆಗಳನ್ನೂ ಅವನು ಹೇಳಲಾಗದ ಬೇಗುದಿಯಲ್ಲಿ ನಿಟ್ಟಿಸಿದ. ಅಲ್ಲಿಂದ ಮುಂದೆ ಸ್ಮರಿಸಲು ಸಹ ಭಯಂಕರವಾದ ದುಃಖದ ದಿನಗಳು ಆರಂಭವಾದುವು. ಉತ್ಕಟ ಶಿಖರವನ್ನು ಮುಟ್ಟಿದ ಪ್ರೇಮ ಈಗ ತನ್ನ ಕೋಮಲ ಭುಜಗಳ ಮೇಲೆ ರೆಕ್ಕೆ ಮಡಿಚಿ ಕೆಳಗೆ ಇಳಿಯಲಾರಂಭಿಸಿತು. ಆದರೆ ಲೌಕಿಕ ಕಾಮನೆಯಲ್ಲಿನಂತೆ, ಕುರುಡುತನ ಅವನ ಪ್ರೇಮವನ್ನು ಇನ್ನೂ ಮುಂದುವರಿಸಿತು. ದುರದೃಷ್ಟದಿಂದ, ಅವನಲ್ಲಿದ್ದ ಕಲಾವಿದನ ಅತೀಂದ್ರಿಯ ಜ್ಞಾನವು ಮಾತ್ರ ಸಜೀವ ದೇಹದಲ್ಲಿ ಹೇಗೋ ಹಾಗೆ ಅಮೃತಶಿಲೆಯಲ್ಲಿ ಕೂಡ ಒರಟು ಪದರುಗಳನ್ನೂ ಅದು ಮುಂದೆ ಬಿರುಕು ಬಿಡಲಿರುವುದನ್ನೂ ಗ್ರಹಿಸಿಬಿಟ್ಟಿತು. ಮುಂಜಾನೆಯ ರಂಗಿನಲ್ಲಿ ಅವನ 'ಕಲಾವಿದನ ನರನಾಡಿಗಳು' ಉದ್ರೇಕದಿಂದ ಜುಮುಗುಟ್ಟುತ್ತಿದ್ದವು. ಚೆಲುವನ್ನೆಲ್ಲ ಮಾರ್ಪಡಿಸುವ ಆಯಾಸವನ್ನು ನಿದ್ರಿಸುತ್ತಿದ್ದ ಆ ಹೆಣ್ಣಿನ ಮೊಗದಲ್ಲಿ ಅವನು ಕಾಣುತ್ತಿದ್ದ. ನಿದ್ರಾಪರವಶಳಾಗಿದ್ದ ಅವಳ ನಿರ್ಲಕ್ಷ್ಯ ಭಂಗಿಯ ನವಿರಾದ ಮೋಹಕತೆ ಅವಳನ್ನು ಚುಂಬಿಸುವಂತೆ ಅವನನ್ನು ಇನ್ನು ಕೂಡ ಪ್ರೇರೇಪಿಸುತ್ತಿತ್ತು – ನಿದ್ರಿಸುತ್ತಿರುವ ಮಗುವನ್ನು ನೋಡಿದಾಗ ಅದನ್ನು ಚುಂಬಿಸುವ ಆಸೆಯಾಗುವಂತೆ. ಆದರೆ, ಮುಗಿಲಿಗೆ ತಲೆ ಎತ್ತಿ ನಿಂತು ತಮ್ಮ ಅಭಿಲಾಷೆಯನ್ನು ವ್ಯಕ್ತಪಡಿಸುತ್ತಿದ್ದ ಅವಳ ಸ್ತನಗಳು ಈಗ ತಮ್ಮ ಕೋಮಲ ದೃಢತೆಯನ್ನು ಕಳೆದುಕೊಳ್ಳುತ್ತಿದ್ದವು.

ತನ್ನ ಶಿಲ್ಪಶಾಲೆಯ ಮೂಲೆಯಲ್ಲಿ ಕುಳಿತು ಪಿಗ್‌ಮಾಲಿಯೋನ್ ಅಳುತ್ತಾ ಚಿಂತಿಸುತ್ತಿದ್ದ: "ನೀನು ನನಗೆ ಎಲ್ಲವನ್ನೂ ಕೊಟ್ಟೆ. ಆದರೂ... ನೀನು ನನಗೆ ನೀಡಿದ ಸೌಭಾಗ್ಯದ ನೆನಪೇ ನನ್ನನ್ನು ಮೈಮರೆಯುವಂತೆ ಮಾಡುತ್ತದೆ. ಆದರೆ ದುಃಖದ ಹಾಗೆ ಸಂತೋಷ ಕೂಡ ನಮಗೆ ಬೇಸರಿಕೆಯುಂಟುಮಾಡಬಹುದು. ಯಾಕೆಂದರೆ ಸಾಕಾರಗೊಂಡ ಕನಸುಗಳು ಕಲುಷಿತಗೊಳ್ಳುತ್ತವೆ ಎಂದು ನನಗೆ ತಿಳಿದಿರಲಿಲ್ಲ. ಜೀವವೆಂಬ ಕೆಳ ಸ್ತರದ ವಾಸ್ತವತೆಯನ್ನು ನಿನಗೆ ತೊಡಿಸಲು ನಾನು ಬಯಸಿದೆ. ಆಹಾ, ಚೆಲುವಾದ ರಚನೆಗಳು ಶಾಶ್ವತವಾಗಿ ಉಳಿಯಬಾರದೆ! ಒಂದು ಕಡೆ ಪರಿಪೂರ್ಣ ಕೃತಿಯೊಂದು ಭವಿಷ್ಯದಲ್ಲಿ ಕಳಂಕಿತವಾಗಲಿರುವ ದುರಂತವನ್ನು ನೋಡಲಾಗದಂತೆ ಅಪವಿತ್ರ ಅಪರಾಧವೊಂದನ್ನು ಮಾಡುವ ಬಯಕೆ; ಇನ್ನೊಂದು ಕಡೆ ನನ್ನ ಕನಸು ಒಡೆದು ಹೋದರೂ ನಿನ್ನನ್ನು ಬಾಳಗೊಡಬೇಕೆಂಬ ತೀವ್ರವಾದ ಮಾನವ ಸಹಜ ಆಸೆ; ಈ ದಿನನಿತ್ಯದ ಸಂತೋಷದ ವ್ಯಾಪಾರವನ್ನು ಕಳೆದುಕೊಳ್ಳಬಾರದೆಂಬ ಸ್ವಾರ್ಥ. ಓ ಹೆಂಬೇಡಿತನವೇ – ಈ ದ್ವಂದ್ವಗಳ ನಡುವೆ ನಾನು ಹೇಗೆ ತೂಗಾಡುತ್ತಿದ್ದೇನೆ!"

ಪಿಗ್‌ಮಾಲಿಯೋನ್ ಕೈಗಳಿಂದ ಮುಖ ಮುಚ್ಚಿಕೊಂಡು ಅತ್ತ. ಉದಾತ್ತ ಹೃದಯಗಳಿಗೆ ಕೂಜನಗಳಂತೆ ಕೇಳಿಸುವ ಕರ್ಕಶ ಧ್ವನಿಗಳು ಸಮುದ್ರ ಗರ್ಭದಿಂದ ಮೇಲೆದ್ದವು. ಅವನ ತ್ರಸ್ತ ಕೈಗಳು ಹೊಸ ಆಕಾರಗಳ ಅನ್ವೇಷಣೆಯಲ್ಲಿ ಕಂಪಿಸಿದವು.

ಆದರೆ ಆ ಸಮೃದ್ಧಿಯ ಬೆನ್ನಲ್ಲೇ ಅಸೀಮ ಬಳಲಿಕೆಯ ಶುಷ್ಕತೆಯೊಂದು ಅವನನ್ನು ಕೆಲವು ದಿನ ಕಾಡಿತು. ಕಲೆ ಅವನ ಪಾಲಿಗೆ ಆರಾಧನೆಯ ಅವಶ್ಯಕತೆಯನ್ನು ಸಂತೃಪ್ತಿಪಡಿಸಲು ಕಂಡುಹಿಡಿದ ಹೊಸ ಸುಳ್ಳಿನ ಹಾಗೆ ಕಂಡಿತು. ಅದು ಗುಲಾಮರಿಗೆ ಯೋಗ್ಯವಾದ ಮೂಢನಂಬಿಕೆ, ದೇಶಾವರಿ ಬುದ್ಧಿ ಎಂದು ತೋರಿತು.

ಗಾಲಾತೇಆ ಅತ್ತಾಗ ಅವನು ಅನುಕಂಪದಿಂದ ಕಂಪಿಸುತ್ತಿದ್ದ. ಅವನ ಮಾತುಗಳು ಅವಳಿಗೆ ಅರ್ಥವಾಗದಿದ್ದರೂ ಕನಸನ್ನು ಹೇಳುವ ಹಾಗೆ ಅಥವಾ ಮಕ್ಕಳನ್ನು ಮಾತಾಡಿಸುವ

ಹಾಗೆ ಅವನು ಅವಳಿಗೆ ಮೃದುವಾಗಿ ಮೆಲುದನಿಯಲ್ಲಿ ಹೇಳುತ್ತಿದ್ದ:

"ಓ ನನ್ನ ಗಾಲತೇಆ, ಅಳಬೇಡ. ನಾನು ಬದುಕಿರುವುದೇ ಈ ಅಮೃತಶಿಲೆಯ ಸೃಷ್ಟಿಗಳಿಗಾಗಿ. ನೀನಾದರೋ ಚಿರಂತನ ಅಸ್ತಿತ್ವದ ಸಾಧ್ಯತೆಯನ್ನಾದರೂ ಅನುಭವಿಸಿದ್ದೀಯ. ಆದರೆ ದೈವಿಕ ಪ್ರೇರಣೆಯನ್ನು ಹೊಂದಿರುವ ಈ ಇಹಲೋಕದ ಪ್ರಾಣಿಯಾದ ನಾನು ಮೃತ್ಯುವಿಗೆ ಶರಣಾಗಲಾರೆ. ನನ್ನ ಅತ್ಯಾಶೆಯ ಕನಸುಗಳು ಗಾಳಿಗೆ ತೂರಿಹೋದರೂ, ಒಂದು ಕ್ಷಣಕಾಲವಾದರೂ ನನ್ನ ಅತ್ಯುತ್ತಮ ಉತ್ಸಾಹಗಳು ಚಿರಂತನದ ಒಂದು ಭಾಗವಾಗುತ್ತವೆ. ನನ್ನ ಹುಚ್ಚುತನದ ಸಾಕ್ಷ್ಯಾಧಾರಗಳಾದರೂ ನಶಿಸದಿರಲಿ. ನಮ್ಮ ಶಾಶ್ವತ ಕೃತಿಗಳಲ್ಲಿ ನಮ್ಮ ದರಿದ್ರ ಸ್ವಭಾವದ ಒಂದಂಶವಾದರೂ ಜೀವಂತವಾಗಿ ಉಳಿಯುತ್ತದೆ. ನನ್ನ ಗೆಳತಿ, ನನ್ನ ನಲ್ಲೆ, ನನ್ನ ದುಃಖ ನಿನಗೆ ಅರ್ಥವಾಯಿತೆ? ಹೇಳು."

ಆದರೆ ಆ ಸ್ನಿಗ್ಧ ಅಜ್ಞಾತ ಸುಂದರಿ ಸುಮ್ಮನೆ ಅಳುತ್ತಿದ್ದಳು. ಅವಳ ಕಣ್ಣುಗಳು ಹೊಳೆಯುವ ಮಾಣಿಕ್ಯದಂತಿದ್ದ ತಮ್ಮ ಸ್ವಚ್ಛತೆಯನ್ನು ಅತ್ಯಲ್ಪ ಕಾಲದಲ್ಲೇ ಕಳೆದುಕೊಂಡಿದ್ದವು. ಅವಳ ಸ್ತನಗಳು ಈಗ ಗುಲಾಬಿ ಬಣ್ಣದ ದ್ರಾಕ್ಷಿಯ ತೊಟ್ಟಿನಿಂದ ಕೂಡಿದ ಗೊಂಚಲುಗಳಾಗಿರಲಿಲ್ಲ. ನಿತಂಬದ ಆಕಾರ ಕ್ಷಯಿಸಿತ್ತು.

ವಿಷಾದಪೂರ್ಣ ಮಂಕಿನ ಛಾಯೆಯಿಂದ ಕೂಡಿದ 'ವಿಧಿ'ಯ ವಿಗ್ರಹದಂತೆ ಅವಳು ತನ್ನ ವಿನಾಶದ ಹಾದಿಯಲ್ಲಿ ಸಾಗುತ್ತಿದ್ದಳು. ತನ್ನ ದುಃಖವನ್ನು ಇನ್ನಷ್ಟು ತೀಕ್ಷ್ಣಗೊಳಿಸಲೋ ಎಂಬಂತೆ ಅವಳು ಒತ್ತಾಸೆ ಹಾಗೂ ಸವಿಮುತ್ತುಗಳಿಂದ ಕೂಡಿದ ಹಿಂದಿನ ಮೆರುಗಿನ ಮಧುರ ಕ್ಷಣಗಳನ್ನು ನೆನೆದಳು. ಹಿಂದೆ ತನ್ನ ಅಜೇಯ ಸೌಂದರ್ಯದಿಂದ ಗೆದ್ದುಕೊಂಡ ಆರಾಧನಾ ಮನೋಭಾವವನ್ನು ಈ ಬಾಡಿದ ಮುಖ ತನ್ನ ಪ್ರಿಯಕರನಲ್ಲಿ ಮತ್ತೆ ಮೂಡಿಸಬಹುದೇನೋ ಎಂಬಂತಿತ್ತು ಅವಳ ರೀತಿ. ಆದರೆ ದಿನದಿಂದ ದಿನಕ್ಕೆ ಸ್ವಯಂಪರಿಪೂರ್ಣತೆಯನ್ನು ಸಾಧಿಸಲು ಹೊರಟ ಶಿಲ್ಪಿಯ ಮತ್ತು ಅವನು ಗೆದ್ದು ಈಗ ಕೈಬಿಟ್ಟ ಸಂಗಾತಿಯ ನಡುವಣ ಅಂತರ ಹೆಚ್ಚಾಗತೊಡಗಿತು.

ಪಿಗ್‌ಮಾಲಿಯೋನ್ ಮತ್ತೆ ಅವಳನ್ನು ಶಾರೀರಿಕ ಪಿಪಾಸೆಗಳಿಂದ ಮೋಸಗೊಳಿಸಲು ಬಯಸಲಿಲ್ಲ. ಬದಲು ಹೊಸ ಕನಸುಗಳನ್ನು ಕಟ್ಟಲು ಹಂಬಲಿಸಿದ.

ದುಃಖವನ್ನೂ ಕಾಲದ ಪರಿಣಾಮವನ್ನೂ ಕಂಡರಿಯದ ಶಿಲೆಯ ಸ್ಥಿರವಾದ ಸ್ವಭಾವ ವನ್ನುಳ್ಳ ತನ್ನ ಸೋದರಿ ಪ್ರತಿಮೆಗಳನ್ನು ಶಿಲ್ಪಶಾಲೆಯಲ್ಲಿ ನೋಡಿದ ಗಾಲಾತೇಆ ತನ್ನನ್ನು ಅವರೊಡನೆ ಹೋಲಿಸಿಕೊಂಡು ಅಸೂಯೆ ಪಟ್ಟಳು. ಮಾನವ ಕಾಮನೆಗಳನ್ನು ಅನುಭವಿಸಿದ ಮೇಲೆ ದೇವತೆಗಳ ಹಂಬಲ ಪುನಃ ಅವಳನ್ನು ಕಾಡಿತ್ತು; ಅವಳು ಆತ್ಮನಾಶಕ್ಕಾಗಿ ಕಾತರಿಸಿದಳು.

ಆದರೆ ಆ ಬಡಪಾಯಿಗೆ ತಾನು ಬಯಸಿದಾಗ ಸಾಯಲೂ ಸಾಧ್ಯವಿರಲಿಲ್ಲ.

5. ತಾಪ

ಒಂದು ಬೆಳಗ್ಗೆ ಝುಳಝುಳ ಬೆಳಕಿನಲ್ಲಿ ಅವಳ ವೈಕಲ್ಯ ಎದ್ದು ಕಂಡಿತು. ಪರಿಣಾಮವಾಗಿ ಅವಳಿಗೊದಗಲಿದ್ದ ಅನಿವಾರ್ಯ ಸ್ಥಿತಿಯನ್ನು ಪಿಗ್‌ಮಾಲಿಯೋನ್ ಮುಂದಾಗಿ ಕಂಡ. ರಾತ್ರಿಯಾದಾಗ ಅವಳನ್ನು ಎಚ್ಚರಿಸದೆ ತನ್ನ ಉಳಿಯನ್ನು ತೆಗೆದುಕೊಂಡು ಅವಳ ವಕ್ಷಕ್ಕೆ ಒಂದು ಪೆಟ್ಟು ಹಾಕಿದ. ವಿಧಿಯೇ ಘೂತ್ಕರಿಸಿದ ಹಾಗೆ ಒಡನೆಯೇ ತಡೆತಡೆದು ಸಾಗರ ಮೊರೆಯಿತು. ಕವಿಗಳ ಕನಸುಗಳಿಗೆ ಸಹಜವಾದ ಒಂದು ತಂದ್ರಿಯಲ್ಲಿ ಪಿಗ್‌ಮಾಲಿಯೋನ್ ನುಡಿದ:

"ಓ ಸೌಂದರ್ಯವೇ ನೀನೇಕೆ ಇಷ್ಟು ಕ್ರೂರಿ? ನಾನು ಕುರುಡನಾದರೂ ಆಗಬಾರದಿತ್ತೆ? ಮಾನವ ಕುರೂಪ ಕಂಡು ನಾನೇಕೆ ಸಿಡಿದೇಳುತ್ತೇನೆ? ಸತ್ತ ಕನಸುಗಳೆಲ್ಲ ಹೆಣವಾಗುವಂತಿದ್ದರೆ ಕನಸು ಕಾಣುವುದೇಕೆ?"

ಅಷ್ಟರಲ್ಲಿ ಅವನ ಕೈಗಳಿಗೆ ಶೀತಲ ದೇಹದ ಸ್ಪರ್ಶವಾಯಿತು. ಈ ಹೊಸ ಪವಾಡವನ್ನು ನೋಡುತ್ತ ಅವನು ಒಮ್ಮೆಲೇ ಕಂಪಿಸಿದ : ಗಾಲತೇಆ ತನ್ನ ಮೊದಲಿನ ಅಮೃತಶಿಲೆಯ ಆಕಾರಕ್ಕೆ ಹಿಂತಿರುಗುತ್ತಿದ್ದಳು. ಅವಳ ದೇಹ ಪರಿಶುದ್ಧವಾದ ಆ ದಿವ್ಯ ವಸ್ತುವಿನ ದೃಢತೆಯನ್ನೂ ನುಣುಪನ್ನೂ ಮರಳಿ ಪಡೆಯಲಾರಂಭಿಸಿತು. ಅವಳ ಕೂದಲ ರಾಶಿ ಗಟ್ಟಿಯಾದ ನಾಳಗಳಂತೆ ಎದ್ದುಕಾಣುವ ರೇಖೆಗಳಲ್ಲಿ ಸ್ತಬ್ಧವಾಗಿ ನೆಲೆನಿಂತಿತು. ಅವಳ ಗಲ್ಲದ ಮೇಲಿದ್ದ ಒಂದು ಕಂಬನಿ ಕೂಡ ಹಾಗೇ ಕಲ್ಲಾಯಿತು.

ಓ, ಸೃಷ್ಟಿಶೀಲ ಚೇತನವೆಂಬ ಅಚ್ಚರಿಯೆ! ಮೃತ್ಯುವಿನ ಭಾವೋನ್ಮಾದವಾಗಲಿ ಅಥವಾ ಪವಾಡವಾಗಲಿ ಅದನ್ನು ಕಾರ್ಯೋನ್ಮುಖಗೊಳಿಸುತ್ತದೆ. ಕೆಟ್ಟುಹೋಗಿದ್ದ ಈ ದೇಹಾಕಾರದ ಓರೆಕೋರೆಗಳನ್ನು ನೇರ್ಪುಗೊಳಿಸಲು ಪಿಗ್‌ಮಾಲಿಯೋನನ ಹಿಂದಿನ ಹುಚ್ಚು ಉದ್ರೇಕ ಮರಳಿತು. ಕತ್ತಲಲ್ಲೇ ಅವನು ತನ್ನ ಉಳಿ, ಸುತ್ತಿಗೆಗಳಿಗಾಗಿ ತಡಕಾಡಿದ. ರಾತ್ರಿ ಪೂರ ಅವನು ಕೆತ್ತುತ್ತಲೇ ಇದ್ದ. ಆ ಮೌನದಚ್ಚರಿಯಲ್ಲಿ ಅವನ ಸುತ್ತಿಗೆಯ ಹೊಡೆತಗಳು ಯಾವುದೋ ಒಂದು ವಿಶಾಲವಕ್ಷದ ಮಿಡಿತಗಳಂತೆ ಕೇಳಿಸುತ್ತಿದ್ದವು. ದುಃಖತಪ್ತವಾದ ಈ ಮಾನವಾಕಾರ – ಈ ನೆಲದಲ್ಲಿ ಜನ್ಮತಳೆಯಲು ನಾವು ಅವಲಂಬಿಸುವ ಬಿಂಬ – ಈಗ ಶತಶತಮಾನಗಳ ಕಾಲ ಸುಭದ್ರವಾಗಿ ನಿಲ್ಲುವಂಥ ಸುದೃಢವಾದ, ಕಲಬೆರಕೆಗೊಳಗಾದ, ಪರಿಶುದ್ಧವಾದ ದೇಹವನ್ನು ಪಡೆಯುತ್ತಿತ್ತು. ನಿರಂತರ ಸೃಷ್ಟಿಕ್ರಿಯೆಯ ತಂದ್ರಿಯಲ್ಲಿ, ಮೌನದಲ್ಲಿ, ಪಿಗ್‌ಮಾಲಿಯೋನ್‌ನ ಕೈಗಳು ರೆಕ್ಕೆ ಬಡಿತದ ಕಂಪನವನ್ನು ಅನುಭವಿಸಿದವು. ಆಗೀಗ ಅವನ ಕೈಗಳು ಒಂದೊಂದು ಮೊಲೆಯ ಮೇಲೂ ನವಿರಾಗಿ ಸವರುತ್ತಾ ಬಟ್ಟಲಾಗುತ್ತಿದ್ದವು. ಆ ಉತ್ಸಾಹಿ ಹೆಣ್ಣಿನ ಚಿತ್ರ ಅವನ ಮನಸ್ಸಿನಿಂದ ಇನ್ನೂ ದೂರವಾಗಿರದಿದ್ದ ಕಾರಣ, ಶಿಲ್ಪವು ಜೀವನ ಮತ್ತು ಪ್ರೇಮದ ಗುಲಾಮಗಿರಿಗೆ ಈಗಲೂ ಮಣಿಯುತ್ತಿದ್ದಂತೆ ಅವನಿಗೆ ತೋರಿತು. ಆದರೆ ಈ ಪ್ರಣಯ ಪ್ರಸಂಗದ ನಂತರ, ವಿಜಯೋನ್ಮತ್ತ ಉದ್ಘೋಷದಂತೆ, ಸಂತೋಷೋದ್ರೇಕದ ಉದ್ಗಾರಗಳಂತೆ ಆ ಅಮೃತಶಿಲಾ ಪ್ರತಿಮೆಯಲ್ಲಿ ಹೊಸ ಜೀವ ತುಂಬಲು ಸುತ್ತಿಗೆಯ ಹೊಡೆತಗಳು ಮತ್ತೆ ಹೊಸದಾಗಿ ಹಾಗೂ ಲಯಬದ್ಧವಾಗಿ ಗುಡುಗಿನಂತೆ ಪ್ರತಿಧ್ವನಿಸಿದವು.

6. ಅಳಲಿನ ಕೊಳಲು

ಮಂಕಾದ ಮುಂಜಾನೆ ಗರಿಗೆದರಿತು. ಅದರ ಪ್ರಥಮ ಕಿರಣಗಳು ಬೀಳುತ್ತಿದ್ದಂತೆಯೇ ಎಚ್ಚೆತ್ತ ಸಾಗರ ತನ್ನ ಸುವರ್ಣಮಯ ಅಲೆಗಳನ್ನು ಚಿಮ್ಮಿತು. ಹುತಾತ್ಮ ದೇಹದಂತೆ ನೇರಿಳೆ ಬಣ್ಣಕ್ಕೆ ತಿರುಗಿದ್ದ ಗಗನಾಂಗಣದಲ್ಲಿ ಕಪ್ಪು ಬಾಣಗಳಂತೆ ಹಕ್ಕಿಗಳು ಹಾರಿದವು. ಬೆಳಕಿನ ಶಲಾಕೆಯೊಂದು ಚಿಮ್ಮಿ ಬಂದು ಗಾಲಾತೇಆಳ ಕುತ್ತಿಗೆಯನ್ನು ಕೊರಳ ಪಟ್ಟಿಯಂತೆ ಸುತ್ತಿಕೊಂಡಿತು.

ಹಿಂದಿನ ರಾತ್ರಿಯ ಕೆಲಸದಿಂದ ಆಯಾಸಗೊಂಡಿದ್ದ ಪಿಗ್‌ಮಾಲಿಯೋನ್ ಇನ್ನೂ ಮಲಗಿದ್ದ. ಎಚ್ಚೆತ್ತವನೇ ಆತ ಕಣ್ಣುಜ್ಜಿಕೊಂಡು ಎದುರಿಗೆ ಕಂಡ ನೋಟವನ್ನು ಭಯಚಕಿತನಾಗಿ

ನೋಡಿದ. ಇದೇನೋ ಕೆಟ್ಟ ಕನಸೇ ಇರಬೇಕು. ಅದು ಅವನು ನಿರ್ಮಿಸಿದ ಗಾಲಾತೇಆಳ ಪ್ರತಿಮೆಯಾಗಿರಲಿಲ್ಲ. ಅವಳ ತುಟಿಗಳಿಂದ ನಿಖರವಾದ ಬಿಲ್ಲಿನ ಕಮಾನು ಕಳೆದುಹೋಗಿತ್ತು. ಮಾನವ ಕಣ್ಣಿನ ಪಾಪೆಗಳಷ್ಟೇ ಕರಾರುವಾಕ್ಕಾಗಿ ಅವಳ ಕಣ್ಣುಗಳು ಬಾಳಿನ ಯಾತನೆಯನ್ನು ಹೇಳುತ್ತಿದ್ದವು. ಆ ಸ್ತನದ್ವಯಗಳಲ್ಲಿ ತಾಯಿಯ ಹಾಲು ತುಂಬಿ ಒಸರುತ್ತಿತ್ತು. ನಿತಂಬಗಳ ಮೃದುತ್ವ ಮರೆಯಾಗಿತ್ತು. ಅವಳ ಕೋಮಲ ಕಾಯ ಭೂಮಾತೆಯೆಡೆಗೆ ಬಾಗಿತ್ತು. ಸಮೃದ್ಧ ಸೌಂದರ್ಯದ ವಿಗ್ರಹವನ್ನು ಕೆತ್ತುವುದರ ಬದಲು ಇಡೀ ರಾತ್ರಿ ಕೆಲಸ ಮಾಡಿ ದುಃಖವೇ ಮೈವೆತ್ತು ಬಂದಿದ್ದಂಥ ಆಕೃತಿಯನ್ನು ಆತ ಕೆತ್ತಿಬಿಟ್ಟಿದ್ದ. ಕಣ್ಣಿನಷ್ಟೇ ಚುರುಕಾಗಿದ್ದ ಅವನ ಕೈಗಳೂ ಅವನನ್ನು ಮೋಸಗೊಳಿದ್ದವು. ಈಗ ಕಣ್ಣುಗಳು ಕೂಡ ಮೋಸ ಮಾಡುತ್ತಿರಬೇಕು. ನಿರುತ್ಸಾಹದಾಯಕವಾದ ಭವಿಷ್ಯವನ್ನು ಹೊಂದಿರುವಂಥ ಜಡ ದೃಶ್ಯವೊಂದನ್ನು ತನ್ನ ತೀಕ್ಷ್ಣನೋಟ ಅನಾವರಣ ಮಾಡಿದಾಗ ಸೃಷ್ಟಿಸಿದವನಿಗೆ ಆಗುವ ನೋವಿಗೆ ಎಣೆಯೇ ಇಲ್ಲ.

ನಾಳೆ ಗೆಲುವು ಸಿಕ್ಕೀತೆಂದು ಸಮಾಧಾನಗೊಳಿಸುವ ಒಣಜಂಭವೊಂದು ನೆರವಿಗೆ ಬರದಿದ್ದರೆ, ಸಾಯುವುದೇ ಇದಕ್ಕಿಂತ ವಾಸಿ. ನಶ್ವರತೆಯ ಯಾತನೆಯನ್ನು ಬಲ್ಲವನು ಶಾಶ್ವತವಾಗಿ ನಿಲ್ಲುವ ಮೇರು ಕೃತಿಗಳನ್ನು ನಿರ್ಮಿಸಲಾರ. ಈ ವಿಶ್ವದ ಅಪರಿಪೂರ್ಣ ಕೃತಿಗಳನ್ನು ಆರಾಧಿಸಿದ ತಪ್ಪಿಗೋಸ್ಕರ ಅವನ ದೈವತ್ವಕ್ಕೇ ತಕ್ಕ ಶಿಕ್ಷೆಯಾಯಿತು.

ಅವನು ಪಾಳಿನ ಮೇಲೆ ಬಿದ್ದು ಗೋಳಾಡುವವನಂತಿದ್ದ. ○

ಅಗಸ್ಟೊ ಸೆಸ್ಪೆಡೆಸ್

ಬೊಲಿವಿಯಾ

ಬಾವಿ

ನಾನು ಬೊಲಿವಿಯಾದ ಒಬ್ಬ ಲೆಫ್ಟಿನೆಂಟ್. ಹೆಸರು ಮಿಗೇಲ್ ಮಹಾಯಾ. ಈಗ ತಾಯ್‌ರಾಯ್ ಆಸ್ಪತ್ರೆಯಲ್ಲಿದ್ದೇನೆ. ಬೆರಿಬೆರಿ ರೋಗದಿಂದ ನನಗೆ ಐವತ್ತು ದಿನಗಳ ಕಾಲ ಆಸ್ಪತ್ರೆಯಲ್ಲಿ ಸೆರೆವಾಸ. ನನ್ನ ಹುಟ್ಟೂರು ಹಾಗೂ ನನಗೆ ಹೇಳಿ ಮಾಡಿಸಿದಂಥ ಸ್ಥಳವಾಗಿದ್ದ ಲಾಪಾಸ್‌ಗೆ ನನ್ನನ್ನು ಕಳುಹಿಸಿ ಕೊಡುವಷ್ಟು ಗಂಭೀರವಾಗಿರಲಿಲ್ಲ ನನ್ನ ಈ ಕಾಯಿಲೆ. ಎರಡೂವರೆ ವರ್ಷಗಳ ಕಾಲ ನಾನು ಸಕ್ರಿಯ ಸೇನಾ ಸೇವೆಯಲ್ಲಿದ್ದೆ. ಆದರೆ ಕಳೆದ ವರ್ಷ ನನ್ನ ಪಕ್ಕೆಗೆ ಗುಂಡು ತಗಲಿ ಆದ ಗಾಯವಾಗಲಿ, ಅಥವಾ ತೀವ್ರ ಅನ್ನಾಂಗ ಕೊರತೆಯ ಈಗಿನ ಕಾಯಿಲೆಯಾಗಲಿ ನನಗೆ ಸೈನ್ಯದಿಂದ ವಿಮೋಚನೆ ಕೊಡಿಸಲಿಲ್ಲ.

ಈ ಮಧ್ಯೆ, ಚಡ್ಡಿ ಹಾಕಿಕೊಂಡು ಓಡಾಡುವ ಜೀವಂತ ಶವಗಳಂಥ ಈ ಆಸ್ಪತ್ರೆಯ ರೋಗಿಗಳ ನಡುವೆ ಅಲೆದಾಡುತ್ತಾ ನನಗೆ ಬೇಸರ ಬಂದಿದೆ. ಈ ನರಕದ ಧಗೆಯಲ್ಲಿ ಓದಲು ನನ್ನ ಬಳಿ ಏನೂ ಇಲ್ಲದಿರುವುದರಿಂದ ನನ್ನ ದಿನಚರಿಯನ್ನೇ ಮತ್ತೆ ಮತ್ತೆ ಓದುತ್ತಿದ್ದೇನೆ. ದೂರದ ಅನುಭವಗಳ ಬಗೆಗೆ ಪುಟಗಟ್ಟಲೆ ಬರೆದಿರುವ ಈ ದಿನಚರಿಯಲ್ಲಿ ಈಗ ಪಾರಾಗ್ವಾಈ ವಶದಲ್ಲಿರುವ ಒಂದು ಬಾವಿಯ ಕಥೆಯನ್ನು ನಾನು ಹೇಗೋ ನಿರೂಪಿಸಿದ್ದೇನೆ.

ನನ್ನ ಪಾಲಿಗೆ ಮಾತ್ರ ಆ ಬಾವಿ ಇನ್ನೂ ನಮ್ಮದೇ, ಬೊಲಿವಿಯಾದ್ದೇ. ಆ ಬಾವಿ ನಮಗೆ ದಾರುಣವಾದ ದುಃಖವನ್ನು ಉಂಟುಮಾಡಿದ್ದೇ ಪ್ರಾಯಶಃ ನನ್ನ ಈ ಭಾವನೆಗೆ ಕಾರಣ ಇರಬಹುದು. ಅದರ ಬಳಿ ಮತ್ತು ಅದರ ಆಳದಲ್ಲಿ ಎರಡಂಕದ ಒಂದು ಭಯಂಕರ ನಾಟಕವೇ ನಡೆದುಹೋಯಿತು. ಮೊದಲನೆಯದು ಅದನ್ನು ತೋಡುವಾಗ, ಎರಡನೆಯದು ಅದರ ತಳದಲ್ಲಿ. ನನ್ನ ದಿನಚರಿ ಆ ಕಥೆಯನ್ನು ಹೇಳುತ್ತದೆ.

15 ಜನವರಿ (1933)

ನೀರಿಲ್ಲದ ಬೇಸಗೆ. ಪ್ಲಾತಾನಿಯಾಸ್‌ನ ಉತ್ತರದಲ್ಲಿ ಈ

ಚಾಕೋ ಪ್ರದೇಶದಲ್ಲಿ* ಮಳೆ ಬರುವುದೇ ಅಪರೂಪ. ಬಂದ ಅಲ್ಪಸ್ವಲ್ಪ ಮಳೆಯೂ ಅವಿಯಾಗಿ ಹೋಗಿದೆ. ಬೋಳಾಗಿ ಅಸಹಜವಾಗಿ ಕಾಣುವ ಕಾಡುಗಳಲ್ಲಿ ಸೀಸದ ಕಂಬಗಳಂಥ ಆಕಾರಗಳು ಗೋಚರಿಸುತ್ತವೆ. ಇವು ವಾಸ್ತವವಾಗಿ ಮರದ ಕಾಂಡಗಳು. ನೋಡಿದರೆ ಶುಷ್ಕ ಮರಳಿನಲ್ಲಿ ನೆಟ್ಟಗೆ ನಿಲ್ಲುವ ಶಿಕ್ಷೆಗೆ ಒಳಗಾದ ಅಸ್ಥಿಪಂಜರಗಳ ಹಾಗೆ ತೋರುತ್ತವೆ. ಉತ್ತರ, ದಕ್ಷಿಣ, ಎಡ, ಬಲ – ಹೀಗೆ ಯಾವ ಕಡೆಗೇ ನೋಡಲಿ ಅಥವಾ ಈ ಕಾಡುಗಳಲ್ಲಿ ಎಲ್ಲೇ ಅಲೆದಾಡಲಿ, ಎಲ್ಲೆಲ್ಲೂ ಒಂದು ತೊಟ್ಟೂ ನೀರಿಲ್ಲ. ಹೀಗಿದ್ದರೂ ಯುದ್ಧದ ಸಮಯದಲ್ಲಿ ಜನರು ಇಲ್ಲಿ ವಾಸಿಸುವುದನ್ನೇನು ನಿಲ್ಲಿಸಿಲ್ಲ. ಇಲ್ಲಿ ಮರಗಳೊಂದಿಗೆ ನಾವೂ ಜೀವಿಸುತ್ತಿದ್ದೇವೆ – ನಿಶ್ಶಕ್ತರಾಗಿ, ಖಿನ್ನರಾಗಿ, ವಯಸ್ಸಾಗುವುದಕ್ಕೆ ಮೊದಲೇ ಮುಪ್ಪನ್ನು ಅಪ್ಪಿಕೊಂಡು. ಇಲ್ಲಿನ ಮರಗಳಲ್ಲಿ ಎಲೆಗಳಿಗಿಂತ ಟೊಂಗೆಗಳೇ ಹೆಚ್ಚಿರುವ ಹಾಗೆ ಮನುಷ್ಯರಲ್ಲಿ ದ್ವೇಷಕ್ಕಿಂತ ತೃಷೆಯೇ ಹೆಚ್ಚು.

ನನ್ನ ಅಧೀನದಲ್ಲಿ ಸುಮಾರು ಇಪ್ಪತ್ತು ಜನ ಇದ್ದಾರೆ. ನಾವು ಸೇನೆಯ ಎಂಜಿನಿಯರಿಂಗ್ ದಳಕ್ಕೆ ಸೇರಿದ ಒಂದು ಸಣ್ಣ ತುಕಡಿ. ಒಂದು ವಾರದ ಹಿಂದೆ ಇಲ್ಲಿ ಲೋಅ ಕೋಟೆಯ ಸಮೀಪದಲ್ಲಿ ನಮ್ಮನ್ನು ಇಳಿಸಿದ್ದರು. ಬೆಟ್ಟ ಕಡಿದು ಒಂದು ರಸ್ತೆಯನ್ನು ನಿರ್ಮಿಸುವುದು ನಮಗೆ ವಹಿಸಲಾಗಿದ್ದ ಕೆಲಸ. ಈ ಬೆಟ್ಟವೋ ಮುಳ್ಳಿನ ಮಯ. ಅದರ ಮೈಮೇಲೆಲ್ಲ ಬೂದು ಬಣ್ಣದ ಮುಳ್ಳಿನ ಗಿಡಗಳು ದಟ್ಟವಾಗಿ ಹರಡಿಕೊಂಡಿದ್ದವು, ಎಲ್ಲೂ ನೀರಿಲ್ಲ.

ನಮ್ಮ ಮುಂದುಗಡೆ ನಮ್ಮ ದಳ, ಬೆಟ್ಟವನ್ನು ವಶಪಡಿಸಿಕೊಂಡು, ಈ ಪ್ರದೇಶವನ್ನು ರಕ್ಷಿಸುತ್ತಿದೆ.

17 ಜನವರಿ

ಸಂಜೆಯ ಹೊತ್ತಿಗೆ ಧೂಳಿನ ಮೋಡಗಳನ್ನೆಬ್ಬಿಸಿಕೊಂಡು ನೀರಿನ ಲಾರಿ ಬರುತ್ತದೆ. ಅದರ ಮಡ್‌ಗಾರ್ಡ್‌ಗಳು ಜಜ್ಜಿಹೋಗಿವೆ. ಗಾಳಿ ತಡೆಯ ಮುಂದಿನ ಗಾಜೇ ಇಲ್ಲ. ಒಂದು ದೀಪವನ್ನು ಮುಚ್ಚಿದ್ದಾರೆ. ಕಪ್ಪು ಪೀಪಾಯಿಗಳನ್ನು ಹೊತ್ತುಕೊಂಡು ಉರುಳಿ ಬರುವ ಈ ಹಳೆಯ ಲಾರಿ, ಭೂಕಂಪವೊಂದರಿಂದ ಬಂದಹಾಗೆ ಕಾಣುತ್ತದೆ. ಬೆವರಿನಿಂದ ಹೊಳೆ ಯುತ್ತಿರುವ ಒಬ್ಬ ಚಾಲಕ ಅದನ್ನು ನಡೆಸುತ್ತಿದ್ದಾನೆ. ಸೊಂಟದವರೆಗೆ ತೆರೆದುಕೊಂಡ ಅವನ ಅಂಗಿಯಿಂದ ನೆನೆದ ಎದೆ ಕಾಣುತ್ತದೆ.

"ಹೊಂಡ ಒಣಗ್ತಾ ಇದೆ. ನಿಮ್ಮ ದಳಕ್ಕೆ ಕೊಡ್ತಿರೋ ನೀರಿನ ಪಾಲಿನಲ್ಲಿ ಕಡಿತ ಮಾಡಬೇಕಾಗ್ತದೆ" ಎಂದು ಅವನು ಇವತ್ತು ಸಾರಿದ. ಪ್ಲಾತಾನಿಯಾಸ್‌ನಲ್ಲಿ ಇನ್ನೂ ಮುಂದಕ್ಕೆ ನಮ್ಮ ತುಕಡಿಯನ್ನು ಕಳುಹಿಸಲು ಅವರು ಯೋಚಿಸುತ್ತಿದ್ದಾರೆಂದೂ ಅವನು ನನಗೆ ಸುದ್ದಿಕೊಟ್ಟ. ಈ ಸುದ್ದಿಯನ್ನು ಕೇಳಿ ಸೈನಿಕರು ಬಗೆಬಗೆಯ ಟೀಕೆ ಮಾಡಲಾರಂಭಿಸಿದರು. ಅವರಲ್ಲೊಬ್ಬ ಪೊತಾಸಿಯಿಂದ ಬಂದ ಚಾಕೋನ್, ಕುಳ್ಳ, ಬಲು ಗಟ್ಟಿ ಮನುಷ್ಯ, ಸುತ್ತಿಗೆಯಂತೆ ಕಪ್ಪು ಬಣ್ಣದವನು. ಎಲ್ಲರ ಮನಸ್ಸಿನಲ್ಲಿದ್ದ ಪ್ರಶ್ನೆಯನ್ನು ಅವನು ಕೇಳಿದ :

"ಅಲ್ಲಿ ನೀರಿರ್ತದಾ ?"

"ಇಲ್ಲಿಗಿಂತ ಕಮ್ಮಿ," ಎಂದು ಉತ್ತರ ಬಂತು.

---

* ದಕ್ಷಿಣ ಅಮೆರಿಕದ ಮಧ್ಯಭಾಗದಲ್ಲಿರುವ ತಗ್ಗಾದ ಬಯಲುಸೀಮೆ.

"ಇಲ್ಲಿಗಿಂತ ಕಮ್ಮೀನಾ ? ಮರುಭೂಮಿಯ ಗಿಡಗಳ ಹಾಗೆ ನಾವೇನು ಗಾಳಿ ಕುಡಕೊಂಡು ಜೀವಿಸ್ಬೇಕಾ ?"

ಚಾಲಕ ಒಂದು ಪೀಪಾಯಿಯ ಮುಚ್ಚಳ ತಿರುಗಿಸಿ ತೆಗೆದು, ಎರಡು ಗ್ಯಾಸೊಲಿನ್ ಡಬ್ಬಗಳಿಗೆ ನೀರು ತುಂಬಿದ. ಒಂದು ಅಡಿಗೆ ಮಾಡುವುದಕ್ಕೆ, ಒಂದು ಕುಡಿಯುವುದಕ್ಕೆ. ಅನಂತರ ಅವನು ಲಾರಿ ಬಿಟ್ಟುಕೊಂಡು ಹೋದ. ಯಾವಾಗಲೂ ನೀರಿನ ಕೆಲವು ಹನಿಗಳು ನೆಲಕ್ಕೆ ಚೆಲ್ಲಿ ಅದನ್ನು ಒದ್ದೆ ಮಾಡುತ್ತವೆ. ಕೂಡಲೇ ಎಲ್ಲಿಂದಲೋ ಬಿಳಿಯ ಚಿಟ್ಟೆಗಳು ಹಾರಿಬಂದು ನೀರಿಗಾಗಿ, ನೆನೆದ ಜಾಗಕ್ಕೆ ಮುತ್ತಿಗೆ ಹಾಕುತ್ತವೆ. ಕೆಲವು ಸಲ ನಾನು ಒಂದು ಬೊಗಸೆ ನೀರನ್ನು ಕುತ್ತಿಗೆಯ ಹಿಂಭಾಗದಲ್ಲಿ ಎರಚಿಕೊಳ್ಳುತ್ತೇನೆ. ಅವು ಎಲ್ಲಿರುತ್ತಿವೆಯೋ ಹೇಗೆ ಇರುತ್ತಿವೆಯೋ ಏನೋ, ಕೆಲವು ಜೇನುಹುಳುಗಳು ಆಗ ಹಾರಿಬಂದು ನನ್ನ ತಲೆಗೂದಲಲ್ಲಿ ತೂರಿಕೊಳ್ಳುತ್ತವೆ.

21 ಜನವರಿ

ನಿನ್ನೆ ರಾತ್ರಿ ಮಳೆ ಬಂತು. ಹಗಲಿನಲ್ಲಿ ಬಿಸಿ ರಬ್ಬರಿನ ಉಡುಗೆ ಧರಿಸಿದರೆ ಹೇಗೋ ಹಾಗೆ ಸೆಖೆ ನಮ್ಮನ್ನು ಕವಿಯಿತು. ಮರಳಿನ ಮೇಲೆ ಸೂರ್ಯನ ಪ್ರತಿಫಲನ ನಮ್ಮ ಕಣ್ಣು ಕೋರೈಸಿ ಹಿಂಸೆ ಮಾಡಿತು. ಆದರೆ ಆರು ಗಂಟೆಗೆ ಮತ್ತೆ ಮಳೆ ಬಂತು. ನಾವು ಬಟ್ಟೆ ಕಳಚಿ ಮಳೆಯ ನೀರಿನಲ್ಲಿ ಕುಣಿದೆವು. ಕಾಲ ಕೆಳಗೆ ಹಾಗೂ ಬೆರಳ ಸಂದಿಯಲ್ಲಿ ಬಿಸಿ ಕೆಸರು ತಟ್ಟುತ್ತಿತ್ತು.

25 ಜನವರಿ

ಮತ್ತೆ ಧಗೆ. ಮತ್ತೊಮ್ಮೆ ಆ ಶುಷ್ಕ ಅದೃಶ್ಯ ಝಳ ನಮ್ಮ ದೇಹಗಳಿಗೆ ರಾಚುತ್ತಿದೆ. ಗಾಳಿಯನ್ನು ಒಳಗೆ ಬಿಡಲು ಎಲ್ಲೋ ಒಂದು ಕಿಟಿಕಿಯನ್ನು ತೆರೆಯಬೇಕು ಅನ್ನಿಸುತ್ತದೆ. ಆಕಾಶವೆಂಬ ದೊಡ್ಡ ಕಲ್ಲು ಚಪ್ಪಡಿಯ ಕೆಳಗೆ ಸೂರ್ಯ ಸಿಕ್ಕಿಹಾಕಿಕೊಂಡುಬಿಟ್ಟಿದ್ದ.

ಕೊಡಲಿಯನ್ನೂ ಸನಿಕೆಯನ್ನೂ ಕೈಯಲ್ಲಿ ಹಿಡಿದುಕೊಂಡು ನಾವು ಜೀವನ ಸಾಗಿಸುತ್ತಿದ್ದೇವೆ. ನಮ್ಮ ಬಂದೂಕಗಳನ್ನು ನಮ್ಮ ಗುಡಾರಗಳಲ್ಲಿ ರಾಶಿ ಒಟ್ಟಿದ್ದೇವೆ. ಅವು ಧೂಳಿನಲ್ಲಿ ಅರ್ಧ ಹೂತುಹೋಗಿವೆ. ಸರಳರೇಖೆಯಲ್ಲಿ ಬೆಟ್ಟವನ್ನು ಕಡಿಯುತ್ತಾ ಜಡೆಗಟ್ಟಿದಂತೆ ಅಸ್ತವ್ಯಸ್ತವಾಗಿ ಬೆಳೆದಿರುವ ಪೊದರುಗಳ ನಡುವೆ ನೇರವಾಗಿ ದಾರಿ ತೆರೆಯುತ್ತಿರುವ ಕೂಲಿಗಳು ನಾವು – ಯಾಕೆ ಮಾಡುತ್ತಿದ್ದೇವೋ ನಮಗೇ ಗೊತ್ತಿಲ್ಲ. ಈ ಪೊದರುಗಳು ಕೂಡ ಝಳಕ್ಕೆ ಸುರಟಿಕೊಂಡಿವೆ. ಬಿಸಿಲು ಎಲ್ಲವನ್ನೂ ಸುಟ್ಟುಹಾಕುತ್ತಿದೆ. ನಿನ್ನೆ ಬೆಳಗ್ಗೆ ಹಚ್ಚಗಿದ್ದ ಹುಲ್ಲುಗಾವಲೊಂದು, ಸೂರ್ಯ ಅದನ್ನು ತುಳಿದುಕೊಂಡು ಹೋದದ್ದರಿಂದ ಇಂದು ಕಂದುಬಣ್ಣಕ್ಕೆ ತಿರುಗಿ ಒಣಗಿಕೊಂಡು ನೆಲಸಮವಾಗಿದೆ.

ಪರ್ವತದ ಈ ಹೊಸದಾರಿಯಲ್ಲಿ ಬೆಳಗ್ಗೆ ಹನ್ನೊಂದು ಗಂಟೆಯಿಂದ ಅಪರಾಹ್ನ ಮೂರು ಗಂಟೆಯವರೆಗೆ ಕೆಲಸ ಮಾಡುವುದೇ ಅಸಾಧ್ಯ. ಈ ಅವಧಿಯಲ್ಲಿ ದಟ್ಟ ನೆರಳೊಂದನ್ನು ಹುಡುಕುವ ಪ್ರಯತ್ನದಲ್ಲಿ ವಿಫಲನಾಗಿ ನಾನು ಯಾವುದೋ ಒಂದು ಮರದ ಒಣಕೊಂಬೆಗಳ ಕಾಲ್ಪನಿಕ ನೆರಳಿನಲ್ಲಿ ಮೈಚಾಚುತ್ತೇನೆ.

ತೇವದ ಸ್ಪರ್ಶವಿಲ್ಲದೆ ಗಟ್ಟಿಯಾಗಿಲ್ಲದ ಬೂದಿ ಮಣ್ಣಿನ ಹುಡಿ ಬಿಳಿಯ ಮೃತ್ಯುವಿನಂತೆ ಮೇಲೆ ಹಾರಿ ಮರದ ಕಾಂಡಗಳನ್ನು ಧೂಳಿಯಾಲಿಂಗನದಲ್ಲಿ ಆವರಿಸುತ್ತದೆ. ನೆರೆಯ

ಹುಲ್ಲುಗಾವಲಿನ ಮೇಲೆ ಸೂರ್ಯನ ಕಿರಣಗಳು ಅಯಸ್ಕಾಂತೀಯ ಕಂಪನಗಳನ್ನು ಕಳಿಸುತ್ತಿವೆ. ಹುಲ್ಲುಗಾವಲು ಬಿಳಿಚಿಕೊಂಡು ಮಕಾಡೆಯಾಗಿ ಹೆಣದಂತೆ ಮೈಚಾಚಿದೆ.

ದೈನಂದಿನ ತಾಪದಿಂದ ಜಡಗೊಂಡು ಉತ್ಸಾಹಶೂನ್ಯರಾಗಿ, ಮೈ ಊದಿಕೊಂಡು ಸದಾ ಸುಸ್ತಾಗಿ ನಾವಿಲ್ಲಿ ದಿನಕಳೆಯುತ್ತಿದ್ದೇವೆ. ನಮ್ಮ ಈ ಸೆಖೆಯ ಮಂಪರನ್ನು ಭೇದಿಸುವುದೆಂದರೆ ಮಿಡಿತೆಗಳ ಚಿರಚಿರ ಶಬ್ದಮಾತ್ರ, ಅದು ಕಾಲದಂತೆ ನಿರಂತರವಾದದ್ದು. ಇಡೀ ಕಾಡನ್ನೇ ಆವರಿಸಿರುವ ಮಿಡಿತೆಗಳ ಈ ಮಹಾರವದ ನಡುವೆ – ಸುತ್ತಮುತ್ತ ಮೈಲಿ ದೂರ ಕಿವಿ ಕಿವುಡಾಗಿಸುವ ಸದ್ದು ಅದು – ಧಗೆ ಗೊರಕೆ ಹೊಡೆಯುತ್ತಿರುವಂತಿದೆ.

ಈ ಹುಚ್ಚು ಹಿಡಿಸುವ ಸ್ವರಮೇಳದ ನಡುವೆ ನಮ್ಮ ಜೀವನ. ಬಣ್ಣವಿಲ್ಲದ ಆಕಾಶದೆತ್ತರದಲ್ಲಿ ನಿಧಾನವಾಗಿ ಹಾರಾಡುವ ಹದ್ದುಗಳು ಗೋಡೆಗಂಟಿಸುವ ಕೊನೆಯಿಲ್ಲದ ಕಾಗದದ ಮೇಲೆ ಮುದ್ರಿತವಾದ ಶೈಲೀಕೃತ ಹಕ್ಕಿಗಳ ಚಿತ್ರಗಳ ಹಾಗೆ ನನಗೆ ಕಾಣಿಸುತ್ತವೆ. ಇವುಗಳನ್ನು ನೋಡುತ್ತ ಮಾತಿಲ್ಲದೆ, ಯೋಚನೆಗಳಿಲ್ಲದೆ, ಒಂದರ ಬಳಿಕ ಇನ್ನೊಂದರಂತೆ ನಾವು ಗಂಟೆಗಳನ್ನು ಕಳೆಯುತ್ತೇವೆ. ದೂರದಲ್ಲಿ ಆಗಾಗ ಗುಂಡು ಹಾರಿದ ಸದ್ದು ಕೇಳಿಸುತ್ತದೆ.

1 ಫೆಬ್ರವರಿ

ಸೆಖೆ ನಮ್ಮ ದೇಹಗಳನ್ನು ಸ್ವಾಧೀನಪಡಿಸಿಕೊಂಡಿದೆ; ಭೂತಾಯಿಯ ನಿರವಯವ ಮೌನದಲ್ಲಿ ಅವನ್ನೂ ಒಂದು ಅಂಗವಾಗಿಸಿದೆ; ಮೃದುವಾದ, ತಾಪದಿಂದ ಕೂಡಿದ ಧೂಳಾಗಿಸುತ್ತಿದೆ. ನಮ್ಮ ಚರ್ಮದ ಮೇಲೆ ಕಬ್ಬಿಣದ ಕುಲುಮೆಯಂಥ ಒಲೆಗಳು ಬೆವರಿಡುವ ಪಂಜುಗಳ ಹಾಗೆ ಉರಿಯುತ್ತಿವೆಯೋ ಎಂಬಂತೆ ಕಾಣುತ್ತದೆ. ಇದರಿಂದಾಗುವ ಹಿಂಸೆಯಿಂದಷ್ಟೇ ನಮಗೆ ದೇಹದ ಅಸ್ತಿತ್ವದ ಅರಿವು. ರಾತ್ರಿಯಲ್ಲಿ ಮಾತ್ರ ನಮ್ಮನ್ನು ನಾವು ಮರಳಿ ಪಡೆಯಲು ಸಾಧ್ಯವಾಗುತ್ತದೆ. ರಾತ್ರಿಯೊಡನೆ ನಿದ್ದೆಯ ಹಾತೊರೆತವೂ ಬರುತ್ತದೆ. ಆದರೆ ಪ್ರಾಣಿಗಳ ಶಿಳ್ಳೆಗಳು, ಚಿಲಿಪಿಲಿಗಳು, ಕೆನೆತಗಳು, ಪರ್ವತಪ್ರದೇಶ ಮತ್ತು ಪ್ರಸ್ಥಭೂಮಿಯ ಕಡೆಯಿಂದ ಬಂದ ನಮಗೆ ಅಪರಿಚಿತ ವಿರುವ ಅನೇಕ ಬಗೆಯ ಧ್ವನಿಗಳು ಈ ನಿದ್ದೆಯನ್ನೂ ಆಗಾಗ ಕೆಡಿಸುತ್ತವೆ.

ರಾತ್ರಿ, ಮತ್ತೆ ಹಗಲು. ಹಗಲಿನಲ್ಲಿ ನಾವು ಮೌನಿಗಳು. ಆದರೆ ರಾತ್ರಿಗಳಲ್ಲಿ ನಮ್ಮ ಸೈನಿಕರ ಬಾಯಿ ತೆರೆಯುತ್ತದೆ. ಅವರಲ್ಲಿ ಕೆಲವರು ನಿಜವಾಗಿಯೂ ಹಳೆಯ ಹುಲಿಗಳು. 1930 ರಿಂದಲೂ ಚಾಕೋದಲ್ಲಿರುವ ನಿಕೊಲಾಸ್ ಪೇದ್ರಾಸಾ ಅಂಥವರ ಪೈಕಿ ಒಬ್ಬ. ಅವನು ಮಲೇರಿಯಾ ಗ್ರಸ್ತನಾಗಿ ಹಳದಿಯಾಗಿ, ಟೊಳ್ಳು ಜೊಂಡಿನಂತೆ ಶುಷ್ಕನಾಗಿದ್ದಾನೆ.

"ಪಾರಾಗ್ವಾಈಯವರು ನಾವು ಕಾಡು ಕಡಿದು ತೆರಪು ಮಾಡಿದ ಈ ಜಗಕ್ಕೆ ನುಗ್ಗಿದಾರಂತೆ," ಎಂದ ಚಾಕೋನ್.

"ಈ ಆಸುಪಾಸಿನಲ್ಲೆಲ್ಲೂ ನೀರಂತೂ ಖಂಡಿತ ಇಲ್ಲ," ಎಂದ ಪೇದ್ರಾಸಾ ಅಧಿಕಾರವಾಣಿಯಿಂದ.

"ಆದ್ರೆ ಪಾರಾಗ್ವಾಈಯವರು ಯಾವಾಗ್ಲೂ ಅದನ್ನು ಕಂಡುಹಿಡೀತಾರೆ. ಅವರಿಗೆ ಈ ಪರ್ವತ ಬೇರೆ ಎಲ್ಲರಿಗಿಂತ ಚೆನ್ನಾಗಿ ಗೊತ್ತು," ಎಂದು ಆಕ್ಷೇಪಿಸಿದ ಲಾ ಪಾಸ್‌ನಿಂದ ಬಂದಿದ್ದ ಜೋ ತ್ರುಸ್ತಾ. ಅವನು ಗಡಸು ವ್ಯಕ್ತಿ. ಅವನ ದವಡೆಯ ಮೂಳೆಗಳು ಚೂಪಾಗಿದ್ದವು. ಆತ ಮಾಲುಗಣ್ಣಿನವನು.

ಆಗ ಕೋಕಪಾಬಾಂಬಾದಿಂದ ಬಂದಿದ್ದ, ಸ್ಮೋಕಿ ಎಂಬ ಅಡ್ಡಹೆಸರು ಪಡದ ಒಬ್ಬ ಸೈನಿಕ ಉತ್ತರಿಸಿದ – "ಹೌದು ಹಾಗಂತಾರೆ, ನಂಗೆ ಗೊತ್ತು. ಆದ್ರೆ ಒಬ್ಬ ಪಾರಾಗ್ವಾಈ ರಾವುತ

ನೀರಿನ ಕೊಳಕ್ಕೆ ಅನತಿದೂರದಲ್ಲೇ ಸ್ಯೇತೇ ಬಳಿ ಬಾಯಾರಿಕೆಯಿಂದ ಸತ್ತು ಬಿದ್ದಿದ್ದನ್ನು ನಾವೇ ನೋಡಿದೆವಲ್ಲ ಲೆಫ್ಟಿನೆಂಟ್ ? ಅದಕ್ಕೇನಂತೀರಿ ?"

"ಹೌದು ಅದು ನಿಜ. ಅಲ್ಲದೆ ಇನ್ನೊಬ್ಬ ಕ್ಯಾಂಪಾಸ್ ಬಳಿ ಮುಳ್ಳುಕಳ್ಳಿಯ ಹಣ್ಣು ತಿಂದು ವಿಷದಿಂದ ಸತ್ತು ಬಿದ್ದಿದ್ದನಲ್ಲ!" ಎಂದು ನಾನೆಂದೆ.

"ಜನ ಹಸಿವಿನಿಂದ ಸಾಯೋದಿಲ್ಲ. ತೃಷೆ ಅವರನ್ನು ಖಂಡಿತ ಕೊಲ್ಲಬಲ್ಲುದು. ನಮ್ಮವರೇ ಕೆಲವರು ಸ್ಯೇತೇ ಬಳಿಯ ಹುಲ್ಲುಗಾವಲಿನಲ್ಲಿ ನವೆಂಬರ್ ಹತ್ತರ ಯುದ್ಧದನಂತರ ನೀರಿಗಾಗಿ ಮಣ್ಣನ್ನೇ ಹೀರುತ್ತಿದ್ದುದನ್ನು ನಾನೇ ನೋಡಿದೇನೆ."

ಹೀಗೆ ಮಾತುಗಳೂ ಕೃತಿಗಳೂ ಯಾವ ಪರಿಣಾಮವೂ ಇಲ್ಲದೆ ರಾಶಿ ಬೀಳುತ್ತವೆ. ಹುಲ್ಲುಗಾವಲಿನ ಮೇಲೆ ತೊನೆತವನ್ನೂ ಉಂಟುಮಾಡದೆ ಬೀಸಿ ಹೋಗುವ ಮಂದಾನಿಲದಂತೆ ಅವು ಹಾರಿ ಹೋಗುತ್ತವೆ.

6 ಫೆಬ್ರವರಿ

ಮಳೆ ಬಂದಿದೆ. ಮರಗಳಿಗೆ ಪುನರ್ಜೀವ ಬಂದಂತಾಗಿದೆ. ಕುಂಟೆಗಳಲ್ಲಿ ನಮಗೆ ನೀರೇನೋ ಸಿಕ್ಕಿತು. ಆದರೆ ಸರಬರಾಜಿನ ಲಾರಿ ಕೆಸರಿನಲ್ಲಿ ಸಿಕ್ಕಿಹಾಕಿಕೊಂಡು ಬಿಟ್ಟಿರುವುದರಿಂದ ನಮ್ಮಲ್ಲಿ ಬ್ರೆಡ್ ಮತ್ತು ಸಕ್ಕರೆ ಇಲ್ಲ.

10 ಫೆಬ್ರವರಿ

ಅವರು ನಮ್ಮನ್ನು ಇಪ್ಪತ್ತು ಕಿಲೋಮೀಟರ್ ಮುಂದಕ್ಕೆ ಕಳುಹಿಸುತ್ತಿದ್ದಾರೆ. ನಾವು ಕಡಿದಿರುವ ರಸ್ತೆಯನ್ನು ಉಪಯೋಗಿಸಿಕೊಳ್ಳುವುದಿಲ್ಲವಂತೆ. ಇನ್ನೊಂದನ್ನು ಆರಂಭಿಸಲು ಅಪ್ಪಣೆಯಾಗಿದೆ.

18 ಫೆಬ್ರವರಿ

ಅಂಗಿಯಿಲ್ಲದೆ ಬಂದ ಚಾಲಕ ನಮಗೆ ಕೆಟ್ಟ ಸುದ್ದಿಯನ್ನೇ ತಂದ. "ನಮ್ಮ ನೀರಿನ ಹೊಂಡ ಬತ್ತಿ ಹೋಗಿದೆ. ನಾವು ಲಾ ಚೀನಾದಿಂದ ನೀರು ತರಬೇಕು."

26 ಫೆಬ್ರವರಿ

ನಿನ್ನೆ ನೀರಿರಲಿಲ್ಲ. ಲಾರಿಗಳು ಕ್ರಮಿಸಬೇಕಾದ ದೂರದ ಕಾರಣದಿಂದಾಗಿ ಸರಬರಾಜಿನ ವ್ಯವಸ್ಥೆ ಭಗ್ನವಾಗಿದೆ. ನಿನ್ನೆ ದಿನ ಪೂರ್ತಿ ಪರ್ವತದಲ್ಲಿ ರಸ್ತೆ ಕಡಿಯುವ ಕೆಲಸ ಮಾಡಿದ ಮೇಲೆ, ನಮ್ಮ ದಾರಿಯಲ್ಲಿ ಲಾರಿ ಬರುತ್ತದೇನೋ ಎಂದು ನಿರೀಕ್ಷಿಸುತ್ತಿದ್ದೆವು. ಗುಲಾಬಿ ಬಣ್ಣದ ಸೂರ್ಯನ ಕೊನೆಯ ಕಿರಣಗಳು ನನ್ನ ತುಕಡಿಯ ಜನರ ಧೂಳು ತುಂಬಿದ ಮುಖಗಳನ್ನು ಬೆಳಗುತ್ತಿದ್ದವು. ಆದರೆ ಕಡಿದು ಮಾಡಿದ ರಸ್ತೆಯ ಧೂಳಿನಲ್ಲಿ ಮಾತ್ರ ಪರಿಚಿತ ಗಡಗಡ ಸದ್ದು ಹಾದು ಬರಲಿಲ್ಲ.

ಅಂತೂ ಕೊನೆಗೂ ಈ ದಿನ ಬೆಳಗ್ಗೆ ನೀರಿನ ಲಾರಿ ಬಂತು, ಕ್ಯಾಂಟೀನಿನವರೂ ಬಿಂದಿಗೆ ಹಿಡಿದವರೂ ಪರಸ್ಪರ ಸ್ಪರ್ಧೆಯಿಂದ ಸೆಣಸಾಡಿದರು. ಕೈಕೈಮಿಲಾಯಿಸಿತು. ನಾನು ನಡುವೆ ನುಗ್ಗಬೇಕಾಯಿತು.

1 ಮಾರ್ಚ್

ಕುಳ್ಳನೆಯ, ಬೆಳ್ಳನೆಯ, ಗಲ್ಲಮೀಸೆಯ ಒಬ್ಬ ಲೆಫ್ಟಿನೆಂಟ್ ನಮ್ಮ ಉಕ್ಕಡಕ್ಕೆ ಬಂದ. ಎಷ್ಟು ಜನರನ್ನು ಬಿಟ್ಟುಕೊಡುವುದಕ್ಕಾಗುತ್ತದೆ ಎಂದು ಅವನು ನನ್ನ ಬಳಿ ವಿಚಾರಿಸಿದ.

"ಮುಂಚೂಣಿ ಪ್ರದೇಶದಲ್ಲಿ ನಮಗೆ ನೀರಿಲ್ಲ. ಮೂರು ದಿನದ ಹಿಂದೆ ನನ್ನ ಮೂರು ಮಂದಿಗೆ ಸೂರ್ಯಾಘಾತವಾಯಿತು, ನಾವು ಬಾವಿಗಳಿಗಾಗಿ ಹುಡುಕಬೇಕಾಗಿದೆ."

"ಲಾ ಚೀನಾದಲ್ಲಿ ಬಾವಿಗಳನ್ನು ತೋಡಿದ್ದಾರಂತೆ."

"ನೀರು ಸಿಕ್ಕಿತ್ತಾ?"

"ಹೌದು ಕೆಲವದರಲ್ಲಿ ಸಿಕ್ತಂತೆ"

"ಒಳ್ಳೇ ಅದೃಷ್ಟ."

"ಇಲ್ಲೂ ಲೋಆ ಬಳಿ ಕೆಲವು ಬಾವಿಗಳನ್ನು ತೋಡಲು ಪ್ರಯತ್ನಿಸಿದ್ದಾರೆ."

ನಮ್ಮ ಮಾತುಗಳನ್ನು ಕೇಳುತ್ತಿದ್ದ ಪೇದ್ರಾಸಾ ಆಗ ಹೇಳಿದ: "ಇಲ್ಲಿಗೆ ಐದು ಕಿಲೊಮೀಟರ್ ದೂರದಲ್ಲಿ ಎಷ್ಟೋ ವರ್ಷಗಳ ಹಿಂದೆ ಕೆಲವು ಮೀಟರ್ ಆಳ ತೋಡಿದ ಒಂದು ಬಾವಿ ಇದೆ. ನೀರಿಗಾಗಿ ಅಗೆದವರು ಪ್ರಾಯಶಃ ಅರ್ಧಕ್ಕೇ ಕೈಬಿಟ್ಟಿದ್ದರಿಂದ ಅದು ಹಾಗೇ ಉಳಿದಿದೆ. ಅದನ್ನು ನಾವು ಇನ್ನೂ ಒಂದಿಷ್ಟು ಆಳ ತೋಡಬಹುದು ಅಂತ ನನ್ನ ಯೋಚನೆ."

2 ಮಾರ್ಚ್

ಪೇದ್ರಾಸಾ ಹೇಳಿದ ಸ್ಥಳವನ್ನು ಹುಡುಕಿ ನೋಡಿದೆವು. ಎತ್ತರವಾದ ಮರವೊಂದರ ಸಮೀಪದಲ್ಲಿ ಪೊದಪೊದರುಗಳಿಂದ ಆವೃತವಾದ ಒಂದು ಗುಂಡಿ ನಿಜವಾಗಿಯೂ ಅಲ್ಲಿದೆ. ಬೆಳ್ಳನೆಯ ಲೆಫ್ಟಿನೆಂಟ್ ಕೇಂದ್ರ ಕಚೇರಿಗೆ ಈ ವಿಷಯವನ್ನು ತಿಳಿಸುವುದಾಗಿ ಹೇಳಿದ. ಈ ಮಧ್ಯಾಹ್ನ ನಮಗೆ, ನೀರು ಸಿಗುವವರೆಗೂ ಅಗೆಯುವಂತೆ ಅಪ್ಪಣೆ ಬಂತು. ಈ ಕೆಲಸಕ್ಕೆ ನಾನು ಎಂಟು ಜನ ಅಗೆಯುವವರನ್ನು ಆರಿಸಿಕೊಂಡೆ. ಪೇದ್ರಾಸಾ, ತ್ರುಸ್ತಾ. ಚಾಕೋನ್, ಸ್ಮೋಕಿ ಮತ್ತು ಇತರ ನಾಲ್ಕು ಜನ ಇಂಡಿಯನ್ನರು.

3 ಮಾರ್ಚ್

ಗುಂಡಿ ಮೂರು ಮೀಟರ್ ವ್ಯಾಸ ಹಾಗೂ ಅಷ್ಟೇ ಆಳವಿತ್ತು. ನೆಲ ಸಿಮೆಂಟಿನ ಹಾಗೆ ಬಿರುಸಾಗಿತ್ತು, ನಾವು ಆ ಸ್ಥಳಕ್ಕೆ ಹೋಗಲು ಒಂದು ದಾರಿಯನ್ನು ಸವರಿ, ಸನಿಹದಲ್ಲೇ ಬಿಡಾರ ಹೂಡಿದೆವು. ಸೆಖೆ ಸ್ವಲ್ಪ ತಗ್ಗಿದ್ದರಿಂದ ನಾವು ಇಡೀ ದಿನ ತೋಡಬೇಕೆಂದುಕೊಂಡೆವು.

ಸೊಂಟದವರೆಗೆ ಬತ್ತಲೆಯಾಗಿರುವ ಸೈನಿಕರು ಮೀನಿನಂತೆ ಹೊಳೆಯುತ್ತಿದ್ದಾರೆ. ಬೆವರಿನ ತೊರೆಗಳು ಹೊರಳಾಡುವ ಹಾವುಗಳಂತೆ ಅವರ ಮೈಮೇಲೆ ಹರಿಯುತ್ತಿವೆ. ಅವರು ಗುದ್ದಲಿಗಳನ್ನು ಗುಂಡಿಯಲ್ಲಿನ ಸಡಿಲ ಮರಳಿನಲ್ಲಿ ಮುಳುಗುವಂತೆ ಎಸೆದು ಅನಂತರ ಚರ್ಮದ ಹಗ್ಗ ಹಿಡಿದುಕೊಂಡು ಒಳಗೆ ಇಳಿಯುತ್ತಿದ್ದಾರೆ. ಅದರ ಉಲ್ಲಾಸಕಾರಿ ಬಣ್ಣ ಗುಂಡಿಯ ಅಂಚಿಗೆ ಒಂದು ಹೊಸತನವನ್ನು ತಂದುಕೊಟ್ಟಿದೆ.

10 ಮಾರ್ಚ್

ಹನ್ನೆರಡು ಮೀಟರ್‌ಗಳು. ಜಲ ಬೀಳುತ್ತೇನೋ ಅನ್ನಿಸುತ್ತದೆ. ನಾವು ಮೇಲೆತ್ತುತ್ತಿರುವ ಮಣ್ಣು ಹೆಚ್ಚು ಹೆಚ್ಚು ಒದ್ದೆಯಾಗಿದೆ. ಬಾವಿಯೊಳಗೆ ಒಂದು ಪಕ್ಕದಲ್ಲಿ ಮರದ ಮೆಟ್ಟಿಲುಗಳನ್ನು ಹಾಕಿದೆವು. ಒಂದು ಏಣಿಯನ್ನೂ ಅಚ್ಚುರಾಟಣವನ್ನೂ ಹಾಕುವಂತೆ ನಾನು ಸಂದೇಶ ಕಳಿಸಿದೆ. ಅದರಿಂದ ರಾಟೆಯನ್ನು ಹಾಕಿಕೊಂಡು ಮಣ್ಣನ್ನು ಮೇಲೆತ್ತಲು ಸಾಧ್ಯವಾಗುತ್ತದೆ. ಸೈನಿಕರು ಸರದಿಯ ಪ್ರಕಾರ ಕ್ರಮವಾಗಿ ಕೆಲಸ ಮಾಡುತ್ತಿದ್ದಾರೆ. ಒಂದು ವಾರದೊಳಗೆ ನೀರು ಬೀಳುತ್ತೆ ಎಂದು ಪೇದ್ರಾಸಾನಿಗೆ ಪಾತ್ರಿ ಇದೆ.

22 ಮಾರ್ಚ್

ನಾನು ಬಾವಿಯ ತಳಕ್ಕೆ ಹೋಗಿದ್ದೆ. ಒಳಗೆ ಹೋಗುತ್ತಾ ಘನವಸ್ತುವನ್ನು ಸೀಳಿಕೊಂಡು ಹೋಗುವ ಭಾವನೆ ಉಂಟಾಗುತ್ತದೆ. ಇಲ್ಲಿ ಬಿಸಿಲು ಬೀಳುವುದಿಲ್ಲ. ತಳದಲ್ಲಿ ಭೂಮಿಯ ವಾಸನೆಯಿಂದ ಕೂಡಿದ ವಿಚಿತ್ರ ಗಾಳಿಯ ಸಂಪರ್ಕ ಉಂಟಾಗುತ್ತದೆ. ಆ ಕಪ್ಪು ಪಾತಾಳಕ್ಕೆ ಇಳಿಯುತ್ತಾ, ತಳದ ನುಣ್ಣನೆಯ ಮಣ್ಣನ್ನು ಬರಿಗಾಲಿನಲ್ಲಿ ಸ್ಪರ್ಶಿಸಿದಾಗ ಪ್ರಚಂಡ ಶೈತ್ಯವೊಂದು ನನ್ನ ಸುತ್ತ ಆವರಿಸಿದಂತಾಯಿತು. ನಾನು ಸುಮಾರು ಹದಿನೆಂಟು ಮೀಟರ್ ಆಳದಲ್ಲಿದ್ದೇನೆ. ತಲೆ ಮೇಲೆತ್ತಿ ದಿಟ್ಟಿಸಿದೆ. ಬಾವಿಯ ಬಾಯಿಯ ಬಳಿ ಬೆಳಕು ಚೆಲ್ಲಿರುವಲ್ಲಿನ ತನಕ ಕಪ್ಪು ಕೊಳವೆಯೊಂದು ಮೇಲಕ್ಕೆ ಚಾಚಿಕೊಂಡಿರುವಂತೆ ಕಾಣಿಸುವ ದೃಶ್ಯ. ತಳದ ನೆಲದಲ್ಲಿ ಕೆಸರಿದೆ. ಗೋಡೆಯನ್ನು ಕೈಯಿಂದ ಮುಟ್ಟಿದರೆ ಸಾಕು. ಮಣ್ಣು ಉದುರುತ್ತಿದೆ. ನಾನು ಕೆಸರಿನಿಂದ ಆವೃತನಾಗಿಯೇ ಹೊರಗೆ ಬಂದೆ. ಬರುತ್ತಲೇ ಸೊಳ್ಳೆಗಳು ಮುತ್ತಿಗೆ ಹಾಕಿದವು. ಅವು ಕಚ್ಚಿ ಕಚ್ಚಿ ನನ್ನ ಪಾದಗಳು ಊದಿಕೊಂಡವು.

30 ಮಾರ್ಚ್

ವಿಚಿತ್ರ ಘಟನೆಗಳು ನಡೆಯುತ್ತಿವೆ. ಹತ್ತು ದಿನಗಳ ಹಿಂದೆ ಬಾವಿಯಿಂದ ಅಂಟಿನಂಥ ಕೆಸರನ್ನು ಹೊರತೆಗೆಯುತ್ತಿದ್ದೆವು. ಈಗ ಮತ್ತೆ ಒಣ ಮಣ್ಣು ಬರುತ್ತಿದೆ. ನಾನು ಮತ್ತೊಂದು ಸಲ ಬಾವಿಯೊಳಕ್ಕೆ ಇಳಿದೆ. ಅಲ್ಲಿನ ಮಣ್ಣಿನ ವಾಸನೆ ಎದೆಯನ್ನು ಅವುಕಿದಂತಾಗುತ್ತದೆ. ಗೋಡೆಯನ್ನು ಮುಟ್ಟಿದರೆ ತೇವಾಂಶವಿರುವುದು ಗೊತ್ತಾಗುತ್ತದೆ. ಆದರೆ ತಳ ಮುಟ್ಟಿದಾಗ ನಾವು ತೇವಾಂಶದ ಒಂದು ಪದರನ್ನು ತೋಡಿಕೊಂಡು ಕೆಳಗಿಳಿದಿದ್ದೇವೆ ಎಂದು ನನಗೆ ಮನವರಿಕೆಯಾಯಿತು. ಕೆಲವು ದಿನಗಳಲ್ಲಿ ನೀರು ಬಸಿದು ಬಂದೀತೇನೋ ಎಂದು ನೋಡಲು ನಾನು, ಅಗೆಯುವುದನ್ನು ನಿಲ್ಲಿಸುವಂತೆ ಅಪ್ಪಣೆ ಮಾಡಿದೆ.

12 ಏಪ್ರಿಲ್

ಒಂದು ವಾರದ ಅನಂತರವೂ ಬಾವಿಯ ತಳ ಒಣಗಿಯೇ ಇತ್ತು. ಅದರಿಂದಾಗಿ ತೋಡುವುದು ಮತ್ತೆ ಮುಂದುವರಿಯಿತು. ಈ ದಿನ ನಾನು ಇಪ್ಪತ್ತನಾಲ್ಕು ಮೀಟರ್‌ಗಳಷ್ಟು ಆಳದವರೆಗೆ ಇಳಿದು ಹೋಗಿದ್ದೆ. ಆ ಆಳದಲ್ಲಿ ಎಲ್ಲ ಕತ್ತಲೆ. ಅಲ್ಲಿ ಭೂಮಿ, ಗಟ್ಟಿಭೂಮಿ ನಮ್ಮನ್ನು ಹಿಡಿದು ಅಲ್ಲಾಡಿಸಿ ಕುತ್ತಿಗೆಯನ್ನು ಹಿಚುಕಿದಂತಾಗುತ್ತದೆ. ಮೇಲೆ ತಂದ ಮಣ್ಣು,

ಕೆಳಗಿನ ಆಳದಲ್ಲಿ ತನ್ನ ಭಾರವನ್ನು ಉಳಿಸಿ ಬಂದಿದೆಯೇನೋ ಅನ್ನಿಸುತ್ತದೆ. ನಾನು ನನ್ನ ಗುದ್ದಲಿಯಿಂದ ಗೋಡೆಗೆ ಹೊಡೆದಾಗ ಮಾರುತ್ತರ ಬರುತ್ತದೆ. ಪ್ರತಿಧ್ವನಿಯಿಲ್ಲದ ಈ ಶಬ್ದ ನನ್ನ ಹೃದಯದಲ್ಲಿ ಅನುರಣಿತವಾಗುತ್ತದೆ.

28 ಏಪ್ರಿಲ್

ನೀರಿನ ನಮ್ಮ ಅನ್ವೇಷಣೆಯಲ್ಲಿ ನಾವು ವಿಫಲರಾಗಿರಬೇಕೆನಿಸುತ್ತದೆ. ನಿನ್ನೆ ನಾವು ಮೂವತ್ತು ಮೀಟರ್ ತಲಪಿದೆವು. ಧೂಳಿನ ಹೊರತು ಬೇರೇನೂ ಸಿಗಲಿಲ್ಲ. ಈ ನಿಷ್ಫಲ ಕೆಲಸವನ್ನು ನಾವು ನಿಲ್ಲಿಸಬೇಕು. ಈ ದೃಷ್ಟಿಯಿಂದ ನಾನು ನಮ್ಮ ಪಟಾಲಂನ ಕೇಂದ್ರಕಚೇರಿಗೆ ಒಂದು ಬಿನ್ನಹವನ್ನು ಕಳಿಸಿದ್ದೇನೆ. ನಾಳೆ ನಾನು ಅಲ್ಲಿಗೆ ಹೋಗಿ ಹಾಜರಾಗಬೇಕೆಂದು ಅಪ್ಪಣೆಯಾಗಿದೆ.

29 ಏಪ್ರಿಲ್

"ಕ್ಯಾಪ್ಟನ್, ನಾವು ಮೂವತ್ತು ಮೀಟರ್ ಆಳ ತಲಪಿದ್ದೇವೆ. ನಮ್ಮಿಂದ ನೀರು ಕಂಡು ಹಿಡಿಯಲು ಸಾಧ್ಯವಿಲ್ಲ ಅಂತ ಕಾಣ್ತದೆ," ಎಂದು ನನ್ನ ಉನ್ನತಾಧಿಕಾರಿಗೆ ನಾನು ಹೇಳಿದೆ.

"ಆದರೆ ಏನೇ ಆಗಲಿ ನಮಗೆ ನೀರು ಬೇಕೇ ಬೇಕು," ಎಂದು ಅವನು ಉತ್ತರಿಸಿದ.

"ಹಾಗಾದ್ರೆ ಅವರು ಬೇರೆ ಸ್ಥಳದಲ್ಲಿ ಪ್ರಯತ್ನಿಸಲಿ ಕ್ಯಾಪ್ಟನ್."

"ಇಲ್ಲ ಇಲ್ಲ, ಎಲ್ಲಿ ಆರಂಭಿಸಿದ್ದೀರೋ ಅಲ್ಲೇ ತೋಡಿ. ಎರಡು ಕಡೆ ಮೂವತ್ತು ಮೀಟರ್ ಆಳ ತೋಡಿದರೆ ನಮಗೆ ನೀರು ಸಿಗದೇ ಇರ್ಬಹುದು. ಆದ್ರೆ ಒಂದೇ ಕಡೆ ನಲವತ್ತು ಮೀಟರ್ ತೋಡಿದರೆ ಸಿಕ್ಕೀತು."

"ಸರಿ ಕ್ಯಾಪ್ಟನ್."

"ಅಲ್ಲದೆ ಇಷ್ಟರಲ್ಲೇ ನಿಮಗೆ ನೀರು ಸಿಕ್ಕಬಹುದು."

"ಸರಿ ಕ್ಯಾಪ್ಟನ್."

"ಒಳ್ಳೇದು, ಇನ್ನೊಂದು ಸ್ವಲ್ಪ ಪ್ರಯತ್ನ ಮಾಡಿ. ನಮ್ಮ ಜನ ಬಾಯಾರಿಕೆಯಿಂದ ಸಾಯ್ತಿದ್ದಾರೆ."

ನಾವೇನೋ ಸಾಯುತ್ತಿಲ್ಲ. ಆದರೆ ನಿತ್ಯ ಚಿತ್ರಹಿಂಸೆಗೆ ಗುರಿಯಾಗಿದ್ದೇವೆ. ತಲಾ ಒಂದು ಹೂಜಿಯಷ್ಟು ನೀರಿನಲ್ಲಿ ದಿನ ತಳ್ಳುವುದು ಒಂದು ಅನಂತವಾದ ಯಾತನೆ, ನಮ್ಮ ಸೈನಿಕರು ಅಷ್ಟೆಲ್ಲ ಧೂಳು ಮತ್ತು ಕೆಲಸದಿಂದಾಗಿ ಗುಂಡಿಯೊಳಗೆ ಹೊರಗಡೆಗಿಂತ ಹೆಚ್ಚು ಬಾಯಾರಿ ನರಳುತ್ತಾರೆ. ಆದರೆ ಅಗೆತ ಮುಂದುವರಿಯಲೇಬೇಕು.

ಈ ಆಜ್ಞೆಯನ್ನು ನಮ್ಮ ಸೈನಿಕರಿಗೆ ನಾನು ಬಿತ್ತರಿಸಿದೆ, ಅದಕ್ಕೆ ಅವರು ತಮ್ಮ ಅಸಹನೆಯ ಪ್ರತಿಭಟನೆಯನ್ನು ವ್ಯಕ್ತಿಪಡಿಸಿದರು. ನಾನು ನಮ್ಮ ದಳನಾಯಕನ ಪರವಾಗಿ ಅವರಿಗೆ ಕೋಕ ಗಿಡ ಮತ್ತು ನೀರಿನ ಪಡಿತರವನ್ನು ಹೆಚ್ಚಿಸುವ ಆಶ್ವಾಸನೆ ನೀಡಿ ಅವರನ್ನು ಶಮನಗೊಳಿಸಲು ಪ್ರಯತ್ನಿಸಿದೆ.

9 ಮೇ

ಕೆಲಸ ಮುಂದುವರಿಯುತ್ತಿದೆ. ಈ ಗುಂಡಿ ನಮ್ಮ ನಡುವೆ ವಾಸ್ತವವಾದ ಹಾಗೂ ವಿನಾಶಕರ ವಾದ ಭಯಜನಕ ವ್ಯಕ್ತಿತ್ವವನ್ನು ಪಡೆದುಕೊಳ್ಳುತ್ತಿದೆ. ಅಗೆಯುವ ಪಡೆಯ ಅಜ್ಞಾತ ಧಣಿಯ

ಹಾಗೆ ಇದು ನಮ್ಮ ಮೇಲಧಿಕಾರಿಯಾಗಿ ಮಾರ್ಪಾಟುಗೊಳ್ಳುತ್ತಿದೆ. ಮಂಕಾದ ಒಂದು ಸೆಳೆತಕ್ಕೆ ತುತ್ತಾಗಿ ಅವರು ಆ ಉದ್ದ ಗುಂಡಿಯ ದೆವ್ವದ ದಾರಿಯಲ್ಲಿ ಇಳಿಯುತ್ತಾರೆ. ಬೆಳಕಿನಿಂದ ದೂರವಾಗಿ, ಅವರು ಮಾನವರಾಗಿ ಹೊಂದಿರುವ ಅಸ್ತಿತ್ವವನ್ನೇ ತಿರುವುಮುರುವು ಮಾಡಿ ಬಾಳುವಂಥ ಶಿಕ್ಷೆಯನ್ನು ವಿಧಿಸುವ ನಿರ್ದಯ ಆಜ್ಞೆ ಅದು. ಪ್ರತಿಸಲ ನಾನು ಅವರನ್ನು ನೋಡಿದಾಗಲೂ ಅವರು ಜೀವಂತ ಕೋಶಗಳಿಂದ ಸೃಷ್ಟಿಯಾದವರಲ್ಲವೇ ಅಲ್ಲವೆಂದೂ, ಧೂಳಿನ ಪರಮಾಣು ಗಳಿಂದ ನಿರ್ಮಿತಗೊಂಡವರೆಂದೂ ನನಗೆ ಅನ್ನಿಸುತ್ತದೆ. ಕಿವಿಗಳು, ಕಣ್ಣರೆಪ್ಪೆಗಳು, ಹುಬ್ಬುಗಳು, ಮೂಗಿನ ಹೊಳ್ಳೆಗಳು, ಎಲ್ಲ ಮಣ್ಣಿನಮಯ. ಅವರ ಕೂದಲು ಮಣ್ಣಿನಿಂದ ಬೆಳ್ಳಗಾಗಿರುತ್ತದೆ. ಕಣ್ಣಲ್ಲಿ ಮಣ್ಣು. ಅವರ ಆತ್ಮ ಕೂಡ ಚಾಕೋದ ಈ ಮಣ್ಣಿನಿಂದ ತುಂಬಿಬಿಟ್ಟಿದೆ.

24 ಮೇ

ನಾವು ಇನ್ನೂ ಕೆಲವು ಮೀಟರ್ ಆಳ ಹೋಗಿದ್ದೇವೆ. ಕೆಲಸ ನಿಧಾನವಾಗಿದೆ. ಒಬ್ಬ ಸೈನಿಕ ಪಾತಾಳದ ತಳದಲ್ಲಿ ಅಗೆಯುತ್ತಾನೆ. ಇನ್ನೊಬ್ಬ ಸೈನಿಕ ಹೊರಗಡೆ ರಾಟೆ ತಿರುಗಿಸುತ್ತಾನೆ. ಗ್ಯಾಸೊಲಿನ್ ಡಬ್ಬದಿಂದ ಮಾಡಿದ ಬಕೆಟ್‌ನಲ್ಲಿ ಮಣ್ಣು ಮೇಲೆ ಬರುತ್ತದೆ. ಕೆಳಗೆ ಗಾಳಿಯ ಕೊರತೆ ಇದೆ ಎಂದು ಸೈನಿಕರು ದೂರುತ್ತಿದ್ದಾರೆ. ಅವರು ಅಗೆಯುವಾಗ ವಾತಾವರಣ ಅವರನ್ನು ಅಮುಕುತ್ತದೆ. ಅವರ ಕಾಲ ಕೆಳಗೆ ಮತ್ತು ಅವರ ಸುತ್ತಮುತ್ತ, ತಲೆಯ ಮೇಲೆ ಉದ್ದಕ್ಕೆ, ಕೆಳಗೆ ತಳದಲ್ಲಿ ರಾತ್ರಿಯ ಹಾಗೆ ಅದು ಮೈಚಾಚಿರುತ್ತದೆ. ನಿರ್ದಯಿಯಾಗಿ, ಕರಾಳವಾಗಿ ಗಾಢ ಮೌನದಲ್ಲಿ ಹೆಪ್ಪುಗಟ್ಟಿ ನಿಶ್ಚಲವಾಗಿರುವ ಅದು ಅಗೆಯುವವರ ಗಂಟಲನ್ನು ಹಿಸುಕುತ್ತದೆ. ಅದರ ಭಾರ ಸೀಸದ ಗುಂಡಿನಂತೆ ಪ್ರತಿ ಅಗೆತಗಾರನ ಮೇಲೂ ರಾಶಿಗೊಳ್ಳುತ್ತಾ, ಭೂಮಿಯ ಹೊರಪದರಕ್ಕೆ ಎಷ್ಟೋ ಶತಮಾನಗಳ ದೂರದ ಆಳದಲ್ಲಿ, ಯಾವುದೋ ಒಂದು ಭೂಯುಗದಲ್ಲಿ ಹುಳುವೊಂದು ತಳದಲ್ಲಿ ಸಿಕ್ಕಿಹಾಕಿಕೊಂಡ ಹಾಗೆ ಅವನನ್ನು ಕತ್ತಲ ಮೊತ್ತದಲ್ಲಿ ಸಮಾಧಿ ಮಾಡುತ್ತದೆ.

ಆತ ತನ್ನ ಕ್ಯಾಂಟೀನಿನಲ್ಲಿ ದೊರೆಯುವ ಬಿಸಿಯಾದ ಮಂದವಾದ ಪಾನೀಯವನ್ನು ಕುಡಿಯುತ್ತಾನೆ. ಅದು ಕೂಡಲೇ ಮಾಯವಾಗುತ್ತದೆ. ಯಾಕೆಂದರೆ ಅಗೆಯುವವರ ಪಡಿತರವನ್ನು ಇಮ್ಮಡಿಗೊಳಿಸಿದ್ದರೂ, ಅವರ್ಣನೀಯ ಬಾಯಾರಿಕೆಯಿಂದ ತುಂಬಿರುವ ಅವರ ಗಂಟಲಿನಲ್ಲೇ ಅದು ಇಂಗಿಹೋಗುತ್ತದೆ. ಅಗೆಯುವ ಸೈನಿಕ ದೂರದ ತನ್ನ ಹುಟ್ಟೂರಿನ ಗದ್ದೆಗಳ ಉಕ್ಕೆ ಸಾಲಿನಲ್ಲಿ ನಡೆಯುವಾಗ ದೊರೆಯುತ್ತಿದ್ದ ಪರಿಚಿತ ಅನುಭವಕ್ಕಾಗಿ, ಇಲ್ಲಿನ ಬೇಸರ ಬರಿಸುವ ಧೂಳಿನಲ್ಲಿ ತನ್ನ ಬರಿಗಾಲಿನಿಂದ ಅರಸುತ್ತಾನೆ. ಇಲ್ಲಿನ ನೆಲ ತುಳಿಯುವ ಅವನಲ್ಲಿ ಹಿಂದಿನ ನೆನಪು ಮರುಕೊಳಿಸುತ್ತದೆ.

ಈಗವನು ತನ್ನ ಗುದ್ದಲಿಯಿಂದ ನೆಲವನ್ನು ಮತ್ತೆ ಮತ್ತೆ ಅಗೆಯುತ್ತಾನೆ. ಒಣ ಮಣ್ಣು ಅವನ ಕಾಲುಗಳನ್ನು ಮುಚ್ಚುತ್ತದೆ. ಆದರೆ ಯಾವುದಕ್ಕಾಗಿ ನಾವೆಲ್ಲ ಬಾಯಿಬಿಡುತ್ತಿದ್ದೇವೋ ಆ ನೀರಿನ ಸುಳಿವು ಮಾತ್ರ ಇಲ್ಲ.

5 ಜೂನ್

ನಾವು ಹತ್ತಿರ ಹತ್ತಿರ ನಲವತ್ತು ಮೀಟರ್‌ವರೆಗೆ ಬಂದಿದ್ದೇವೆ. ನಮ್ಮ ಸೈನಿಕರಿಗೆ ಉತ್ತೇಜನ ನೀಡಲು ಸ್ವಲ್ಪ ಅಗೆಯೋಣ ಎಂದು ನಾನೂ ಆಳಕ್ಕಿಳಿದೆ. ಇಳಿಯುವಾಗ,

ಕನಸಿನಲ್ಲಿ ಯಾವುದೋ ತಳವಿಲ್ಲದ ಪಾತಾಳಕ್ಕೆ ಬೀಳುತ್ತಿದ್ದೇನೇನೋ ಎನ್ನಿಸಿತು. ಬಹಳ ದೂರದಲ್ಲಿ ನಡೆಯುತ್ತಿರುವ ಯುದ್ಧದಿಂದ, ಉಳಿದ ಇಡೀ ಮಾನವ ಸಂಪರ್ಕದಿಂದಲೇ ನಾನು ಕಡಿದುಹೋದಂತೆ ಈ ಆಳದಲ್ಲಿ ಭಾಸವಾಯಿತು. ಶೂನ್ಯದ ಅಶರೀರ ಹಸ್ತಗಳಿಂದ ಕತ್ತು ಹಿಚುಕಿ ಮುಗಿಸಲು ಸಿದ್ಧವಾಗಿರುವ ವಿಧಿಯತ್ತ ಈ ಏಕಾಂತತೆ ನನ್ನನ್ನು ಸೆಳೆಯುತ್ತಿದ್ದಂತೆ ಕಂಡಿತು. ಬೆಳಕಿನ ತುಣುಕೂ ಇಲ್ಲ. ಗಾಳಿಯ ಭಾರ ಎಲ್ಲ ಕಡೆಯಿಂದಲೂ ನನ್ನ ದೇಹವನ್ನು ಅಮುಕುತ್ತದೆ. ಕತ್ತಲ ಸ್ತಂಭವೊಂದು ನನ್ನ ಮೇಲೆ ನೆಟ್ಟಗೆ ಕವುಚಿ ಜನಗಳ ಸದ್ದೇ ಕೇಳಿಸದ ಹಾಗೆ ನನ್ನನ್ನು ಹೂತುಹಾಕುತ್ತದೆ.

ಕಾಲವನ್ನು ಪ್ರಯತ್ನಪೂರ್ವಕ ಬೇಗ ಉರುಳಿಸಲೋ ಎಂಬಂತೆ ನಾನು ಗುದ್ದಲಿ ಹಿಡಿದು ಆವೇಶದಿಂದ ಅಗೆಯುತ್ತೇನೆ. ಆದರೆ ಈ ಆವರಣದಲ್ಲಿ ಕಾಲ ಅಚಲ, ಸ್ಥಿರ. ಬೆಳಕಿನ ಬದಲಾವಣೆಯಿಂದ ಹೊತ್ತು ಸರಿಯುವುದು ತಿಳಿಯದ ಮೇಲೆ, ಕತ್ತಲ ಕೋಣೆಯಂಥ ಏಕರೀತಿಯ ಅಂಧಕಾರದ ಈ ಭೂಗರ್ಭದಲ್ಲಿ ಕಾಲ ಸ್ತಬ್ಧವಾಗುತ್ತದೆ. ಬೆಳಕು ಸಾಯುವುದು ಇಲ್ಲಿಯೇ. ಕತ್ತಲಲ್ಲಿ ಟಿಸಿಲೊಡೆದು ಸ್ವರ್ಗವನ್ನೇ ಮುಚ್ಚಿಹಾಕಿ ಭೂಮಿಯನ್ನು ಶೋಕದಲ್ಲಿ ಮುಳುಗಿಸುವ ಆ ಭೂಮವೃಕ್ಷದ ಬೇರುಗಳು ಇಲ್ಲಿವೆ.

16 ಜೂನ್

ವಿಚಿತ್ರ ಸಂಗತಿಗಳು ನಡೆಯುತ್ತಿವೆ. ಪಾತಾಳದ ಕತ್ತಲೆ ಕೋಣೆಯು ನಮ್ಮ ಕನಸುಗಳು ಪ್ರತಿಕ್ರಿಯಾಕಾರಕ ರಾಸಾಯನಿಕ ಕ್ರಿಯೆಯಿಂದ ನೀರಿನ ಛಾಯಾಚಿತ್ರಗಳನ್ನು ಸಂಸ್ಕರಿಸುತ್ತಿರುವಂತೆ ಕಾಣುತ್ತದೆ. ನಮ್ಮ ನೀರಿನ ಗೀಳು ನಲವತ್ತೊಂದು ಮೀಟರ್ ಆಳದಲ್ಲಿ ವಿಚಿತ್ರವಾದ ಭ್ರಾಮಕ ಪ್ರಪಂಚವನ್ನೇ ಸೃಷ್ಟಿಸುವುದರಲ್ಲಿ ನಿರತವಾಗಿದೆ. ಆ ಆಳದಲ್ಲಿ ನಡೆದ ಒಂದು ಕುತೂಹಲಕಾರಿ ಘಟನೆಯಿಂದ ಇದು ಸ್ಪಷ್ಟವಾಯಿತು.

ಇದನ್ನು ನನಗೆ ಹೇಳಿದವನು ಸ್ಮೋಕಿ. ನಿನ್ನೆ ಅವನು ಬಾವಿಯ ತಳದಲ್ಲಿ ಮಲಗಿ ನಿದ್ದೆ ಹೊಡೆಯುತ್ತಿದ್ದಾಗ ಬೆಳ್ಳಿಯ ಸರ್ಪವೊಂದು ಥಳ ಥಳಿಸಿದ್ದನ್ನು ಕಂಡ. ಅವನು ಥಟ್ಟನೆ ಕೈಚಾಚಿ ಅದನ್ನು ಹಿಡಿದ. ಆದರೆ ಅದು ಕೈಯಲ್ಲೇ ಅದೃಶ್ಯವಾಯಿತು. ಬೇರೆ ಹಾವುಗಳು ಬಾವಿಯ ತಳದಲ್ಲಿ ಕಾಣಿಸಿಕೊಂಡು, ಭುಸ್ಸನೆ ಶಬ್ದಮಾಡುವ ಗುಳ್ಳೆಗಳ ಕಾರಂಜಿ ಚಿಮ್ಮಿತು. ಕತ್ತಲೆಯ ಕಂಬಕ್ಕೆ ಜೀವ ಬಂದ ಅದು ಮಾಂತ್ರಿಕ ಸರ್ಪವಾಯಿತು. ತನ್ನ ಗಡಸುತನ ಕಳೆದುಕೊಂಡು ನೀರಿನ ಕಂಬದಂತೆ ಬಳುಕಿತು. ಆದರೆ ಮೇಲ್ಪದರದಲ್ಲಿ ತೇಲುತ್ತಾ ಸ್ಮೋಕಿ ಮೇಲೆ ಬಂದು ಕಣ್ಣು ಕೋರೈಸುವ ಹಗಲಿನ ಬೆಳಕನ್ನು ಕಂಡ. ಅವನ ಆಶ್ಚರ್ಯಕ್ಕೆ ಇಡೀ ಪಾಳೆಯವೇ ನೀರಿನಿಂದ ರೂಪಾಂತರಗೊಂಡಿತ್ತು. ಪ್ರತಿಯೊಂದು ಮರವೂ ಒಂದು ಕಾರಂಜಿಯಾಗಿತ್ತು. ಹುಲ್ಲುಗಾವಲು ಕಣ್ಮರೆಯಾಗಿ ಆ ಸ್ಥಳದಲ್ಲಿ ಒಂದು ಹಸಿರು ಸರೋವರ ಅವತರಿಸಿತ್ತು. ಅಲ್ಲಿ ನಮ್ಮ ಸೈನಿಕರು ನೀರುಹಬ್ಬೆ ಗಿಡಗಳ ನೆರಳಿನಲ್ಲಿ ಸ್ನಾನ ಮಾಡುತ್ತಿದ್ದರು. ಆಚೆ ದಡದಿಂದ ನಮ್ಮ ಶತ್ರುಗಳು ಮೆಷಿನ್‌ಗನ್‌ಗಳಿಂದ ಗುಂಡು ಹಾರಿಸುತ್ತಿರುವುದನ್ನು ಕಂಡು ಅವನಿಗೆ ಅಚ್ಚರಿಯೇನೂ ಆಗಲಿಲ್ಲ. ನಮ್ಮ ಸೈನಿಕರು ನಗುತ್ತಾ ಕೇಕೆ ಹಾಕುತ್ತಾ ಹಾರಿ ಆ ಗುಂಡುಗಳನ್ನು ಹಿಡಿಯುತ್ತಿದ್ದುದನ್ನು ಕಂಡೂ ಆಶ್ಚರ್ಯವಾಗಲಿಲ್ಲ. ಅವನಿಗೆ ನೀರು ಕುಡಿಯಬೇಕೆಂಬ ಆಸೆ ಉತ್ಕಟವಾಯಿತು. ಸರೋವರದ ಕಾರಂಜಿಯಿಂದ ನೀರು ಕುಡಿಯುತ್ತಾ, ತನ್ನ ದೇಹವನ್ನು ತೊಳೆಯುತ್ತಾ ಹೋದ. ಅಸಂಖ್ಯಾತವಾದ ನೀರಿನ

ಪದರುಗಳ ಆಳದಲ್ಲಿ ಜಾರತೊಡಗಿದ. ಕಾರಂಜಿ ಅವನ ತಲೆಯ ಮೇಲೆ ಒಂದೇ ಸಮನೆ ನೀರನ್ನು ಎರಚುತ್ತಿತ್ತು. ಅವನು ಕುಡಿದೇ ಕುಡಿದ. ಆದರೆ ಮರೀಚಿಕೆಯಂತೆ ಯಥೇಚ್ಛವಾಗಿ ತುಂಬಿ ತುಳುಕುತ್ತಿದ್ದ ಈ ಮಾಯಾಜಲದಿಂದ ಅವನ ಬಾಯಾರಿಕೆ ತಣಿಯಲಿಲ್ಲ.

ನಿನ್ನೆ ರಾತ್ರಿ ಸ್ಮೋಕಿಗೆ ಜ್ವರಬಂದಿತ್ತು. ನಮ್ಮ ದಳದ ಪ್ರಥಮ ಚಿಕಿತ್ಸಾ ಕೇಂದ್ರಕ್ಕೆ ಅವನನ್ನು ವರ್ಗಾಯಿಸಲು ವ್ಯವಸ್ಥೆ ಮಾಡಿದೆ.

24 ಜೂನ್

ನಮ್ಮ ಸೇನಾ ವಿಭಾಗದ ಮುಖ್ಯಾಧಿಕಾರಿ ಈ ಮಾರ್ಗವಾಗಿ ಹೋಗುತ್ತ ತನ್ನ ಕಾರನ್ನು ನಿಲ್ಲಿಸಿದ. ನನ್ನೊಡನೆ ಮಾತನಾಡುತ್ತಾ, ಮಣ್ಣನ್ನೆತ್ತಲು ಬರೀ ಒಂದು ಬಕೀಟು ಮತ್ತು ರಾಟೆ ಉಪಯೋಗಿಸಿ ನಾವು ಸುಮಾರು ನಲವತ್ತೈದು ಮೀಟರ್ ಆಳ ತೋಡಿರುವುದನ್ನು ಕೇಳಿ ಅವನಿಗೆ ನಂಬುವುದಕ್ಕೆ ಆಗಲಿಲ್ಲ. "ಒಬ್ಬ ಸೈನಿಕನ ಅಗೆಯುವ ಸರದಿ ಮುಗಿದ ಮೇಲೆ ಅವನನ್ನು ಮೇಲಕ್ಕೆ ಕರೆಯಲು ನಾವು ಜೋರಾಗಿ ಕೂಗಬೇಕಾಗುತ್ತದೆ ಕರ್ನಲ್," ಎಂದು ಅವನಿಗೆ ನಾನು ಹೇಳಿದೆ.

ಮುಂದೆ, ಸಿಗರೇಟ್ ಮತ್ತು ಕೋಕ ಗಿಡದ ಹೊಸ ಸರಬರಾಜಿನ ಜೊತೆಗೆ ಕರ್ನಲ್ ಒಂದು ಕಹಳೆಯನ್ನೂ ಕಳುಹಿಸಿಕೊಟ್ಟ. ಅಂದ ಮೇಲೆ ನಮಗೂ ಈ ಬಾವಿಗೂ ಬ್ರಹ್ಮಗಂಟು ಬಿದ್ದಂತಾಯಿತು. ಅಗೆತವನ್ನು ಹಾಗೇ ಮುಂದುವರಿಸಿದೆವು. ಅಥವಾ, ನೆರಳುಗಳು ನೆಲೆಸಿರುವ ಪ್ರಾಗೈತಿಹಾಸಿಕ ಯುಗದತ್ತ ಭೂಮಿಯ ಆಳಕ್ಕೆ ಜರುಗುತ್ತಿದ್ದೇವೆಂದು ಹೇಳಲೆ? ದುರ್ಭೇದ್ಯವಾದ ಘನದಲ್ಲಿ ನೀರಿಗಾಗಿ ಅನ್ವೇಷಣೆ ನಮ್ಮದು. ಪ್ರತಿಸಲವೂ ಹೆಚ್ಚುಹೆಚ್ಚು ಏಕಾಂಗಿಯಾಗಿ, ತಮ್ಮ ಯೋಚನೆಗಳ ಹಾಗೂ ಭವಿಷ್ಯದ ನೆರಳು ಕವಿದವರಂತೆ ಹೆಚ್ಚುಹೆಚ್ಚು ಮಂಕಾಗಿ, ಭೂಗರ್ಭವಾಸಿಗಳಾದ ಕುಳ್ಳ ಭೂತಗಳ ಹಾಗೆ ಏಕಪ್ರಕಾರವಾಗಿ, ನಿಧಾನವಾಗಿ, ನಮ್ಮ ಸೈನಿಕರು ಮತ್ತೂ ಮತ್ತೂ ಅಗೆಯುತ್ತಿದ್ದಾರೆ. ಅವರು ತಮ್ಮ ಗುದ್ದಲಿಗಳಿಂದ ವಾತಾವರಣವನ್ನು, ಭೂಮಿಯನ್ನು, ಬದುಕನ್ನೇ ಬಗೆಯುತ್ತಿರುವಂತೆ ತೋರುತ್ತದೆ.

4 ಜುಲೈ

ನೀರು ಎನ್ನುವ ವಸ್ತು ನಿಜವಾಗಿಯೂ ಇದೆಯೆ? ಸ್ಮೋಕಿಯ ಕನಸಿನ ಬಳಿಕ ನಾವೆಲ್ಲರೂ ಅದನ್ನು ಕಾಣತೊಡಗಿದ್ದೇವೆ. ತಲೆಗೂ ಮೇಲಕ್ಕೆ ಒಮ್ಮೆಲೇ ಉಕ್ಕಿ ಬಂದ ನೀರಿನ ಪ್ರವಾಹದಲ್ಲಿ ಮುಳುಗಿದ ಹಾಗೆ ಅನ್ನಿಸಿತು ಎಂದು ಪೇದ್ರಾಸಾ ಹೇಳಿದ. ತನ್ನ ಗುದ್ದಲಿ ಮಂಜುಗಡ್ಡೆಗಳಿಗೆ ತಾಕಿತು ಎಂದು ತ್ರುಸ್ತಾ ವರದಿ ಮಾಡಿದ. ಚಾಕೋನ್ ನಿನ್ನೆ ಮೇಲಕ್ಕೆ ಬಂದ ಬಳಿಕ, ಭೂಗರ್ಭ ಸರೋವರವೊಂದರ ಥಳಥಳಿಸುವ ಅಲೆಗಳ ಪ್ರತಿಫಲನದಿಂದ ತುಂಬಿ ಹೋದ ಅಂದವಾದ ಗವಿಯೊಂದರ ವಿಚಾರವಾಗಿ ಬಡಬಡಿಸತೊಡಗಿದ.

ಇಷ್ಟೆಲ್ಲ ಯಾತನೆ, ಇಷ್ಟೆಲ್ಲ ಅನ್ವೇಷಣೆ, ಇಷ್ಟೊಂದು ಕಾತರದ ನಿರೀಕ್ಷೆ, ನಮ್ಮ ಅಂತಃಚೇತನದಲ್ಲಿರುವ ಇಷ್ಟೊಂದು ತೃಷೆ – ಇವುಗಳೇ ಈ ಜಲ ಪ್ರವಾಹದ ಕನಸುಗಳ ಉಗಮವಾಗಿರಬಹುದೇ?

16 ಜುಲೈ

ನನ್ನ ಜನರು ಕಾಯಿಲೆ ಬೀಳುತ್ತಿದ್ದಾರೆ. ಬಾವಿಯೊಳಗೆ ಇಳಿಯುವುದಕ್ಕೆ ಅವರು ನಿರಾಕರಿಸುತ್ತಿದ್ದಾರೆ. ನಾನು ಒತ್ತಾಯ ಮಾಡಬೇಕಾಗಿದೆ. ಮುಂಚೂಣಿಗೆ ತಮ್ಮನ್ನು ವರ್ಗಮಾಡಿಸುವಂತೆ ಅವರು ನನ್ನಲ್ಲಿ ಕೇಳಿಕೊಂಡಿದ್ದಾರೆ. ನಾನು ಮತ್ತೊಂದು ಸಲ ತಳದವರೆಗೆ ಹೋಗಿ ದಿಗ್ಭ್ರಮೆ ಮತ್ತು ಭಯ ತುಂಬಿಕೊಂಡು ಮೇಲೆ ಬಂದೆ. ನಾವು ಹೆಚ್ಚು ಕಡಮೆ ಐವತ್ತು ಮೀಟರ್‌ಗೇ ಹೋಗಿದ್ದೇವೆ. ಅಲ್ಲಿನ ವಾತಾವರಣ ಹೆಚ್ಚು ಕತ್ತಲಾಗುತ್ತಾ ಹೋಗುತ್ತಿದೆ. ಅದು ನಮ್ಮ ದೇಹವನ್ನು ಯಾತನೆಯಿಂದ ಕಲಕಿ ಆವರಿಸುತ್ತದೆ. ಈ ಭೂಗರ್ಭದ ಮಣ್ಣು ಮನುಷ್ಯರ ಉಸಿರು ಕಟ್ಟಿಸುತ್ತದೆ. ಪಾತಾಳದಲ್ಲಿ ಅವರು ಒಂದು ಗಂಟೆಗಿಂತ ಹೆಚ್ಚು ಇರಲು ಸಾಧ್ಯವಿಲ್ಲ. ಅದೊಂದು ನಟ್ಟಿರುಳಿನ ದುಃಸ್ವಪ್ನವಾಗಿದೆ. ಈ ಚಾಕೋ ನೆಲ ಯಾವುದೋ ವಿಶೇಷ ಶಾಪಕ್ಕೆ ತುತ್ತಾಗಿರಬೇಕು.

25 ಜುಲೈ

ಪ್ರತಿ ಒಂದು ಗಂಟೆಗೂ, ಮುಖ್ಯಾಧಿಕಾರಿ ಕೊಟ್ಟಿದ್ದ ಕಹಳೆಯನ್ನು ಬಾವಿಯ ಬಾಯ ಬಳಿ ಮೊಳಗಿಸಿ, ಅಗೆಯುವವನಿಗೆ ಮೇಲೆ ಬರಲು ಸೂಚನೆ ಕೊಡಲಾಗುತ್ತಿತ್ತು. ಕಹಳೆಯ ಧ್ವನಿ ಬಾವಿಯ ತಳದಲ್ಲಿ ಸಿಡಿಲು ಹೊಡೆದಂತೆ ಕೇಳಿಸುತ್ತಿದ್ದಿರಬೇಕು. ಆದರೆ ಇವತ್ತು ಅಪರಾಹ್ನ ಕಹಳೆ ಮೊಳಗಿಸಿದರೂ ಯಾರೂ ಮೇಲೆ ಬರಲಿಲ್ಲ.

"ತಳದಲ್ಲಿರೋರು ಯಾರು?" ಎಂದು ನಾನು ಕೇಳಿದೆ.

ಅಲ್ಲಿದ್ದವನು ಪೇದ್ರಾಸಾ. ಅವನನ್ನು ಕೂಗಿದರು. ಮತ್ತೆ ಮತ್ತೆ ಕಹಳೆ ಊದಿದರು. "ತಾರಾರೀ... ಪೇದ್ರಾಸಾ... !"

"ಅವನೆಲ್ಲೋ ನಿದ್ದೆ ಹೊಡೀತಿರಬೇಕು."

"ಅಥವಾ ಸತ್ತುಗಿತ್ತನೋ ?" ಎಂದು ನಾನು ಯಾರಾದರೂ ಒಳಗಿಳಿದು ನೋಡಿಕೊಂಡು ಬರಲು ಹೇಳಿದೆ.

ಒಬ್ಬ ಸೈನಿಕ ಒಳಗಿಳಿದ. ನಾವು ಬಾವಿಯ ಬಾಯಿಯ ಸುತ್ತ ವೃತ್ತಾಕಾರವಾಗಿ ನಿಂತು ಬಗ್ಗಿ ನೋಡುತ್ತಿದ್ದೆವು. ಬಹಳ ಹೊತ್ತು ಕಾದ ಬಳಿಕ ಹಗ್ಗಕ್ಕೆ ಕಟ್ಟಿದ ಪೇದ್ರಾಸಾನ ಅರೆ ಉಸಿರುಕಟ್ಟಿದ ದೇಹವನ್ನು ಕೆಳಗಿನಿಂದ ಸೈನಿಕ ತಳ್ಳುತ್ತಿದ್ದ ಹಾಗೂ ಮೇಲಿನಿಂದ ನಾವು ಎಳೆಯುತ್ತಿದ್ದ ಅಚ್ಚುರಾಟಣೆ ಮೇಲಕ್ಕೆ ತಂದಿತು.

29 ಜುಲೈ

ಇವತ್ತು ಚಾಕೋನ್ ಪ್ರಜ್ಞೆ ತಪ್ಪಿದ. ಅವನ ದೇಹವನ್ನು ವಿಷಣ್ಣತೆಯಿಂದ ಮೇಲಿರಿಸುವಾಗ ಅವನು ಗಲ್ಲಿಗೇರಿಸಿದ ಮನುಷ್ಯನ ಹಾಗೆ ಕಂಡ.

4 ಸೆಪ್ಟೆಂಬರ್

ಈ ಕೆಲಸ ಮುಗಿಯುವುದೇ ಇಲ್ಲವೆ ? ಅಗೆತ ಮುಂದುವರಿಯುತ್ತಲೇ ಇದೆ. ಆದರೆ ನೀರನ್ನು ಕಂಡುಹಿಡಿಯುವ ಆಸೆಯಂತೂ ಈಗಿಲ್ಲ. ಯಾವುದೋ ಕುರುಡು ನಿಗೂಢ ಉದ್ದೇಶಕ್ಕಾಗಿ,

ದುರಂತಮಯ ವಿಧಿಯ ಆಸೆಯನ್ನು ಈಡೇರಿಸುವುದಕ್ಕಾಗಿ ನಾವು ಅಗೆಯುತ್ತಿದ್ದೇವೆ.

ಪರ್ವತದ ಈ ಎತ್ತರದಲ್ಲಿ ಯುದ್ಧದಂತೆ ಈ ಬಾವಿಯೂ ಕೂಡ ಅನಿವಾರ್ಯವಾದ, ಅನಂತವಾದ ಹಾಗೂ ಅಸಹನೀಯವಾದ ಸ್ವರೂಪವನ್ನು ತಾಳುತ್ತಿದೆ. ಗುಡ್ಡೆಹಾಕಿದ ಅಗೆದ ಮಣ್ಣು ಗಟ್ಟಿಯಾಗುತ್ತಾ ಗುಡ್ಡವಾಗುತ್ತಿದೆ. ಅದರ ಮೇಲೆ ಓತಿಕೇತಗಳೂ ಕೆಂಬಕ್ಕಿಗಳೂ ಓಡಾಡುತ್ತವೆ. ಅಗೆಯುವಾತ ಬಾವಿಯ ಬಾಯಿಯಲ್ಲಿ ಕಾಣಿಸಿಕೊಂಡಾಗ ಬೆವರು ಸುರಿಸುತ್ತಿರುತ್ತಾನೆ. ಮೈಯೆಲ್ಲಾ ಕೊಳೆ. ಕಣ್ಣುಗುಡ್ಡೆ ಮತ್ತು ತಲೆಗೂದಲು ಬೆಳ್ಳಗಾಗಿರುತ್ತವೆ. ಅಧೋಲೋಕದ ಯಾವುದೋ ಅಜ್ಞಾತ ಪ್ರದೇಶದಿಂದ ಬಂದವನಂತೆ ಆತ ಕಾಣಿಸುತ್ತಾನೆ. ಪ್ರವಾಹದಿಂದ ಹೊರಬರುತ್ತಿರುವ ಪ್ರಾಗೈತಿಹಾಸಿಕ ಕ್ರೂರ ಪ್ರಾಣಿಯೊಂದನ್ನು ಆತ ಹೋಲುತ್ತಾನೆ. ಏನಾದರೂ ಮಾತನಾಡಿಸಬೇಕಲ್ಲ ಎಂದು ನಾನು ಕೆಲವು ಸಲ ಅವನನ್ನು ಕೇಳುತ್ತೇನೆ : "ಏನಾದ್ರು ಉಂಟೋ ?"

"ಏನೂ ಇಲ್ಲ, ಇನ್ನೂ ಏನೂ ಇಲ್ಲ ಲೆಫ್ಟಿನೆಂಟ್."

ನಮ್ಮ ಯುದ್ಧದ ಹಾಗೆ ಏನೂ ಇಲ್ಲ, ಶೂನ್ಯ. ಈ ಶೂನ್ಯಕ್ಕೆ ಕೊನೆಯೇ ಇಲ್ಲ.

1 ಅಕ್ಟೋಬರ್

ಅಗೆಯುವುದನ್ನು ನಿಲ್ಲಿಸಲು ಆದೇಶ ಬಂದಿದೆ. ಏಳು ತಿಂಗಳು ಅಗೆದರೂ ನಮಗೆ ನೀರು ಸಿಕ್ಕಿರಲಿಲ್ಲ.

ಈ ಅವಧಿಯಲ್ಲಿ ನಮ್ಮ ಉಕ್ಕಡದಲ್ಲಿ ಬೇಕಾದಷ್ಟು ಬದಲವಣೆಗಳಾಗಿವೆ. ಕೆಲವು ಕುಟೀರಗಳನ್ನು ಕಟ್ಟಲಾಗಿದೆ, ಒಂದು ಬೆಟಾಲಿಯನ್ ಆಜ್ಞಾಪನಾ ಕೇಂದ್ರವನ್ನು ಸ್ಥಾಪಿಸಲಾಗಿದೆ. ನಾವು ಈಗ ಪೂರ್ವಾಭಿಮುಖವಾಗಿ ಒಂದು ರಸ್ತೆಯನ್ನು ಕಡಿಯಬೇಕಾಗಿದೆ. ಆದರೆ ನಮ್ಮ ತಂಗುದಾಣ ಈಗಿರುವ ಸ್ಥಳದಲ್ಲಿಯೇ ಇರುತ್ತದೆ.

ನಾವು ಕೈಬಿಟ್ಟ ಬಾವಿ ಕೂಡ ತನ್ನ ನಿಶ್ಶಬ್ದ ಬಾಯಿ ತೆರೆದುಕೊಂಡು ನಿರಾಶಾದಾಯಕ ಆಳದೊಡನೆ ಅಲ್ಲೇ ಇದೆ. ನಮ್ಮ ನಡುವೆ ಇದೊಂದು ಅಪಶಕುನದ ಗುಂಡಿ; ಕರೆಯದೇ ಬಂದ ಒಂದು ಬಗೆಯ ಅತಿಥಿ; ಹುಂಬನಾದರೂ ಭಯ ಹುಟ್ಟಿಸುವ ಶತ್ರು. ಗಾಯದ ಕಲೆಯಂತೆ ನಮ್ಮ ದ್ವೇಷದ ಎಲ್ಲೆಯ ಆಚೆ ಇರುವ ಒಂದು ವಸ್ತು. ನಿಷ್ಪ್ರಯೋಜಕ.

7 ಡಿಸೆಂಬರ್ (ಪ್ಲಾತಾನಿಯಾಸ್ ಆಸ್ಪತ್ರೆ)

ಹೌದು, ಆ ದರಿದ್ರ ಬಾವಿ ಕೊನೆಗೂ ಉಪಯೋಗಕ್ಕೆ ಬಂತು! ನನಗಿನ್ನೂ ನೆನಪುಗಳು ಹಸಿರಾಗಿವೆ. ಯಾಕೆಂದರೆ ದಾಳಿ ನಡೆದದ್ದು ನಾಲ್ಕರಂದು, ಮಲೇರಿಯದಿಂದ ನಡುಗುತ್ತಿದ್ದ ನನ್ನನ್ನು ಇಲ್ಲಿಗೆ ಕರೆದುಕೊಂಡು ಬಂದದ್ದು ಐದರಂದು.

ಮುಂಚೂಣಿಯಲ್ಲಿ ನಮ್ಮ ಬಾವಿ ಒಂದು ಸೋಜಿಗದ ಕಥೆಯಾಗಿ ಬಿಟ್ಟಿತ್ತು. ಅಲ್ಲಿ ಸೆರೆ ಸಿಕ್ಕಿದ ಖೈದಿಯೊಬ್ಬ ಬೊಲಿವಿಯಾದ ಸೇನೆಯ ನೆಲೆಯ ಹಿಂದೆ ಒಂದು ಬಾವಿ ಇದೆ ಎಂದು ಪಾರಾಗ್ವಾಈಯವರಿಗೆ ಹೇಳಿರಬೇಕು. ತೃಷೆಯಿಂದ ತಪ್ತರಾಗಿದ್ದ ಗೌರಾನಿ ಇಂಡಿಯನ್ನರು* ನಮ್ಮ ಮೇಲೆ ದಾಳಿ ಮಾಡಲು ನಿರ್ಧರಿಸಿದರು.

---

* ದಕ್ಷಿಣ ಬ್ರೇಜಿಲ್ ಮತ್ತು ಪಾರಾಗ್ವಾಈಗಳಲ್ಲಿರುವ ಮೂಲನಿವಾಸಿ ರೆಡ್ ಇಂಡಿಯನ್ ಪಂಗಡಗಳು.

ಬೆಳಗಿನ ಆರು ಗಂಟೆಯಲ್ಲಿ ಮೆಷಿನ್‌ಗನ್‌ಗಳ ದಾಳಿಯಿಂದ ಪರ್ವತ ಚೂರುಚೂರಾಗ ತೊಡಗಿತು. ನಮ್ಮ ಮುಂದೆ ಇನ್ನೂರು ಮೀಟರ್ ದೂರದಲ್ಲಿ ಪಾರಾಗ್ವಾಈಯವರ ಗುಂಡಿನ ಸದ್ದು ಕೇಳಿದಾಗ, ನಮ್ಮ ಮುನ್ ಸಾಲಿನ ಕಂದಕಗಳು ಆಗಲೇ ಅವರ ವಶವಾಗಿರಬಹುದು ಎಂದು ನಮಗೆ ಅರ್ಥವಾಯಿತು. ನಮ್ಮ ಗುಡಾರಗಳ ಹಿಂಭಾಗದಲ್ಲಿ ಎರಡು ಬಾಂಬುಗಳು ಬಿದ್ದವು.

ನಾನು ಕೂಡಲೇ ನಮ್ಮ ಅಗೆಯುವ ಮಂದಿಯನ್ನು ಅವರ ಧೂಳು ಬಡಿದ ಬಂದೂಕುಗಳಿಂದ ಸಜ್ಜು ಮಡಿ, ಹತ್ತಿರದಿಂದ ಗುಂಡು ಹಾರಿಸುವುದಕ್ಕೆ ಅನುವಾದ ವ್ಯೂಹದಲ್ಲಿ ನಿಲ್ಲಿಸಿದೆ. ಆ ಹೊತ್ತಿಗೆ ಸರಿಯಾಗಿ ನಮ್ಮ ಸೈನ್ಯಾಧಿಕಾರಿಯೊಬ್ಬ ಇಮ್ಮಡಿ ವೇಗದಲ್ಲಿ ಸೈನಿಕರ ಒಂದು ತುಕಡಿ ಹಾಗೂ ಒಂದು ಮೆಷಿನ್‌ಗನ್ನಿನೊಡನೆ ಅಲ್ಲಿಗೆ ಬಂದ. ಅವನು ಅವರನ್ನು ಬಾವಿಯ ಎಡಭಾಗದಲ್ಲಿ ನಮ್ಮ ಸಾಲಿನ ಮುಂದುವರಿಕೆಯಾಗಿ ನಿಲ್ಲಿಸಿದ. ನಮ್ಮ ಸಾಲು ಬಲಕ್ಕಿತ್ತು. ಕೆಲವರಿಗೆ ಮಣ್ಣಿನ ದಿಬ್ಬ ರಕ್ಷಣೆ ಒದಗಿಸಿತು. ಮಚ್ಚುಕತ್ತಿಗಳು ಕತ್ತರಿಸುವಂತೆ ಶಬ್ದ ಮಾಡುತ್ತಾ ಗುಂಡುಗಳು ಕೊಂಬೆಗಳನ್ನು ತರಿದವು. ಮೆಷಿನ್‌ಗನ್ನಿನಿಂದ ಎರಡು ಸಲ ದೀರ್ಘ ಸ್ಫೋಟವಾಗಿ ದೊಡ್ಡ ಮರವೊಂದರಲ್ಲಿ ಪಟ್ಟೆಗಳು ಕೆತ್ತಲ್ಪಟ್ಟವು. ಪಾರಾಗ್ವಾಈಯವರ ಗುಂಡಿನ ಹಾರಾಟ ಹತ್ತಿರ ಹತ್ತಿರಕ್ಕೆ ಬಂತು. ಅವರ ರಣೋತ್ಸಾಹದ ಕೂಗಾಟ ಆ ಸ್ಫೋಟದೊಡನೆ ಬೆರೆತು, ಅವರ ದಾಳಿಯ ಬಿರುಸು ಬಾವಿಯ ಕಡೆಗಿದೆ ಎಂದು ತಿಳಿಯಬಹುದಾಗಿತ್ತು. ಅದರಲ್ಲಿ ನಿಜವಾಗಿಯೂ ನೀರು ಇದೆಯೇನೋ ಎನ್ನುವಂತೆ ನಾವು ಒಂದು ಮೀಟರ್ ಕೂಡ ಹಿಂದೆ ಸರಿಯದೆ ರಕ್ಷಣೆಯ ಹೋರಾಟ ನಡೆಸಿದೆವು.

ಫಿರಂಗಿಯ ಗುಂಡುಗಳು ನೆಲವನ್ನು ಕೆತ್ತಿಕೊಂಡು ಹೋಗುತ್ತಿದ್ದವು. ಮೆಷಿನ್‌ಗನ್ನಿನ ಗುಂಡುಗಳು ತಲೆಬುರುಡೆಗಳನ್ನೂ ಎದೆಗಳನ್ನೂ ಸೀಳಿದವು. ಆದರೆ ಐದು ಗಂಟೆಗಳ ಕಾಲ ನಡೆದ ಯುದ್ಧದಲ್ಲಿ ನಾವು ಬಾವಿಯನ್ನು ಬಿಟ್ಟು ಕೊಡಲಿಲ್ಲ.

ಮಧ್ಯಾಹ್ನ ಮೌನ ಪ್ರತಿಧ್ವನಿಸುತ್ತಿತ್ತು. ಶತ್ರು ಹಿಂದೆ ಸರಿದಿದ್ದ. ಅನಂತರ ನಾವು ಸತ್ತವರನ್ನು ಎತ್ತಿಕೊಂಡೆವು. ಪಾರಾಗ್ವಾಈಯವರು ಐದು ಜನರನ್ನು ಬಿಟ್ಟುಹೋಗಿದ್ದರು. ನಮ್ಮ ಎಂಟು ಜನರ ಪೈಕಿ ಸ್ಮೋಕಿ, ಪೇದ್ರಾಸಾ, ತ್ರುಸ್ತಾ ಮತ್ತು ಚಾಕೋನ್ ಇದ್ದರು. ಅವರ ಎದೆ ಅನಾವೃತ ವಾಗಿತ್ತು. ಅವರ ತೆರೆದ ಬಾಯಿಗಳಲ್ಲಿನ ಹಲ್ಲುಗಳು ಇನ್ನೂ ಕೊಳೆಯಿಂದ ಆವೃತವಾಗಿದ್ದವು.

ಪಾರದರ್ಶಕ ಪ್ರೇತದಂಥ ಸೆಖೆ ಪರ್ವತದ ಮೇಲೆ ಮಖಾಡೆಯಾಗಿ ಮಲಗಿಕೊಂಡು ನೆಲವನ್ನು ಬಿರುಕು ಬಿಡಿಸುತ್ತಿತ್ತು. ಗೋರಿ ತೋಡುವ ಕೆಲಸವನ್ನು ತಪ್ಪಿಸಲು ನಾನು ಬಾವಿಯ ಯೋಚನೆ ಮಾಡಿದೆ.

ಹದಿಮೂರು ಹೆಣಗಳನ್ನೂ ಬಾವಿಯ ಅಂಚಿಗೆ ಎಳೆದುಕೊಂಡು ಬಂದು, ಅನಂತರ ನಿಧಾನವಾಗಿ ಪಾತಾಳಕ್ಕೆ ತಳ್ಳಿದೆವು. ಅಲ್ಲಿ ಗುರುತ್ವಾಕರ್ಷಣೆಗೆ ಶರಣಾಗಿ. ಕಣ್ಮರೆಯಾಗುವ ಮೊದಲು ನಿಧಾನವಾಗಿ ಸಮತಲಕ್ಕೆ ಬಂದ ಹೆಣಗಳನ್ನು ಕತ್ತಲೆ ನುಂಗಿ ಹಾಕಿತು.

"ಅಷ್ಟೇ ಜನ ಇರೋದು."

ಅನಂತರ ನಾವು ಮಣ್ಣನ್ನು – ಬಹಳಷ್ಟು ಮಣ್ಣನ್ನು – ಒಳಗೆ ತಳ್ಳಿದೆವು. ಆದರೂ ಇಡೀ ಚಾಕೋದಲ್ಲೇ ಇನ್ನೂ ಅದು ಅತ್ಯಂತ ಆಳವಾದ ಬಾವಿಯಾಗಿದೆ. ❍

○ ಓಸ್ಕಾರ್ ಕಾಸ್ಟ್ರೋಸ್ ಜೆಡ್

ಚೀಲೀ

ಲುಸೇರೋ

ಪರ್ವತ ಶ್ರೇಣಿಯ ಶಿಖರಗಳು ಪರಸ್ಪರ ಹಿನ್ನೆಲೆಯೊದಗಿಸುವಂತೆ ನಿಂತಿದ್ದವು: ರೂಬೇನ್ ಓಲ್ಮೋಸ್ ತನ್ನ ಕಣ್ಣು ಚಾಚುವಷ್ಟು ದೂರ ನೋಡಿದ. ಕಲ್ಲಿನ ಇಸ್ಪೀಟ್ ಎಲೆಗಳನ್ನು ಕಲಸಿಟ್ಟಂತೆ ಅವು ಅವನಿಗೆ ಕಂಡವು. ಕಣ್ಣು ಕೋರೈಸುವ ಶ್ವೇತ ಶಿಖರಗಳು, ನೀಲಿಮ ಇಳಿಓರೆಗಳು, ಹಲ್ಲಿನಂತೆ ಮೊನಚಾದ ಕಡಿದಾದ ಇಳಿಜಾರುಗಳು, ಪ್ರಯಾಣಿಕ ಮೇಲೇರಿದಂತೆಲ್ಲ ಇನ್ನಷ್ಟು ದುರ್ಗಮವಾಗಿ, ಹತ್ತಿದಷ್ಟೂ ಎತ್ತರವಾಗುತ್ತಾ ಮೇಲೆ ಮೇಲೆ ಬೆಳೆಯುತ್ತಿದ್ದವು ಶಿಖರಗಳು. ಇದ್ದಕ್ಕಿದ್ದಂತೆಯೇ ಎದುರಾದ ಕಠಿಣ ಇಳಿಜಾರೊಂದನ್ನು ಇಳಿಯುವ ಮೊದಲು, ತಿದಿಯಂತೆ ಏದುಸಿರಿಡುತ್ತಿದ್ದ ತನ್ನ ಕುದುರೆಗೆ ಸ್ವಲ್ಪ ವಿಶ್ರಾಂತಿ ಕೊಡಬೇಕೆಂದುಕೊಂಡ, ಆತ. ಈ ಅವಧಿಯಲ್ಲಿ ಅವನು ತನ್ನ ಎಡಗಾಲನ್ನು ಆಕಡೆಯಿಂದೆತ್ತಿ ಕುದುರೆಯ ಜೀನಿನ ಮೇಲೆ ಇಟ್ಟುಕೊಂಡು ಕಣಿವೆಯೊಳಕ್ಕೆ ಕಣ್ಣುಹಾಯಿಸಿದ. ಅವನ ಕಣ್ಣೋಟವನ್ನು ಮೊದಲು ಸೆಳೆದದ್ದೆಂದರೆ ಕನ್ನಡಿಯಂತೆ ಥಳಥಳಿಸುತ್ತಿದ್ದ ನದಿ. ಒಲ್ಲದ ಮನಸ್ಸಿನಿಂದ ಅದು ಅಂಕುಡೊಂಕಗಿ ಸುತ್ತುತ್ತಾ ಹುಲ್ಲುಗಾವಲುಗಳನ್ನು ಹಾಯ್ದು ಹೊಲಗಳನ್ನು ತುಂಬಿತ್ತು. ಅಲ್ಲಿಂದ ಮುಂದೆ ಅವನ ನೋಟ ಆಯಾಕಾರದ ಕೆಲವು ಆವರಣಗಳನ್ನು ದಾಟಿ, ಆ ದಿನ ಬೆಳಗ್ಗೆ ತಾನು ಬಿಟ್ಟುಬಂದಿದ್ದ ಹಳ್ಳಿಯನ್ನು ಅರಸಿತು. ದೂರದಲ್ಲಿ ಅದು ಚೌಕಟ್ಟಿನ ಚಿತ್ರದಂತೆ ಕಾಣುತ್ತಿತ್ತು. ಹಳ್ಳಿಯ ಮನೆಗಳು, ಕಿರುದಾರಿಯ ಕೊರಕಲುಗಳು ಅಂಗಡಿಯ ಕಿಟಿಕಿಯಲ್ಲಿಟ್ಟ ಆಟದ ಸಾಮಾನುಗಳಂತೆ ಕಾಣುತ್ತಿದ್ದವು. ಮಾಡಿಗೆ ಹಾಕಿದ್ದ ತಗಡುಗಳು ಸೂರ್ಯನ ಪ್ರಖರ ಕಿರಣಗಳನ್ನು ಥಳಥಳಿಸುವ ಬೆಳ್ಳಿಯ ಪಟ್ಟೆಗಳಂತೆ ಪ್ರತಿಫಲಿಸುತ್ತಿದ್ದವು.

ಒಂದು ಸಲ ರೆಪ್ಪೆ ಬಡಿದು ಕಣಿವೆಯ ದೃಶ್ಯವನ್ನು ಮನಸ್ಸಿನಿಂದ ಅಳಿಸಿಹಾಕಿದ ರೂಬೇನ್ ಓಲ್ಮೋಸ್ ಈಗ ತನ್ನ ಕುದುರೆಯನ್ನು ಪರೀಕ್ಷಿಸಿದ. ಬೆವರಿನಿಂದ ತೊಯ್ದು ತಪ್ಪಡಿಯಾದ ಅದರ ಅಳ್ಳೆಗಳು ಲಯಬದ್ಧವಾಗಿ ಏರಿಳಿಯುತ್ತಿದ್ದವು.

"ನೀನೂ ಮುದಿಯಾಗ್ತಿದೀಯಾ ಲುಸೇರೋ ?" ಎಂದು ಆತ್ಮೀಯ ದನಿಯಲ್ಲಿ ಆತ ಕೇಳಿದ. ಅವನ ಮಾತನ್ನು ಅರ್ಥಮಾಡಿಕೊಂಡಂತೆ ಕುದುರೆ ತನ್ನ ಮುಖವನ್ನು ಅವನೆಡೆಗೆ ತಿರುಗಿಸಿತು. ಹಣೆಯ ಮೇಲೆ ನಕ್ಷತ್ರಾಕಾರದ ಬಿಳಿ ಚಿಕ್ಕೆಯಿದ್ದ ಕಪ್ಪು ಮುಖ.

ರೂಬೇನ್ ಮಾತು ಮುಂದುವರಿಸಿದ:

"ನೀನೇನೋ ಬೇಕಾದಷ್ಟು ದುಡಿದಿದೀಯ ದಿಟ. ಆದರೆ ಇನ್ನೂ ಅನೇಕ ವರ್ಷಗಳ ಸುತ್ತಾಟ ನಿನಗೆ ಕಾದಿದೆ. ಸುತ್ತಮುತ್ತ ಇನ್ನೂ ಎಷ್ಟೋ ಬೆಟ್ಟ ಗುಡ್ಡಗಳಿವೆಯಲ್ಲ – ಅವೆಲ್ಲ ಮುಗಿಯುವವರೆಗೂ ನಿನಗೆ ಸುತ್ತಾಟ ತಪ್ಪಿದ್ದಲ್ಲ."

ತನಗೂ ಲುಸೇರೋಗೂ ಚಿರಪರಿಚಿತವಾದ, ಸ್ನೇಹಮಯಿಯಾದ ಬೃಹತ್ ಆಂಡೀಸ್ ಪರ್ವತವನ್ನು ರೂಬೇನ್ ನಿಟ್ಟಿಸಿದ. ಕಳೆದ ಹನ್ನೊಂದು ವರ್ಷಗಳಲ್ಲಿ ಅವರು ಅದನ್ನು ಅನೇಕ ಸಲ ಹತ್ತಿ ಇಳಿದದ್ದು ಸುಮ್ಮನೆ ಅಲ್ಲ. ಹಿಮದ ಮೇಲೆ ಬಿದ್ದ ಬಿಸಿಲಿನ ಪ್ರಖರ ಬೆಳಕಿನಿಂದ ರೂಬೇನ್ ಓಲ್ಮೋಸ್‌ನ ಕಣ್ಣುಗಳು ಕೋರೈಸಿದವು. ತನ್ನ ಸಂಗಡಿಗರು ತನಗಿಂತ ಮುಂದೆ ಹೋಗಿರುವುದರ ಬಗೆಗೆ ಅವನು ಯೋಚಿಸಿದ. ಆದರೆ ಅದನ್ನು ಮನಸ್ಸಿಗೆ ಹಚ್ಚಿಕೊಳ್ಳಲಿಲ್ಲ. ಕತ್ತಲಾಗುವುದರೊಳಗೆ ಅವರನ್ನು ಖಂಡಿತ ಹಿಂದೆ ಹಾಕುವ ಆತ್ಮವಿಶ್ವಾಸ ಅವನಲ್ಲಿತ್ತು.

"ನೀನು ನನ್ನ ಜೊತೆಗೆ ಇರುವವರೆಗೂ ನಾವು ರಾತ್ರಿಯನ್ನು ಒಂಟಿಯಾಗಿ ಕಳೆಯ ಬೇಕಾಗಿಲ್ಲ" ಎಂದು ಅವನು ಕುದುರೆಗೆ ಹೇಳುತ್ತಾ ತನ್ನ ಯೋಚನೆಯನ್ನು ಪೂರ್ಣಗೊಳಿಸಿದ.

ರೂಬೇನ್ ಓಲ್ಮೋಸ್ ಒಬ್ಬ ಅನುಭವಸ್ಥ ಪರ್ವತ ಮಾರ್ಗದರ್ಶಿ. ಈ ಕಷ್ಟಕರವಾದ ಕಲೆಯನ್ನು ಅವನು ತನ್ನ ತಂದೆಯಿಂದ ಕಲಿತಿದ್ದ. ಅವನು ಚಿಕ್ಕವನಾಗಿದ್ದಾಗ ಮೊದಮೊದಲು ಪರ್ವತದ ಬಗೆಗೆ ಅವನಿಗೆ ಅವಿಶ್ವಾಸ ಮೂಡಿತ್ತು. ಪರ್ವತಾರೋಹಣದಲ್ಲಿ ಅವನಿಗೆ ಇಷ್ಟವಿರಲಿಲ್ಲ. ಆದರೂ ಅವನ ತಂದೆ ಅವನನ್ನು ಮಗುವಾಗಿದ್ದಾಗಲೇ ಪರ್ವತಾವಳಿಯ ಪ್ರಪಾತಗಳಲ್ಲೂ ಗಿರಿಕಂದರಗಳಲ್ಲೂ ಸುತ್ತಾಡಿಸಿದ್ದ. ಮುದುಕ ತನ್ನ ಹಾಸಿಗೆಯಲ್ಲಿ ನೆಮ್ಮದಿಯಿಂದ ಕೊನೆಯುಸಿರೆಳೆದ ಮೇಲೆ ಪಶುಪಾಲನ ಕ್ಷೇತ್ರದ ಧಣಿ ಅವನ ಉತ್ತರಾಧಿಕಾರಿಯಾಗಿ ಈ ತರುಣನನ್ನು ನೇಮಿಸಿಕೊಂಡಿದ್ದ. ಬಾಲ್ಯದಲ್ಲಿ ದುರ್ಗಮವೆಂದು ತೋರಿದ್ದ ಪರ್ವತದ ಸರಹದ್ದನ್ನು ಈಗ ಕನಿಷ್ಠ ಒಂದು ನೂರು ಸಲವಾದರೂ ಅವನು ದಾಟಿರಬೇಕು. ಕೂಯೋದಿಂದ ಅಸಂಖ್ಯಾತ ದನಗಳ ಹಿಂಡುಗಳನ್ನು ಯಶಸ್ವಿಯಾಗಿ ಅವನು ಸಾಗಿಸಿದ್ದ. ಪ್ರತಿಸಾರಿಯೂ ಅದೃಷ್ಟ ಲಕ್ಷ್ಮಿ ಅವನಿಗೇ ಒಲಿದಿದ್ದಳು.

ಲುಸೇರೋವನ್ನು ಅವನು ಆರಿಸಿಕೊಂಡಾಗ ಅದಿನ್ನೂ ಎಗರಾಡುತ್ತಿದ್ದ ಎಳೆಯ ಮರಿ. ಅದನ್ನು ಸ್ವತಃ ಅವನೇ ಸವಾರಿಗಾಗಿ ಪಳಗಿಸಿದ್ದ. ಅಂದಿನಿಂದ ಅದರ ಸವಾರ ಬೇರೆ ಕುದುರೆಯನ್ನು ಏರಲು ಒಲವು ತೋರಿಸಿರಲೇ ಇಲ್ಲ. ಅವನ ಧಣಿ ಇದಕ್ಕಿಂತ ಉತ್ತಮ ತಳಿಯ ಹಾಗೂ ಬಲಶಾಲಿಯಾದ ಎರಡು ಕುದುರೆಗಳನ್ನು ಕೊಡಲು ಮುಂದೆ ಬಂದಿದ್ದರೂ ರೂಬೇನ್ ಓಲ್ಮೋಸ್ ಅವುಗಳನ್ನು ಸ್ವೀಕರಿಸಿರಲಿಲ್ಲ. ತನ್ನ ಜೀವನವೇ ಗಂಡಾಂತರ ಕಾರಿಯಾದ್ದರಿಂದ ಲುಸೇರೋ ತನಗೆ ಶುಭಕಾರಿ ಎಂದು ಒಂದು ಬಗೆಯ ಮೂಢ ನಂಬಿಕೆಯಿಂದ ಅವನು ಅದಕ್ಕೇ ಅಂಟಿಕೊಂಡುಬಿಟ್ಟ.

ಅವನದು ಪ್ರಾಕೃತಿಕ ಶಕ್ತಿಗಳ ವಿರುದ್ಧ ನಿರಂತರ ಹೋರಾಡಬೇಕಗಿದ್ದ ಜೀವನ. ಅದಕ್ಕೇ ಹೊಂದಿಕೊಂಡವನಾದ್ದರಿಂದ ಹೆಣ್ಣಿಗಿಂತ ಹೆಚ್ಚಾಗಿ ಅಪಾಯವನ್ನೇ ಆತ ಪ್ರೀತಿಸುತ್ತಿದ್ದ. ಎದುರು ವಾದಿಸುವುದಾಗಲಿ, ನಂಬಿಕೆ ದ್ರೋಹವನ್ನಾಗಲಿ ಮಾಡದ ಪ್ರಾಣಿಯಾದ್ದರಿಂದಲೋ

ಏನೋ, ತನ್ನ ಕುದುರೆಯ ಮೇಲೆ ಆತ ಎಣೆಯಿಲ್ಲದ ಪ್ರೀತಿವಿಶ್ವಾಸಗಳನ್ನಿಟ್ಟುಕೊಂಡಿದ್ದ. ಎಂದಾದರೂ ಯಾರಾದರೂ ಅವನನ್ನು "ನಿನ್ನ ಸೋದರ ಹಾಗೂ ಕುದುರೆ – ಇವೆರಡರಲ್ಲಿ ಯಾರನ್ನು ಕಳೆದುಕೊಳ್ಳಲು ಸಿದ್ಧನಾಗಿದ್ದೀಯ ?" ಎಂದರೆ, ಉತ್ತರಕೊಡಲು ಅವನು ಹಿಂದೆ ಮುಂದೆ ನೋಡುತ್ತಿದ್ದ. ಯಾಕೆಂದರೆ ಈ ಪ್ರಾಣಿ ಕೇವಲ ಸವಾರಿಯ ವಾಹನವಾಗದೆ ಮೊದಲಿನಿಂದಲೂ ಅವನಲ್ಲಿ ಸ್ನೇಹಿತನ ಭಾವನೆಯನ್ನು ಮೂಡಿಸಿತ್ತು. ಹಾಗೆ ನೋಡಿದರೆ ಲುಸೇರೋ ಅವನ ದೇಹದ ಒಂದು ವಿಸ್ತೃತ ಭಾಗವೇ ಆಗಿತ್ತು ಎನ್ನಬಹುದು. ಅವನ ಮಾಂಸಖಂಡಗಳೇ ಪ್ರವಹಿಸಿ ಕುದುರೆಯ ಸ್ನಾಯು ರಜ್ಜುಗಳಲ್ಲಿ ಸೇರಿಕೊಂಡಿತ್ತು ಎನ್ನಬಹುದು.

ರೂಬೇನ್ ಓಲ್ಮೋಸ್ ಗಟ್ಟಿಪಿಂಡದ ಮನುಷ್ಯ. ಅವನಲ್ಲಿ ಜೀವದ್ರವ ತಕತಕ ಕುದಿಯುತ್ತಿತ್ತು. ಕುದುರೆಯ ಮೇಲೆ ಕೂತನೆಂದರೆ ಅವನೇ ಸದಾ ಮುಂದಾಳು. ಅವನು ಯಾರನ್ನೂ ಹಿಂಬಾಲಿಸಬೇಕಾಗಿರಲಿಲ್ಲ. ಹೀಗೆ ಅವನಲ್ಲಿ ತುಂಬಿ ತುಳುಕುತ್ತಿದ್ದ ಚೈತನ್ಯ ತನ್ನನ್ನು ತೊಡಗಿಸಿ ಕೊಳ್ಳಲು ಸ್ಥಳವನ್ನು ಅಪೇಕ್ಷಿಸುತ್ತಿತ್ತು. ಆಂಡೀಸ್ ಪರ್ವತದ ಉತ್ತುಂಗ ಶೃಂಗಗಳಿಗಿಂತ ಬೇರೆ ಯಾವ ಸ್ಥಳವೂ ಅವನ ಪ್ರತಿಭೆಗೆ ಹೊಂದುತ್ತಿರಲಿಲ್ಲ ಅಥವಾ ಸೂಕ್ತವಾಗಿರಲಿಲ್ಲ ಎನ್ನಬಹುದು.

ಮೇಲುನೋಟಕ್ಕೆ ಈ ಮಾರ್ಗದರ್ಶಿ ಒಬ್ಬ ಸಾಮಾನ್ಯನಂತೆ ಕಾಣುತ್ತಿದ್ದ. ಇನ್ನೂ ಹೆಚ್ಚೆಂದರೆ ಆತ್ಮವಿಶ್ವಾಸವಿರುವ ವ್ಯಕ್ತಿಯ ಹಾಗೆ ಕಾಣುತ್ತಿದ್ದ ಅಷ್ಟೆ. ಅವನ ಮೈಯ ತಾಮ್ರವರ್ಣ, ಚಪ್ಪಟೆ ಮೂಗು ಅವನ ಪೂರ್ವಿಕರಲ್ಲಿ ಇಂಡಿಯನ್ನರ ರಕ್ತ ಹರಿದಿತ್ತೆನ್ನುವುದನ್ನು ಎತ್ತಿ ತೋರಿಸುತ್ತಿದ್ದವು. ಅವನ ನಗೆಯಲ್ಲಿ ಹೊಳಪಿರಲಿಲ್ಲ. ಅವನ ಕಣ್ಣುಗಳು ಅದನ್ನು ಮಂಕಾಗಿಸುತ್ತಿದ್ದವು. ಎಲ್ಲೋ ಆಗೀಗ ಹಲ್ಲುಕೊನೆಯಲ್ಲಿ ನಗು ಮಿಂಚುತ್ತಿತ್ತು. ನಿರ್ಜನ ಪ್ರದೇಶದ ಒಬ್ಬ ದನಗಾಹಿಯಾಗಿ ಅವನು ಅದರಿಂದ ಮೌನವನ್ನೂ ಏಕಾಗ್ರತೆಯನ್ನೂ ಕಲಿತಿದ್ದ. ಅವನಿಗೆ ಮನುಷ್ಯರಿಗಿಂತ ಹೆಚ್ಚಿನ ನಿಕಟ ಸಂಬಂಧ ಲುಸೇರೋನೊಂದಿಗಿತ್ತು. ಕುದುರೆ ಪ್ರಾಯಶಃ ಉತ್ತರ ಕೊಡುತ್ತಿರಲಿಲ್ಲ ಎಂಬ ಕಾರಣದಿಂದಲ್ಲೋ ಅಥವಾ ಅದು ತನ್ನ ಪ್ರೇಮಾರ್ದ್ರ ಕಣ್ಣುಗಳಿಂದ ಯಾವಾಗಲೂ 'ಹೌದು' ಎನ್ನುತ್ತಿದ್ದುದರಿಂದಲೋ ಅಂಥ ಸಂಬಂಧ ಬೆಳೆದಿರಬೇಕು. ಹೇಗೆ ಹೇಳಲು ಸಾಧ್ಯ ?

"ಸರಿ, ಇನ್ನು ನಾವು ಹೊರಡೋಣ."

ನೆಲದ ಬಿರುಕುಗಳಲ್ಲಿ ತನ್ನ ಲಾಳಗಳನ್ನು ಊರುತ್ತಾ ಕುದುರೆ ಸ್ವರ್ಗಾರೋಹಣ ವನ್ನಾರಂಭಿಸಿತು. ಮುಂದೆ ಬಾಗಿ ಕೂತ ಸವಾರ ಅದರ ಪ್ರತಿ ಹೆಜ್ಜೆಗೂ ಲಯಬದ್ಧವಾಗಿ ತೊನೆದಾಡುತ್ತಿದ್ದ. ಕಲ್ಲು ಹರಳುಗಳು ಜಾರಿ ಪಾತಾಳದಾಳಕ್ಕೆ ಧುಮ್ಮಿಕ್ಕುತ್ತಿದ್ದವು. ಲಗಾಮಿನ ಬಿಲ್ಲೆಗಳು ಗಿಲ್ ಗಿಲ್ ಎನ್ನುತ್ತಿದ್ದವು. ಅಂತೂ ಕೊನೆಗೆ ಕಾಲುಗಂಟೆಯ ಕಾಲ ಏರುದಾರಿಯಲ್ಲಿ ಕಷ್ಟಪಟ್ಟು ಏರಿ ಲುಸೇರೋ ಟಾಕ್ ಟಾಕ್ ಟಕ್ ಶಬ್ದ ಮಾಡುತ್ತಾ ಶಿಖರವನ್ನು ತಲಪಿತು.

ಆ ಎತ್ತರದಲ್ಲಿ ಹೆಚ್ಚು ತೇವದಿಂದ ಕೂಡಿದ ಗಾಳಿ ನಿಯತವಾಗಿ ಬೀಸುತ್ತಿತ್ತು. ಅದು ಮಾರ್ಗದರ್ಶಿಯ ಮುಖವನ್ನು ಸವರಿಕೊಂಡು ಹೋಗುತ್ತಿತ್ತು. ಅವನ ಬಟ್ಟೆಯಲ್ಲಿ ಎಲ್ಲಾದರೂ ತೆರಪು ಇದೆಯೇನೋ, ಅದನ್ನು ಹಲ್ಲಿನಿಂದ ಕಚ್ಚಿ ಹಿಡಿಯೋಣ ಎಂಬಂತೆ ತಡಕಾಡುತ್ತಿತ್ತು. ಆದರೆ ದೀರ್ಘಕಾಲದ ಅವನ ಅನುಭವದ ಮುಂದೆ ಗಾಳಿಯ ಸರ್ವಪ್ರಯತ್ನವೂ ವಿಫಲವಾಯಿತು. ಅವನ ದಾರಿಯನ್ನು ಬದಲಾಯಿಸುವುದರಲ್ಲಿ ಅದು ಸಫಲವಾಗಲಿಲ್ಲ.

ಪರ್ವತದ ಅನೇಕ ಶಿಖರಗಳನ್ನು ದಾಟಿ ಬಂದಮೇಲೆ ಕಣಿವೆ ಕಾಣಿಸದಾಯಿತು. ಮುಂದೆ ಇನ್ನೂ ಬೆಟ್ಟಗಳಿದ್ದವು. ಅವನ ಕಣ್ಣುಗಳು ಅತ್ತಲೇ ನೆಟ್ಟಿದ್ದವು. ಮೇಲೆ ತಿಳಿಯಾದ

ನಿರಭ್ರ ನೀಲ ಆಕಾಶ. ಗಾಳಿಯ ಶೀತಲತೆಗಿಂತ ಅದರ ನೀಲಿಮೆ ಕಡುಪಾಗಿತ್ತು. ಏರಲಾರದ ಈ ಎತ್ತರದ ಏಕೈಕ ಸ್ವಾಮಿಯಾದ ಒಂಟಿ ಹದ್ದೊಂದು ಆಕಾಶದಲ್ಲಿ ಆಗೀಗ ಮಿಂಚಿನಂತೆ ಕಂಡು ಮರೆಯಾಗುತ್ತಿತ್ತು.

ಆ ಎತ್ತರದಲ್ಲಿ ಏಕಾಂಗಿತನವೆಷ್ಟು ಗಾಢವಾಗಿತ್ತೆಂದರೆ, ಖಿನ್ನವಾಗಿತ್ತೆಂದರೆ ಪ್ರಯಾಣಿಕನಿಗೆ ಒಮ್ಮೊಮ್ಮೆ ಇದ್ದಕ್ಕಿದ್ದಂತೆಯೇ ತಾನು ಗಾಳಿಯಲ್ಲಿ ಮುಳುಗಿ ಹೋಗುತ್ತಿದ್ದೇನೇನೋ, ಭಯಂಕರವಾದ ನೀರಿನ ಸುಳಿಯ ಆಳದಲ್ಲಿ ಗಿರಿಗಿರಿ ತಿರುಗುತ್ತಿದ್ದೇನೇನೋ ಎಂಬಂತೆ ಅನ್ನಿಸುತ್ತಿತ್ತು. ಆದರೆ ದೂರ ದೂರದವರೆಗೆ ಅನಂತವಾಗಿ ಚಾಚಿದ್ದ ಅದ್ಭುತ ಭೂದೃಶ್ಯಗಳನ್ನು ನೋಡಲು ಅವನಿಗೆ ಸಮಯವಿರಲಿಲ್ಲ. ಪಾರದರ್ಶಕ ಬುದ್ಬುದದಂತಿದ್ದ ವಾತಾವರಣದಲ್ಲಿ ಹಚ್ಚಗೆ ಬೆಳೆದ ಸಸ್ಯರಾಶಿ ತಲೆದೂಗುವಾಗಿನ ಸಂಗೀತಧ್ವನಿ, ಮೇಲಿನವರೆಗೆ ಕಷ್ಟದಿಂದ ಏರಿಬಂದ ಹಕ್ಕಿಗಳು ಹಾಗೂ ಕೀಟಗಳು ಹೊರಡಿಸಿದ ಸ್ವರಮೇಳ – ಇವು ಯಾವುವೂ ಅವನ ಅಂತರಾತ್ಮವನ್ನು ಸ್ಪಂದಿಸಿ ಪ್ರತಿಧ್ವನಿಸಲಿಲ್ಲ. ಯಾಕೆಂದರೆ ಅವನ ಅಂತರಾತ್ಮ ಹೋರಾಟ ಮತ್ತು ನಿರ್ಧಾರಗಳಂಥ ಕಾಳವಸ್ತುಗಳಿಂದ ರೂಪಗೊಂಡಿತ್ತು.

ಅಕ್ಕಪಕ್ಕದ ಶಿಖರಗಳ ಸ್ಪಷ್ಟ ನೋಟವನ್ನು ಒದಗಿಸುವಂಥ ಒಂದು ತಿಟ್ಟಿನ ಮೇಲೆ ನಿಂತು ರೂಬೇನ್ ಓಲ್ಮೋಸ್, ತನಗಿಂತ ಮುಂದೆ ಹೋದವರು ಕಣ್ಣಿಗೆ ಬೀಳುವರೇನೋ ಎಂಬ ಆಸೆಯಿಂದ ದಾರಿಯನ್ನು ನಿಟ್ಟಿಸಿದ. ಆದರೆ ಎಲ್ಲೆಲ್ಲೂ ನಿರ್ಜನ ನೀರವದ ಹೊರತು ಬೇರೇನೂ ಅವನಿಗೆ ಕಾಣಿಸಲಿಲ್ಲ. ಅವನು ಹುಬ್ಬು ಗಂಟಿಕ್ಕಿದ ; ತನಗಿಂತ ಒಂದು ಗಂಟೆ ಮುಂಚೆ ಪಶುಪಾಲನ ಕ್ಷೇತ್ರದಿಂದ ಹೊರಟವರು ಸಾಕಷ್ಟು ಮುಂದೆ ಹೋಗಿಬಿಟ್ಟಿದ್ದಾರೆ, ತಾನು ಕುದುರೆಯನ್ನು ದೌಡಾಯಿಸಬೇಕು ಎಂದುಕೊಂಡ.

ಅವನು ಪರಿಚಿತ ಸ್ಥಳಗಳಾದ ಸಿಂಹದ ಗವಿ, ರಣಹದ್ದಿನ ಗೂಡು, ಕಪ್ಪು ಕಣಿವೆ – ಇವುಗಳನ್ನು ದಾಟಿ ಮುಂದೆ ಹೋದ. "ನನ್ನ ಸ್ನೇಹಿತರು ಹೇಸರುಗತ್ತೆ ನಡೆಸುವವನ ತಡಿಕೆಯಲ್ಲಿ ನನಗಾಗಿ ಕಾಯುತ್ತಿರಬಹುದು" ಎಂದುಕೊಳ್ಳುತ್ತಾ ಅವನು ತನ್ನ ಹಿಮ್ಮಡಿಯ ಚುಚ್ಚುಮುಳ್ಳಿನಿಂದ ಲುಸೇರೋ ಪಕ್ಕೆಗೆ ತಿವಿದ.

ಮುಂದಿನ ದಾರಿಯೊಂದು ಅಸ್ಪಷ್ಟವಾದ ಕಾಲು ಜಾಡಾಗಿತ್ತು. ಅವನಂಥ ಅನುಭವಿಗಳನ್ನು ಬಿಟ್ಟರೆ ಇತರ ಕಣ್ಣುಗಳಿಗೆ ಅದು ಸರಿಯಾಗಿ ಕಾಣಿಸದೆ ಅವರು ದಾರಿತಪ್ಪಬಹುದಿತ್ತು. ಆದರೆ ರೂಬೇನ್ ಓಲ್ಮೋಸ್ ತಪ್ಪು ಮಾಡುವ ಸಾಧ್ಯತೆಯೇ ಇರಲಿಲ್ಲ. ಅವನ ಪಾಲಿಗೆ ತಾನು ಪ್ರಯಾಣಿಸುತ್ತಿದ್ದ ಈ ಕೊರಕಲು ಕಿರುದಾರಿಯೇ ತನ್ನ ಏಕಮೇವ ಗುರಿಯಾದ ಕೂಯೋ ಪಟ್ಟಣಕ್ಕೆ ತನ್ನನ್ನು ಒಯ್ಯುವಂಥ ವಿಶಾಲ ರಾಜ ಮಾರ್ಗವಾಗಿತ್ತು.

ಅವನು ಮೇಲಿನ ಸ್ತರಕ್ಕೆ ಬರುತ್ತಿದ್ದ ಹಾಗೆ, ಬಿರುಗಾಳಿಯ ಆಕ್ರಮಣವನ್ನು ತಡೆಯುವ ಸಲುವಾಗಿ ಗಿಡಮರಗಳನ್ನು ಹೆಚ್ಚು ಗಡುಸಾಗಿಯೂ ತಿರುಚಿಕೊಂಡಂತೆಯೂ ಇರುವುದು ಗೋಚರಿಸಿತು. ಹಾಥಾರ್ನ್*, ರೋಸ್‌ಮರಿ** ಚೂಪಾದ ಅಂಚುಗಳುಳ್ಳ ರಕ್ಕಸಕಳ್ಳಿ – ಇವುಗಳೆಲ್ಲ ಬಿಳಿ ಹಿಮದ ಹಿನ್ನೆಲೆಯಲ್ಲಿ ಕಲಾವಿದನೊಬ್ಬ ದಟ್ಟಬಣ್ಣಗಳಲ್ಲಿ ಪಟ್ಟೆ ಎಳೆದ ಹಾಗೆ ಎದ್ದು ನಿಂತಿದ್ದವು. ಗಂಭೀರ ಪ್ರಶಾಂತತೆಯ ಮುಸುಕು ಹೊದೆದಿದ್ದ ಅಲ್ಲಿನ ಏಕಾಂತತೆ

---

* ಒಂದು ಜಾತಿಯ ಮುಳ್ಳು ಪೊದೆ.

** ಸುವಾಸನೆಯ ಒಂದು ನಿತ್ಯ ಹಸುರು ಸಸ್ಯ.

ಹೆಚ್ಚು ಹೆಚ್ಚು ಬೆಳ್ಳಗೂ ಆಳವೂ ಆಗತೊಡಗಿತು. ಆಗ ಸಂಜೆ ಐದು ಗಂಟೆಯಾಗಿರಬೇಕು ಎಂದುಕೊಂಡ ರೂಬೇನ್ ಓಲ್ಮೋಸ್. ಸೂರ್ಯ ಆಗಲೇ ಪಶ್ಚಿಮಕ್ಕೆ ಇಳಿಯುತ್ತಿದ್ದ. ತನ್ನ ಶಾಖವನ್ನು ಭೂಮಿಗೆ ಜರಡಿ ಹಿಡಿಯಲು ಅವನು ತುಂಬ ಪ್ರಯತ್ನಿಸುತ್ತಿದ್ದ.

ಮಾರ್ಗದರ್ಶಿಯ ಕುದುರೆ ಕಲ್ಲಿನಿಂದ ಮಾಡಿದ ಬೃಹತ್ ಕ್ರೀಡಾಂಗಣದಂತಿದ್ದ ಒಂದು ಪ್ರದೇಶವನ್ನು ಪ್ರವೇಶಿಸುತ್ತಿದ್ದಂತೆ ಇಡೀ ದೃಶ್ಯವೇ ಇದ್ದಕ್ಕಿದ್ದಂತೆ ಮಾರ್ಪಾಟಾಗಿಹೋಯಿತು. ಎರಡು ದೊಡ್ಡ ಬೆಟ್ಟಗಳು ಅದಕ್ಕೊಂದು ಚೌಕಟ್ಟನ್ನು ಒದಗಿಸಿದ್ದವು. ಈ ಬೆಟ್ಟಗಳು ತಮ್ಮ ಅರ್ಧ ಕಂಸದಿಂದ ಅಳೆಯಲಾಗದ ಆಳದ ಕಂದರವೊಂದನ್ನು ಬಂಧಿಸಿದ್ದವು. ಇದರ ಪರಿಣಾಮವಾಗಿ ಇಲ್ಲಿ ಯಾವುದೋ ಪ್ರಚಂಡ ಪ್ರಳಯವೊಂದು ಸಂಭವಿಸಿ ಒಂದೇ ಏಟಿಗೆ ಪರ್ವತಶ್ರೇಣಿಯನ್ನು ಕತ್ತರಿಸಿದಂತೆ ತೋರುತ್ತಿತ್ತು.

ಸವಾರ ಲುಸೇರೋವನ್ನು ನಿಲ್ಲಿಸಿದ. ಆ ಹದ್ದಿನ ಕಣಿವೆ ಅವನನ್ನು ಸೂಜಿಗಲ್ಲಿನಂತೆ ಸೆಳೆಯಿತು. ಅವನಿಗೆ ಹದಿನೈದು ವರ್ಷ ವಯಸ್ಸಾಗಿದ್ದಾಗ ಆ ಕಣಿವೆಯನ್ನು ಮೊದಲ ಬಾರಿಗೆ ಆತ ದಾಟಿದ್ದ. ತಂದೆ ಬೇಡವೆಂದು ಎಚ್ಚರಿಸಿದ್ದರೂ ಅದನ್ನು ಬಗ್ಗಿ ನೋಡಬೇಕೆಂಬ ಆಸೆ ಅವನಲ್ಲಿ ಮೊಳೆತಿತ್ತು. ಒಂದು ಕ್ಷಣ ಅವನು ಹಾಗೆ ನೋಡಿದ್ದನೋ ಇಲ್ಲವೋ, ಇಡೀ ಕಂದಕವೇ ಒಂದು ದೊಡ್ಡ ನೀಲಿ ಆಲಿಕೆಯಂತೆ ಗಿರ್ರನೆ ತಿರುಗಲಾರಂಭಿಸಿತ್ತು. ಅದೃಶ್ಯ ಹಸ್ತವೊಂದು ಅವನನ್ನು ತಳವಿಲ್ಲದ ಪಾತಾಳಕ್ಕೆ ಸೆಳೆಯುತ್ತಿತ್ತು. ಅವನು ಈ ಅಪಾಯವನ್ನು ಗಮನಿಸಿ ಕೂಗಿದ್ದ "ಲೋ ಪೆದ್ದ ಈ ಕಡೆ ತಿರುಗು!" ಅಂದಿನಿಂದ, ತಾನು ಎಷ್ಟೇ ಸ್ಥಿರಚಿತ್ತದವನಾಗಿದ್ದರೂ, ಆ ಬುಡವರಿಯದ ಆಳದಲ್ಲಿ ತನ್ನ ನೋಟವನ್ನು ಹರಿಬಿಡಲು ಅವನಿಗೆ ಧೈರ್ಯವಾಗುತ್ತಿರಲಿಲ್ಲ.

ಇಷ್ಟೇ ಅಲ್ಲ. ಆ ಹದ್ದಿನ ಕಣಿವೆಗೆ ತನ್ನದೇ ಆದ ಐತಿಹ್ಯಗಳಿದ್ದವು. ಶುಭ ಶುಕ್ರವಾರದ ದಿನ ಯಾವ ಭಯಂಕರ ದುರಂತವೂ ಇಲ್ಲದೆ ದನಗಳ ಹಿಂಡು ಅದನ್ನು ದಾಟಿ ಹೋಗುವಂತಿರಲಿಲ್ಲ. ಯಾವುದೋ ಒಂದು ರಹಸ್ಯಮಯವಾದ ರೀತಿಯಲ್ಲಿ ದನಗಳನ್ನೋ ಕುದುರೆಗಳನ್ನೋ ಈ ಕಂದರ ಕಬಳಿಸಿದ ಅನೇಕ ಕಥೆಗಳ ದೃಷ್ಟಾಂತ ಕೊಡುತ್ತಾ ತಂದೆಯೇ ಈ ಸಂಗತಿಯನ್ನು ಅವನಿಗೆ ಹೇಳಿದ್ದ.

ವಾಸ್ತವವಾಗಿ ಇಡೀ ಪರ್ವತಶ್ರೇಣಿಯಲ್ಲಿಯೇ ಅತ್ಯಂತ ಚೆಲುವಾದ ಕಣಿವೆಗಳಲ್ಲಿ ಇದು ಒಂದು. ಆ ಸ್ಥಳದಲ್ಲಿದ್ದ ದಾರಿಯ ಅಗಲ ಕೇವಲ ಎಂಭತ್ತು ಸೆಂಟಿಮೀಟರುಗಳು. ಈ ಕಡೆ ಕಲ್ಲಿನ ಗೋಡೆ, ಆ ಕಡೆ ಆಳ ಪ್ರಪಾತ. ಇವುಗಳ ನಡುವಣ ಆ ದಾರಿಯಲ್ಲಿ ಒಂದು ಪ್ರಾಣಿ ಹೋಗುವುದಕ್ಕೆ ಎಷ್ಟು ಬೇಕೋ ಅಷ್ಟೇ ಜಾಗ ಇತ್ತು. ಒಂದು ತಪ್ಪು ಹೆಜ್ಜೆ ಇಟ್ಟರೆ ತೀರಿತು...ಅದೇ ಕಡೆ. ಆಮೇಲೆ ದೇವರ ಮುಂದೆ ಅಂತಿಮ ತೀರ್ಪಿನ ದಿನ ನಿಲ್ಲಬೇಕು.

ಕೆಳಗಿನ ಪ್ರಪಾತದಿಂದ ಯಾರೂ ಅರಿಯದ ಎತ್ತರದಲ್ಲಿ ತೂಗುಹಾಕಿದಂತಿದ್ದ ಆ ಕಿರುಹರವಿನ ಮೇಲೆ ಹೋಗುವ ಮುನ್ನ ರೂಬೇನ್ ಓಲ್ಮೋಸ್, ಈ ಪರ್ವತ ಪ್ರದೇಶದಲ್ಲಿ ಓಡಾಡುವವರು ಮಾಡಿಕೊಂಡಿದ್ದ ಒಂದು ಕರಾರನ್ನು ತಪ್ಪದೆ ಪಾಲಿಸಿದ: ಪಿಸ್ತೂಲು ಚೀಲದಿಂದ ತನ್ನ ಪಿಸ್ತೂಲು ತೆಗೆದು ಗಾಳಿಯಲ್ಲಿ ಎರಡು ಗುಂಡು ಹಾರಿಸಿದ. ಇದು ಆ ಕಡೆಯಿಂದ ಬರಲಿರುವ ಪ್ರಯಾಣಿಕನಿಗೆ, ತಾನು ಈ ದಾರಿಯಲ್ಲಿ ಬರುತ್ತಿರುವುದರಿಂದ ಅಲ್ಲೇ ಕಾಯಬೇಕೆಂಬ ಮುನ್ನೆಚ್ಚರಿಕೆ. ಗುಂಡು ಹಾರಿಸಿದ ಸದ್ದು ಶುಭ್ರಗಾಳಿಯಲ್ಲಿ ಅಲೆಯಲೆಯಾಗಿ ತೇಲಿಹೋಯಿತು. ಶಬ್ದದ ಅಲೆಗಳು ಬಂಡೆಗಳಿಗೆ ಬಡಿದು ನೂರುಮಡಿ ಸಾಸಿರಮಡಿಯಾಗಿ

ಪ್ರತಿಧ್ವನಿಸಿ ಮಾರ್ಗದರ್ಶಿಯ ಕಿವಿಗೇ ಬಂದು ಬಡಿದವು. ಸವಾರ ಅರೆಗಳಿಗೆ ಕಾದು ಅನಂತರ ತನ್ನ ಪಯಣವನ್ನು ಮುಂದುವರಿಸಲು ನಿರ್ಧರಿಸಿದ. ಲುಸೇರೋ ಎಚ್ಚರಿಕೆಯಿಂದ ಕಲ್ಲಿನ ಹಾದಿಯಲ್ಲಿ ಕಬ್ಬಿಣದ ಲಾಳಬಡಿದ ತನ್ನ ಕಾಲೂರುತ್ತ ಮುಂದುವರಿಯಿತು. ದಾರಿಯ ಸ್ವರೂಪದಲ್ಲಾದ ವ್ಯತ್ಯಾಸದ ಅರಿವು ಅದಕ್ಕಿರಲೇ ಇಲ್ಲ. "ಸೊಗಸಾದ ಕುದುರೆ" – ಆ ಪ್ರಾಣಿಯ ಬಗೆಗೆ ತನಗಿದ್ದ ಪ್ರೀತಿಯನ್ನೆಲ್ಲಾ ಎರಡೇ ಮಾತುಗಳಲ್ಲಿ ಭಟ್ಟಿ ಇಳಿಸಿ ನುಡಿದ ಸವಾರ.

ಮುಂದಾಗಲಿದ್ದುದನ್ನು ರೂಬೇನ್ ಓಲ್ಮೋಸ್ ಎಂದೂ ಮರೆಯಲಾಗಲಿಲ್ಲ. ಒಂದು ತಿರುವನ್ನು ತಿರುಗಿಕೊಂಡು ಮುಂದೆ ಹೋಗುತ್ತಿದ್ದಂತೆಯೇ ಒಮ್ಮೆಲೇ ಅವನ ಹೃದಯ ಝುಗ್ ಎಂದಿತು. ಎದುರುಗಡೆಯಿಂದ ಇಪ್ಪತ್ತು ಮಾರಿಗೂ ಕಡಮೆ ಅಂತರದಲ್ಲಿ ದಟ್ಟಕಂದು ಬಣ್ಣದ ಪುಟ್ಟ ಕುದುರೆಯೊಂದರ ಮೇಲೆ ಒಬ್ಬ ಸವಾರಿ ಮಾಡಿಕೊಂಡು ಬರುತ್ತಿರುವುದು ಕಾಣಿಸಿತು. ಇಬ್ಬರು ಪ್ರಯಾಣಿಕರ ಮುಖದಲ್ಲೂ ಆಶ್ಚರ್ಯ, ಹತಾಶೆ, ಕೋಪದ ಅಲೆಗಳು ಮಿಂಚಿದವು. ಇಬ್ಬರೂ ತಮಗೆ ಅರಿಯದೆಯೇ ತಂತಮ್ಮ ಕಡಿವಾಣಗಳನ್ನು ಜಗ್ಗಿ ಕುದುರೆಗಳನ್ನು ನಿಂತಲ್ಲಿಯೇ ನಿಲ್ಲಿಸಿದರು. ಕೋಪೋದ್ರಿಕ್ತ ಮೌನವನ್ನು ಮುರಿದು ಮೊದಲು ಮಾತನಾಡಿದವನು ಕಂದು ಕುದುರೆಯ ಸವಾರ. ಒರಟಾಗಿ ಶಪಿಸುತ್ತಾ ಅವನು ಕೂಗಿದ:

"ಸಂಕೇತದ ಎಚ್ಚರಿಕೆ ಕೊಡದೆ ಹೇಗಯ್ಯ ಈ ದಾರೀಲಿ ಬಂದೆ ?"

ಮಾತಿನಿಂದ ಪ್ರಯೋಜನವಿಲ್ಲ ಎಂದು ರೂಬೇನ್ ಓಲ್ಮೋಸ್‌ಗೆ ಗೊತ್ತಾಯಿತು. ಎರಡೂ ಕುದುರೆಗಳ ತಲೆಗಳು ಇನ್ನೇನು ತಾಕುತ್ತವೆ ಅನ್ನುವವರೆಗೂ ಅವನು ಮುಂದುವರಿದು ಬಂದ. ಅನಂತರ ಎದೆಯಾಳದಿಂದ ಮೂಡಿಬಂದಂತೆ ಖಚಿತವಾದ ಶಾಂತ ಧ್ವನಿಯಲ್ಲಿ ಹೇಳಿದ :

"ಮಿತ್ರಾ, ಸಂಕೇತದ ಗುಂಡು ಹಾರಿಸದವನು ನೀನು."

ಇನ್ನೊಬ್ಬ ತನ್ನ ಪಿಸ್ತೂಲನ್ನು ಹೊರಗೆಳೆದ. ಕೂಡಲೇ ರೂಬೇನ್ ಕೂಡ ಅವನಲ್ಲಿ ಯಾರೂ ನಿರೀಕ್ಷಿಸಿರಲಾರದಷ್ಟು ಕ್ಷಿಪ್ರವಾಗಿ ತನ್ನ ಪಿಸ್ತೂಲನ್ನೂ ಕೈಗೆತ್ತಿಕೊಂಡ. ಇಬ್ಬರೂ, ಕಣ್ಣುಗಳಲ್ಲಿ ಸವಾಲಿನ ಕಿಡಿಯನ್ನು ತುಳುಕಿಸುತ್ತಾ ನಿಶ್ಚಲವಾಗಿ ಪರಸ್ಪರ ಒಂದು ಕ್ಷಣ ನೋಡಿದರು. ಅಪರಿಚಿತನದು ಉಕ್ಕಿನಂಥ ಶೀತಲ ನೋಟ. ಅವನನ್ನು ನೋಡಿದರೆ ದೃಢವಾದ ಆತ್ಮವಿಶ್ವಾಸವೂ ನಿರ್ಧಾರ ಕೈಗೊಳ್ಳುವ ಶಕ್ತಿಯೂ ಇದ್ದಂತೆ ಕಾಣುತ್ತಿತ್ತು. ಅವನ ನಿಲುವು ಲಕ್ಷಣಗಳನ್ನು ನೋಡಿದರೆ ಅವನು ಅಪಾಯಗಳಿಗೆ ಅಪರಿಚಿತನಲ್ಲದ ಪರ್ವತಾರೋಹಿಯಂತೆ ತೋರುತ್ತಿದ್ದ. ತಾವು ಸಮಾನ ಸ್ಪರ್ಧಿಗಳೆಂದು ಇಬ್ಬರೂ ಮನಗಂಡರು.

ತಾನು ಸರಿಯಾದ ಮಾರ್ಗದಲ್ಲಿದ್ದೇನೆಂದು ತೋರಿಸಲು ರೂಬೇನ್ ಓಲ್ಮೋಸ್ ಕೊನೆಗೆ ನಿರ್ಧರಿಸಿದ. ತನ್ನ ಪಿಸ್ತೂಲಿನ ನಳಿಗೆಯನ್ನು ಕಂದಕದ ಕಡೆಗೆ ತಿರುಗಿಸಿ, ಅವನಲ್ಲಿ ಅಪನಂಬಿಕೆ ಹುಟ್ಟದಂತೆ ಮಡಿ, ಅನಂತರ ಗುಂಡುಗಳನ್ನು ಹೊರತೆಗೆದು ಎರಡು ಖಾಲಿ ಕೋಶಗಳನ್ನು ತೋರಿಸುತ್ತ ಖಚಿತ ಧ್ವನಿಯಲ್ಲಿ ಅವನೆಂದ:

"ಇಗೋ ನೋಡು, ನಾನು ಹಾರಿಸಿದ ಎರಡು ಗುಂಡುಗಳು."

ಅಪರಿಚಿತ ಕೂಡ ಅವನಂತೆಯೇ ಮಾಡಿ ಎರಡು ಖಾಲಿ ಕೋಶಗಳನ್ನು ತನ್ನ ಸಾಕ್ಷ್ಯಾಧಾರವಾಗಿ ತೋರಿಸಿದ.

"ದುರದೃಷ್ಟ, ಗೆಳೆಯಾ. ಇಬ್ಬರೂ ಒಟ್ಟಿಗೇ ಗುಂಡು ಹಾರಿಸಿದೇವೆ," ಎಂದ ಮಾರ್ಗದರ್ಶಿ.

"ಹಾಗೇ ಆಗಿರಬೇಕು ಮಿತ್ರಾ. ಹಾಗಾದ್ರೆ ಈಗ ನಾವು ಏನು ಮಾಡೋಣ ?"

"ಹಿಂದಕ್ಕೆ ಹೋಗೋದಂತೂ ಖಂಡಿತ ಸಾಧ್ಯವಿಲ್ಲ."

"ಸರಿ, ಹಾಗಾದರೆ ನಮ್ಮಲ್ಲಿ ಒಬ್ಬರು ಕೆಳಗಿಳಿದು ಕಾಲು ನಡಿಗೆಯಲ್ಲಿ ಹೋಗಬೇಕು."

"ಹೌದು ಅದೇ ಸರಿ. ಆದರೆ ನಮ್ಮಲ್ಲಿ ಯಾರು ಹಾಗೆ ಮಾಡಬೇಕು ?"

"ಅದರ ತೀರ್ಮಾನಾನ ಅದೃಷ್ಟಕ್ಕೇ ಬಿಡೋಣ." ಹಾಗೆಂದು, ಕಂದು ಕುದುರೆಯ ಸವಾರ ಮರುಮಾತನಾಡದೆ ಒಂದು ನಾಣ್ಯವನ್ನು ತನ್ನ ಪಾಕೀಟಿನಿಂದ ಹೊರತೆಗೆದು ಅದನ್ನು ನೋಡದೆ ತನ್ನ ಅಂಗೈಯಲ್ಲಿಟ್ಟುಕೊಂಡು ಇನ್ನೊಂದು ಕೈಯಿಂದ ಮುಚ್ಚಿದ.

"ಯಾವುದೂಂತ ನೀನೇ ಹೇಳು," ಎಂದ ಅವನು.

ರೂಬೇನ್‌ನ ಮನಸ್ಸು ಭೀಕರ ಅನಿಶ್ಚಯದಲ್ಲಿ ತೊಳಲಾಡಿತು. ಮುಚ್ಚಿದ ಆ ಎರಡು ಹಸ್ತಗಳಲ್ಲಿ ಬದಲಿಸಲಾಗದ ತೀರ್ಮಾನವೊಂದರ ರಹಸ್ಯ ಅಡಗಿತ್ತು. ಮನುಷ್ಯರು ಮಾಡಿದ ಎಲ್ಲ ಕಾನೂನುಗಳಿಗಿಂತ ಅವು ಹೆಚ್ಚು ಶಕ್ತಿಶಾಲಿಗಳೆಂಬಂತೆ ಅವನಿಗೆ ಕಂಡಿತು. ದಯೆ ದಾಕ್ಷಿಣ್ಯ ಗಳಿಲ್ಲದ ನಿಷ್ಪಕ್ಷಪಾತ ಧ್ವನಿಯಲ್ಲಿ ವಿಧಿ ಅವುಗಳ ಮೂಲಕ ಮಾತನಾಡುತ್ತದೆ. ಅನಿಶ್ಚಿತವಾದ ವಿಧಿಯ ತೀರ್ಮಾನಗಳನ್ನು ರೂಬೇನ್ ಒಲ್ಮೋಸ್ ಎಂದೂ ಅಲ್ಲಗಳೆದಿರಲಿಲ್ಲವಾದ್ದರಿಂದ ಅವನ ತಲೆಯಲ್ಲಿ ಯಾರೋ ಪಿಸುಗುಟ್ಟಿದ ಪದವನ್ನು ಅವನು ಉಚ್ಚರಿಸಿದ :

"ರಾಜ !"

ಇನ್ನೊಬ್ಬ ನಿಧಾನವಾಗಿ ಕೈತೆಗೆದು ನಾಣ್ಯವನ್ನು ತೋರಿಸಿದ. ಅಪರಾಹ್ನದ ಇಳಿಮುಖ ಸೂರ್ಯ, ಕುಡುಗೋಲು ಸುತ್ತಿಗೆಯ ಚಿಹ್ನೆಯನ್ನು ಸುತ್ತುವರಿದಿದ್ದ ಲಾರೆಲ್ ಎಲೆಗಳ ಮಾಲೆಯನ್ನು ಬೆಳಗಿಸಿದ: ರೂಬೇನ್ ಸೋತಿದ್ದ. ತನ್ನೊಳಗಾದ ನಿರಾಶೆಯ ಒಂದು ಸೆಳಕನ್ನೂ ಅವನು ಹೊರಗೆ ತೋರಿಸಲಿಲ್ಲ. ಅವನ ಕಣ್ಣುಗಳು ಲುಸೇರೋ ಕೊರಳಿನ ಕಡೆಗೆ ಮೆಲ್ಲನೆ, ಮೃದುವಾಗಿ ತಿರುಗಿದವು. ಹೃದಯ ತುಂಬಿ ಬಂದು ಆತ ನವಿರಾಗಿ ಅದನ್ನು ಸವರಿದ. ಕೊನೆಗೆ ತನ್ನ ಮೇಲೆ ತೂಗುವ ಮೃತ್ಯುವಿನಿಂದ ತಪ್ಪಿಸಿಕೊಳ್ಳಲೋ ಎಂಬಂತೆ, ಕುದುರೆಯ ಹೊಳೆಯುವ ಹಿಂಭಾಗದಿಂದ ಹಾರಿ ದಾರಿಯ ಮೇಲೆ ಇಳಿದ. ಜೀನಿಗೆ ಕಟ್ಟಿದ್ದ ಆಹಾರದ ಚೀಲವನ್ನೂ, ಬಂದೂಕನ್ನೂ ಬಿಚ್ಚಿಕೊಂಡ, ಅನಂತರ ಕುದುರೆಯ ಬೆನ್ನಿನ ಮೇಲಿದ್ದ ಹಾಸಿಗೆಯ ಸುರುಳಿಯನ್ನು ಕೆಳಗಿಳಿಸಿದ. ಈ ಎಲ್ಲ ಕ್ರಿಯೆಗಳು ಇಬ್ಬರಲ್ಲೂ ಆಂಡೀಸ್ ಪರ್ವತದ ಏಕಾಂತಕ್ಕಿಂತ ಹೆಚ್ಚು ಭಯಾನಕವಾದ ಮೌನವನ್ನು ಮೆಲ್ಲನೆ ತುಂಬಿದವು.

ಈ ಎಲ್ಲ ಸಿದ್ಧತೆಗಳ ನಡುವೆ ಅಪರಿಚಿತನೂ ಸೋತವನಷ್ಟೇ ದುಃಖಿಸುತ್ತಿದ್ದಂತೆ ಕಾಣುತ್ತಿತ್ತು. ಆದರೆ ಏನನ್ನೂ ನೋಡದವನಂತೆ ಅವನು ತನ್ನ ಚಾವಟಿಯ ಹುರಿಗಳನ್ನು ಹೆಣೆದು ಬಿಚ್ಚಿ ಮಾಡುತ್ತಿದ್ದ. ಅವನ ಅನಾಸಕ್ತಿಯ ನಟನೆಗೆ ರೂಬೇನ್ ಒಲ್ಮೋಸ್ ಅಪಾರ ಕೃತಜ್ಞನಾಗಿದ್ದ. ಇಂಥ ದಾರುಣವಾದ ಕೆಲಸವನ್ನು ಮುಗಿಸಿದ ಮೇಲೆ, ವಿವರಿಸಲಾಗದ ನಿರಾಶೆಯಲ್ಲೂ ದೃಢತೆ ತುಂಬಿದ ದನಿಯಲ್ಲಿ ಅವನು ಇನ್ನೊಬ್ಬನನ್ನು ಕೇಳಿದ :

"ದಾರಿಯಲ್ಲಿ ನಾಲ್ಕು ಜನ ದನಗಾಹಿಗಳನ್ನೂ ಎರಡು ಹೇಸರಗತ್ತೆಗಳನ್ನೂ ನೀನೇನಾದರೂ ನೋಡಿದೆಯಾ ?"

"ನೋಡಿದೆ. ಅವರು ಅಲ್ಲಿ ತಡಿಕೆಯಲ್ಲಿ ತಂಗಿದ್ದರು. ಅವರು ನಿನ್ನ ಸಂಗಾತಿಗಳಾ ?"

"ಹೌದು, ಅವರೇ ಆಗಿರಬೇಕು."

ಅಂಥ ಸೂಕ್ತವಲ್ಲದ ಜಾಗದಲ್ಲಿ ತನ್ನ ಜೀನನ್ನು ತೆಗೆದುದರಿಂದ ಅಚ್ಚರಿಗೊಂಡು ಲುಸೇರೋ ತನ್ನ ಕತ್ತು ತಿರುಗಿಸಿತು. ರೂಬೇನ್ ಒಂದು ಕ್ಷಣ, ಕಪ್ಪುಕೊಳದಂತೆ ಪ್ರಶಾಂತವಾಗಿದ್ದ ಅದರ

ಕಣ್ಣುಗಳನ್ನೇ ದಿಟ್ಟಿಸಿದ. ಅದರ ಹಣೆಯ ಮೇಲಿನ ನಕ್ಷತ್ರಾಕಾರ. ನಿಗುರಿದ ಕಿವಿಗಳು. ಅಲುಗಾಡುವ ಮೂಗಿನ ಹೊಳ್ಳೆಗಳು. ಮನಸ್ಸಿನ ನಿರ್ಧಾರವನ್ನು ಗಟ್ಟಿಮಾಡಿಕೊಳ್ಳುವುದಕ್ಕಾಗಿ, ದುಃಖ ತುಂಬಿದ ಧ್ವನಿಯಲ್ಲಿ ಮುಖವೆತ್ತಿ ಹೇಳಿದ ರೂಬೇನ್ :

"ನಿನ್ನ ಕುದುರೆಯ ಲಗಾಮನ್ನು ಭದ್ರವಾಗಿ ಹಿಡಿದುಕೋ ಮಿತ್ರಾ."

ಅವನು ಲಗಾಮನ್ನು ಎಳೆದು ತನ್ನ ಕಂದು ಕುದುರೆಯ ಮುಖವನ್ನು ಕಲ್ಲುಗೋಡೆಯ ಕಡೆಗೆ ತಿರುಗಿಸಿದ.

ಆಗ ದುಃಖತಪ್ತ ಹೃದಯದಿಂದ ರೂಬೇನ್ ಓಲ್ಮೋಸ್ ಮತ್ತೊಮ್ಮೆ ಲುಸೇರೋವಿನ ಕುತ್ತಿಗೆಯನ್ನು ಮೃದುವಾಗಿ ತಟ್ಟಿ, ಆಮೇಲೆ ಒಮ್ಮೆಲೇ ಅದನ್ನು ಬಲವಾಗಿ ತಳ್ಳಿ ಪಾತಾಳದಾಳಕ್ಕೆ ಉರುಳಿಸಿಬಿಟ್ಟ. ❍

○ ಹೋರ್ಹೇ ಲುಯಿಸ್ ಬೋರ್ಹೇಸ್

ಅರ್ಜೆಂಟೀನ

ರಹಸ್ಯಮಯ ಪವಾಡ

ತಪಸ್ಸು ಮಾಡಲೆಂದು ಕಾಡಿಗೆ ಹೋದ ಸನ್ಯಾಸಿಯೊಬ್ಬ ಹಕ್ಕಿಯ ಹಾಡನ್ನು ಕೇಳುತ್ತಾ ಅಲ್ಲೇ ಮುನ್ನೂರು ವರ್ಷಕಾಲ ಉಳಿದು ಬಿಟ್ಟರೂ, ಅವನ ಅರಿವಿಗೆ ಮಾತ್ರ ಅದು ಒಂದು ಗಂಟೆಯಂತೆ ಕಂಡ ಕಥೆ ಎಲ್ಲರಿಗೂ ಚಿರಪರಿಚಿತ.

– ನ್ಯೂಮನ್: *'ಎ ಗ್ರಾಮರ್ ಆಫ್ ಅಸೆಂಟ್' ನೋಟ್ iii*

1943ರ ಮಾರ್ಚ್ 14ರ ರಾತ್ರಿ. ಪ್ರಾಗ್ ನಗರದ ತ್ಸೇಲ್‌ಟನರ್‌ಗಾಸ್‌ಅದ ಒಂದು ಮನೆ. 'ಶತ್ರುಗಳು' ಎಂಬ ಅಪೂರ್ಣ ನಾಟಕ, 'ನಿತ್ಯತೆಯ ಸಮರ್ಥನೆ' ಹಾಗೂ 'ಯಾಕೋವ್ ಬೋಮ್‌ಅನ* ಪರೋಕ್ಷ ಯೆಹೂದಿ ಮೂಲಗಳ ಅಧ್ಯಯನ' – ಇವುಗಳ ಲೇಖಕನಾದ ಯಾರೋಮಿರ್ ಹ್ಲಾದಿಕ್ ಎಂಬಾತ ಆ ಮನೆಯಲ್ಲಿ, ಆ ರಾತ್ರಿಯಂದು ಸುದೀರ್ಘ ಚದುರಂಗದಾಟದ ಒಂದು ಕನಸನ್ನು ಕಂಡ. ಆಟಗಾರರು ಇಬ್ಬರು ವ್ಯಕ್ತಿಗಳಲ್ಲ, ಎರಡು ವಿಖ್ಯಾತ ಕುಟುಂಬಗಳು. ಆಟ ಅನೇಕ ಶತಮಾನಗಳಿಂದ ನಡೆದುಕೊಂಡು ಬಂದಿತ್ತು. ಪಣ ಏನು ಹೂಡಿದ್ದರು ಎಂದು ಯಾರಿಗೂ ನೆನಪಿರಲಿಲ್ಲ. ಆದರೆ ಅದು ಅಪಾರವಾಗಿತ್ತು, ಬಹುಶಃ ಅನಂತವಾಗಿತ್ತು ಎನ್ನುತ್ತಿದ್ದರು. ಚದುರಂಗದ ಆಟಗಾರರು ಚದುರಂಗದ ಮಣೆಯೊಡನೆ ಒಂದು ರಹಸ್ಯ ಗೋಪುರದಲ್ಲಿದ್ದರು. ಯಾರೋಮಿರ್ (ಅವನ ಕನಸಿನಲ್ಲಿ) ಸ್ಪರ್ಧಿಸುತ್ತಿದ್ದ ಕುಟುಂಬವೊಂದರ ಪ್ರಥಮ ಸಂತಾನವಾಗಿದ್ದ. ಗಡಿಯಾರಗಳು ಗಂಟೆ ಹೊಡೆದು ಆಟದ ಪ್ರಾರಂಭಕ್ಕೆ ಸೂಚನೆ ಇತ್ತವು. ಆಟವನ್ನು ಮುಂದೆ ಹಾಕುವಂತಿರಲಿಲ್ಲ. ಮಳೆ ಸುರಿಯುವ ಮರುಭೂಮಿಯ ಮರಳಿನಲ್ಲಿ ಕನಸುಗಾರ ಓಡುತ್ತಿದ್ದ. ಅವನಿಗೆ ಚದುರಂಗದ ಕಾಯಿಗಳನ್ನಾಗಲಿ, ನಿಯಮಗಳನ್ನಾಗಲಿ ನೆನಪಿಗೆ ತಂದುಕೊಳ್ಳುವುದಾಗಲಿಲ್ಲ. ಆ ಕ್ಷಣದಲ್ಲಿ ಅವನಿಗೆ ಎಚ್ಚರವಾಯಿತು. ಅನುರಣಿಸುವ ಮಳೆಯ ಸದ್ದು,

---

* ಬೋಮ್‌ಅ: 1575–1624. ವೃತ್ತಿಯಿಂದ ಮೋಚಿಯಾಗಿದ್ದ ಒಬ್ಬ ಅಧ್ಯಾತ್ಮವಾದಿ ಜರ್ಮನ್ ತತ್ವಜ್ಞಾನಿ.

ಗಣಗಣಿಸುವ ಗಡಿಯಾರದ ಭಯಾವಹ ನಾದ ಥಟ್ಟನೆ ನಿಂತುಹೋದವು. ಲಯಬದ್ಧವಾದ ನಿಶ್ಚೇತನ ಸಪ್ಪಳವೊಂದು ಆಜ್ಞೆಗಳ ಕೂಗಾಟದ ನಡುವೆ ಬಿಟ್ಟೂ ಬಿಡದೆ ತ್ಸೆಲ್‌ಟನರ್‌ಗಾಸ್‌ಅ ದಿಂದ ಉಕ್ಕಿ ಬರುತ್ತಿತು. ಅದು ಮುಂಜಾನೆಯ ಸಮಯ. ಮೂರನೆಯ ರೈಖ್‌ನ* ಸಶಸ್ತ್ರ ಮುಂಚೂಣಿ ಪ್ರಾಗ್ ನಗರವನ್ನು ಪ್ರವೇಶಿಸುತ್ತಿತ್ತು.

19ನೆಯ ತಾರೀಖು ಅಧಿಕಾರಿಗಳಿಗೆ ಒಂದು ದೂರು ಬಂತು. ಅದೇ 19ನೆಯ ತಾರೀಖು ಸಂಜೆಯ ಹೊತ್ತಿಗೆ ಯಾರೋಮಿರ್ ಹ್ಲಾದಿಕ್‌ನನ್ನು ಬಂಧಿಸಿದರು. ಮೋಲ್‌ಡಾವ್ ನದಿಯ ಎದುರುದಂಡೆಯ ಮೇಲಿದ್ದ ರೋಗಾಣುರಹಿತವಾದ ಬಿಳಿಯ ದಂಡಿನ ಪಾಳೆಯಕ್ಕೆ ಕರೆದುಕೊಂಡು ಹೋದರು. ಗೆಸ್ಟಪೊ**ಗಳು ಮಾಡಿದ ಆಪಾದನೆಗಳಲ್ಲಿ ಒಂದನ್ನೂ ಅವನಿಂದ ಅಲ್ಲಗಳೆಯಲಾಗಲಿಲ್ಲ. ಅವನ ತಾಯಿಯ ಮನೆತನದ ಹೆಸರು ಯಾರೋಸ್ಲಾವ್‌ಸ್ಕಿ. ಅವನದು ಯೆಹೂದಿ ರಕ್ತ. ಬೋಮ್‌ಅನನ್ನು ಕುರಿತ ಅವನ ಅಧ್ಯಯನದಲ್ಲಿ ಯೆಹೂದಿತನ ಅಚ್ಚೊತ್ತಿತ್ತು. ಜರ್ಮನಿಯೊಂದಿಗೆ 'ವಿಲೀನೀಕರಣ'ದ ವಿರುದ್ಧ ಸಲ್ಲಿಸಿದ ಪ್ರತಿಭಟನೆಯಲ್ಲಿ ಅವನ ಸಹಿಯೂ ಇತ್ತು. 1928ನೆಯ ಇಸವಿಯಲ್ಲಿ ಹೇರ್ಮಾನ್ ಬಾರ್ಸ್‌ಡೋರ್ಫ್ ಪ್ರಕಾಶನ ಸಂಸ್ಥೆಗಾಗಿ ಅವನು 'ಸೆಫೆರ್ ಯೆಜಿರಾ' ಎಂಬ ಒಂದು ಯೆಹೂದಿ ಗ್ರಂಥವನ್ನು ಅನುವಾದಿಸಿ ಕೊಟ್ಟಿದ್ದ. ಪ್ರಕಾಶನ ಸಂಸ್ಥೆ ಸಿದ್ಧಪಡಿಸಿದ ಪುಸ್ತಕಗಳ ಪಟ್ಟಿಯಲ್ಲಿ ಪ್ರಚಾರದ ಸಲುವಾಗಿ ಅನುವಾದಕನ ಖ್ಯಾತಿಯನ್ನು ಉತ್ಪ್ರೇಕ್ಷೆ ಮಾಡಲಾಗಿತ್ತು. ಹ್ಲಾದಿಕ್‌ನ ಭವಿಷ್ಯ ಯಾರ ಕೈಯಲ್ಲಿತ್ತೋ ಅಂಥ ಅಧಿಕಾರಿಗಳ ಪೈಕಿ ಒಬ್ಬನಾದ ಯೂಲಿಉಸ್ ರೋಟ್‌ಅ ಎಂಬವನು ಈ ಪುಸ್ತಕಗಳ ಪಟ್ಟಿಯನ್ನು ಪರಿಶೀಲಿಸಿದ್ದ. ತಾನು ತಜ್ಞನಾಗಿರುವ ಕ್ಷೇತ್ರದಲ್ಲಿ ಬಿಟ್ಟು ಬೇರೆ ಯಾವುದರಲ್ಲೇ ಆಗಲಿ, ನೋಡಿದ ಕೂಡಲೇ ನಂಬುವವರೇ ಜಾಸ್ತಿ. ಗಾಥಿಕ್ ಅಕ್ಷರದಲ್ಲಿ ಮುದ್ರಿತವಾದ ಎರಡು ಮೂರು ವಿಶೇಷಣಗಳನ್ನು ನೋಡುತ್ತಿದ್ದಂತೆಯೇ ಯೂಲಿಉಸ್ ರೋಟ್‌ಅನಿಗೆ ಹ್ಲಾದಿಕ್‌ನ ಮಹತ್ವವೇನೆಂದು ಮಂದಟ್ಟಾಯಿತು. ಬೇರೆಯವರಿಗೆ ಇದೊಂದು ಪಾಠವಾಗಲಿ ಎಂದು ಅವನು ಹ್ಲಾದಿಕ್‌ನಿಗೆ ಮರಣದಂಡನೆಯನ್ನು ವಿಧಿಸಿದ. ಮರಣದಂಡನೆಯ ದಿನವನ್ನು ಮಾರ್ಚ್ ತಿಂಗಳ 29ನೆಯ ತಾರೀಖು ಬೆಳಗ್ಗೆ 9 ಗಂಟೆಗೆ ಎಂದು ಗೊತ್ತುಮಾಡಲಾಯಿತು. ಈ ವಿಳಂಬಕ್ಕೆ (ಇದರ ಮಹತ್ವ ಓದುಗರಿಗೆ ಆಮೇಲೆ ಗೊತ್ತಾಗುತ್ತದೆ) ಅಧಿಕಾರವರ್ಗದವರು – ತರಕಾರಿಗಳು ಹಾಗೂ ಗಿಡಮರಗಳು ಮಾಡುವ ಹಾಗೆ – ನಿಧಾನವಾಗಿ ನಿರ್ಲಿಪ್ತವಾಗಿ ಮುಂದುವರಿಯಬೇಕೆಂದು ಬಯಸಿದ್ದೇ ಕಾರಣ.

ಹ್ಲಾದಿಕ್‌ನ ಮೊದಲ ಪ್ರತಿಕ್ರಿಯೆಯೆಂದರೆ ತೀವ್ರ ಭಯ. ಗಲ್ಲಿಗೆ ಹಾಕುವುದಾಗಿದ್ದರೆ, ಶಿರಚ್ಛೇದನ ಮಾಡುವುದಾಗಿದ್ದರೆ ಅಥವಾ ಚಾಕುವಿನಿಂದ ತಿವಿದು ಕೊಲ್ಲುವುದಾಗಿದ್ದರೆ ತಾನು ಚಿಂತಿಸುತ್ತಿರಲಿಲ್ಲ; ಆದರೆ ಸೈನಿಕರಿಂದ ಗುಂಡೇಟು ತಿಂದು ಸಾಯುವುದ ಮಾತ್ರ ಅಸಹನೀಯ ಎಂದು ಅವನು ಮನದಲ್ಲೇ ಅಂದುಕೊಂಡ. ಯಾವ ವಿಧದಲ್ಲಿ ಸಾಯುತ್ತೇನೆ ಅನ್ನುವುದಕ್ಕಿಂತ, ಕೇವಲ ಸಾಯುವಿಕೆಯೇ ಭಯಾನಕ ಸಂಗತಿ ಎಂದು ತನ್ನನ್ನು ತಾನೇ ಒಪ್ಪಿಸಲು ಅವನು ವ್ಯರ್ಥ ಪ್ರಯತ್ನ ಮಾಡಿದ. ಹುಚ್ಚನ ಹಾಗೆ ಬೇರೆ ಬೇರೆ ವಿಧದ ಸಾವುಗಳನ್ನು ಕುರಿತು ಚಿಂತಿಸುತ್ತಾ, ಬೇಸರವಿಲ್ಲದೆ ಅವನ್ನು ತನ್ನ ಕಣ್ಮುಂದೆ ಕಲ್ಪಿಸಿಕೊಳ್ಳಲು ಪ್ರಯತ್ನಿಸಿದ.

---

* ಹಿಟ್ಲರನ ಜರ್ಮನಿ

** ಹಿಟ್ಲರನ ಗೂಢಚಾರರು

ನಿದ್ರಾರಹಿತ ಬೆಳಗಿನ ಝಾವದಿಂದ ಹಿಡಿದು, ಒಟ್ಟಿಗೆ ಗುಂಡು ಹಾರಿಸುವ ಆ ನಿಗೂಢ ಗಳಿಗೆಯವರೆಗೆ, ತಾನು ಸಾಯುವ ಕ್ರಿಯೆಯ ಅನಂತ ನಿರೀಕ್ಷೆಯಲ್ಲಿ ಅವನು ಬದುಕಿದ್ದ. ಯೂಲಿಉಸ್ ರೋಟ್‌ಅ ನಿಗದಿಪಡಿಸಿದ ದಿನಕ್ಕೆ ಮೊದಲು ಅವನು, ರೇಖಾಗಣಿತದ ಸಾಧ್ಯತೆಗಳನ್ನು ಮೀರಿದ ಕೋನಗಳು ಮತ್ತು ಆಕಾರಗಳುಳ್ಳ ಅನೇಕ ಅಂಗಳಗಳಲ್ಲಿ ನೂರಾರು ಬಾರಿ ಸತ್ತ. ಬೇರೆ ಬೇರೆ ಆಕಾರದ, ಬೇರೆ ಬೇರೆ ಸಂಖ್ಯೆಯ ಸೈನಿಕರು ಮೆಷಿನ್‌ಗನ್‌ಗಳಿಂದ ಅವನಿಗೆ ಗುಂಡು ಹಾಕಿದರು; ಕೆಲವು ಸಲ ಅವರು ಅವನನ್ನು ದೂರದಿಂದ ಕೊಲ್ಲುತ್ತಿದ್ದರು – ಮತ್ತೆ ಕೆಲವು ಸಲ ಸನಿಹದಿಂದ. ಈ ಕಾಲ್ಪನಿಕ ಮರಣ ದಂಡನೆಗಳನ್ನು ಅವನು ವಾಸ್ತವ ಭಯದಿಂದ (ಪ್ರಾಯಶಃ ವಾಸ್ತವ ಧೈರ್ಯದಿಂದಲೂ) ಎದುರಿಸುತ್ತಿದ್ದ ಪ್ರತಿ ಕಾಲ್ಪನಿಕ ಚಿತ್ರವೂ ಕೆಲವು ಸೆಕೆಂಡುಗಳಷ್ಟೇ ಇರುತ್ತಿತ್ತು. ಹೀಗೆ ಒಂದು ಸುತ್ತು ಆದಮೇಲೆ ಮತ್ತೊಮ್ಮೆ ಯಾರೋಮಿರ್ ಅನಂತವಾದ ತನ್ನ ಮೃತ್ಯುಗಂಟೆಯ ರವವವನ್ನು ಕೇಳಲು ಪ್ರಾರಂಭಿಸುತ್ತಿದ್ದ. ಅನಂತರ, ನಮ್ಮ ನಿರೀಕ್ಷೆಯೊಡನೆ ವಾಸ್ತವತೆ ಎಂದೂ ತಾಳೆಹೊಂದುವುದಿಲ್ಲ ಎಂದು ಯೋಚಿಸುತ್ತಿದ್ದ. ಮುಂದೆ ಆಗುವ ಒಂದು ಕ್ರಿಯೆಯನ್ನು ಕುರಿತು ವಿವರವಾಗಿ ಯೋಚಿಸಿದರೆ ಅದು ಸಂಭವಿಸುವುದನ್ನು ತಪ್ಪಿಸಬಹುದು ಎಂದು ತನ್ನದೇ ಆದ ತರ್ಕದಿಂದ ಅವನು ಊಹಿಸುತ್ತಿದ್ದ. ಈ ದುರ್ಬಲವಾದ ತಂತ್ರದಲ್ಲಿ ನಂಬಿಕೆ ಇಟ್ಟುಕೊಂಡು, ಅವು ಸಂಭವಿಸದಿರಲಿ ಎಂದು ಅವನು ಅತ್ಯಂತ ಯಾತನಾಮಯವಾದ ವಿವರಗಳನ್ನು ಮನಸ್ಸಿನಲ್ಲಿ ಕಲ್ಪಿಸಿ ಕೊಳ್ಳತೊಡಗಿದ. ಕೊನೆಗೆ ಸಹಜವಾಗಿಯೇ ಅವು ಭವಿಷ್ಯ ಸೂಚಕವೇನೋ ಎಂದು ಹೆದರತೊಡಗಿದ. ಇಂಥ ಯಾತನಾಪೂರ್ಣ ರಾತ್ರಿಗಳಲ್ಲಿ ಒಂದೇ ಸಮನೆ ಉರುಳುತ್ತಿರುವ ಕಾಲಚಕ್ರಕ್ಕೆ ಭದ್ರವಾಗಿ ಅಂಟಿಕೊಳ್ಳುವ ವಿಧಾನವನ್ನು ಕಂಡುಹಿಡಿಯಲು ಆತ ಪ್ರಯತ್ನಿಸಿದ. ಅದು 29ನೆಯ ತಾರೀಖಿನ ಮುಂಜಾನೆಯ ಕಡೆಗೆ ಭರದಿಂದ ಸಾಗುತ್ತಿದೆ ಎಂದು ಅವನಿಗೆ ಗೊತ್ತಿತ್ತು. ಅವನು ಗಟ್ಟಿಯಾಗಿ ಚಿಂತಿಸತೊಡಗಿದ: "ಈಗ ನಾನು 22ನೆಯ ತಾರೀಖಿನ ರಾತ್ರಿಯಲ್ಲಿದ್ದೇನೆ. ಈ ರಾತ್ರಿ ಉರುಳುವಾಗ (ಮತ್ತು ಮುಂದಿನ ಆರು ರಾತ್ರಿಗಳಲ್ಲಿ) ನನ್ನನ್ನು ಯಾರೂ ಏನೂ ಮಡಲಾರರು. ನಾನು ಚಿರಂಜೀವಿ." ನಿದ್ದೆಯ ರಾತ್ರಿಗಳು ತಾನು ಮುಳುಗು ಹಾಕಬಹುದಾದ ಆಳವಾದ ಕಪ್ಪಾದ ಕೊಳಗಳ ಹಾಗೆ ಅವನಿಗೆ ಭಾಸವಾದವು. ತನ್ ಯೋಚನಾಲಹರಿಗಳು ವ್ಯರ್ಥ ಒತ್ತಡದಿಂದ ವಿಮುಕ್ತನಾಗುವುದಕ್ಕೆ, ಒಳಿತಿಗೋ ಕೆಡುಕಿಗೋ ಅಂತೂ ತನ್ನನ್ನು ವಿಮೋಚನೆಗೊಳಿಸುವ ಅಂತಿಮ ಗುಂಡು ಹಾರಿಸಿಬಿಟ್ಟರೆ ಸಾಕು ಎಂದು ಅವನು ತಾಳ್ಮೆಗೆಟ್ಟು ಹಂಬಲಿಸುತ್ತಿದ್ದ ಕ್ಷಣಗಳೂ ಉಂಟು. 28ನೆಯ ತಾರೀಖು. ಎತ್ತರದ ಕಿಟಿಕಿಗಳಲ್ಲಿ ಕೊನೆಯ ಸೂರ್ಯಾಸ್ತ ಪ್ರತಿಫಲಿಸುತ್ತಿತ್ತು. ಆಗ ತನ್ನ ನಾಟಕ 'ಶತ್ರುಗಳು' ಅವನ ನೆನಪಿಗೆ ಬಂದು ಈ ಅಲ್ಪ ಯೋಚನೆಗಳಿಂದ ಅವನನ್ನು ವಿಮುಖನನ್ನಾಗಿಸಿತು.

ಹ್ಲಾದಿಕ್‌ನಿಗೆ ನಲವತ್ತರ ಸುಮಾರು. ಕೆಲವು ಮಂದಿಯ ಸ್ನೇಹ ಮತ್ತು ಅನೇಕ ಹವ್ಯಾಸಗಳನ್ನು ಬಿಟ್ಟರೆ ಸಮಸ್ಯಾತ್ಮಕವಾದ ಸಾಹಿತ್ಯದ ವ್ಯವಸಾಯವೇ ಅವನ ಬದುಕಾಗಿತ್ತು. ಎಲ್ಲ ಲೇಖಕರ ಹಾಗೆ ಅವನು ಕೂಡ ಉಳಿದವರನ್ನು ಅವರು ಏನು ಸಾಧಿಸಿದ್ದಾರೆ ಎಂಬುದರಿಂದ ಅಳೆಯುತ್ತ, ಅವರು ಮಾತ್ರ ತಾನು ಏನಾಗಬೇಕೆಂದಿದ್ದೇನೆ ಅಥವಾ ಯೋಜನೆ ಹಾಕಿಕೊಂಡಿದ್ದೇನೆ ಎಂಬುದರಿಂದ ತನ್ನನ್ನು ಅಳೆಯಬೇಕು ಎನ್ನುತ್ತಿದ್ದ. ಅವನು ಪ್ರಕಟಿಸಿದ ಪುಸ್ತಕಗಳೆಲ್ಲ ಪಶ್ಚಾತ್ತಾಪದ ಸಂಕೀರ್ಣ ಭಾವನೆಯನ್ನು ಅವನಲ್ಲಿ ಉಳಿಸಿ ಹೋಗಿದ್ದವು. ವಿವಿಧ ತತ್ವಜ್ಞಾನಿಗಳ ಕೃತಿಗಳನ್ನು ಕುರಿತು ಅವನು ನಡೆಸಿದ ಅಧ್ಯಯನವೂ

ಮುಖ್ಯವಾಗಿ ಕೇವಲ ಅನ್ವಯಾತ್ಮಕವಾಗಿತ್ತು. 'ಸೆಫೆರ್ ಯೆಜಿರಾ' ದ ಅನುವಾದದಲ್ಲಿ ಅಸಡ್ಡೆ, ಆಯಾಸ ಹಾಗೂ ಊಹಾಪೋಹಗಳು ಎದ್ದು ಕಾಣುತ್ತಿದ್ದವು. 'ನಿತ್ಯತೆಯ ಸಮರ್ಥನೆ'ಯಲ್ಲಿ ಮಾತ್ರ ಕೊರತೆಗಳು ಪ್ರಾಯಶಃ ಕಡಿಮೆಯಾಗಿದ್ದವು. ಅದರ ಮೊದಲ ಸಂಪುಟದಲ್ಲಿ ಪಾರ್ಮೆನೈಡಿಸ್‌ನ* ಪರಿವರ್ತನಾತೀತ ಸತ್‌ನಿಂದ ಹಿಡಿದು ಹಿಂಟನ್ನನ** ಪರಿವರ್ತನೀಯ ಭೂತಕಾಲದವರೆಗೆ ಶಾಶ್ವತತೆಯನ್ನು ಕುರಿತು ಮನುಷ್ಯನ ವಿವಿಧ ಕಲ್ಪನೆಗಳ ಇತಿಹಾಸವನ್ನು ನಿರೂಪಿಸಲಾಗಿತ್ತು. ಎರಡನೆಯದು (ಫ್ರಾನ್ಸಿಸ್ ಬ್ರಾಡ್ಲಿಯಂತೆ)*** ಬ್ರಹ್ಮಾಂಡದ ಎಲ್ಲ ಘಟನೆಗಳೂ ಕಾಲಚಕ್ರದ ಒಂದು ಸರಣಿ ಎಂಬುದನ್ನು ಅಲ್ಲಗಳೆಯುತ್ತಿತ್ತು. ಮನುಷ್ಯನು ಪಡೆಯಬಹುದಾದ ಅನುಭವಗಳ ಸಂಖ್ಯೆ ಅನಂತವಲ್ಲ ಎಂದು ವಾದಿಸುತ್ತಾ ಒಂದೇ ಒಂದು 'ಪುನರಾವರ್ತನೆ' ಕೂಡ ಕಾಲ ಎಂಬ ಕಲ್ಪನೆಯೇ ಒಂದು ಆಭಾಸ ಎಂಬುದನ್ನು ಸಾಧಿಸಿ ತೋರಿಸಲು ಸಾಕಾಗುತ್ತದೆ ಎಂದು ಹೇಳುತ್ತಿತ್ತು. ದುರದೃಷ್ಟವಶಾತ್ ಈ ಆಭಾಸವನ್ನು ಶ್ರುತಪಡಿಸುವ ವಾದಗಳೇ ಆಭಾಸಮಯವಾಗಿದ್ದವು. ಒಂದು ಬಗೆಯ ತಿರಸ್ಕಾರಪೂರ್ವಕ ಗಲಿಬಿಲಿಯಿಂದ ಇವುಗಳನ್ನು ಪುನಃ ಪುನಃ ಪರಿಶೀಲಿಸುವುದು ಹ್ಲಾದಿಕ್‌ನ ಹವ್ಯಾಸವಾಗಿತ್ತು. ಅಲ್ಲದೆ ಅವನು ಅಭಿವ್ಯಕ್ತಿವಾದಿ ಕವನಗಳ ಒಂದು ಮಾಲೆಯನ್ನೇ ಬರೆದಿದ್ದ. 1924ರಲ್ಲಿ ಪ್ರಕಟವಾದ ಒಂದು ಕವನ ಸಂಗ್ರಹದಲ್ಲಿ ಈ ಪದ್ಯಗಳನ್ನು ಸೇರಿಸಲಾಗಿತ್ತು. ಆದರೆ ಅನಂತರ ಯಾವ ಸಂಕಲನಕಾರರೂ ಅವನ್ನು ಮುಟ್ಟದೆ ಇದ್ದದ್ದು ಕವಿಗೆ ಉಮ್ಮಳವನ್ನುಂಟುಮಾಡಿತ್ತು. ಈ ಎಲ್ಲ ಸಂದಿಗ್ಧವಾದ ಹಾಗೂ ಸ್ಫೂರ್ತಿದಾಯಕವಲ್ಲದ ಸಾಧನೆಗಳ ಹಿನ್ನೆಲೆಯನ್ನು ಹೊಂದಿದ್ದ ಹ್ಲಾದಿಕ್ ಸರಳ ರಗಳೆಯ ತನ್ನ ನಾಟಕ 'ಶತ್ರುಗಳು' ತನ್ನನ್ನು ಉದ್ಧರಿಸಬಹುದು ಎಂದು ಆಶಿಸಿದ್ದ. (ಸರಳ ರಗಳೆಯ ವಿಧಾನ ಅಗತ್ಯ ಎಂದು ಹ್ಲಾದಿಕ್ ಭಾವಿಸಿದ್ದ. ಯಾಕೆಂದರೆ ಕಲೆಯ ಅವಶ್ಯತೆಗಳಲ್ಲೊಂದಾದ ಅವಾಸ್ತವಿಕತೆಯನ್ನು ಮರೆತುಬಿಡಲು ಪ್ರೇಕ್ಷಕರಿಗೆ ಅಸಾಧ್ಯವಾಗುವಂತೆ ಅದು ಮಾಡುತ್ತದೆ.)

ನಾಟಕವು ಕಾಲೈಕ್ಯ, ಸ್ಥಳೈಕ್ಯ ಮತ್ತು ಕ್ರಿಯೈಕ್ಯವನ್ನು ಸಾಧಿಸಿತ್ತು. ಹತ್ತೊಂಬತ್ತನೆಯ ಶತಮಾನದ ಕೊನೆ ಕೊನೆಯ ದಿನಗಳ ಒಂದು ಮಧ್ಯಾಹ್ನ ಹ್ರಾದ್‌ಚಾನಿ ಎಂಬಲ್ಲಿ ಬ್ಯಾರನ್ ರಮರ್‌ಶ್ಟಾಟ್‌ನ ಪುಸ್ತಕ ಭಂಡಾರದಲ್ಲಿ ನಾಟಕದ ಕ್ರಿಯೆ ನಡೆಯುತ್ತದೆ. ಮೊದಲ ಅಂಕದ ಮೊದಲ ದೃಶ್ಯದಲ್ಲಿ ಅಪರಿಚಿತ ಮನುಷ್ಯನೊಬ್ಬ ರಮರ್‌ಶ್ಟಾಟ್‌ನನ್ನು ಭೇಟಿ ಮಾಡುತ್ತಾನೆ. (ಗಡಿಯಾರವೊಂದು ಏಳು ಗಂಟೆ ಹೊಡೆಯುತ್ತದೆ, ಮುಳುಗುತ್ತಿರುವ ಸೂರ್ಯನ ಕಿರಣಗಳ ಹಮ್ಮು ಕಿಟಕಿಯನ್ನು ಪ್ರಜ್ವಲಿಸುತ್ತದೆ. ಉದ್ದೀಪಕವಾದ ಚಿರಪರಿಚಿತ ಹಂಗೇರಿಯನ್ ಸಂಗೀತ ಗಾಳಿಯಲ್ಲಿ ತೇಲಿ ಬರುತ್ತದೆ.) ಈ ಭೇಟಿಯ ಅನಂತರ ಅನೇಕರು ಬರುತ್ತಾರೆ. ತನ್ನನ್ನು ಪೀಡಿಸುತ್ತಿರುವ ಈ ಜನರು ಯಾರೆಂದು ರಮರ್‌ಶ್ಟಾಟ್‌ಗೆ ಗೊತ್ತಿಲ್ಲ. ಆದರೆ ಅವನು ಅವರನ್ನು ಎಲ್ಲೋ – ಪ್ರಾಯಶಃ ಕನಸಿನಲ್ಲಿ – ನೋಡಿದ್ದೇನೆನ್ನುವ ಮುಜುಗರದಲ್ಲಿದ್ದಾನೆ. ಅವರೆಲ್ಲಾ ಅವನೆದುರು ಅತಿ ದೈನ್ಯದಿಂದ ಹಲ್ಲು ಕಿರಿಯುತ್ತಿದ್ದಾರೆ. ಆದರೆ ಮೊದಲು

---

* ಪಾರ್ಮೆನೈಡಿಸ್ : ಒಬ್ಬ ಪ್ರಾಚೀನ್ ಗ್ರೀಕ್ ದಾರ್ಶನಿಕ.

** ಹಿಂಟನ್ : ಒಬ್ಬ ತತ್ವಜ್ಞಾನಿ.

*** ಬ್ರಾಡ್ಲಿ: 1846–1924 ಆಧುನಿಕ ಬ್ರಿಟಿಷ್ ತತ್ವಜಾನಿ. 'ತೋರಿಕೆ ಮತ್ತು ವಾಸ್ತವತೆ' ಎಂಬುದು ಇವನ ಅತ್ಯಂತ ಪ್ರಸಿದ್ಧ ಕೃತಿ.

ಪ್ರೇಕ್ಷಕರಿಗೂ ಅನಂತರ ಬ್ಯಾರನ್‌ಗೂ, ಅವರು ಅವನನ್ನು ಮುಗಿಸಿಬಿಡಲು ಹಂಚಿಕೆ ಹಾಕಿಕೊಂಡಿರುವ ಶತ್ರುಗಳೆಂದು ತಿಳಿದುಬರುತ್ತದೆ. ರಮರ್‌ಶ್ಟಾಟ್ ಅವರ ಹಂಚಿಕೆಗಳನ್ನು ತಡೆಯುವುದರಲ್ಲಿ ಅಥವಾ ಅವುಗಳಿಂದ ತಪ್ಪಿಸಿಕೊಳ್ಳುವುದರಲ್ಲಿ ಯಶಸ್ವಿಯಾಗುತ್ತಾನೆ. ಸಂಭಾಷಣೆಯಲ್ಲಿ ಅವನ ಪ್ರಿಯತಮೆಯಾದ ಯೂಲಿಯಾ ಫಾನ್ ವಾಯ್‌ಡ್‌ಅನಾವ್ ಮತ್ತು ಒಂದು ಕಾಲದಲ್ಲಿ ಅವಳನ್ನು ಒಲಿಸಿಕೊಳ್ಳಲು ಪ್ರಯತ್ನಿಸಿದ್ದ ಯಾರೋಸ್ಲಾವ್ ಕೂಬಿನ್ ಎಂಬವನ ಪ್ರಸ್ತಾಪ ಬರುತ್ತದೆ. ಕೂಬಿನ್ ಈಗ ಹುಚ್ಚನಾಗಿಬಿಟ್ಟಿದ್ದಾನೆ. ತಾನೇ ರಮರ್‌ಶ್ಟಾಟ್ ಎಂದು ನಂಬಿಕೊಂಡುಬಿಟ್ಟಿದ್ದಾನೆ. ಅಪಾಯಗಳು ಉಲ್ಬಣಿಸುತ್ತವೆ. ಎರಡನೆಯ ಅಂಕದ ಕೊನೆಯ ಹೊತ್ತಿಗೆ ತನ್ನ ವಿರುದ್ಧವಾಗಿ ಸಂಚು ಮಾಡಿದವರಲ್ಲಿ ಒಬ್ಬನನ್ನು ರಮರ್‌ಶ್ಟಾಟ್ ಅನಿವಾರ್ಯವಾಗಿ ಕೊಲ್ಲಬೇಕಾಗಿ ಬರುತ್ತದೆ. ಕೊನೆಯದಾದ ಮೂರನೆಯ ಅಂಕದ ತೆರೆ ಏಳುತ್ತದೆ. ಅಸಂಬದ್ಧತೆಗಳು ಕ್ರಮೇಣ ಹೆಚ್ಚಾಗುತ್ತವೆ. ನಾಟಕದಿಂದ ತೊಲಗಿದಂತೆ ಕಂಡಿದ್ದ ನಟರೆಲ್ಲಾ ಮತ್ತೆ ಕಾಣಿಸಿಕೊಳ್ಳುತ್ತಾರೆ. ರಮರ್‌ಶ್ಟಾಟ್ ಕೊಂದ ಮನುಷ್ಯ ಕೂಡ ಒಂದುಕ್ಷಣ ಕಾಣಿಸಿಕೊಳ್ಳುತ್ತಾನೆ. ಇನ್ನೂ ಸಂಜೆಯಾಗಿಲ್ಲ ಎಂದು ಯಾರೋ ಒಬ್ಬರು ಹೇಳುತ್ತಾರೆ. ಗಡಿಯಾರ ಏಳು ಗಂಟೆ ಹೊಡೆಯುತ್ತದೆ. ಎತ್ತರದ ಕಿಟಕಿಗಳು ಪಶ್ಚಿಮಕ್ಕಿಳಿದ ಸೂರ್ಯನನ್ನು ಪ್ರತಿಫಲಿಸುತ್ತವೆ. ಆವೇಶಭರಿತವಾದ ಹಂಗೇರಿಯದ ಸಂಗೀತ ಗಾಳಿಯಲ್ಲಿ ತೇಲುತ್ತದೆ. ಮೊದಲ ನಟ ಬಂದು ತಾನು ಮೊದಲನೆಯ ಅಂಕದ ಮೊದಲನೆಯ ದೃಶ್ಯದಲ್ಲಿ ಆಡಿದ ಮಾತುಗಳನ್ನೇ ಮತ್ತೆ ಆಡುತ್ತಾನೆ. ರಮರ್‌ಶ್ಟಾಟ್ ಯಾವ ಬೆರಗೂ ಇಲ್ಲದೆ ಅವನೊಡನೆ ಮಾತನಾಡುತ್ತಾನೆ. ರಮರ್‌ಶ್ಟಾಟ್‌ನೇ ದುಃಖಿತ ಯಾರೋಸ್ಲಾವ್ ಕೂಬಿನ್ ಎಂದು ಪ್ರೇಕ್ಷಕರು ಅರ್ಥಮಾಡಿಕೊಳ್ಳುತ್ತಾರೆ. ನಾಟಕ ನಡೆದೇ ಇಲ್ಲ. ಕೂಬಿನ್ ಮತ್ತೆ ಮತ್ತೆ ಬಾಳನ್ನು ಹೊಸದಾಗಿ ಆರಂಭಿಸುತ್ತ ನಡೆಸಿದ ವೃತ್ತಾಕಾರವಾದ ಉನ್ಮತ್ತ ಪ್ರಲಾಪ ಅದು.

ಈ ಪ್ರಮಾದಗಳ ದುರಂತ–ಸುಖಾಂತವು ಹಾಸ್ಯಾಸ್ಪದವೋ ಅಥವಾ ಪ್ರಶಂಸನೀಯವೋ, ಸುಯೋಜಿತವಾದುದೋ ಅಥವಾ ಅಡ್ಡಾದಿಡ್ಡಿಯಾದುದೋ ಎಂದು ಹ್ಲಾದಿಕ್ ಯಾವತ್ತೂ ತನ್ನನ್ನು ಪ್ರಶ್ನಿಸಿಕೊಂಡಿರಲಿಲ್ಲ. ಆದರೆ ಮೇಲೆ ನಿರೂಪಿಸಲದ ಕಥಾರಚನೆಯು ತನ್ನ ದೋಷ ಗಳನ್ನು ಮುಚ್ಚಿ ಸಾಮರ್ಥ್ಯಗಳನ್ನು ಎತ್ತಿ ತೋರಿಸಲು ಅತ್ಯಂತ ಅನುಕೂಲಕರವಾದದ್ದಲ್ಲದೆ ತನ್ನ ಜೀವನದ ಸಾರ್ಥಕತೆಯನ್ನು ಪುನರುತ್ಥಾನಗೊಳಿಸುವ ಸಾಧ್ಯತೆ (ಸಾಂಕೇತಿಕವಾಗಿ) ಅದರಲ್ಲಿದೆಯೆಂದು ಅವನಿಗೆ ತೋರಿತ್ತು. ನಾಟಕದ ಮೊದಲನೆಯ ಅಂಕವನ್ನೂ ಮೂರನೆಯ ಅಂಕದ ಒಂದೆರಡು ದೃಶ್ಯಗಳನ್ನೂ ಅವನು ಬರೆದು ಮುಗಿಸಿದ್ದ. ಕೃತಿಯನ್ನು ಸರಳ ರಗಳೆಯಲ್ಲಿ ಬರೆದಿದ್ದುದರಿಂದ ಅದನ್ನು ಮತ್ತೆ ಮತ್ತೆ ಉತ್ತಮಪಡಿಸಲು, ಎದುರಿಗೆ ಹಸ್ತಪ್ರತಿಯೇ ಇಲ್ಲದೆ, ಆರು ಗುಣಗಳ ಅದರ ಸಾಲುಗಳನ್ನು ಬದಲಾಯಿಸಲು ಅವನಿಗೆ ಸಾಧ್ಯವಾಗುತ್ತಿತ್ತು. ಇನ್ನೂ ಎರಡು ಅಂಕಗಳನ್ನು ಬರೆಯಬೇಕು, ಅಷ್ಟರಲ್ಲೇ ಬೇಗ ಸತ್ತು ಹೋಗುತ್ತಿದ್ದೇನಲ್ಲ ಎಂದು ಅವನು ಚಿಂತಿಸಿದ. ಅವನು ಕತ್ತಲಲ್ಲೇ ದೇವರೊಡನೆ ಸಂವಾದ ಮಾಡಿದ: "ಯಾವುದೋ ಒಂದು ಬಗೆಯಲ್ಲಿ ನಾನು ಅಸ್ತಿತ್ವ ಪಡೆದಿದ್ದೇನೆ ಎಂದಾದರೆ, ನಿನ್ನ ಪುನರಾವರ್ತನೆಗಳಲ್ಲಿ ಮತ್ತು ತಪ್ಪುಗಳಲ್ಲಿ ನಾನು ಒಬ್ಬನಾಗಿರದಿದ್ದರೆ, 'ಶತ್ರುಗಳು' ನಾಟಕದ ಲೇಖಕನಾಗಿ ನಾನು ಅಸ್ತಿತ್ವದಲ್ಲಿದ್ದೇನೆ, ನಿನ್ನನ್ನೂ ನನ್ನನ್ನೂ ಸಮರ್ಥಿಸಬಲ್ಲ ಈ ನಾಟಕವನ್ನು ನಾನು ಮುಗಿಸಲು ನನಗೆ ಇನ್ನೂ ಒಂದು ವರ್ಷ ಬೇಕು. ಶತಮಾನಗಳ ಹಾಗೂ ಕಾಲದ ಒಡೆಯನೇ, ಅಷ್ಟು ದಿವಸ ಆಯುಷ್ಯವನ್ನು ನನಗೆ ಅನುಗ್ರಹಿಸು." ಇದೇ ಅವನ ಕೊನೆಯ

ರಾತ್ರಿ. ಅತ್ಯಂತ ದಾರುಣವಾದ ರಾತ್ರಿ. ಆದರೆ ಹತ್ತೇ ನಿಮಿಷಗಳಲ್ಲಿ ನಿದ್ದೆಯ ಕಪ್ಪುನೀರಿನ ಪ್ರವಾಹದಲ್ಲಿ ಅವನು ಕೊಚ್ಚಿಕೊಂಡುಹೋದ.

ಬೆಳಗಿನ ಝಾವದ ಸಮಯದಲ್ಲಿ ಅವನಿಗೆ ಒಂದು ಕನಸು ಬಿತ್ತು. ಅದರಲ್ಲಿ ಅವನು ಕ್ಲೇಮೇಂಟಾಇನ್ ಪುಸ್ತಕ ಭಂಡಾರದ ಒಂದು ಹಜಾರದಲ್ಲಿ ಬಚ್ಚಿಟ್ಟುಕೊಂಡಿದ್ದ. ಕಪ್ಪು ಕನ್ನಡಕ ಧರಿಸಿದ್ದ ಗ್ರಂಥಭಂಡಾರಿಯೊಬ್ಬ ಅವನನ್ನು ಕೇಳಿದ:

"ಏನು ಹುಡುಕ್ತಾ ಇದೀಯ ?"

ಹ್ಲಾದಿಕ್ ಉತ್ತರಿಸಿದ:

"ನಾನು ದೇವರಿಗಾಗಿ ಹುಡುಕ್ತಾ ಇದೀನಿ."

ಅದಕ್ಕೆ ಗ್ರಂಥಭಂಡಾರಿ ಅವನಿಗೆ ಹೇಳಿದ: "ಕ್ಲೇಮೇಂಟಾಇನ್‌ನಲ್ಲಿರುವ ನಾಲ್ಕು ಲಕ್ಷ ಸಂಪುಟಗಳಲ್ಲಿ ಒಂದರ ಒಂದು ಪುಟದಲ್ಲಿನ ಒಂದು ಅಕ್ಷರವೇ ದೇವರು. ನನ್ನ ಅಜ್ಜ ಮುತ್ತಜ್ಜಂದಿರು ಈ ಅಕ್ಷರಕ್ಕಾಗಿ ಹುಡುಕಿದ್ದಾರೆ, ಅದರ ಅನ್ವೇಷಣೆಯಲ್ಲಿ ನಾನು ಕುರುಡನೇ ಆಗಿಬಿಟ್ಟಿದ್ದೇನೆ.

ಅವನು ಕನ್ನಡಕ ತೆಗೆದ. ಹ್ಲಾದಿಕ್ ಅವನ ಸತ್ತ ಕಣ್ಣುಗಳನ್ನು ನೋಡಿದ. ಓದುಗನೊಬ್ಬ ಭೂಪಟವೊಂದನ್ನು ಹಿಂತಿರುಗಿಸಲು ಬಂದ. "ಇದೊಂದು ದರಿದ್ರ ಭೂಪಟ" ಎಂದು ಅವನು ಅದನ್ನು ಹ್ಲಾದಿಕ್‌ನ ಕೈಗೆ ಕೊಟ್ಟ. ಹ್ಲಾದಿಕ್ ಅದನ್ನು ಸುಮ್ಮನೆ ತೆರೆದ. ಅಲ್ಲಿ ಭಾರತ ದೇಶದ ನಕ್ಷೆ ಇತ್ತು. ಅದನ್ನು ಮಂಕು ಹಿಡಿದವನಂತೆ ಆತ ನೋಡಿದ. ಇದ್ದಕ್ಕಿದ್ದಂತೆಯೇ ಏನೋ ಖಚಿತಪಡಿಸಿಕೊಳ್ಳುವವನಂತೆ ಅವನು ಅತ್ಯಂತ ಚಿಕ್ಕ ಅಕ್ಷರವೊಂದನ್ನು ಮುಟ್ಟಿದ. ಸರ್ವಾಂತರ್ಯಾಮಿಯಾದ ಧ್ವನಿಯೊಂದು ಅವನಿಗೆ ಹೇಳಿತು : "ನಿನ್ನ ಕಾರ್ಯಕ್ಕೆ ಬೇಕಾದ ಕಾಲವನ್ನು ಅನುಗ್ರಹಿಸಲಾಗಿದೆ." ಆ ಗಳಿಗೆಯಲ್ಲಿ ಅವನಿಗೆ ತಟಕ್ಕನೆ ಎಚ್ಚರವಾಯಿತು.

ಗಂಡಸರ ಕನಸುಗಳು ದೇವರಿಗೆ ಸೇರಿದವೆಂದೂ ಕನಸಿನಲ್ಲಿ ಮಾತುಗಳು ಸ್ಪಷ್ಟವಾಗಿದ್ದು ಆಡಿದವರು ಕಾಣಿಸದಿದ್ದರೆ ಅದು ದೈವಿಕವೆಂದೂ ಮೈಮೊನಿಡೆಸ್* ಬರೆದಿದ್ದನೆಂಬುದನ್ನು ಅವನು ನೆನಪಿಸಿಕೊಂಡ. ಬಳಿಕ ಬಟ್ಟೆ ತೊಟ್ಟುಕೊಂಡ. ಇಬ್ಬರು ಸೈನಿಕರು ಬಂದೀಖಾನೆಗೆ ಬಂದು ತಮ್ಮನ್ನು ಹಿಂಬಾಲಿಸುವಂತೆ ಅವನನ್ನು ಆಜ್ಞಾಪಿಸಿದರು.

ಕೈಸಾಲೆಗಳು, ಮೆಟ್ಟಿಲುಗಳು ಮತ್ತು ಪ್ರತ್ಯೇಕ ಕಟ್ಟಡಗಳ ಒಂದು ಚಕ್ರವ್ಯೂಹವೇ ತನಗೆದುರಾಗುತ್ತದೆಂದು ಬಾಗಿಲ ಹಿಂದಿನಿಂದ ಹ್ಲಾದಿಕ್ ಊಹಿಸಿದ. ಆದರೆ ವಾಸ್ತವ ದೃಶ್ಯ ಅಷ್ಟೊಂದು ರಮಣೀಯವಾಗಿರಲಿಲ್ಲ. ಅವರು ಇಕ್ಕಟ್ಟಾದ ಕಬ್ಬಿಣದ ಮೆಟ್ಟಿಲಿನ ಮೂಲಕ ಇಳಿದು ಒಂದು ಒಳ ಅಂಗಳಕ್ಕೆ ಬಂದರು. ಅನೇಕ ಸೈನಿಕರು – ಅವರಲ್ಲಿ ಕೆಲವರು ತಮ್ಮ ಸಮವಸ್ತ್ರಕ್ಕೆ ಸರಿಯಗಿ ಗುಂಡಿ ಹಾಕಿಕೊಂಡಿರಲಿಲ್ಲ – ಒಂದು ಮೋಟಾರ್ ಸೈಕಲ್ಲನ್ನು ಪರೀಕ್ಷಿಸುತ್ತಾ ಅದರ ವಿಚಾರವಾಗಿ ಚರ್ಚೆ ಮಾಡುತ್ತಿದ್ದರು. ಸಾರ್ಜಂಟ್ ಗಡಿಯಾರದ ಕಡೆ ನೋಡಿದ. 8–44 ಆಗಿತ್ತು. ಒಂಬತ್ತು ಹೊಡೆಯುವವರೆಗೂ ಅವರು ಕಾಯಬೇಕಾಗಿತ್ತು. ಅನುಕಂಪಕ್ಕೆ ಈಡಾಗುವುದಕ್ಕಿಂತ ಹೆಚ್ಚಾಗಿ ಯಾರ ಲಕ್ಷ್ಯಕ್ಕೂ ಬಾರದಂತಿದ್ದ ಹ್ಲಾದಿಕ್ ಮರದ ತುಂಡುಗಳ ರಾಶಿಯೊಂದರ ಮೇಲೆ ಕೂತ. ಸೈನಿಕರ ಕಣ್ಣುಗಳು ತನ್ನ ದೃಷ್ಟಿಯನ್ನು ಇದಿರಿಸಲು ಇಷ್ಟಪಡುತ್ತಿಲ್ಲ ಎಂಬುದನ್ನು ಅವನು ಗಮನಿಸಿದ. ಅವನ ಕಾಯುವಿಕೆಯನ್ನು

* 1135–1204. ಒಬ್ಬ ಯೆಹೂದಿ ಧರ್ಮಗುರು. ವೈದ್ಯ ಹಾಗೂ ದಾರ್ಶನಿಕ.

ಹಗುರ ಮಾಡಲು ಸಾರ್ಜಂಟ್ ಅವನಿಗೊಂದು ಸಿಗರೇಟ್ ಕೊಟ್ಟ. ಹ್ಲಾದಿಕ್ ಧೂಮಪಾನ ಮಾಡುತ್ತಿರಲಿಲ್ಲ. ಸೌಜನ್ಯದಿಂದಲೋ ದೈನ್ಯದಿಂದಲೋ ಅವನು ಅದನ್ನು ಸ್ವೀಕರಿಸಿದ. ಕಡ್ಡಿ ಕೊರೆಯುವಾಗ ತನ್ನ ಕೈಗಳು ಕಂಪಿಸುತ್ತಿರುವುದನ್ನು ಆತ ನೋಡಿದ. ಆಕಾಶದಲ್ಲಿ ಮೋಡ ಕಟ್ಟುತ್ತಿತ್ತು. ಅವನು ಆಗಲೇ ಸತ್ತುಹೋಗಿದ್ದಾನೇನೋ ಎಂಬಂತೆ ಸೈನಿಕರು ಮೆಲುದನಿಯಲ್ಲಿ ಮಾತನಾಡುತ್ತಿದ್ದರು. ಯೂಲಿಯಾ ಫಾನ್ ವಾಯ್‌ಡನಾವ್ ಯಾರ ಸಂಕೇತವಾಗಿದ್ದಳೋ ಆ ಹೆಂಗಸನ್ನು ನೆನಪಿಗೆ ತಂದುಕೊಳ್ಳಲು ಅವನು ವ್ಯರ್ಥಪ್ರಯತ್ನ ಮಾಡಿದ.

ತುಕಡಿ ಸಾಲಾಗಿ ಅಟೆನ್‌ಷನ್ ಭಂಗಿಯಲ್ಲಿ ನಿಂತಿತು. ಹ್ಲಾದಿಕ್ ಗೋಡೆಗೆ ಬೆನ್ನುಮಾಡಿ ನಿಂತು ಗುಂಡುಗಳು ಹಾರುವುದನ್ನೇ ನಿರೀಕ್ಷಿಸುತ್ತಿದ್ದ. ಯಾರೋ ಒಬ್ಬ ಗೋಡೆಯಲ್ಲಿ ರಕ್ತದ ಕಲೆಯಾಗುತ್ತದೆ ಎಂದ. ಯಜ್ಞಪಶುವಿಗೆ ಕೆಲವು ಹೆಜ್ಜೆ ಮುಂದೆ ಬರುವಂತೆ ಆಜ್ಞೆ ಮಾಡಿದರು. ಇದನ್ನು ಕಂಡು ಛಾಯಾಚಿತ್ರಗ್ರಾಹಕರು ಚಿತ್ರಗ್ರಹಣಕ್ಕೆ ಸಿದ್ಧತೆ ಮಾಡಿಕೊಳ್ಳುವಾಗ ಪಡಿಪಾಟಲು ಪಡುವುದು ಹ್ಲಾದಿಕ್‌ಗೆ ಅಸಂಗತವಾಗಿ ನೆನಪಿಗೆ ಬಂತು. ದೊಡ್ಡ ಮಳೆಹನಿಯೊಂದು ಹ್ಲಾದಿಕ್‌ನ ಹಣೆಯ ಮೇಲೆ ಬಿದ್ದು ನಿಧಾನವಾಗಿ ಅವನ ಕೆನ್ನೆಯ ಮೇಲೆ ಉರುಳಲಾರಂಭಿಸಿತು. ಸಾರ್ಜಂಟ್ ಅಂತಿಮ ಆಜ್ಞೆಯನ್ನು ಕೂಗಿ ಹೇಳಿದ.

ಭೌತಿಕ ವಿಶ್ವ ಸ್ತಬ್ಧವಾಯಿತು.

ಬಂದೂಕುಗಳು ಹ್ಲಾದಿಕ್‌ನ ಕಡೆಗೆ ಗುರಿಮಾಡಿದವು. ಆದರೆ ಅವನನ್ನು ಕೊಲ್ಲಬೇಕಾದವರು ನಿಶ್ಚಲರಾಗಿ ನಿಂತರು. ಸಾರ್ಜಂಟಿನ ಕೈ ಒಂದು ಅಪೂರ್ಣ ಸಂಜ್ಞೆಯಲ್ಲಿ ಹಾಗೆಯೇ ಸ್ಥಿರವಾಗಿ ನಿಂತಿತು. ಅಂಗಳದ ಒಂದು ಹಾಸುಗಲ್ಲಿನ ಮೇಲೆ ದುಂಬಿಯೊಂದು ಅಚಂಚಲ ನೆರಳನ್ನು ಚೆಲ್ಲಿತು. ಚಿತ್ರಸ್ಥವಾದಂತೆ ಗಾಳಿ ನಿಂತುಹೋಯಿತು. ಹ್ಲಾದಿಕ್ ಕೂಗಲು ಪ್ರಯತ್ನಿಸಿದ. ಒಂದು ಮಾತಾಡಲು ನೋಡಿದ. ಕೈ ಅಲುಗಿಸಲು ಪ್ರಯತ್ನಿಸಿದ. ತಾನು ಗರಬಡಿದಂತೆ ನಿಶ್ಚಲನಾಗಿರುವುದು ಅವನಿಗೆ ಅರಿವಾಯಿತು. ಸ್ತಂಭೀಭೂತವಾದ ವಿಶ್ವದಿಂದ ಒಂದು ಶಬ್ದದ ಅಲೆಯೂ ಅವನನ್ನು ತಲಪಲಿಲ್ಲ. ಅವನೆಂದುಕೊಂಡ: "ನಾನು ನರಕದಲ್ಲಿದ್ದೇನೆ, ನಾನು ಸತ್ತಿದ್ದೇನೆ." ಅವನೆಂದುಕೊಂಡ: "ನನಗೆ ಹುಚ್ಚುಹಿಡಿದಿರಬೇಕು." ಅವನೆಂದುಕೊಂಡ: "ಕಾಲ ನಿಂತುಹೋಗಿದೆ." ಹಾಗಾಗಿದ್ದರೆ ತನ್ನ ಮನಸ್ಸೂ ನಿಂತುಹೋಗಬೇಕಾಗಿತ್ತಲ್ಲ ಎಂದು ಅನಂತರ ಅವನು ಚಿಂತಿಸಿದ. ಅದನ್ನು ಪರೀಕ್ಷಿಸಬೇಕೆನಿಸಿತು. (ತನ್ನ ತುಟಿಗಳನ್ನು ಅಲುಗಿಸದೆ) ವರ್ಜಿಲನ* ನಾಲ್ಕನೆಯ ನಿಗೂಢ ಸಣ್ಣ ಕವನವನ್ನು ಆತ ಮನದಲ್ಲೇ ಹೇಳಿಕೊಂಡ. ತನ್ನಂತೆಯೇ ಈಗ ದೂರದಲ್ಲಿ ಕಾಣುತ್ತಿರುವ ಸೈನಿಕರೂ ಆತಂಕಗೊಂಡಿರಬಹುದೆಂದು ಊಹಿಸಿದ. ಅವರೊಡನೆ ಸಂವಾದಿಸಬೇಕೆಂದು ಹಾತೊರೆದ. ಅದರೊಂದಿಗೇ, ತನಗೆ ಸ್ವಲ್ಪವೂ ಆಯಾಸವಾಗುತ್ತಿಲ್ಲವಲ್ಲ, ಇಷ್ಟು ಹೊತ್ತು ನಿಶ್ಚಲವಾಗಿ ನಿಂತಿದ್ದರೂ ಕಾಲು ಜೋಮು ಹಿಡಿಯುತ್ತಿಲ್ಲವಲ್ಲ ಎಂದು ಅವನಿಗೆ ಅಚ್ಚರಿಯಾಯಿತು. ಸ್ವಲ್ಪ ಸಮಯದಲ್ಲೇ ಅವನಿಗೆ ನಿದ್ದೆ ಬಂತು. ಎಚ್ಚರವಾದಾಗ ಪ್ರಪಂಚವಿನ್ನೂ ನಿಶ್ಚಲವಾಗಿ ಮೂಕವಾಗಿ ಮುಂದುವರಿದಿತ್ತು. ನೀರಹನಿಯಿನ್ನೂ ಅವನ ಕೆನ್ನೆಗೆ ಅಂಟಿಕೊಂಡಿತ್ತು. ಅವನು ಎಸೆದಿದ್ದ ಸಿಗರೇಟಿನಿಂದ ಹೊಮ್ಮಿದ್ದ ಹೊಗೆಯನ್ನೂ ಕರಗಿರಲಿಲ್ಲ. ಹ್ಲಾದಿಕ್‌ಗೆ ಅರಿವಾಗುವ ಮೊದಲೇ ಇನ್ನೊಂದು 'ದಿನ' ಉರುಳಿ ಹೋಯಿತು.

---

* ಪುರಾತನ ರೋಮನ್ ಕವಿ. ಕಾಲ, ಕ್ರಿಸ್ತಪೂರ್ವ ಒಂದನೇ ಶತಮಾನ.

ತನ್ನ ಕೃತಿಯನ್ನು ಪೂರ್ಣಗೊಳಿಸಲು ಅವನು ದೇವರನ್ನು ಇಡೀ ವರ್ಷ ಬೇಕೆಂದು ಪ್ರಾರ್ಥಿಸಿದ್ದ. ಸರ್ವಶಕ್ತನಾದ ದೇವರು ಅದನ್ನು ಅನುಗ್ರಹಿಸಿದ್ದ. ದೇವರು ಅವನಿಗಾಗಿ ಒಂದು ನಿಗೂಢ ಪವಾಡವನ್ನೇ ಮಾಡಿದ್ದ. ನಿರ್ದಿಷ್ಟ ಸಮಯದಲ್ಲಿ ಜರ್ಮನ್ ಸೀಸದ ಗುಂಡು ಅವನನ್ನು ಕೊಲ್ಲುತ್ತದೆ. ಆದರೆ ಅವನ ಮನಸ್ಸಿನಲ್ಲಿ ಆಜ್ಞೆ ಹಾಗೂ ಅದರ ಅನುಷ್ಠಾನದ ನಡುವೆ ಒಂದು ವರ್ಷ ಉರುಳಿರುತ್ತದೆ. ದಿಗ್ಭ್ರಮೆಯಿಂದ ಮಂಪರಿಗೆ, ಮಂಪರಿನಿಂದ ನಿರಾಸಕ್ತಿಗೆ, ನಿರಾಸಕ್ತಿಯಿಂದ ಇದ್ದಕ್ಕಿದ್ದಂತೆಯೇ ಕೃತಜ್ಞತೆಗೆ ಅವನು ಸಂದ.

ಅವನಲ್ಲಿ ನೆನಪನ್ನು ಉಳಿದು ಬೇರೆ ದಾಖಲೆ ಇರಲಿಲ್ಲ. ತಾತ್ಕಾಲಿಕವಾದ ಅಪೂರ್ಣ ವಾಕ್ಯವೃಂದಗಳನ್ನು ಬರೆದಿಟ್ಟು ಅನಂತರ ಅದನ್ನು ಮರೆಯುವವರು ಕಲ್ಪಿಸಲಾಗದಂಥ ಶಿಸ್ತು ಅವನಲ್ಲಿತ್ತು. ಪದ್ಯರೂಪದ ತನ್ನ ನಾಟಕಕ್ಕೆ ಪ್ರತಿಯೊಂದು ಪಾದವನ್ನು ಸೇರಿಸುವಾಗಲೂ ಗಳಿಸಿದ ತರಬೇತಿಯಿಂದ ಅವನಿಗೆ ಅದು ಲಭಿಸಿತ್ತು. ಅವನು ಮುಂದಿನ ಪೀಳಿಗೆಗಾಗಿ ರಚಿಸಲಿಲ್ಲ. ದೇವರಿಗಾಗಿಯೂ ಅಲ್ಲ. ಯಾಕೆಂದರೆ ದೇವರ ಸಾಹಿತ್ಯಿಕ ಅಭಿರುಚಿಗಳು ಏನೋ, ಅವನಿಗೆ ಗೊತ್ತಿರಲಿಲ್ಲ. ಜಾಗರೂಕವಾಗಿ, ನಿಶ್ಚಲವಾಗಿ, ರಹಸ್ಯವಾಗಿ, ತನ್ನ ಉನ್ನತ ಅದೃಶ್ಯ ಚಕ್ರವ್ಯೂಹದ ರಚನೆಯನ್ನು ಅವನು ತನಗೆ ದೊರೆತ ಕಾಲದಲ್ಲಿ ಮಾಡತೊಡಗಿದ. ಮೂರನೆಯ ಅಂಕವನ್ನು ಎರಡನೆಯ ಬಾರಿ ತಿದ್ದಿ ಬರೆದ. ಗಡಿಯಾರ ಮತ್ತೆ ಮತ್ತೆ ಬಾರಿಸುವುದನ್ನು, ಸಂಗೀತ ಮುಂತಾದ ಅತಿ ವಾಚ್ಯವಾದ ಕೆಲವು ಸಂಕೇತಗಳನ್ನು ಅವನು ತೆಗೆದುಹಾಕಿದ. ಯಾವುದೂ ಅವನನ್ನು ಅವಸರಪಡುವಂತೆ ಮಾಡಲಿಲ್ಲ. ಅವನು ಕೆಲವು ಭಾಗಗಳನ್ನು ಕೈಬಿಟ್ಟ, ಸಂಕ್ಷೇಪಗೊಳಿಸಿದ, ವಿಸ್ತಾರಗೊಳಿಸಿದ. ಕೆಲವು ಸಂದರ್ಭಗಳಲ್ಲಿ ಅವನು ಮೂಲ ಪಾಠಕ್ಕೇ ಹಿಂತಿರುಗಿದ. ಅಂಗಳ ಮತ್ತು ಪಾಳೆಯದ ಬಗೆಗೆ ಅವನಿಗೆ ಒಂದು ಬಗೆಯ ಆತ್ಮೀಯತೆಯೇ ಮೂಡಿತು. ಅವನ ಎದುರಿಗೆ ಇದ್ದ ಮುಖಗಳಲ್ಲಿ ಒಂದು, ರಮರ್‌ಶ್ಟಾಟ್‌ನ ಪಾತ್ರದ ಕಲ್ಪನೆಯನ್ನೇ ಮಾರ್ಪಾಡುಗೊಳಿಸಿತು. ಫ್ಲೋಬೈರ್‌ನನ್ನು* ಕಾಡಿದ ವಿವಿಧ ಬಗೆಯ ಅಪಸ್ವರಗಳು ಕೇವಲ ಚಾಕ್ಷುಕ ಮೂಢನಂಬಿಕೆಗಳೆಂದೂ ಅವು ಲಿಖಿತ ಶಬ್ದಗಳ ದೌರ್ಬಲ್ಯ ಮತ್ತು ಇತಿಮಿತಿಗಳೇ ವಿನಾ ವಾಚಿತ ಶಬ್ದಗಳದ್ದಲ್ಲವೆಂದೂ ಅವನು ಕಂಡುಹಿಡಿದ. ನಾಟಕವನ್ನು ಪೂರ್ತಿಗೊಳಿಸಿದ. ಒಂದೇ ಒಂದು ನುಡಿತುಂಡನ್ನು ಅದಕ್ಕೆ ಸೇರಿಸುವ ಸಮಸ್ಯೆ ಮಾತ್ರ ಇನ್ನು ಉಳಿದಿತ್ತಷ್ಟೆ. ಅದೂ ಅವನಿಗೆ ಹೊಳೆಯಿತು. ನೀರಹನಿ ಅವನ ಕೆನ್ನೆಯಿಂದ ಕೆಳಗೆ ಜಾರಿತು. ಅವನು ಬಾಯಿತೆರೆದು ಹುಚ್ಚನಂತೆ ಕೂಗಿದ. ಮುಖ ಹೊರಳಿಸಿದ. ಬಂದೂಕಗಳ ನಾಲ್ಮಡಿ ಸಿಡಿತಕ್ಕೆ ಕುಸಿದುಬಿದ್ದ.

ಮಾರ್ಚ್ 29ರ ಬೆಳಗ್ಗೆ 9 ಗಂಟೆ 02 ನಿಮಿಷಕ್ಕೆ ಯಾರೋಮಿರ್ ಹ್ಲಾದಿಕ್ ಮಡಿದ.

○

---

* ಫ್ರೆಂಚ್ ಕಾದಂಬರಿ 'ಮದಾಂ ಬಾವರಿ'ಯ ಕರ್ತೃ.

○ ಓರಾತಿಯೋ ಕುರೋಗಾ

ಉರುಗ್ವಾಈ

ಮೂರು ಪತ್ರಗಳು – ಒಂದು ಟಿಪ್ಪಣಿ

ಮಾನ್ಯರೇ,

ಈ ಕೆಲವು ಸಾಲುಗಳನ್ನು ನೀವು ನಿಮ್ಮ ಸ್ವಂತ ಹೆಸರಿನಲ್ಲಿ ಪ್ರಕಟಿಸುವಷ್ಟು ಔದರ್ಯ ತೋರಿಸುತ್ತೀರಿ ಎಂದು ಭಾವಿಸಿ ನಿಮಗೆ ಕಳುಹಿಸುವ ಸಲಿಗೆ ವಹಿಸುತ್ತಿದ್ದೇನೆ. ನಾನು ನಿಮ್ಮನ್ನು ಹೀಗೆ ಯಾಕೆ ಪ್ರಾರ್ಥಿಸಿಕೊಳ್ಳುತ್ತಿದ್ದೇನೆಂದರೆ, ಈ ಪುಟಗಳನ್ನು ನನ್ನ ಹೆಸರಿನಲ್ಲಿ ಕಳುಹಿಸಿದರೆ ಯಾವ ವೃತ್ತಪತ್ರಿಕೆಯೂ ಇದನ್ನು ಪ್ರಕಟಿಸಲಾರದು ಎಂದು ನನಗೆ ತಿಳಿದುಬಂದಿದೆ. ನಿಮಗೆ ಸೂಕ್ತ ಕಂಡರೆ ಅಲ್ಲಲ್ಲಿ ಗಂಡು ಶೈಲಿಯ ಸ್ಪರ್ಶ ನೀಡಿ ನನ್ನ ಭಾವನೆಗಳನ್ನು ನೀವು ತಿದ್ದಬಹುದು. ಆಗ ಈ ಭಾವನೆಗಳು ಉತ್ತಮಗೊಳ್ಳಲೂಬಹುದು.

ನನ್ನ ಕೆಲಸಕ್ಕೆ ಹೋಗಿಬರಲು ದಿನಕ್ಕೆ ಎರಡು ಸಲ ನಾನು ಟ್ರಾಮಿನಲ್ಲಿ ಓಡಾಡಬೇಕಾಗುತ್ತದೆ. ಕಳೆದ ಐದು ವರ್ಷಗಳಿಂದ ನಾನು ಒಂದೇ ದಾರಿಯಲ್ಲಿ ಹೋಗಿ ಬರುತ್ತಿದ್ದೇನೆ. ಕೆಲವು ಸಲ ಹಿಂತಿರುಗುವಾಗ ಯಾರಾದರೂ ಗೆಳತಿಯರ ಸಂಗಡ ಬರುತ್ತೇನೆ. ಆದರೆ ಕೆಲಸಕ್ಕೆ ಹೋಗುವಾಗ ಮಾತ್ರ ನಾನು ಸದಾ ಒಂಟಿಯೇ. ನನಗೆ ಇಪ್ಪತ್ತು ವರ್ಷ ವಯಸ್ಸು. ಎತ್ತರವಾಗಿದ್ದೇನೆ. ತೀರಾ ಸಪೂರವಾಗಿಲ್ಲ. ಕಪ್ಪಗಂತೂ ಇಲ್ಲವೇ ಇಲ್ಲ. ನನ್ನ ಬಾಯಿಯೇನೋ ಸ್ವಲ್ಪ ದೊಡ್ಡದು. ಆದರೆ ನಿಸ್ತೇಜವಲ್ಲ. ನನ್ನ ಕಣ್ಣುಗಳು ಸಣ್ಣವಲ್ಲ ಅಂದುಕೊಂಡಿದ್ದೇನೆ. ಇವು ನನ್ನ ಬಾಹ್ಯ ಲಕ್ಷಣಗಳು. ಇವುಗಳನ್ನು ನಾನು ತುಸು ಸಂಕೋಚದಿಂದ ಮಿತವಾಗಿ ನಿರೂಪಿಸಿದ್ದೇನೆಂದು ಈಗಾಗಲೇ ನಿಮಗೆ ಗೊತ್ತಾಗಿರಬಹುದು. ಆದರೂ ಅನೇಕ ಗಂಡಸರ ಬಗೆಗೆ ಅಭಿಪ್ರಾಯ ರೂಪಿಸಿಕೊಳ್ಳಲು ನನಗೆ ಇವಿಷ್ಟೇ ಸಾಕು. ಅನೇಕ ಗಂಡಸರೇನು, ಎಲ್ಲ ಗಂಡಸರೂ ಎಂದೇ ಹೇಳಬೇಕೆನ್ನಿಸುತ್ತದೆ.

ನಿಮಗೂ ಗೊತ್ತಿರಬೇಕಲ್ಲ – ನೀವು ಗಂಡಸರು ಟ್ರಾಮನ್ನು ಹತ್ತುವ ಮೊದಲು ಕಿಟಕಿಯ ಮೂಲಕ ಒಳಗೆ ಯಾರಿದ್ದಾರೆ ಎಂದು ಬೇಗಬೇಗ ನೋಡಿಕೊಂಡು ಹೋಗುತ್ತೀರಿ. ಹೀಗೆ ನೀವು ಒಳಗೆ ಕೂತವರೆಲ್ಲರ ಮುಖಗಳನ್ನೂ ಪರಿಶೀಲಿಸುತ್ತೀರಿ. (ಹೆಂಗಸರ ಮುಖಗಳು ಎಂದು ಬೇರೆ ಹೇಳಬೇಕಾಗಿಲ್ಲವಲ್ಲ?

ಯಾಕೆಂದರೆ ನಿಮಗೆ ಏನಾದರೂ ಆಸಕ್ತಿ ಇದ್ದರೆ ಅದು ಅವರ ಮುಖಗಳಲ್ಲಿ ಮಾತ್ರ.) ಈ ಶಾಸ್ತ್ರ ಮುಗಿಸಿದ ಮೇಲೆ ನೀವು ಒಳಗೆ ಪ್ರವೇಶಿಸಿ ಕುಳಿತುಕೊಳ್ಳುತ್ತೀರಿ.

ಸರಿ, ಆಮೇಲೇನು! ಒಬ್ಬ ಮನುಷ್ಯ ಯಾವಾಗ ಕಾಲುದಾರಿಯಿಂದ ಟ್ರಾಮ್ ಕಡೆಗೆ ಬಂದು ಒಳಗೆ ನೋಡುತ್ತಾನೋ ಆಗಲೇ ಅವನು ಎಂಥ ಮನುಷ್ಯ ಎಂದು ನನಗೆ ಖಚಿತವಾಗಿ ಗೊತ್ತಾಗುತ್ತದೆ. ಈ ವಿಷಯದಲ್ಲಿ ನಾನು ಯಾವಾಗಲೂ ತಪ್ಪು ಮಾಡುವುದಿಲ್ಲ. ಅವನು ಗಂಭೀರನಾದ ಮನುಷ್ಯನೋ ಸುಲಭವಾಗಿ ಸಿಗುವ ಜೊತೆಯನ್ನು ಆರಿಸಿಕೊಂಡು, ತಾನು ತೆತ್ತ ಹತ್ತು ಸೆಂಟ್ ಟಿಕೆಟ್ ಬೆಲೆಗೆ ಸರಿಯಾದ ಪ್ರತಿಫಲ ಬಯಸುವವನೋ ಎಂದು ಅರಿತುಕೊಳ್ಳಲು ನನಗೆ ಸಾಧ್ಯವಾಗುತ್ತದೆ. ತಮ್ಮ ಪಾಡಿಗೆ ತಾವು ಆರಾಮವಾಗಿ ಪ್ರಯಾಣ ಮಾಡಬಯಸುವವರು ಯಾರು, ಹಾಗೂ ಸ್ಥಳ ಸ್ವಲ್ಪ ಕಡಿಮೆಯಾದರೂ ಯಾವುದಾದರೊಂದು ಹುಡುಗಿಯ ಬಳಿ ಕುಳಿತುಕೊಳ್ಳಬಯಸುವವರು ಯಾರು ಎಂದು ನಾನು ಕೂಡಲೇ ಕಂಡುಹಿಡಿದುಬಿಡುತ್ತೇನೆ.

ನನ್ನ ಪಕ್ಕದ ಸ್ಥಳ ಖಾಲಿ ಇದ್ದಾಗ, ಕಿಟಕಿಯ ಮೂಲಕ ಹಾಯ್ದುಬಂದ ನೋಟಕ್ಕೆ ಅನುಗುಣವಾಗಿ ಆಯಾ ಜನರ ಗುಣಲಕ್ಷಣಗಳನ್ನು ಕರಾರುವಾಕ್ಕಾಗಿ ನಾನು ಗುರುತಿಸುತ್ತೇನೆ. ಎಲ್ಲೋ ಒಂದು ಕಡೆ ಕುಳಿತುಕೊಳ್ಳುವ ಅನಾಸಕ್ತರು ಯಾರು; ಕುಳಿತ ಮೇಲೆ ಒಂದು ಸಲ ಮಾತ್ರ ನಮ್ಮ ಕಡೆ ನೋಡುವ ಅರೆ ಆಸಕ್ತರು ಯಾರು; ಕೊನೆಯದಾಗಿ ಆರೇಳು ಖಾಲಿ ಸೀಟುಗಳನ್ನು ದಾಟಿ, ವಾಹನದ ಕೊನೆಯ ಸಾಲಿನಲ್ಲಿರುವ ನನ್ನ ಬಳಿಗೆ ಬಂದು ಸಂಕೋಚದಿಂದ ಕೂಡುವ ಸಾಹಸಶೀಲರು ಯಾರು ಎಂದು ನನಗೆ ಗೊತ್ತಾಗುತ್ತದೆ.

ಎಲ್ಲರ ಪೈಕಿ ಇವರೇ ಅತ್ಯಂತ ಕುತೂಹಲಕ್ಕೆ ಪಾತ್ರರಾದವರು. ಒಂಟಿಯಾಗಿ ಪ್ರಯಾಣ ಮಾಡುವ ಹುಡುಗಿಯರು ಸಾಮಾನ್ಯವಾಗಿ ಮಾಡುವಂತೆ ಎದ್ದು ಹೊಸದಾಗಿ ಬಂದವರಿಗೆ ಒಳಗಿನ ಸ್ಥಳವನ್ನು ಬಿಟ್ಟುಕೊಡುವುದಕ್ಕೆ ಬದಲಾಗಿ ನಾನು ಸುಮ್ಮನೆ ಕಿಟಕಿಯ ಕಡೆಗೆ ಸರಿದು ಸಾಹಸಿಗೆ ಬೇಕಾದಷು ಸ್ಥಳವನ್ನು ಉಳಿಸುತ್ತೇನೆ.

ಬೇಕಾದಷ್ಟು ಸ್ಥಳ! ಆ ಮಾತಿಗೆ ಅರ್ಥವೇ ಇಲ್ಲ. ಮುಕ್ಕಾಲು ಬೆಂಚಿನಷ್ಟು ಸ್ಥಳವನ್ನು ಒಬ್ಬಳು ಹುಡುಗಿ ಬಿಟ್ಟುಕೊಟ್ಟರೂ ಅವಳ ನೆರೆಯಲ್ಲಿ ಕುಳಿತವನಿಗೆ ಅದು ಸಾಕಾಗುವುದಿಲ್ಲ. ಮನಸ್ಸಿಗೆ ಬಂದಂತೆ ಚಲಿಸುತ್ತಾ, ಭಂಗಿ ಬದಲಾಯಿಸುತ್ತಾ ಇದ್ದಕ್ಕಿದ್ದಂತೆಯೇ ಅವನು ಪಾರ್ಶ್ವವಾಯು ಬಡೆದಂತೆ ಆಶ್ಚರ್ಯಕರವಾಗಿ ನಿಶ್ಚಲನಾಗಿಬಿಡುತ್ತಾನೆ. ಆದರೆ ಇದು ಬರೀ ತೋರಿಕೆಗೆ ಅಷ್ಟೆ. ಯಾಕೆ ಅವನು ಹಾಗೆ ನಿಶ್ಚಲನಾಗಿದ್ದಾನೆ ಎಂದು ಯಾರಾದರೂ ಅನುಮಾನದಿಂದ ನೋಡಿದರೆ ಆಗ ಗೊತ್ತಾಗುತ್ತದೆ: ಆ ಮಹಾಶಯನ ದೇಹ ಅಗೋಚರವಾಗಿ ಹಾಗೂ ಅನ್ಯಮನಸ್ಕನಂತಿರುವ ಅವನ ನೋಟಕ್ಕೆ ಅನುಗುಣವಾದ ಕಪಟತನದಲ್ಲಿ ಕಿಟಕಿಯ ಕಡೆಗಿನ ಒಂದು ಕಾಲ್ಪನಿಕ ಇಳಿಜಾರಿನಲ್ಲಿ ಹುಡುಗಿ ಕೂತಿರುವ ಕಡೆಗೆ ನಿಧಾನವಾಗಿ ತುಯ್ಯುತ್ತಿರುತ್ತದೆ. ಆದರೆ ಅವನು ಮಾತ್ರ ಅವಳ ಕಡೆಗೆ ನೋಡುತ್ತಿರುವುದಿಲ್ಲ. ಅವಳಲ್ಲಿ ಅವನಿಗೆ ಏನೂ ಆಸಕ್ತಿಯೇ ಇದ್ದಂತೆಯ ಕಾಣಿಸುತ್ತಿರುವುದಿಲ್ಲ.

ಅಂಥ ಮನುಷ್ಯರ ರೀತಿ ಹೀಗೆ: ಅವರು ಚಂದ್ರನನ್ನು ಕುರಿತು ಯೋಚನೆ ಮಾಡುತ್ತಾ ಕೂತಿದ್ದಾರೆ ಎಂದು ಬೇಕಾದರೆ ಆಣೆಮಾಡಿ ಹೇಳಬಹುದು. ಆದರೆ ಅಷ್ಟು ಹೊತ್ತೂ ಅವರ ಬಲಗಾಲು (ಅಥವಾ ಎಡಗಾಲು) ಮೇಲೆ ಹೇಳಿದ ದಿಕ್ಕಿನಲ್ಲಿ ನಿಧಾನವಾಗಿ ಚಲಿಸುತ್ತಲೇ ಇರುತ್ತದೆ.

ಇದೆಲ್ಲಾ ನಡೆಯುತ್ತಿರುವಾಗ ನನಗೆ ಸ್ವಲ್ಪವೂ ಬೇಸರವಾಗುವುದಿಲ್ಲ ಎಂದು ಇಲ್ಲಿ ನಾನು ಒಪ್ಪಿಕೊಳ್ಳಬೇಕು. ಕಿಟಿಕಿಯ ಕಡೆಗೆ ಸರಿಯುವಾಗ ನೋಡಿದ ಒಂದು ನೋಟದಲ್ಲೇ ನಮ್ಮ ಸೊಗಸುಗಾರ ಎಂಥವನು ಎಂದು ನಾನು ಲೆಕ್ಕಹಾಕಿಬಿಟ್ಟಿರುತ್ತೇನೆ, ಮನಸ್ಸಿನ ಮೊದಲ ಆವೇಗಕ್ಕೆ ಶರಣಾಗುವ ರಸಿಕನೋ ಅಥವಾ ನನಗೆ ಗಾಬರಿ ಹಚ್ಚುವ ಭಂಡನೋ ಎಂದು ಗೊತ್ತಾಗಿಬಿಡುತ್ತದೆ. ಅವನು ವಿನಯಶೀಲ ತರುಣನೋ ಅಥವಾ ನಾಚಿಕೆಗೆಟ್ಟವನೋ, ದಡ್ಡುಬಿದ್ದ ಅಪರಾಧಿಯೋ ಅಥವಾ ನಾಜೂಕಿನ ಜೇಬುಗಳ್ಳನೋ, ನಿಜವಾಗಿಯೂ ಮನಸೆಳೆಯುವ ಒಬ್ಬ ಬೋ ಬ್ರಮೆಲ್‌ನೋ* (ಸೊಗಸುಗಾರನೇ ವಿನಾ ಕಾಮಣ್ಣನಲ್ಲ) ಅಥವಾ ಕ್ಷುದ್ರ ಶೋಕಿಲಾಲನೋ ಎಂದೂ ನನಗೆ ತಿಳಿಯುತ್ತದೆ.

ಮುಖದ ಮೇಲೆ ಆಷಾಢಭೂತಿಯ ಸೋಗು ಹಾಕಿಕೊಂಡು ನಿಧಾನವಾಗಿ ಕಾಲು ಚಲಿಸುವಂಥ ಕೆಲಸ ಮಾಡುವವರು ಒಂದೇ ಒಂದು ಬಗೆಯ ಜನರು – ಅಂದರೆ ಕಳ್ಳರು – ಎಂದು ಮೊದಲ ನೋಟಕ್ಕೆ ಕಾಣಬಹುದು. ಆದರೆ ಇದು ನಿಜವಲ್ಲ. ಇದನ್ನು ಗಮನಿಸದೆ ಇರುವ ಒಬ್ಬಳು ಹುಡುಗಿಯೂ ಇರಲಾರಳು – ಯಾಕೆಂದರೆ ಒಂದೊಂದು ಬಗೆಯ ಜನರಿಂದ ಒಂದೊಂದು ಬಗೆಯ ವಿಶೇಷ ರೀತಿಯಲ್ಲಿ ರಕ್ಷಣೆ ಮಾಡಿಕೊಳ್ಳಬೇಕಾಗುತ್ತದೆ. ಆದರೆ ಬಹುಪಾಲು ಎಷ್ಟೋ ಸಲ ಪಕ್ಕದಲ್ಲಿ ಕುಳಿತಿರುವವನು ತೀರಾ ಚಿಕ್ಕ ವಯಸ್ಸಿನ ತರುಣ ನಾಗಿದ್ದರೆ ಅಥವಾ ಸರಿಯಾದ ಉಡುಪು ಧರಿಸಿರದಿದ್ದರೆ ಅವನು ಜೇಬುಗಳ್ಳನಾಗಿರಲಿಕ್ಕೂ ಸಾಕು.

ಇಂಥ ಮನುಷ್ಯ ಅನುಸರಿಸುವ ತಂತ್ರಗಳು ಯಾವಾಗಲೂ ಬದಲಾಗುವುದಿಲ್ಲ. ಮೊದಲನೆಯದಾಗಿ, ಮೈಯನ್ನು ಬಿಗಿಹಿಡಿದು ಕೂತು ಚಂದ್ರನನ್ನು ಕುರಿತು ಯೋಚಿಸುವಂತೆ ನಟಿಸುವುದು. ಮುಂದಿನ ಹೆಜ್ಜೆಯೆಂದರೆ ಒಂದು ಸಲ ಅವಸರವಾಗಿ ನಮ್ಮ ಕಡೆಗೆ ತಿರುಗಿ ನೋಡುವುದು. ನೋಟ ಮುಖಕ್ಕಿಂತ ಸ್ವಲ್ಪ ಮೇಲೆ ಸುಳಿದರೂ ಇದರ ಮುಖ್ಯ ಉದ್ದೇಶವೆಂದರೆ ಅವನ ಕಾಲಿಗೂ ನಮ್ಮ ಕಾಲಿಗೂ ನಡುವೆ ಎಷ್ಟು ಅಂತರವಿದೆ ಎನ್ನುವುದನ್ನು ಲೆಕ್ಕ ಹಾಕುವುದು. ಈ ಮಾಹಿತಿಯನ್ನು ಸಂಪಾದಿಸಿದ ಮೇಲೆ ಇನ್ನು ದಾಳಿ ಆರಂಭವಾಗುತ್ತದೆ.

ಕಾಲಿನ ಬೆರಳುಗಳನ್ನೂ ಹಿಮ್ಮಡಿಯನ್ನೂ ಒಂದಾದ ಮೇಲೊಂದರಂತೆ ನಿಧಾನವಾಗಿ ಎತ್ತಿಡುವ ಈ ಕ್ರಿಯೆಯನ್ನು ನೀವು ಗಂಡಸರು ಮಾಡುತ್ತೀರಲ್ಲಾ ಇದಕ್ಕಿಂತ ಮೋಜಿನ ಸಂಗತಿಗಳು ಹೆಚ್ಚು ಇರಲಾರವೆನ್ನಿಸುತ್ತದೆ. ನಿಮಗೆ ಗಂಡಸರಿಗೆ ಸಹಜವಾಗಿಯೇ ಅದರ ವಿನೋದ ಏನೆಂದು ಅರ್ಥವಾಗುವುದಿಲ್ಲ. ಈ ಬೆಕ್ಕು–ಇಲಿಯ ಆಟ ಆಡುವ ವ್ಯಕ್ತಿ ಹೇಗೆ ಕಾಣಿಸುತ್ತಾನೆ ಗೊತ್ತೆ? ಅವನ ಕಾಯದ ಒಂದು ತುದಿಯಲ್ಲಿ ಹನ್ನೊಂದನೆಯ ನಂಬರಿನ ಬೂಟು. ಇನ್ನೊಂದು ತುದಿಯಲ್ಲಿ, ಅಂದರೆ ಮೇಲ್ಗಡೆ, ಛಾವಣಿಗೆ ಹತ್ತಿರವಾಗಿ ಪೆಚ್ಚು ನಗೆ ಸೂಸುತ್ತಿರುವ (ಇದು ಭಾವೋದ್ರೇಕ ಮರೆಮಾಚುವುದಕ್ಕೆ) ಒಂದು ಮೊದ್ದು ಮುಖ ! ನೀವು ಗಂಡಸರು ಮಾಡುವ ಕೆಲಸಗಳಲ್ಲೆಲ್ಲ ಇದಕ್ಕಿಂತ ಹೆಚ್ಚು ಹಾಸ್ಯಾಸ್ಪದವಾದದ್ದು ಬೇರೊಂದಿಲ್ಲ.

ಈ ಎಲ್ಲ ಲೀಲೆಗಳಿಂದ ನನಗೆ ಬೇಸರವಾಗುವುದಿಲ್ಲವೆಂದು ಆಗಲೇ ಹೇಳಿದ್ದೇನೆ. ನನಗೆ ಮನರಂಜನೆ ಸಿಗುವುದು ಮುಂದಿನ ಸಂಗತಿಯನ್ನು ಅವಲಂಬಿಸಿದೆ: ಸೊಗಸುಗಾರ ತನ್ನ

---

* 1788–1840ರ ಅವಧಿಯಲ್ಲಿದ್ದ ಒಬ್ಬ ಇಂಗ್ಲಿಷ್ ಸೊಗಸುಗಾರ. ಆ ಕಾಲದ ಗಂಡಸರ ಉಡುಪುಗಳಿಗೆ ಇವನೊಂದು ಮಾದರಿಯಾಗಿದ್ದ.

ಪಾದದಿಂದ ಎಷ್ಟು ದೂರವನ್ನು ಕ್ರಮಿಸಬೇಕೆಂದು ಖಚಿತವಾಗಿ ಲೆಕ್ಕಾಚಾರ ಹಾಕಿದ ಕ್ಷಣದಿಂದ ಮತ್ತೆ ಅವನು ತನ್ನ ದೃಷ್ಟಿಯನ್ನು ಕ್ವಚಿತ್ತಾಗಿಯೂ ಕೆಳಗೆ ಹಾಯಿಸುವುದಿಲ್ಲ, ತನ್ನ ಅಳತೆಯ ವಿಷಯದಲ್ಲಿ ಅವನಿಗೆ ಖಾತರಿ ಇರುತ್ತದೆ. ಮತ್ತೆ ಮತ್ತೆ ನೋಟ ಬೀರುವುದರಿಂದ ನಾವು ಎಚ್ಚತ್ತುಕೊಳ್ಳುವಂತೆ ಮಾಡಲು ಅವನು ಅಪೇಕ್ಷಿಸುವುದಿಲ್ಲ. ಅವನ ಆಸಕ್ತಿ ಇರುವುದು ಸ್ಪರ್ಶಿಸುವುದರಲ್ಲೇ ವಿನಾ ಕೇವಲ ನೋಡುವುದರಲ್ಲಲ್ಲ ಎಂದು ನಿಮಗೆ ಗೊತ್ತಾಗಿರಬೇಕು.

ಸರಿ, ಆಮೇಲೇನು ! ನಮ್ಮ ಈ ಸ್ನೇಹಶೀಲ ಸಹಪ್ರಯಾಣಿಕ ಅರ್ಧ ದೂರ ಬಂದಾಗ, ಅವನು ಮಾಡುವ ಕೆಲಸವನ್ನೇ ನಾನೂ ಮಾಡಲು ಆರಂಭಿಸುತ್ತೇನೆ. ಅವನಷ್ಟೇ ಕಪಟೋಪಾಯದಿಂದ, ಅವನು ಮಾಡುವ ರೀತಿಯಲ್ಲೇ ಎಲ್ಲೋ ಮನಸ್ಸು ನಟ್ಟಂತೆ – ಉದಾಹರಣೆಗೆ, ನನ್ನ ಗೊಂಬೆ – ನಾನೂ ಕಾರ್ಯೋನ್ಮುಖಳಾಗುತ್ತೇನೆ. ಆದರೆ ನನ್ನ ಪಾದದ ಚಲನೆ ಅವನಿಗೆ ವಿರುದ್ಧ ದಿಕ್ಕಿನಲ್ಲಿ. ಹೆಚ್ಚು ಬೇಕಾಗಿಲ್ಲ; ಕೆಲವೇ ಅಂಗುಲವಾದರೂ ಸಾಕು.

ನನ್ನ ನೆರೆಯಾತ ತಾನು ಲೆಕ್ಕಹಾಕಿದ ಸ್ಥಳಕ್ಕೆ ಕೊನೆಗೂ ಬಂದಾಗ ಅವನಿಗೆ ಸ್ಪರ್ಶವಾಗುವುದು ಶೂನ್ಯವೇ ! ಶೂನ್ಯ. ಆ ನೋಟ ಕಣ್ಣಿಗೆ ಹಬ್ಬ. ಅವನ ಹನ್ನೊಂದನೆಯ ನಂಬರಿನ ಬೂಟು ಏಕಾಂಗಿಯಾಗಿ ನಿಂತಿರುತ್ತದೆ. ಪಾಪ, ಇದು ಅವನ ನಿರೀಕ್ಷೆಗೆ ಮೀರಿದ್ದು. ಅವನು ಮೊದಲು ನೆಲ ನೋಡುತ್ತಾನೆ, ಅನಂತರ ನನ್ನ ಮುಖ ನೋಡುತ್ತಾನೆ. ನಾನು ನನ್ನ ಗೊಂಬೆಯೊಡನೆ ಆಟವಾಡುತ್ತಾ ಎಲ್ಲೋ ಸಾವಿರ ಮೈಲಿ ದೂರದಲ್ಲಿ ನನ್ನ ಯೋಚನಾ ಲಹರಿಯನ್ನು ಹಬ್ಬಿಸಿರುತ್ತೇನೆ. ಆದರೆ ಆಸಾಮಿಗೆ ಈಗ ಎಲ್ಲ ಅರ್ಥವಾಗತೊಡಗುತ್ತದೆ.

ಹದಿನೇಳಕ್ಕೆ ಹದಿನೈದು ಪ್ರಸಂಗಗಳಲ್ಲಿ (ದೀರ್ಘಕಾಲದ ಅನುಭವದ ನಂತರ ಇಷ್ಟು ಖಚಿತವಾಗಿ ಹೇಳುತ್ತಿದ್ದೇನೆ) ಈ ಪೀಡಕ ಮಹಾಶಯ ತನ್ನ ಪ್ರಯತ್ನ ಕೈಬಿಡುತ್ತಾನೆ. ಉಳಿದ ಇನ್ನೆರಡು ಸಂದರ್ಭಗಳಲ್ಲಿ, ಕಡ್ಡಾಯವಾಗಿ, ಬೆದರಿಸುವ ನೋಟವನ್ನು ನಾನು ಬೀರಬೇಕಾಗುತ್ತದೆ. ಆ ನೋಟದಲ್ಲಿ ಅಪಮಾನದ, ನಿಂದನೆಯ ಅಥವಾ ಕೋಪದ ಭಾವನೆಯನ್ನು ಬಿಂಬಿಸಬೇಕಾದ ಅಗತ್ಯವಿಲ್ಲ. ಅವನನ್ನು ನೇರವಾಗಿ ನೋಡದೆ ಅವನ ಕಡೆಗೆ ತಿರುಗಿ ಒಂದು ಸಲ ತಲೆ ಹೊರಳಿಸಿದರೆ ಸಾಕು. ಇಂಥ ಸಂದರ್ಭಗಳಲ್ಲಿ ನಮ್ಮ ಬಗೆಗೆ ಒಂದು ಪಕ್ಷ ವಾಸ್ತವವಾಗಿ ಹಾಗೂ ಆಳವಾಗಿ ಆಕರ್ಷಿತನಾಗಿರಬಹುದಾದ ಮನುಷ್ಯನ ನೋಟಕ್ಕೆ ನೋಟ ಬೆಸೆಯುವುದನ್ನು ತಪ್ಪಿಸಿಕೊಳ್ಳುವುದು ಉತ್ತಮ. ಇಂದು ಜೇಬುಗಳ್ಳನಾಗಿರುವವನು ಮುಂದೆ ಅಪಾಯಕಾರಿ ಕಳ್ಳನಾಗಬಹುದು. ಅಪಾರ ಹಣವನ್ನು ಸಂರಕ್ಷಿಸಬೇಕಾದ ಕೋಶಾಧಿಕಾರಿಗಳಿಗೆ ಹಾಗೂ ನಿಮ್ಮ ವಿಶ್ವಾಸಕ್ಕೆ ಪಾತ್ರಳಾದ ಈ ತರುಣಿಯಂತೆ ಸಪೂರವಲ್ಲದ, ಕಪ್ಪಲ್ಲದ, ಬಾಯಿ ಮತ್ತು ಕಣ್ಣುಗಳು ಸಣ್ಣದಾಗಿರದ ಯುವತಿಯರಿಗೆ ಈ ಸಂಗತಿ ಚೆನ್ನಾಗಿ ಗೊತ್ತು ಎಂದು,

ನಿಮ್ಮ –
ಎಂ. ಆರ್.

ಪ್ರಿಯ ಕುಮಾರಿ...,

ನಿಮ್ಮ ವಿಶ್ವಾಸಕ್ಕೆ ತುಂಬು ಕೃತಜ್ಞತೆಗಳು. ನೀವು ಪ್ರಾರ್ಥಿಸಿದಂತೆ, ನಿಮ್ಮ ಮನಸ್ಸಿನಲ್ಲಿ ಅಚ್ಚೊತ್ತಿದ ಭಾವನೆಗಳಿಂದ ಕೂಡಿದ ಲೇಖನಕ್ಕೆ ಸಂತೋಷದಿಂದ ನನ್ನ ಹೆಸರನ್ನು ಹಾಕುತ್ತೇನೆ. ಆದರೂ ಕೇವಲ ನಿಮ್ಮ ಸಹಲೇಖಕನಾಗಿ ಈ ಕೆಳಗಿನ ಪ್ರಶ್ನೆಗೆ ನಿಮ್ಮ ಉತ್ತರವೇನು ಎಂದು ತಿಳಿಯಲು ನನಗೆ ತುಂಬ ಕುತೂಹಲವಾಗಿದೆ. ನೀವು ಪ್ರಸ್ತಾಪಿಸಿದ

ಹದಿನೇಳು ಸ್ಪಷ್ಟ ಉದಾಹರಣೆಗಳನ್ನು ಬಿಟ್ಟು, ಉದ್ದವಾಗಿರುವ ಅಥವಾ ಕುಳ್ಳಗಿರುವ, ದಪ್ಪಗಿರುವ ಅಥವಾ ತೆಳ್ಳಗಿರುವ ಯಾರಾದರೊಬ್ಬ ಸಹಪ್ರಯಾಣಿಕನ ವಿಷಯದಲ್ಲಿ ಸ್ವಲ್ಪವಾದರೂ ನಿಮಗೆ ಆಕರ್ಷಣೆಯ ಭಾವ ಎಂದೂ ಮಿನುಗಲಿಲ್ಲವೆ? ಸ್ವಲ್ಪವಾದರೂ ಆಸೆಯುಂಟಾಗಿ ಒಲಿಯಬೇಕೆಂದು ನಿಮಗೆ ಎಂದೂ ಅನ್ನಿಸಲಿಲ್ಲವೆ? ನಿಮ್ಮ ಕಾಲನ್ನು ಹಿಂದಕ್ಕೆ ಎಳೆದುಕೊಳ್ಳುವುದು ನಿಮಗೆ ಎಂದಾದರೂ ಅಪ್ರಿಯ ಹಾಗೂ ಕಷ್ಟದ ಕೆಲಸ ಅನ್ನಿಸಲಿಲ್ಲವೆ?

ಎಚ್. ಕ್ಯೂ.

ಮಾನ್ಯರೇ,

ಬಿಚ್ಚು ಮನಸ್ಸಿನಿಂದ ಹೇಳಬೇಕೆಂದರೆ ನನ್ನ ಜೀವನದಲ್ಲಿ ಒಂದು ಸಲ, ಒಂದೇ ಒಂದು ಸಲ ಯಾರೋ ಒಬ್ಬರಿಗೆ ಒಲಿಯಬೇಕೆಂದು ಆಸೆ ಉಂಟಾಯಿತು. ಅಥವಾ ಇನ್ನೂ ಕರಾರುವಾಕ್ಕಾಗಿ ಹೇಳಬೇಕೆಂದರೆ, ನೀವು ಬರೆದಿರುವಂತೆ ನನ್ನ ಪಾದದಲ್ಲಿ ಅಂಥ ನಿಶ್ಶಕ್ತಿ ಉಂಟಾಯಿತು. ಅ ವ್ಯಕ್ತಿ ನೀವೇ. ಆದರೆ ಆದರೆ ಸದುಪಯೋಗ ಪಡೆಯುವ ಬುದ್ಧಿ ನಿಮಗೆ ಇರಲಿಲ್ಲ.

ಎಂ. ಆರ್.

O

○ ಜೆ. ಎಂ. ಮಕಾದೊ ದ ಅಸಿಸ್

ಬ್ರೇಜಿಲ್

ಅನುಚರನ ತಪ್ಪೊಪ್ಪಿಗೆ

ಹಾಗಾದರೆ 1860ರಲ್ಲಿ ನನಗಾದ ಅನುಭವ ಬರಹಯೋಗ್ಯ ಅಂತ ನಿಜವಾಗಿಯೂ ನಿಮಗೆ ಅನ್ನಿಸುತ್ತಾ? ಸರಿ, ನಿಮಗೆ ಆ ಕಥೆ ಹೇಳ್ತೇನೆ. ಆದರೆ ಒಂದು ಷರತ್ತು. ನಾನು ಸಾಯುವ ಮೊದಲು ಅದನ್ನು ನೀವು ಯಾರಿಗೂ ಹೇಳಬಾರದು. ನೀವು ಹೆಚ್ಚು ಕಾಲವೇನೂ ಕಾಯಬೇಕಾಗಿಲ್ಲ. ಹೆಚ್ಚೆಂದರೆ ಒಂದು ವಾರ ಅಷ್ಟೆ. ನಾನಾಗಲೇ ಮೃತ್ಯುವಿನ ಪಟ್ಟಿಯಲ್ಲಿ ಸೇರಿಹೋಗಿದ್ದೇನೆ.

ನನ್ನ ಇಡೀ ಜೀವನದ ಕಥೆಯನ್ನೇ ನಿಮಗೆ ಹೇಳಬಹುದಾಗಿತ್ತು. ಅದರಲ್ಲಿ ಅನೇಕ ಸ್ವಾರಸ್ಯಕರ ಘಟನೆಗಳಿವೆ. ಆದರೆ ಅದಕ್ಕೆ ಬಹಳ ಕಾಲ, ಕಾಗದ ಮತ್ತು ಧೈರ್ಯಬೇಕು. ಕಾಗದವೇನೋ ಬೇಕಾದಷ್ಟಿದೆ. ಅದರಲ್ಲಿ ಅನುಮಾನವಿಲ್ಲ. ಆದರೆ ನನ್ನ ಧೈರ್ಯವೇ ರಸಾತಳಕ್ಕೆ ಕುಸಿಯುತ್ತಿದೆ. ಇನ್ನು ಕಾಲ: ನನಗುಳಿದಿರುವ ಕಾಲವನ್ನು ಮೇಣದ ಬತ್ತಿಯ ದೀಪದ ಆಯುಸ್ಸಿಗೆ ಹೋಲಿಸಬಹುದು. ಇನ್ನೇನು ನಾಳೆಯ ಸೂರ್ಯೋದಯವಾಗುತ್ತದೆ. ಅವನು ಕೂಡ ಎಂಥ ದೈತ್ಯ ಸೂರ್ಯ – ಬದುಕಿನ ಹಾಗೇ ಅಗಮ್ಯ. ಸರಿ ವಿದಾಯ ಸ್ವಾಮಿ. ಇದನ್ನು ಓದಿ. ಆದರೆ ನನ್ನ ಬಗೆಗೆ ಯಾವುದೇ ದುರಭಿಪ್ರಾಯ ತಾಳಬೇಡಿ. ಇದರಲ್ಲಿ ನಿಮಗೆ ಪಾಪವೆಂದು ಕಾಣುವ ಭಾಗಗಳ ವಿಷಯದಲ್ಲಿ ದಯವಿಟ್ಟು ನನ್ನನ್ನು ಕ್ಷಮಿಸಿ. ಇದರಲ್ಲಿ ಗುಲಾಬಿಯ ಸೌರಭವಿಲ್ಲ. ಅಸಹನೀಯ ನಾತ ಇದರಿಂದ ಏಳಬಹುದು. ಅದಕ್ಕಾಗಿ ನನ್ನನ್ನು ಆಪಾದಿಸಬೇಡಿ. ಮಾನವ ಸ್ವಭಾವವನ್ನು ಉದಾಹರಿಸುವ ಘಟನೆಗಾಗಿ ಕೇಳಿದಿರಲ್ಲ – ಇಗೋ ಇಲ್ಲಿದೆ. ಮೊಘಲ್ ಸಮ್ರಾಟನ ಸಾಮ್ರಾಜ್ಯ ಬೇಕೆಂದೋ ಮೆಕ್ಕಬೀಸರ* ಭಾವಚಿತ್ರ ಬೇಕೆಂದೋ ನನ್ನನ್ನು ಕೇಳಬೇಡಿ. ಆದರೆ ಹಾಕಿಕೊಳ್ಳೋದಕ್ಕೆ ನನ್ನ ಸತ್ತ ಧಣಿಯ ಬೂಟುಗಳು ಬೇಕೂಂತ ಕೇಳಿ – ಅವುಗಳನ್ನು ನನ್ನ ಉಯಿಲಿನಲ್ಲಿ ನಿಮಗೆ ಬರೀತೇನೆ – ಬೇರಾರಿಗೂ ಕೊಡೋದಿಲ್ಲ!

ಇದು 1860ರಲ್ಲಿ ನಡೆಯಿತೆಂದು ನಿಮಗೆ ಈಗಾಗಲೇ ಗೊತ್ತು.

* ಪುರಾತನ ಪ್ಯಾಲೆಸ್ತೀನಿನ ಒಂದು ಸುಪ್ರಸಿದ್ಧ ಯೆಹೂದಿ ಕುಟುಂಬ.

ಅದರ ಹಿಂದಿನ ವರ್ಷ, ಆಗಸ್ಟ್ ತಿಂಗಳಿಲ್ಲಿ, ನಲವತ್ತೆರಡನೆಯ ವಯಸ್ಸಿನಲ್ಲಿ ನಾನೊಬ್ಬ ಧರ್ಮಶಾಸ್ತ್ರಜ್ಞನಾದೆ. ಅಂದರೆ ನಿಕ್‌ಥೆರಾಯ್‌ನಲ್ಲಿನ ಒಬ್ಬ ಪಾದ್ರಿ ಮಾಡಿಕೊಂಡಿದ್ದ ಧರ್ಮಶಾಸ್ತ್ರೀಯ ಅಧ್ಯಯನಗಳನ್ನು ಪ್ರತಿ ಮಾಡಿದ್ದೆ. ಅವನೊಬ್ಬ ನನ್ನ ಹಳೆಯ ಕಾಲೇಜ್ ಗೆಳೆಯ. ಅವನು ನನಗೆ ಈ ಕೆಲಸ ಹಚ್ಚಿ ಜಾಣತನದಿಂದ ನನ್ನ ಊಟ ವಸತಿಯ ಸಮಸ್ಯೆಯನ್ನು ಪರಿಹರಿಸಿದ್ದ. 1859ರ ಅದೇ ಆಗಸ್ಟ್ ತಿಂಗಳಿನಲ್ಲಿ, ಒಳನಾಡಿನ ಚಿಕ್ಕ ಪಟ್ಟಣದ ಪಾದ್ರಿಯೊಬ್ಬನಿಂದ ಅವನಿಗೆ ಒಂದು ಪತ್ರ ಬಂತು: ರೋಗದಿಂದ ನೆಲಹಿಡಿದ ಕರ್ನಲ್ ಫೇಲಿಸ್‌ಬೇರ್ಟ್ ಎಂಬವನಿಗೆ ಬುದ್ಧಿವಂತನಾದ, ಔಚಿತ್ಯ ಜ್ಞಾನವುಳ್ಳ ಮತ್ತು ಸಮಾಧಾನಿಯಾದ ಒಬ್ಬ ಅನುಚರ ಬೇಕಾಗಿದ್ದಾನೆ; ಆಕರ್ಷಕ ಸಂಬಳ ಉಂಟು; ಇಂಥವನು ನಿಮಗೆ ಗೊತ್ತಿದ್ದರೆ ತಿಳಿಸಿ – ಎಂದು. ನನ್ನ ಗೆಳೆಯ ಪಾದ್ರಿ ಆ ಕೆಲಸ ವಹಿಸಿಕೊಳ್ಳಲು ನನಗೆ ಸೂಚಿಸಿದ. ನಾನು ಕೂಡಲೇ ಒಪ್ಪಿಕೊಂಡುಬಿಟ್ಟೆ. ಯಾಕೆಂದರೆ ನನಗೆ ಲ್ಯಾಟಿನ್ ಉದ್ಧೃತ ವಾಕ್ಯಗಳನ್ನೂ ಕ್ರೈಸ್ತಮಠೀಯ ಸೂತ್ರಗಳನ್ನೂ ಪ್ರತಿ ಮಾಡಿ ಮಾಡಿ ಬೇಸರವಾಗಿತ್ತು. ಮೊದಲು ನಾನು ರಾಜಧಾನಿ ರೀವೋದೇ ಝೂನೇರೊಗೆ ಹೋದೆ. ಅಲ್ಲಿ ನನ್ನ ಸೋದರನೊಬ್ಬ ಇದ್ದ. ಅವನಿಂದ ಬೀಳ್ಕೊಂಡು ಒಳನಾಡಿನ ಆ ಪುಟ್ಟ ಊರಿಗೆ ಹೊರಟೆ.

ಅಲ್ಲಿಗೆ ಹೋದಮೇಲೆ ನನಗೆ ಕರ್ನಲ್ ಬಗೆಗೆ ಕೆಟ್ಟ ಸಮಾಚಾರಗಳು ಕಿವಿಗೆ ಬಿದ್ದವು. ಕರ್ನಲ್ ತುಂಬ ಅಪ್ರಿಯನಾದವನು, ಒರಟ ಹಾಗೂ ಪೀಡಿಸುವ ಸ್ವಭಾವದವನೆಂದು ಎಲ್ಲರೂ ಚಿತ್ರಿಸಿದರು. ಅವನನ್ನು ಸಹಿಸಲು ಯಾರಿಂದಲೂ ಸಾಧ್ಯವಿಲ್ಲ, ಅವನ ಸ್ನೇಹಿತರು ಕೂಡ ಅವನನ್ನು ತಾಳಿಕೊಳ್ಳಲಾರರು, ಅವನು ಬಳಸಿದ ಔಷಧಕ್ಕಿಂತ ಅನುಚರರ ಸಂಖ್ಯೆಯೇ ಹೆಚ್ಚು ಎಂದೆಲ್ಲ ನನಗೆ ಹೇಳಿದರು. ಅವರಲ್ಲಿ ಇಬ್ಬರಿಗೆ ಆತ ಮುಖಕ್ಕೆ ಜಖಂ ಕೂಡ ಮಾಡಿದ್ದನಂತೆ. ಆದರೆ ಈ ಮಾತುಗಳಿಗೆಲ್ಲ ನನ್ನ ಉತ್ತರ ಒಂದೇ: ಆರೋಗ್ಯವಂತರಿಗೇ ನಾನು ಹೆದರುವುದಿಲ್ಲ, ಇನ್ನು ರೋಗಗ್ರಸ್ತರಿಗೆ ಯಾಕೆ ಹೆದರಲಿ? ಮೊದಲು ಸ್ಥಳದ ಪಾದ್ರಿಯನ್ನು ಭೇಟಿ ಮಾಡಿದೆ. ನನ್ನ ಕಿವಿಗೆ ಬಿದ್ದದ್ದೆಲ್ಲ ಸತ್ಯ ಎಂದು ಆತನೂ ಖಾತ್ರಿ ಮಾಡಿದ. ಆದರೆ ಕರ್ನಲ್‌ನೊಡನೆ ತಾಳ್ಮೆ ಹಾಗೂ ದಯೆಯಿಂದ ನಡೆದುಕೊಳ್ಳಬೇಕೆಂದು ಸಲಹೆ ಮಾಡಿದ. ಅನಂತರ ನಾನು ಕರ್ನಲ್ ಮನೆಯ ಕಡೆಗೆ ಹೊರಟೆ.

ಕರ್ನಲ್, ಮನೆಯ ಮುಂದಿನ ಪಡಸಾಲೆಯಲ್ಲಿ ಕುರ್ಚಿಯೊಂದರಲ್ಲಿ ಮೈಚಾಚಿ ಕುಳಿತಿದ್ದ. ನೋಡಿದರೆ ತೀವ್ರವಾದ ಯಾತನೆಯನ್ನು ಅನುಭವಿಸುತ್ತಿರುವಂತಿತ್ತು. ನನಗೆ ಒಳ್ಳೆಯ ಸ್ವಾಗತವೇ ದೊರೆಯಿತು. ಮೊದಲು ಅವನು ತನ್ನ ಬೆಕ್ಕಿನ ಕಣ್ಣುಗಳಿಂದ ನನ್ನನ್ನು ತಿವಿಯುತ್ತಾ ಮೌನವಾಗಿ ಪರೀಕ್ಷಿಸಿದ. ಅನಂತರ ಅವನ ಗಡುಸಾದ ಮುಖಮುದ್ರೆಯ ಮೇಲೆ ಒಂದು ಬಗೆಯ ನಂಜಿನ ನಗು ತುಳುಕಿತು. ಕೊನೆಗೆ ಅವನು ಹೇಳಿದ್ದಿಷ್ಟು –

ಈವರೆಗೆ ಆತ ನೇಮಿಸಿಕೊಂಡಿದ್ದ ಸೇವಕರೆಲ್ಲ ಕವಡೆಗಿಂತಲೂ ಕಡೆ; ಅವರೆಲ್ಲ ನಿದ್ದೆಕೋರರು – ಉದ್ಧಟರು. ಆಳುಗಳೊಡನೆ ಹರಟೆ ಕೊಚ್ಚುವುದರಲ್ಲಿ ಕಾಲ ಕಳೆಯುತ್ತಿದ್ದರು. ಅವರಲ್ಲಿ ಇಬ್ಬರು ಕಳ್ಳತನ ಕೂಡ ಮಾಡುತ್ತಿದ್ದರು.

ಬಳಿಕ ಆತ ಇದ್ದಕ್ಕಿದ್ದಂತೆ ನನ್ನೊಡನೆ ಕೇಳಿದ:

"ಇನ್ನು ನೀನು ? ನೀನೇನು ಕಳ್ಳನೋ ?"

"ಇಲ್ಲ ಸ್ವಾಮಿ."

ಆಮೇಲೆ ಅವನು ನನ್ನ ಹೆಸರು ಕೇಳಿದ. ನನ್ನ ಹೆಸರು ಹೇಳುತ್ತಿದ್ದ ಹಾಗೆ ಅವನ ಮುಖದಲ್ಲಿ ಬೆರಗು ಹೊಕ್ಕಿತು.

"ನಿನ್ನ ಹೆಸರು ಕೋಲೋಂಬೊನಾ?"

"ಅಲ್ಲ ಸ್ವಾಮಿ, ನನ್ನ ಹೆಸರು ಪ್ರೊಕೋಪ್ಯೋ ಹೋಸೇ ಗೋಮೆಸ್ ಬಾಯೋಂಗೊ."

ಬಾಯೋಂಗೊ? – ಇದು ಕ್ರೈಸ್ತ ಹೆಸರಲ್ಲ ಎಂದು ಅವನು ನಿರ್ಧರಿಸಿದ. ನನ್ನನ್ನು ಬರೀ ಪ್ರೊಕೋಪ್ಯೋ ಎಂದೇ ಕರೆಯುವುದಾಗಿ ಹೇಳಿದ. ನಿಮಗೆ ಹೇಗೆ ಬೇಕೋ ಹಾಗೆ ಕರೆಯಿರಿ ಎಂದೆ ನಾನು.

ಇದನ್ನು ನಾನು ಯಾಕೆ ಜ್ಞಾಪಿಸಿಕೊಳ್ತಿದ್ದೇನೆ ಅಂದರೆ, ಕೇವಲ ಕರ್ನಲ್‌ನ ವ್ಯಕ್ತಿತ್ವದ ಸ್ಪಷ್ಟ ಚಿತ್ರ ಕೊಡೋದಕ್ಕೆ ಅಷ್ಟೇ ಅಲ್ಲ, ನನ್ನ ಉತ್ತರದಿಂದ ಅವನ ಮೇಲೆ ಒಳ್ಳೆಯ ಪರಿಣಾಮವಾಯಿತು ಎಂದೂ ನಿಮಗೆ ತೋರಿಸೋದಕ್ಕೆ. ಮರುದಿನ ಅವನು ಪಾದ್ರಿಗೆ ಆ ಮಾತು ಹೇಳಿದನಂತೆ. ಜೊತೆಗೆ ಇಂಥ ಸಹಾನುಭೂತಿಯ ಅನುಚರ ತನಗೆ ಹಿಂದೆ ಯಾವತ್ತೂ ದೊರೆತಿರಲಿಲ್ಲ ಎಂದೂ ಸೇರಿಸಿದನಂತೆ. ವಾಸ್ತವವಾಗಿ ನಾವು ಒಳ್ಳೇ ಮಧುಚಂದ್ರಕ್ಕೆ ಹೊರಟವರ ಹಾಗೆ ಸಂತೋಷವಾಗಿದ್ದೆವು. ಹೀಗೆ ಒಂದು ವಾರ ಕಳೆಯಿತು.

ಎಂಟನೆಯ ದಿನದ ಮುಂಜಾನೆಯಿಂದಲೇ ನನಗಿಂತ ಹಿಂದೆ ಅಲ್ಲಿ ಕೆಲಸ ಮಾಡುತ್ತಿದ್ದವರ ಸ್ಥಿತಿ ಹೇಗಿತ್ತು ಎಂದು ನನಗೆ ಗೊತ್ತಾಯಿತು. ಅದು ನಾಯಿಪಾಡು. ನನಗೆ ನಿದ್ದೆ ಮಾಡುವುದಕ್ಕೂ ಅವಕಾಶ ಸಿಗುತ್ತಿರಲಿಲ್ಲ. ಏನನ್ನು ಯೋಚಿಸುವುದಕ್ಕೂ ಆಗುತ್ತಿರಲಿಲ್ಲ. ನನ್ನ ಮೇಲೆ ಅಪಮಾನದ ಸುರಿಮಳೆಯೇ ಸುರಿಯತೊಡಗಿತು. ನಾನು ಅವುಗಳಿಗೆಲ್ಲ ನಿರಾಸಕ್ತನ ಹಾಗೆ, ದೈನ್ಯದಿಂದ ನಕ್ಕು ಸುಮ್ಮನಾಗಿಬಿಡುತ್ತಿದ್ದೆ. ಏಕೆಂದರೆ ಅವನನ್ನು ಸಂತೃಪ್ತಿಗೊಳಿಸಲು ಇದೊಂದೇ ಮಾರ್ಗ ಎಂದು ಕಂಡುಕೊಂಡಿದ್ದೆ. ಅವನ ಉದ್ಧಟನತಕ್ಕೆ ಅವನ ರೋಗ ಹೇಗೋ ಹಾಗೆ ಅವನ ಮನೋಧರ್ಮವೂ ಕಾರಣವಾಗಿತ್ತು. ಅವನ ರೋಗಗಳು ತುಂಬ ಜಟಿಲವಾಗಿದ್ದವು. ಅವನಿಗೆ ಹೃದಯದ ಅಪಧಮನಿಯಲ್ಲಿ ಗಡ್ಡೆ, ಸಂಧಿವಾತ ಮತ್ತು ಇತರ ಎರಡು ಮೂರು ಬಾಧೆಗಳಿದ್ದವು. ಅವನಿಗೆ ಅರವತ್ತರ ಸುಮಾರು. ಐದನೆಯ ವಯಸ್ಸಿನಿಂದಲೂ ಎಲ್ಲರೂ ತನ್ನ ಆಜ್ಞಾಧಾರಕರಾಗಿರುವಂತೆ ನಡೆಸಿಕೊಂಡು ಅವನಿಗೆ ರೂಢಿಯಾಗಿತ್ತು. ಅವನ ಸಿಡುಕುತನವನ್ನು ಹೇಗೋ ತಡೆದುಕೊಳ್ಳಬಹುದಾಗಿತ್ತು. ಆದರೆ ಅವನ ಧೂರ್ತತನಕ್ಕೆ ಏನು ಮಾಡೋಣ ? ಬೇರೆಯವರು ನೋವುಂಡರೆ, ತೇಜೋಭಂಗಕ್ಕೆ ಒಳಗಾದರೆ ಅವನಿಗೆ ಖುಷಿ. ಮೂರು ತಿಂಗಳು ಕಳೆಯುವಷ್ಟರಲ್ಲಿ ಅವನನ್ನು ಸಹಿಸಿ ಸಹಿಸಿ ನನಗೆ ಸಾಕಾಗಿಹೋಯಿತು. ಬಿಟ್ಟು ಹೋಗೋಣ ಎಂದು ನಿರ್ಧಾರ ಮಾಡಿಕೊಂಡೆ. ಅದಕ್ಕೆ ಸರಿಯಾದ ಸಂದರ್ಭ ಮಾತ್ರ ಒದಗಿರಲಿಲ್ಲ.

ಆದರೆ ಅಂಥ ಅವಕಾಶ ಬೇಗನೆ ಸಿಕ್ಕಿತು. ಒಂದು ದಿನ ನಾನು ಅವನಿಗೆ ಒಂದು ಸಂದೇಶವನ್ನು ಕೊಡುವುದು ಸ್ವಲ್ಪ ತಡವಾದಾಗ ಅವನು ತನ್ನ ಕೋಲು ತೆಗೆದುಕೊಂಡು ನನಗೆ ಎರಡು ಮೂರು ಸಾರಿ ಜೋರಾಗಿ ಹೊಡೆದ. ಅಲ್ಲಿಗೆ ನನ್ನ ಸಹನೆಯ ಕಟ್ಟೆ ಒಡೆಯಿತು. ಅವನಿಗೆ ಅಲ್ಲೇ ಹೇಳಿಬಿಟ್ಟೆ, ನನಗೆ ನಿಮ್ಮ ಸಹವಾಸ ಸಾಕು ಅಂತ. ಹಾಗೆ ಹೇಳಿ ನನ್ನ ಗಂಟು ಮೂಟೆ ಕಟ್ಟಲು ಹೊರಟೆ. ಆಮೇಲೆ ಅವನು ನನ್ನ ಕೋಣೆಗೆ ಬಂದ. ಉಳಕೋ ಅಂತ ಪ್ರಾರ್ಥಿಸಿದ. ಕೋಪ ಮಾಡಿಕೊಳ್ಳೋ ಅಂಥಾದ್ದು ಏನೂ ಆಗಿಲ್ಲ ಅಂದ. ಮುದುಕನ ಅರುಳುಮರುಳನ್ನು ಮನಸ್ಸಿಗೆ ಹಚ್ಚಿಕೋಬೇಡವಯ್ಯ ಎಂದು ಗೋಗರೆದ.

ಅವನು ಅಷ್ಟೆಲ್ಲಾ ಒತ್ತಾಯ ಮಾಡಿದ್ದಕ್ಕೆ ನಾನು ಉಳಿಯಲು ಒಪ್ಪಿಕೊಂಡೆ.

ಆ ದಿನ ಸಂಜೆ ಅವನು ನನಗೆ ಹೇಳಿದ :

"ಪ್ರೊಕೋಪ್ಯೋ ನನ್ನದು ಮುಗೀತಾ ಬಂತು. ಇನ್ನು ಹೆಚ್ಚು ದಿನ ನಾನು ಬದುಕಿರಲಾರೆ. ಆಗ್ಲೇ ಗೋರಿಯ ಅಂಚಿಗೆ ಬಂದಿದೇನೆ. ನನ್ನ ಶವಸಂಸ್ಕಾರಕ್ಕೆ ನೀನೂ ಬರಬೇಕಪ್ಪ ಪ್ರೊಕೋಪ್ಯೋ. ಏನೇ ಆಗಲೀ ನೀನು ತಪ್ಪಿಸಿಕೊಳ್ಳೋಹಾಗಿಲ್ಲ. ನೀನು ಬರಲೇಬೇಕು, ನನ್ನ ಸಮಾಧಿಯ ಮುಂದೆ ಪ್ರಾರ್ಥನೆ ಮಾಡಲೇಬೇಕು."

ಆಮೇಲೆ ನಗುತ್ತಾ ಆತ ಮುಂದುವರಿಸಿದ:

"ನೀನು ಬರದಿದ್ದರೆ ರಾತ್ರಿ ಹೊತ್ತು ನನ್ನ ಪ್ರೇತ ಬಂದು ನಿನ್ನ ಕಾಲು ಎಳೀತದೆ, ಹುಷಾರ್. ನಿನಗೆ ಭೂತ ಪ್ರೇತಗಳಲ್ಲಿ ನಂಬಿಕೆ ಇದೆಯಾ ಪ್ರೊಕೋಪ್ಯೋ?"

"ಅದೆಲ್ಲಾ ಬರೀ ಬೊಗಳೆ!"

"ಯಾಕಯ್ಯಾ ಹಾಗಂತಿ ಮಂಕೆ?" ಎಂದ ಆತ ಕಣ್ಣರಳಿಸುತ್ತಾ ಮುಂಗೋಪದಿಂದ.

ಅವನು ಶಾಂತ ಮನಸ್ಕನಾಗಿರುತ್ತಿದ್ದ ಸಂದರ್ಭಗಳಲ್ಲಿ ಇರುತ್ತಿದ್ದುದು ಹೀಗೆ. ಇನ್ನು ಪಿತ್ತ ನೆತ್ತಿಗೇರಿದಾಗ ಹೇಗಿರುತ್ತಿದ್ದ, ನೀವೇ ಊಹಿಸಿಕೊಳ್ಳಿ.

ಅದಾದ ಮೇಲೆ ಕರ್ನಲ್ ನನ್ನನ್ನು ಕೋಲಿನಿಂದ ಹೊಡೆಯಲಿಲ್ಲ. ಆದರೆ ಅವನ ಮೂದಲಿಕೆಗಳು ಹಿಂದಿಗಿಂತ ಹೆಚ್ಚಾಗದಿದ್ದರೂ ಅದೇ ಪ್ರಮಾಣದಲ್ಲಿ ಉಳಿದವು. ಕಾಲ ಕಳೆದಂತೆ ನಾನೂ ಸ್ವಲ್ಪ ಗಟ್ಟಿಯಾದೆ. ಅದಕ್ಕೆಲ್ಲ ಲಕ್ಷ್ಯಕೊಡುವುದನ್ನು ನಿಲ್ಲಿಸಿದೆ. ನಾನೊಬ್ಬ ಹೆಡ್ಡ, ಒಂಟೆ, ಗಮಾರ, ಮೂರ್ಖ, ಪೆದ್ದ – ನಾನು ಅವನ ಪಾಲಿಗೆ ಎಲ್ಲ ಆಗಿದ್ದೆ! ಇನ್ನೊಂದು ತಮಾಷೆಯೆಂದರೆ ಈ ಎಲ್ಲ ವಿಚಿತ್ರ ಹೆಸರುಗಳೂ ನನಗೆ ಮಾತ್ರ ಮೀಸಲಾಗಿದ್ದವು. ಅವನಿಗೆ ಯಾರೂ ನೆಂಟರಿರಲಿಲ್ಲ. ಒಬ್ಬ ಅಣ್ಣನ ಮಗ ಇದ್ದ, ಆದರೆ ಅವನೂ ಕ್ಷಯದಿಂದ ಸತ್ತುಹೋಗಿದ್ದ. ಇನ್ನು ಸ್ನೇಹಿತರು. ಅವರು ಯಾವಾಗಲಾದರೂ ಒಮ್ಮೊಮ್ಮೆ ಬಂದು ಹೆಚ್ಚೆಂದರೆ ಐದು ಹತ್ತು ನಿಮಿಷಗಳಿದ್ದು ಅವನ ಮುಖಸ್ತುತಿ ಮಾಡಿ ಹೊರಟುಹೋಗುತ್ತಿದ್ದರು. ಆದುದರಿಂದ ಅವನ ಮೂದಲಿಕೆಯ ಮಾತುಗಳ ಪದಕೋಶವನ್ನೆಲ್ಲಾ ಸ್ವೀಕರಿಸಲು ನಾನೊಬ್ಬನೇ ಸದಾ ಅಲ್ಲಿರುತ್ತಿದ್ದೆ. ಎಷ್ಟೋ ಸಲ ಅವನನ್ನು ಬಿಟ್ಟು ಹೋಗಬೇಕು ಎಂದು ನಿರ್ಧಾರ ಮಾಡುತ್ತಿದ್ದೆ. ಆದರೆ ಕರ್ನಲ್‌ನನ್ನು ಕೈಬಿಡಬೇಡ ಎಂದು ಅಲ್ಲಿನ ಪಾದ್ರಿ ಒತ್ತಾಯ ಹೇರುತ್ತಿದ್ದ. ಕೊನೆಗೆ ನಾನೇ ಯಾವಾಗಲೂ ಸೋಲುತ್ತಿದ್ದೆ.

ದಿನದಿನಕ್ಕೆ ನಮ್ಮ ಸಂಬಂಧಗಳು ತುಂಬ ಬಿಗಡಾಯಿಸುತ್ತಿದ್ದವು. ಅಷ್ಟೇ ಅಲ್ಲ, ನಾನು ಕೂಡ ರೀವೋ ದೇ ಝಾನೇರೋಗೆ ಹಿಂತಿರುಗಬೇಕೆಂಬ ಆತುರದಲ್ಲಿದ್ದೆ. ನನಗೂ ಅಗಲೇ ನಲವತ್ತೆರಡು ವರ್ಷ ವಯಸ್ಸಾಗಿತ್ತು. ಅಂಥ ವಯಸ್ಸಿನಲ್ಲಿ ಯಾವುದೋ ಮೂಲೆಯ ಕುಗ್ರಾಮದಲ್ಲಿ ಕ್ರೂರಿಯಾದ ಹಾಗೂ ಮುಂಗೋಪಿಯಾದ ರೋಗಗ್ರಸ್ತ ಮುದುಕನೊಬ್ಬನ ಸಂಗದಲ್ಲಿ ಯಾವಜ್ಜೀವವೂ ಕಾಲ ತಳ್ಳಬೇಕೆಂದರೆ ಸ್ವಲ್ಪ ಕಷ್ಟವೇ. ಹೊರ ಪ್ರಪಂಚದೊಡನೆ ನನ್ನ ಸಂಪರ್ಕ ಎಷ್ಟರಮಟ್ಟಿಗೆ ಕಡಿದುಹೋಗಿತ್ತೆಂದರೆ ದಿನಪತ್ರಿಕೆಗಳನ್ನೂ ನನಗೆ ಓದಲು ಆಗುತ್ತಿರಲಿಲ್ಲ. ಕರ್ನಲ್‌ಗೆ ಯಾರಾದರೂ ಹೇಳುತ್ತಿದ್ದ ಚೂರುಪಾರು ಸುದ್ದಿಗಳು ನನ್ನ ಕಿವಿಗೆ ಬೀಳುತ್ತಿದ್ದವು ಅಷ್ಟೆ. ಅದು ಬಿಟ್ಟರೆ ಹೊರಗೇನಾಗುತ್ತಿದೆ ಎಂದು ನನಗೆ ತಿಳಿಯುತ್ತಲೇ ಇರಲಿಲ್ಲ. ಆದುದರಿಂದ, ಪಾದ್ರಿಯೊಡನೆ ಮನಸ್ಸು ಮುರಿದರೂ ಪರವಾಗಿಲ್ಲ, ಅವಕಾಶ ಸಿಕ್ಕಿದ ಕೂಡಲೇ ರೀವೋಗೆ ಹಿಂತಿರುಗಬೇಕು ಎಂದು ನಾನು ಹಪಹಪಿಸತೊಡಗಿದೆ. ಈಗ

ನಾನು ಸಾರಾಸಗಟು ತಪ್ಪೊಪ್ಪಿಗೆ ಮಾಡುತ್ತಿರುವುದರಿಂದ ಇನ್ನೂ ಒಂದು ಮಾತು ಹೇಳಿಬಿಡಬಹುದು. ಆವರೆಗೆ ನನ್ನ ಸಂಬಳದಲ್ಲಿ ಒಂದು ಕಾಸೂ ಖರ್ಚು ಮಾಡಿರಲಿಲ್ಲ. ರಾಜಧಾನಿಗೆ ಹೋಗಿ ಅದನ್ನು ಉಡಾಯಿಸಬೇಕು ಎಂದೂ ನಾನು ಚಡಪಡಿಸುತ್ತಿದ್ದೆ.

ಪ್ರಾಯಶಃ ಅಂಥ ಅವಕಾಶ ಹತ್ತಿರ ಹತ್ತಿರ ಬರುತ್ತಿತ್ತು. ಕರ್ನಲ್ ದಿನದಿನಕ್ಕೆ ಹೆಚ್ಚು ಅಸಹನೀಯನಾಗುತ್ತಿದ್ದ. ಇಷ್ಟರ ಮಧ್ಯೆ ಆತ ತನ್ನ ಉಯಿಲನ್ನೂ ಬರೆದು ಮುಗಿಸಿದ. ಆಗ ಬಂದಿದ್ದ ವಕೀಲನಿಗೆ ಹೆಚ್ಚುಕಡಮೆ ನನಗೆ ದೊರತಷ್ಟೇ ಮೂದಲಿಕೆಗಳು ದೊರೆತವು. ಆ ರೋಗಿಷ್ಠನ ಚಿಕಿತ್ಸೆ ದಿನದಿನಕ್ಕೆ ಹೆಚ್ಚು ಕಟ್ಟುನಿಟ್ಟಿನದಾಯಿತು. ನನಗಂತೂ ಮೈ ತುರಿಸಿಕೊಳ್ಳುವುದಕ್ಕೂ ಪುರುಸೊತ್ತಿಲ್ಲದ ಹಾಗಾಯಿತು. ಒಂದು ನಿಮಿಷ ಸಮಾಧಾನವಾಗಿ ಕೂಡುವಂತಿರಲಿಲ್ಲ. ನನ್ನಲ್ಲಿದ್ದ ಅಲ್ಪಸ್ವಲ್ಪ ಕುರುಣೆಯಿಂದ ಆವರೆಗೆ ಹೇಗೋ ರೋಗಿಯ ಅತಿರೇಖಗಳನ್ನು ಮರೆಯುತ್ತಿದ್ದೆ. ಈಗ ಆ ಕರುಣೆಯೂ ಕಣ್ಮರೆಯಯಾಯಿತು. ನನ್ನ ಒಡಲಲ್ಲಿ ತಿರಸ್ಕಾರ ಹಾಗೂ ವಿದ್ವೇಷದ ಭಾಂಡವೇ ತಕಪಕ ಕುದಿಯುತ್ತಿತ್ತು. ಆಗಸ್ಟ್ ತಿಂಗಳು ಪ್ರಾರಂಭವಾದ ಕೂಡಲೇ ಖಂಡಿತ ಅಲ್ಲಿಂದ ಹೊರಟುಬಿಡಬೇಕು ಎಂದು ನಾನು ತೀರ್ಮಾನಿಸಿಕೊಂಡೆ. ನನ್ನ ಮಾತುಗಳನ್ನೆಲ್ಲ ಕೇಳಿದ ಪಾದ್ರಿ ಹಾಗೂ ವೈದ್ಯರು ಹೇಗೋ ಇನ್ನೊಂದು ಸ್ವಲ್ಪ ದಿನ ಸಾವರಿಸಿಕೊಂಡು ಹೋಗು ಎಂದು ಕೇಳಿಕೊಂಡರು. ಅವರಿಗೆ ನಾನು ಒಂದು ತಿಂಗಳ ಗಡುವು ನೀಡಿದೆ. ಅದು ಮುಗಿದ ಕೂಡಲೇ, ರೋಗಿಯ ಸ್ಥಿತಿ ಹೇಗೇ ಇರಲಿ ನಾನು ಹೊರಟು ಹೋಗುತ್ತೇನೆಂದು ಹೇಳಿದೆ. ನನಗೆ ಇನ್ನೊಬ್ಬ ಬದಲಿಯನ್ನು ಹೊಂದಿಸುತ್ತೇನೆಂದು ಪಾದ್ರಿ ಭರವಸೆ ಕೊಟ್ಟರು.

ಆಮೇಲೆ ಏನಾಯಿತು ಅಂತ ನೋಡಿ. ಆಗಸ್ಟ್ 24ರ ಸಂಜೆ ಕರ್ನಲ್‌ಗೆ ಯಾಕೋ ಪಿತ್ತ ಕೆರಳಿಬಿಟ್ಟಿತು. ಸಿಕ್ಕಾಬಟ್ಟೆ ಕೋಪ ಬಂದು ನನ್ನನ್ನು ಹೊಡೆದುಬಿಟ್ಟ. ಹೀನಾಮಾನ ಬೈದ. ಗುಂಡಿಕ್ಕಿಬಿಡ್ತೇನೆ ಅಂತ ಹೆದರಿಸಿದ. ಕೊನೆಗೆ, ತುಂಬ ತಣ್ಣಗಾಗಿತ್ತು ಅಂತ ಗಂಜಿಯ ತಟ್ಟೆಯನ್ನು ನನ್ನ ಮುಖದ ಕಡೆಗೆ ಎಸೆದುಬಿಟ್ಟ. ಆ ಪಿಂಗಾಣಿ ತಟ್ಟೆ ಗೋಡೆಗೆ ಬಡಿದು ಚುಕ್ಕಾಚೂರಾಗಿ ಹೋಯಿತು.

"ಅದರ ದುಡ್ಡು ಕಟ್ಟಿಕೊಡಬೇಕು ಕಣಲೋ ಕಳ್ಳ!" ಎಂದು ಹೂಂಕರಿಸಿದ ಕರ್ನಲ್.

ಆಮೇಲೆ ಎಷ್ಟೋ ಹೊತ್ತು ಅವನು ಗೊಣಗುತ್ತಲೇ ಇದ್ದ. ರಾತ್ರಿ ಹನ್ನೊಂದು ಗಂಟೆಯ ಹೊತ್ತಿಗೆ ಅವನಿಗೆ ನಿಧಾನವಾಗಿ ನಿದ್ದೆ ಬಂತು. ಅವನಿಗೆ ನಿದ್ದೆ ಬಂದದ್ದನ್ನು ನೋಡಿಕೊಂಡು ನಾನು ನನ್ನ ಜೇಬಿನಿಂದ ಒಂದು ಪುಸ್ತಕ ಹೊರತೆಗೆದೆ. ಅದು ವಾರ್ಲೈನ್ ಕೂರ್‌ನ ಹಳೆಯ ರಮ್ಯ ಕಾದಂಬರಿಯೊಂದರ ಅನುವಾದ. ಮನೆಯಲ್ಲಿ ಎಲ್ಲೋ ಬಿದ್ದಿತ್ತು. ನಾನು ಅದನ್ನು ಹಿಡಿದುಕೊಂಡು ಅವನ ಹಾಸಿಗೆಗೆ ಅನತಿ ದೂರದಲ್ಲಿ ಕುಳಿತು ಓದತೊಡಗಿದೆ. ಅವನನ್ನು ಮಧ್ಯರಾತ್ರಿಯಲ್ಲಿ ಎಬ್ಬಿಸಿ ಔಷಧ ಕೊಡಬೇಕಾಗಿತ್ತು. ಆದರೆ ಆಯಾಸದಿಂದಲೋ ಅಥವಾ ಪುಸ್ತಕದ ಪ್ರಭಾವದಿಂದಲೋ ಎರಡನೆಯ ಪುಟ ಓದಿ ಮುಗಿಸುವಷ್ಟರಲ್ಲಿ ನಾನೂ ನಿದ್ರಾವಶನಾದೆ. ಇದ್ದಕ್ಕಿದ್ದಂತೆಯೇ ಕರ್ನಲ್‌ನ ಅರಚಾಟ ಕೇಳಿ ಬೆಚ್ಚಿಬಿದ್ದು ಎಚ್ಚರಗೊಂಡೆ. ಒಂದೇ ಕ್ಷಣದಲ್ಲಿ ಧಡಕ್ಕನೆ ಎದ್ದು ನಿಂತೆ. ಸನ್ನಿ ಹಿಡಿದವನಂತೆ ಅವನು ಒಂದೇ ಸಮನೆ ಅರಚಿದ್ದನ್ನೇ ಅರಚುತ್ತಿದ್ದ. ಕೊನೆಗೆ ಅವನು ನೀರಿನ ಶೀಷೆಯನ್ನು ತೆಗೆದುಕೊಂಡವನೇ ನನ್ನ ಮುಖದ ಕಡೆಗೆ ಎಸೆದುಬಿಟ್ಟ. ನನಗೆ ತಪ್ಪಿಸಿಕೊಳ್ಳಲಾಗಲಿಲ್ಲ. ಶೀಷೆ ನನ್ನ ಎಡಗೆನ್ನೆಗೆ ಜೋರಾಗಿ ಬಡಿಯಿತು. ಕೂಡಲೇ ತೀವ್ರವಾಗಿ ನೋವಾಗಿ ನನಗೆ ಪ್ರಜ್ಞೆ ತಪ್ಪುವ

ಹಾಗಾಯಿತು. ನಾನು ಮುದುಕನ ಕಡೆಗೆ ಛಂಗನೆ ನೆಗೆದೆ. ಎರಡೂ ಕೈಗಳಿಂದ ಅವನ ಕುತ್ತಿಗೆಯನ್ನು ಬಿಗಿಯಾಗಿ ಹಿಡಿದೆ. ಮುದುಕ ಕ್ಷಣಕಾಲ ಒದ್ದಾಡಿದ. ನಾನು ಅವನ ಕುತ್ತಿಗೆಯನ್ನು ಹಿಚುಕಿಬಿಟ್ಟೆ.

ಅವನ ಉಸಿರಾಟ ನಿಂತುಹೋಯಿತೆಂದು ಗೊತ್ತಾದ ಕೂಡಲೇ ನಾನು ಭಯದಿಂದ ಮೆಟ್ಟಿಬಿದ್ದೆ, ಚೀರಿದೆ. ಆದರೆ ಅದು ಯಾರಿಗೂ ಕೇಳಿಸಲಿಲ್ಲ. ಮತ್ತೆ ಹಾಸಿಗೆಯ ಬಳಿ ಹೋಗಿ ಅವನನ್ನು ಬದುಕಿಸುವಂತೆ ಅಲುಗಾಡಿಸಿದೆ. ಆದರೆ ಕಾಲ ಮಿಂಚಿತ್ತು. ಅವನ ಹೃದಯದ ಗಡ್ಡೆ ಒಡೆದಿತ್ತು. ಕರ್ನಲ್ ಸತ್ತುಹೋಗಿದ್ದ. ನಾನು ಪಕ್ಕದ ಕೋಣೆಗೆ ಹೋಗಿ ಕುಳಿತುಬಿಟ್ಟೆ. ಎರಡು ಗಂಟೆಯ ಕಾಲ ಅಲ್ಲಿಂದ ಹೊರಬರುವ ಸಾಹಸ ಮಾಡಲಿಲ್ಲ. ಆ ಸನ್ನಿವೇಶದಲ್ಲಿ ನನ್ನ ಮನಸ್ಸಿನಲ್ಲಿ ಏನೇನಾಯತು ಎಂದು ವಿವರಿಸುವುದು ಈಗ ಅಸಾಧ್ಯ. ನನ್ನ ಬುದ್ಧಿಗೆ ತೀವ್ರವಾದ ಮಂಕು ಹಿಡಿದುಹೋಗಿತ್ತು. ಸನ್ನಿ ಹಿಡಿದು ಅಸ್ಪಷ್ಟ ನಿರ್ವಾತದಲ್ಲಿ ತೇಲುತ್ತಿದ್ದತಿತ್ತು. ಗೋಡೆಯ ಮೇಲೆ ಹಲ್ಲುಕಿರಿಯುವ ಮುಖಗಳು ಕಾಣಿಸಿಕೊಂಡ ಹಾಗಾಯಿತು. ಮುಸುಕಿನ ಪಿಸುಮಾತುಗಳು ಕೇಳಿಸಿದವು. ಮುದುಕ ಮೊದಲು ಅರಚಿದ್ದು, ಒದ್ದಾಡುವಾಗ ಮತ್ತು ಉತ್ತಮಣದ ಕೊನೆಯ ಗಳಿಗೆಯಲ್ಲಿ ಚೀರಿದ್ದು ಎಲ್ಲ ಇನ್ನೂ ನನ್ನಲ್ಲಿ ಅನುರಣನಗೊಳ್ಳುತ್ತಿತ್ತು. ನಾನು ಯಾವ ದಿಕ್ಕಿಗೇ ತಿರುಗಲಿ, ಗಾಳಿ ಹುಚ್ಚು ಹುಚ್ಚಾಗಿ ಕಂಪಿಸುವಂತೆ ಕಾಣುತ್ತಿತ್ತು. ನಾನು ಕಲ್ಪನೆಯ ಚಿತ್ರಗಳನ್ನು ಕಟ್ಟುತ್ತಿದ್ದೇನೆಂದು ಅಥವಾ ಮಾತಿನ ಮಂಟಪ ನಿರ್ಮಿಸುತ್ತಿದ್ದೇನೆಂದು ಭಾವಿಸಬೇಡಿ. ಬೇಕಾದರೆ ಆಣೆ ಮಾಡಿ ಹೇಳ್ತೇನೆ: "ಕೊಲೆಪಾತಕ! ಕೊಲೆಪಾತಕ!" ಅಂತ ನನ್ನ ಕಡೆಗೆ ಬೊಟ್ಟುಮಾಡಿ ಕೂಗುವ ಧ್ವನಿಗಳು ಸ್ಪಷ್ಟವಾಗಿ ಕೇಳುತ್ತಿದ್ದವು.

ಮನೆ ನಿಶ್ಶಬ್ದವಾಗಿತ್ತು. ಗಡಿಯಾರ ಮಾತ್ರ ಒಂದೇ ಸಮನೆ, ನಿಧಾನವಾಗಿ ನೀರಸವಾಗಿ ಟಿಕ್ ಟಿಕ್ ಅನ್ನುತ್ತಿತ್ತು. ಅದು ಮೌನವನ್ನೂ ಏಕಾಂತತೆಯನ್ನೂ ಇನ್ನಷ್ಟು ತೀವ್ರಗೊಳಿಸುತ್ತಿತ್ತು. ಆ ಕೋಣೆಯ ಬಳಿ ಹೋಗಿ ಬಾಗಿಲಿಗೆ ಕಿವಿ ಹಚ್ಚಿದೆ. ಮುಲುಕಾಟವೋ, ಮಾತೋ, ಮೂದಲಿಕಯೋ, ಜೀವಸಂಚಾರ ಅಲ್ಲಿದೆಯೆಂದು ಸೂಚಿಸುವ ಏನಾದರೊಂದು ಕೇಳಿಸೀತು, ನನ್ನ ಮನಃಸಾಕ್ಷಿಗೆ ಮತ್ತೆ ಶಾಂತಿ ದೊರೆತೀತು ಎಂಬ ಆಸೆಯಿಂದ ಆಲಿಸಿದೆ. ಕರ್ನಲ್ ನನಗೆ ಹತ್ತಲ್ಲ, ಇಪ್ಪತ್ತಲ್ಲ, ನೂರು ಸಲ ಹೊಡೆದರೂ ಹೊಡೆಸಿಕೊಳ್ಳಲು ನಾನು ಸಿದ್ಧನಾಗಿದ್ದೆ. ಆದರೆ ಏನೂ ಕೇಳಿಸಲಿಲ್ಲ – ಎಲ್ಲ ನಿಶ್ಶಬ್ದ, ನೀರವ. ನಾನು ಗೊತ್ತುಗುರಿಯಿಲ್ಲದೆ ಕೋಣೆಯಲ್ಲೇ ಶತಪಥ ಹಾಕತೊಡಗಿದೆ. ಕೊನೆಗೆ ಹತಾಶನಾಗಿ ತಲೆಯ ಮೇಲೆ ಕೈಹೊತ್ತು ಕುಳಿತುಕೊಂಡೆ. ಈ ಸ್ಥಳಕ್ಕೆ ಯಾಕಾದರೂ ಬಂದೆನೋ ಎಂದು ಪಶ್ಚಾತ್ತಾಪ ಪಡತೊಡಗಿದೆ.

"ಈ ಕೆಲಸವನ್ನು ಯಾವ ದರಿದ್ರ ಗಳಿಗೆಯಲ್ಲಿ ಒಪ್ಪಿಕೊಂಡೆನೋ" ಎಂದು ಶಪಿಸುತ್ತ ನಾನು ಅತ್ತೆ. ನಿಕ್‌ಥೆರಾಯ್‌ನ ಪಾದ್ರಿ, ವೈದ್ಯ, ಇಲ್ಲಿನ ಪಾದ್ರಿ, ನನ್ನನ್ನು ಈ ಸ್ಥಳಕ್ಕೆ ಕಳಿಸಿದ ಹಾಗೂ ಇಷ್ಟು ಕಾಲ ಇಲ್ಲಿ ಇರುವಂತೆ ಒತ್ತಾಯಿಸಿದ ಎಲ್ಲರ ವಿರುದ್ಧ ರೋಷದಿಂದ ಬೆಂಕಿ ಕಾರಿದೆ. ನಾನು ಎಸಗಿದ ಈ ಹತ್ಯೆಯಲ್ಲಿ ಅವರೂ ಸಾಮೀಲು ಎಂದು ನನಗೆ ನಾನೇ ಸಮಾಧಾನ ಮಾಡಿಕೊಂಡೆ.

ಕೊನೆಗೆ ಆ ಮೌನವೇ ನನ್ನನ್ನು ಬೆದರಿಸತೊಡಗಿತು. ಗಾಳಿಯ ಮರ್ಮರವನ್ನಾದರೂ ಕೇಳೋಣ ಎಂಬ ನಿರೀಕ್ಷೆಯಿಂದ ನಾನು ಕಿಟಕಿಯ ಬಾಗಿಲನ್ನು ತೆರೆದೆ. ಆದರೆ ಗಾಳಿಯೇ

ಬೀಸುತ್ತಿರಲಿಲ್ಲ. ರಾತ್ರಿ ಪ್ರಶಾಂತವಾಗಿತ್ತು. ಸಾಗಿ ಹೋಗುತ್ತಿರುವ ಶವಯಾತ್ರೆಯನ್ನು ನೋಡಿ, ತಮ್ಮ ಹ್ಯಾಟುಗಳನ್ನು ತೆಗೆದು ತಮ್ಮ ಪಾಡಿಗೆ ತಾವು ಬೇರೇನೋ ವಿಷಯಗಳ ಬಗೆಗೆ ಮಾತನಾಡುತ್ತಿರುವವರ ಹಾಗೆ, ಆಕಾಶದಲ್ಲಿ ನಕ್ಷತ್ರಗಳು ನಿರಾಸಕ್ತಿಯಿಂದ ಮಿನುಗುತ್ತಿದ್ದವು. ಮೊಣಕೈಯನ್ನು ಕಿಟಕಿಯ ಚೌಕಟ್ಟಿನ ಮೇಲೆ ಊರಿ, ಕತ್ತಲೆಯ ಗರ್ಭದಲ್ಲಿ ದೃಷ್ಟಿನೆಟ್ಟು, ಸದ್ಯದ ವ್ಯಥೆಯನ್ನು ಮರೆಯುವುದಕ್ಕಾಗಿ ಬಲಾತ್ಕಾರದಿಂದ ಮನಸ್ಸಿನಲ್ಲೇ ನನ್ನ ಈವರೆಗಿನ ಜೀವನವನ್ನು ಸಾರಾಂಶ ರೂಪದಲ್ಲಿ ನೆನೆಯುತ್ತಾ ನಾನು ಕಿಟಕಿಯ ಬಳಿಯೇ ಸ್ವಲ್ಪ ಹೊತ್ತು ನಿಂತೆ. ನನ್ನ ಅಪರಾಧಕ್ಕೆ ಎಂಥ ಶಿಕ್ಷೆ ವಿಧಿಸಬಹುದೆಂದು ಆಗಷ್ಟೇ ಯೋಚಿಸಿದೆ ಅಂತ ಕಾಣುತ್ತದೆ. ನನ್ನ ಮೇಲೆ ಅಪರಾಧ ಹೊರಿಸಿ ಉಗ್ರ ಶಿಕ್ಷೆ ವಿಧಿಸಿದಂತೆ ಆಗಲೇ ಕಲ್ಪಿಸಿಕೊಳ್ಳತೊಡಗಿದೆ. ಆ ಗಳಿಗೆಯಿಂದ ನನ್ನ ಮನಸ್ಸಿನಲ್ಲಿ ಪಶ್ಚಾತ್ತಾಪದ ಸ್ಥಾನದಲ್ಲಿ ಭಯ ತುಂಬಿಕೊಂಡಿತು. ನನ್ನ ರೋಮ ರೋಮಗಳೆಲ್ಲ ನಿಮಿರಿ ನಿಂತವು. ಸ್ವಲ್ಪ ಹೊತ್ತಿನಲ್ಲಿ ಮಾಳಿಗೆಯ ಮೇಲೆ ಮೂರು ನಾಲ್ಕು ಮಾನವಾಕಾರಗಳು ಮರೆಯಲ್ಲಿ ಅವಿತಿಟ್ಟುಕೊಂಡು ನನ್ನನ್ನೇ ಹೊಂಚಿ ನೋಡುತ್ತಿರುವಂತೆ ಕಂಡಿತು. ನಾನು ಹಿಂದಕ್ಕೆ ಸರಿದೆ. ಆಕಾರಗಳು ಗಾಳಿಯಲ್ಲಿ ಕಣ್ಮರೆಯಾದವು. ಮನಸ್ಸಿನ ಹುಚ್ಚು ಕಲ್ಪನೆ.

ಬೆಳಕು ಹರಿಯುವುದಕ್ಕೆ ಮುನ್ನ ನಾನು ನನ್ನ ಮುಖದಲ್ಲಾಗಿದ್ದ ಗಾಯಗಳಿಗೆ ಪಟ್ಟಿ ಕಟ್ಟಿದೆ. ಅಷ್ಟಾದ ಮೇಲೆಯೇ ಆ ಇನ್ನೊಂದು ಕೋಣೆಗೆ ಹೋಗುವ ಧೈರ್ಯ ಬಂದದ್ದು ನನಗೆ. ಎರಡು ಸಲ ಪ್ರಯತ್ನಿಸಿ ಹಿಮ್ಮೆಟ್ಟಿದೆ. ಆದರೆ ಅದನ್ನು ಮಾಡಲೇಬೇಕಲ್ಲ? ಒಳಹೊಕ್ಕೆ. ಆಗಲೂ ಒಂದೇ ಸಲಕ್ಕೆ ಹಾಸಿಗೆಯ ಬಳಿ ಹೋಗಲಿಲ್ಲ. ನನ್ನ ಕಾಲುಗಳು ಗಡಗಡ ನಡುಗಿದವು. ಎದೆಯಲ್ಲಿ ತಮಟೆ ಹೊಡೆಯುತ್ತಿತ್ತು. ಪಲಾಯನ ಮಾಡೋಣವೇ ಅಂದುಕೊಂಡೆ. ಆದರೆ ಹಾಗೆ ಮಾಡಿದರೆ ಅಪರಾಧವನ್ನು ಒಪ್ಪಿಕೊಂಡ ಹಾಗಾಗುತ್ತದೆ. ಅದಕ್ಕೆ ಬದಲಾಗಿ ಅಪರಾಧದ ಎಲ್ಲ ಸುಳಿವುಗಳನ್ನೂ ಮುಚ್ಚಿಹಾಕುವುದು ನನ್ನ ಪಾಲಿನ ಮುಖ್ಯವಾದ ಕೆಲಸ ಎನ್ನಿಸಿತು. ನಾನು ಹಾಸಿಗೆಯ ಕಡೆ ಹೋದೆ. ಹೆಣ ನೋಡಿದೆ. ಗೆಡ್ಡೆ ಕಣ್ಣುಗಳು ಅಗಲವಾಗಿ ತೆರೆದುಕೊಂಡಿದ್ದವು. ಬಾಯಿ ಬಿಟ್ಟುಕೊಂಡಿತ್ತು. ಶತಮಾನಗಳ ಹಿಂದಿನ ಶಾಶ್ವತ ಖಂಡನೆ – "ಕೇನ್*, ನಿನ್ನ ಸೋದರನಿಗೆ ನೀನೇನು ಮಾಡಿಬಿಟ್ಟೆ?" ಎಂಬ ಮಾತನ್ನು ಹೇಳುತ್ತಿರುವಂತಿತ್ತು ಆ ಬಾಯಿ. ಕುತ್ತಿಗೆಯ ಮೇಲೆ ನನ್ನ ಉಗುರಿನ ಗುರುತುಗಳಿರುವುದು ಕಾಣಿಸಿತು. ಆದುದರಿಂದ ಕುತ್ತಿಗೆ ಮುಚ್ಚುವ ಹಾಗೆ ನಾನು ಅಂಗಿಯ ಗುಂಡಿಗಳನ್ನು ಹಾಕಿದೆ. ಹೊದಿಕೆಯನ್ನು ಸತ್ತವನ ಗದ್ದದವರೆಗೂ ಎಳೆದು ಹೊದಿಸಿದೆ. ಆಮೇಲೆ ಒಬ್ಬ ಸೇವಕನನ್ನು ಕರೆದು, ಬೆಳಗಿನ ಝಾವದಲ್ಲಿ ಕರ್ನಲ್ ಸತ್ತುಹೋದನೆಂದು ತಿಳಿಸಿದೆ. ಪಾದ್ರಿ ಮತ್ತು ವೈದ್ಯರಿಗೆ ಸುದ್ದಿ ಕಳುಹಿಸಿದೆ.

ನನಗೆ ಹೊಳೆದ ಮೊದಲ ಯೋಚನೆಯೆಂದರೆ ನನ್ನ ಸೋದರನಿಗೆ ಹುಷಾರಿಲ್ಲವೆಂಬ ನೆಪ ಹೇಳಿ ಆದಷ್ಟು ಬೇಗ ಅಲ್ಲಿಂದ ಕಾಲ್ತೆಗೆಯುವುದು. ವಾಸ್ತವವಾಗಿ ಸ್ವಲ್ಪ ದಿನಗಳ ಹಿಂದೆ, ಅವನಿಗೆ ಸ್ವಲ್ಪವೂ ಹುಷಾರಿಲ್ಲವೆಂದು ರೀವೋದಿಂದ ನನಗೊಂದು ಪತ್ರ ಬಂದಿತ್ತು. ಆದರೆ ನಾನು ಕೂಡಲೇ ಹೊರಟುಬಿಟ್ಟರೆ ಅನುಮಾನಕ್ಕೆ ಕಾರಣವಾಗಬಹುದೆಂದು ಇನ್ನೂ ಸ್ವಲ್ಪ ತಡೆಯಲು ನಿರ್ಧರಿಸಿದೆ. ಮಂದದೃಷ್ಟಿಯ ನೀಗ್ರೋ ಮುದುಕನೊಬ್ಬನ ಸಹಾಯದಿಂದ

---

* ಆಡಂ ಮತ್ತು ಇವರ ಮೊದಲ ಮಗ. ಇವನು ತನ್ನ ತಮ್ಮ ಏಬಲ್‌ನನ್ನೇ ಕೊಲೆ ಮಾಡುತ್ತಾನೆ.

ಮೃತದೇಹವನ್ನು ನಾನೇ ಶವಪೆಟ್ಟಿಗೆಯಲ್ಲಿಟ್ಟೆ. ಮೃತನ ಕೋಣೆಯಲ್ಲೇ ನಾನು ಸದಾ ಇರುತ್ತಿದ್ದೆ. ಅಲ್ಲಿ ಅನುಮಾನಾಸ್ಪದವಾದದ್ದು ಏನಾದರೂ ಯಾರಿಗಾದರೂ ಕಂಡುಬಿಟ್ಟೀತು ಎಂದು ನಾನು ಹೆದರಿಕೊಂಡಿದ್ದೆ. ಬೇರೆ ಯಾರಿಗೂ ನನ್ನ ಬಗೆಗೆ ಅಪನಂಬಿಕೆ ಹುಟ್ಟಬಾರದು ಎಂದು ನಾನು ಖಾತ್ರಿ ಮಾಡಿಕೊಳ್ಳಬೇಕಾಗಿತ್ತು. ಆದರೆ ಯಾರನ್ನೂ ಕಣ್ಣಲ್ಲಿ ಕಣ್ಣಿಟ್ಟು ನೋಡುವ ಧೈರ್ಯ ನನಗಿರಲಿಲ್ಲ. ಪ್ರತಿಯೊಂದಕ್ಕೂ ನಾನು ತಾಳ್ಮೆಗೆಡುತ್ತಿದ್ದೆ. ಕರ್ನಲ್‌ನನ್ನು ನೋಡಲು ಬರುವ ಜನ ತುದಿಗಾಲಲ್ಲಿ ಕೋಣೆಯವರೆಗೆ ಬಂದು ಹೋಗುವುದು, ಅವರ ಪಿಸುಮಾತುಗಳು, ಪಾದ್ರಿಯ ಪ್ರಾರ್ಥನೆಗಳು ಹಾಗೂ ಸಂಸ್ಕಾರ ವಿಧಿಗಳು ಎಲ್ಲ ನನ್ನನ್ನು ತಾಳ್ಮೆಗೆಡಿಸುತ್ತಿದ್ದವು. ಶವಪೆಟ್ಟಿಗೆ ಮುಚ್ಚುವ ಸಮಯ ಬಂತು. ನಾನು ನಡುಗುವ ಕೈಗಳಿಂದಲೇ ಅದನ್ನು ಮುಚ್ಚಿದೆ. ನನ್ನ ಕೈಗಳು ಎಷ್ಟರ ಮಟ್ಟಿಗೆ ನಡುಗುತ್ತಿದ್ದವೆಂದರೆ, ಯಾರೋ ಅದನ್ನು ನೋಡಿ ಅನುಕಂಪದಿಂದ ಜೋರಾಗಿಯೇ ಹೇಳಿದರು:

"ಪಾಪ ಪ್ರೊಕೋಪ್ಯೋ! ಧಣಿಯಿಂದ ಎಷ್ಟೇ ತೊಂದರೆ ಅನುಭವಿಸಿದರೂ ಎಷ್ಟು ದುಃಖಪಡ್ತಿದಾನೆ ನೋಡಿ !"

ಅದು ವಿಡಂಬನೆಯ ಹಾಗೆ ಕೇಳಿಸಿತು ನನಗೆ. ಅದೆಲ್ಲ ಬೇಗ ಮುಗಿದರೆ ಸಾಕು ಎಂದು ನಾನು ಕಾತರಿಸುತ್ತಿದ್ದೆ. ನಾವೆಲ್ಲಾ ಹೊರಗೆ ಬಂದೆವು. ರಸ್ತೆಗೆ ಬರುತ್ತಿದ್ದ ಹಾಗೆ – ಒಳಗಿನ ಅರೆಗತ್ತಲೆಯಿಂದ ಹೊರಗಿನ ಉರಿಬಿಸಿಲಿಗೆ ಬಂದುಕೂಡಲೆ – ನನಗೆ ಕಣ್ಣು ಕತ್ತಲೆಗುಡಿಸಿತು. ನಾನು ತತ್ತರಿಸಿದೆ. ಅಪರಾಧವನ್ನು ಇನ್ನು ಮುಚ್ಚಿಟ್ಟುಕೊಂಡಿರುವುದು ಸಾಧ್ಯವಿಲ್ಲ ಎಂದು ನನಗೆ ಹೆದರಿಕೆಯಾಗತೊಡಗಿತು. ತಲೆ ಮೇಲಕ್ಕೆತ್ತದೆ ನೆಲವನ್ನೇ ನೋಡುತ್ತಾ ಶವಯಾತ್ರೆಯಲ್ಲಿ ನಾನೂ ಸೇರಿಕೊಂಡೆ. ಎಲ್ಲ ಮುಗಿದ ಮೇಲೆ ಮತ್ತೊಮ್ಮೆ ಸಮಾಧಾನದ ನಿಟ್ಟುಸಿರಿಟ್ಟೆ. ಸತ್ತವನ ಹತ್ತಿರ ನನ್ನ ಲೆಕ್ಕಾಚಾರ ಮುಗಿಸಿದ್ದಾಯಿತು. ಮನುಷ್ಯನಿಗೆ ನನ್ನ ಮೇಲೆ ಸಂದೇಹವಿರಲಿಲ್ಲ, ಆದರೆ ನನ್ನ ಮನಃಸಾಕ್ಷಿಗೆ? ಅದಕ್ಕೆ ಶಾಂತಿ ಇರಲಿಲ್ಲ. ಮೊದಲ ಕೆಲವು ದಿನ ರಾತ್ರಿಗಳಲ್ಲಿ ಸಹಜವಾಗಿಯೇ ನಾನು ತ್ರಸ್ತನಾಗಿದ್ದೆ, ಕ್ಲೇಶದಿಂದಿದ್ದೆ. ಆದಕಾರಣ ಲಗುಬಗೆಯಿಂದ ನಾನು ರೀವೊ ದೇ ಝಾನೇರೋಗೆ ಹಿಂತಿರುಗಿದೆ ಎಂದು ನಿಮಗೆ ಬೇರೆ ಹೇಳಬೇಕಾಗಿಲ್ಲವಲ್ಲ ? ಹತ್ಯೆಯ ಸ್ಥಳದಿಂದ ದೂರ ಬಂದಿದ್ದರೂ ಭಯ ಮತ್ತು ಅನುಮಾನಗಳಲ್ಲೇ ಕಾಲ ತಳ್ಳುತ್ತಿದ್ದೆ. ನನ್ನ ಮುಖದಲ್ಲಿ ನಗುವೇ ಸುಳಿಯುತ್ತಿರಲಿಲ್ಲ. ಮಾತು ಅಪರೂಪವಾಗಿತ್ತು. ಊಟವೇ ಸೇರುತ್ತಿರಲಿಲ್ಲ. ಚಿತ್ತಭ್ರಮೆ ಮತ್ತು ದುಃಸ್ವಪ್ನಗಳಿಂದ ನಾನು ನರಳತೊಡಗಿದೆ...

"ಸತ್ತವನ ಆತ್ಮಕ್ಕೆ ಶಾಂತಿ ಸಿಗಲಿ. ಇದು ಅಳತೆಗೆ ಸಿಗದ ಅಳಲು" ಎಂದು ಎಲ್ಲರೂ ನನ್ನೊಡನೆ ಎನ್ನುತ್ತಿದ್ದರು.

ನನ್ನ ಈ ಲಕ್ಷಣಗಳನ್ನು ಜನರು ಅರ್ಥೈಸುತ್ತಿದ್ದ ರೀತಿಯನ್ನು ಕಂಡು ನನಗೆ ಒಳಗೇ ಖುಷಿಯಾಗುತ್ತಿತ್ತು. ಸತ್ತವನನ್ನು ನಾನು ತುಂಬ ಹೊಗಳುತ್ತಿದ್ದೆ. ತುಂಬ ಒಳ್ಳೆಯ ಮನುಷ್ಯ; ವಾಸ್ತವವಾಗಿ ಸ್ವಲ್ಪ ಸಿಡುಕು ಮೋರೆಯವನು ಅಷ್ಟೆ; ಆದರೆ ಚಿನ್ನದಂಥ ಹೃದಯ. ಹಾಗೆ ಮಾತನಾಡುವಾಗ ಎಷ್ಟೋ ಸಲ ನನ್ನ ಮಾತನ್ನೇ ನಾನು ನಂಬುತ್ತಿದ್ದೆ. ನನ್ನಲ್ಲಿ ಇನ್ನೊಂದು ವಿಶಿಷ್ಟ ಪ್ರಕ್ರಿಯೆ ರೂಪುಗೊಳ್ಳುತ್ತಿತ್ತು. ಪ್ರಾಯಶಃ ನೀವು ಇದರಿಂದ ಕೆಲವು ಉಪಯುಕ್ತ ತೀರ್ಮಾನಗಳನ್ನು ಕೈಗೊಳ್ಳಬಹುದು ಅಂತ ಇದನ್ನು ನಿಮಗೆ ಹೇಳ್ತಿದ್ದೇನೆ. ಅದೇನೆಂದರೆ, ನನ್ನಲ್ಲಿ ಧಾರ್ಮಿಕ ಬುದ್ಧಿ ಕ್ವಚಿತ್ತಾಗಿದ್ದರೂ ಬ್ಲೆಸೆಡ್ ಸಾಕ್ರಮೆಂಟ್ ಇಗರ್ಜಿಯಲ್ಲಿ ಕರ್ನಲ್‌ನ

ಆತ್ಮಕ್ಕೆ ಚಿರಶಾಂತಿ ಸಿಗಲೆಂದು ಒಂದು ಪ್ರಾರ್ಥನೆಯನ್ನು ವ್ಯವಸ್ಥೆ ಮಾಡಿದೆ. ಅದಕ್ಕಾಗಿ ನಾನು ಯಾರಿಗೂ ಆಹ್ವಾನ ಕಳಿಸಲಿಲ್ಲ. ಅದರ ವಿಚಾರವಾಗಿ ಯಾರ ಬಳಿಯೂ ಪಿಟ್ಟೆನ್ನಲಿಲ್ಲ. ನಾನೊಬ್ಬನೇ ಅಲ್ಲಿಗೆ ಹೋದೆ. ಪ್ರಾರ್ಥನಾ ವಿಧಿ ನಡೆಯುತ್ತಿದ್ದಷ್ಟು ಹೊತ್ತೂ ಅಲ್ಲಿ ನಾನು ಮಂಡಿಯೂರಿ ಕುಳಿತಿದ್ದೆ. ಅನೇಕ ಸಲ ಎದೆಯ ಮೇಲೆ ಶಿಲುಬೆಯ ನ್ಯಾಸ ಮಾಡಿದೆ. ಪಾದ್ರಿಗೆ ಇಮ್ಮಡಿ ಹಣ ಕೊಟ್ಟೆ. ಬಾಗಿಲಲ್ಲಿ ದಾನ ಧರ್ಮ ಮಾಡಿದೆ. ಇದನ್ನೆಲ್ಲ ಮೃತನ ಹೆಸರಿನಲ್ಲೇ ಮಾಡಿದೆ.

ನನಗೆ ಯಾರಿಗೂ ಮೋಸಮಾಡಲು ಇಷ್ಟವಿರಲಿಲ್ಲ. ಇದಕ್ಕೆ ಸಾಕ್ಷಿಯೆಂದರೆ, ನಾನು ಈ ಎಲ್ಲ ಕಾರ್ಯಗಳನ್ನೂ ಯಾರಿಗೂ ಗೊತ್ತಾಗದ ಹಾಗೆ ಮಾಡಿದೆ. ಈ ಪ್ರಸಂಗವನ್ನು ಮುಕ್ತಾಯ ಮಾಡುವ ಮೊದಲು ಇನ್ನೊಂದು ಮಾತು ಸೇರಿಸಬಹುದು. ಕರ್ನಲ್‌ನ ಪ್ರಸ್ತಾಪ ಮಾಡುವಾಗಲೆಲ್ಲಾ 'ಅವನ ಆತ್ಮಕ್ಕೆ ಶಾಂತಿ ಇರಲಿ!' ಎಂದು ನಾನು ಮತ್ತೆ ಮತ್ತೆ ಹೇಳದೇ ಇರುತ್ತಿರಲಿಲ್ಲ. ಹಾಗೇ ಅವನನ್ನು ಕುರಿತು ಅನೇಕ ಮೋಜಿನ ಪ್ರಸಂಗಗಳನ್ನೂ ಅವನ ಕೆಲವು ಐಲುತನಗಳನ್ನೂ ಹೇಳುತ್ತಿದ್ದೆ.

ನಾನು ಕರ್ನಲ್‌ನ ಊರಿನಿಂದ ರೀವ್ಗೋಗೆ ಬಂದು ಸುಮಾರು ಒಂದು ವಾರವಾದ ಮೇಲೆ ಅಲ್ಲಿನ ಪಾದ್ರಿಯಿಂದ ನನಗೊಂದು ಪತ್ರ ಬಂತು. ಪತ್ರದಲ್ಲಿ ಕರ್ನಲ್‌ನ ಉಯಿಲನ್ನು ತೆರೆದು ಓದಲಾಯಿತೆಂದೂ ನನ್ನನ್ನು ಏಕಮೇವ ಉತ್ತರಾಧಿಕಾರಿಯಾಗಿ ಅದರಲ್ಲಿ ನಾಮಕರಣ ಮಾಡಲಾಗಿದೆಯೆಂದೂ ಪಾದ್ರಿ ಬರೆದಿದ್ದ. ನನಗೆ ಎಂಥ ಆಶ್ಚರ್ಯವಾಗಿರಬಹುದು ನೀವೇ ಊಹಿಸಿಕೊಳ್ಳಿ! ಪತ್ರವನ್ನು ನಾನೇ ಎಲ್ಲೋ ತಪ್ಪಾಗಿ ಓದಿರಬೇಕೆಂದುಕೊಂಡೆ. ನನ್ನ ಸೋದರನಿಗೆ, ಸ್ನೇಹಿತರಿಗೆ ಅದನ್ನು ತೋರಿಸಿದೆ. ಅವರೆಲ್ಲ ಹಾಗೇ ಅದನ್ನು ಓದಿದರು. ಅದರಲ್ಲಿ ಸ್ಪಷ್ಟವಾಗಿ ಬರೆಯಲಾಗಿತ್ತು. ಕರ್ನಲ್‌ಗೆ ನಾನೇ ಏಕಮೇವ ಉತ್ತರಾಧಿಕಾರಿಯಾಗಿದ್ದೆ. ಇದು ನನ್ನನ್ನು ಹಿಡಿಯಲು ಹೂಡಿದ ಜಾಲವಿರಬೇಕು ಎಂದು ನನಗೆ ಆಮೇಲೆ ಇದ್ದಕ್ಕಿದ್ದಂತೆಯೇ ಹೊಳೆಯಿತು. ಆದರೆ ಅಪರಾಧದ ಪತ್ತೆಯಾಗಿದ್ದರೆ, ನನ್ನನ್ನು ಬಂಧಿಸಲು ಬೇರೆ ಮಾರ್ಗಗಳಿದ್ದವು ಎಂದೂ ಯೋಚನೆ ಮಡಿದೆ. ಅಲ್ಲದೆ ಎಲ್ಲಕ್ಕಿಂತ ಹೆಚ್ಚಾಗಿ ನನಗೆ ಪಾದ್ರಿಯ ಪ್ರಾಮಾಣಿಕತೆಯ ಬಗೆಗೆ ತಿಳಿದಿತ್ತು. ಅಂಥ ಯೋಜನೆಗೆ ಆತ ಸಾಮೀಲು ಆಗಲಾರ ಎಂದು ನನಗೆ ಖಚಿತವಾಗಿ ಗೊತ್ತು. ಆ ಕಾಗದವನ್ನು ನಾನು ಐದು ಸಲ, ಹತ್ತು ಸಲ, ನೂರು ಸಲ ಓದಿದೆ. ಕರ್ನಲ್‌ಗೆ ನಾನೇ ಏಕಮೇವ ಉತ್ತರಾಧಿಕಾರಿ!

"ಕರ್ನಲ್‌ಗೆ ಎಷ್ಟು ಆಸ್ತಿ ಇತ್ತು?" ಎಂದು ಕೇಳಿದ ನನ್ನ ಸೋದರ.

"ಗೊತ್ತಿಲ್ಲ. ಆದರೆ ಅವನಂತೂ ಭಾರೀ ಶ್ರೀಮಂತ ಅಂತ ಗೊತ್ತು. ಅಷ್ಟೆ."

"ಅವನು ನಿಜವಾಗಿಯೂ ನಿನ್ನ ಪರಮ ಮಿತ್ರನಾಗಿದ್ದ ಅಂತ ತೋರ್ಸಿದಾನೆ ನೋಡು."

"ಹೌದು, ಖಂಡಿತವಾಗಿಯೂ ಅವನು ಒಳ್ಳೆಯ ಸ್ನೇಹಿತನಾಗಿದ್ದ..."

ಹೀಗೆ ವಿಧಿಯ ವಿಚಿತ್ರ ವಿಡಂಬನೆಯಿಂದಾಗಿ ಕರ್ನಲ್‌ನ ಆಸ್ತಿಯೆಲ್ಲ ನನ್ನ ಪಾಲಿಗೆ ಬಂತು. ಮೊದಲು ಈ ಆಸ್ತಿಪಾಸ್ತಿಯನ್ನು ನಾನು ಸ್ವೀಕರಿಸಬಾರದು ಅಂದುಕೊಂಡೆ. ಆ ಆಸ್ತಿಯಲ್ಲಿನ ಒಂದು ಚಿಕ್ಕಾಸನ್ನು ತೆಗೆದುಕೊಳ್ಳುವುದೂ ಅಸಹ್ಯಕರವಾಗಿ ಕಂಡಿತು ನನಗೆ. ಬಾಡಿಗೆ ಕೊಲೆಗಾರನಿಗೆ ನೀಡುವ ಸಂಭಾವನೆಗಿಂತ ತುಚ್ಛವಾಗಿ ಕಂಡಿತು ಅದು. ಮೂರು ದಿನಗಳ ಕಾಲ ಈ ಯೋಚನೆ ನನ್ನನ್ನು ಕಾಡಿತು. ಆದರೆ ನಾನೇನಾದರೂ ಆ ಆಸ್ತಿಯನ್ನು ನಿರಾಕರಿಸಿದರೆ ನನ್ನ ಮೇಲೆ ಅನುಮಾನ ಬರಬಹುದು ಎಂಬ ಯೋಚನೆಯಿಂದಾಗಿ ನನ್ನ

ಮೊದಲ ಅನಿಸಿಕೆಯನ್ನು ಕೈಬಿಡಬೇಕಾಯಿತು. ಅಂತಿಮವಾಗಿ ನಾನೊಂದು ಮಧ್ಯಮ ಮಾರ್ಗ ಅನುಸರಿಸಲು ನಿರ್ಧರಿಸಿದೆ. ಆಸ್ತಿಯನ್ನು ಸ್ವೀಕರಿಸುವುದು, ಆಮೇಲೆ ಸಣ್ಣಸಣ್ಣ ಮೊತ್ತಗಳಲ್ಲಿ ಅದನ್ನು ರಹಸ್ಯವಾಗಿ ದಾನ ಮಾಡಿಬಿಡುವುದು.

ನನ್ನ ಈ ತೀರ್ಮಾನಕ್ಕೆ ಕೇವಲ ಅಳುಕು ಮಾತ್ರ ಕಾರಣವಾಗಿರಲಿಲ್ಲ. ಧರ್ಮ ಕಾರ್ಯ ಗಳನ್ನು ಮಾಡುವುದರ ಮೂಲಕ ನನಗಂಟಿದ ಹತ್ಯೆಯ ಕಳಂಕವನ್ನು ತೊಡೆದುಕೊಳ್ಳುವ ಹಂಬಲವೂ ನನ್ನಲ್ಲಿತ್ತು. ನನ್ನ ಮನಃಶಾಂತಿಯನ್ನು ಮರಳಿ ಸಂಪಾದಿಸಿಕೊಳ್ಳಲು ಹಾಗೂ ಪಾಪ ಪುಣ್ಯಗಳ ಲೆಕ್ಕಾಚಾರಗಳನ್ನು ಸರಿದೂಗಿಸಲು ಇದೊಂದೇ ಮಾರ್ಗವೆಂದು ನನಗೆ ತೋರಿತು.

ನಾನು ಗಡಿಬಿಡಿಯಿಂದ ಸಿದ್ಧತೆಮಾಡಿಕೊಂಡು ಅಲ್ಲಿಗೆ ಹೊರಟೆ. ಆ ಪುಟ್ಟ ಊರಿನ ಬಳಿಗೆ ಬರುತ್ತಿದ್ದಂತೆ ಆ ದುರಂತ ಘಟನೆ ಹಟಮಾರಿಯ ಹಗೆ ನನ್ನ ನೆನಪಿನಲ್ಲಿ ಸುಳಿಯತೊಡಗಿತು. ಆ ಪ್ರದೇಶವನ್ನು ನಾನು ಮತ್ತೊಮ್ಮೆ ನೋಡುತ್ತಿದ್ದ ಹಾಗೆ, ಅಲ್ಲಿನ ಪ್ರತಿಯೊಂದೂ ಆ ದುರಂತ ಕಾರ್ಯವನ್ನು ಸೂಚಿಸುತ್ತಿದ್ದಂತೆ ತೋರಿತು. ರಸ್ತೆಯ ಪ್ರತಿ ತಿರುವಿನಲ್ಲೂ ಕರ್ನಲ್‌ನ ಭೂತ ಬೃಹದಾಕಾರ ತಾಳಿ ನಿಲ್ಲುವಂತೆ ನನಗೆ ತೋರುತ್ತಿತ್ತು. ನಾನೇ ಬೇಡವೆಂದುಕೊಂಡರೂ, ನನ್ನ ಕಲ್ಪನೆಯಲ್ಲಿ ಆ ಭಯಂಕರ ರಾತ್ರಿಯ ಅವನ ಕೂಗು, ಒದ್ದಾಟ, ಅವನ ನೋಟ ಮೊದಲಾದವೆಲ್ಲ ಮೇಲುಕ್ಕಿ ಬರತೊಡಗಿದವು.

ಹತ್ಯೆಯೋ ಹೋರಾಟವೋ? ನಿಜವಾಗಿಯೂ ಅದೊಂದು ಹೋರಾಟವೇ ಆಗಿತ್ತು. ನನ್ನ ಮೇಲೆ ಆಕ್ರಮಣ ಮಾಡಿದ್ದಕ್ಕೆ ಪ್ರತಿಯಾಗಿ ನಾನು ನನ್ನನ್ನು ರಕ್ಷಿಸಿಕೊಳ್ಳಬೇಕಾಯಿತು. ಹೀಗೆ ಸ್ವರಕ್ಷಣೆಯಲ್ಲಿ... ಎಂಥ ದುರದೃಷ್ಟಕರ ಹೋರಾಟ, ನಿಜವಾದ ದುರಂತ. ಈ ಭಾವನೆ ನನ್ನ ಮನದಲ್ಲಿ ಖಚಿತವಾಗಿ ಊರಿಹೋಯಿತು. ಅವನು ತನ್ನ ಮೇಲೆ ಪೇರಿಸಿದ್ದ ಬೈಗುಳದ ರಾಶಿಯನ್ನು ಪರಿಶೀಲಿಸಿದೆ. ನನಗೆ ಬಿದ್ದ ಒದೆಗಳು, ನನ್ನನ್ನು ಅವನು ಮೂದಲಿಸಿ ಕರೆದ ಹೆಸರುಗಳು ಎಲ್ಲ ಎಣಿಸಿದೆ... ಅದು ಕರ್ನಲ್‌ನ ದೋಷವಲ್ಲ ಎಂದು ನನಗೆ ಚೆನ್ನಾಗಿ ಗೊತ್ತಿತ್ತು, ಅವನ ಯಾತನೆಯೇ ಅವನನ್ನು ಮುಂಗೋಪಿಯನ್ನಾಗಿ, ಕೊನೆಗೆ ದುಷ್ಟಬುದ್ಧಿಯವನನ್ನಾಗಿ ಮಾಡಿತು. ಆದರೆ ಇವೆಲ್ಲವುಗಳನ್ನೂ ನಾನು ಮನಸ್ಸಿಗೆ ಹಚ್ಚಿಕೊಳ್ಳದೆ ಕ್ಷಮಿಸಿದೆ... ಎಲ್ಲಕ್ಕಿಂತ ಹೆಚ್ಚು ಕೆಟ್ಟದಾಗಿದ್ದ ಸಮಯವೆಂದರೆ ಆ ಭೀಕರ ರಾತ್ರಿಯ ಕೊನೆ...ಆದರೆ ಹಾಗೇ ಬಿಟ್ಟಿದ್ದರೂ ಆ ಕರ್ನಲ್ ಹೆಚ್ಚು ದಿನ ಬದುಕುತ್ತಿರಲಿಲ್ಲ ಎಂದೂ ನಾನು ಯೋಚಿಸಿದೆ. ಅವನಿಗೆ ಕಾಡು ಬಾ ಅನ್ನುತ್ತಿತ್ತು. ಅವನೆ ಅದನ್ನು ಹೇಳಿದ್ದನಲ್ಲ? ಪದೇಪದೇ ಅವನೇ ಹೇಳುತ್ತಿರಲಿಲ್ಲವೆ – "ಎರಡು ವಾರವೋ ಒಂದು ವಾರವೋ ಅಥವಾ ಅದಕ್ಕಿಂತ ಕಡಮೆಯೋ?"

ಅವನದು ಜೀವನವಲ್ಲ; ಪಾಪ ಆ ಬಡಪಾಯಿಯ ಶಾಶ್ವತ ಹುತಾತ್ಮತೆಯನ್ನು ಹೆಸರಿಸಬೇಕಾದರೆ ಅದೊಂದು ನಿಧಾನ ಯಾತನೆ...ಆ ಅಂತಿಮ ಘರ್ಷಣೆ ಹಾಗೂ ಅವನ ಸಾವು ಕಾಕತಾಳೀಯವಾಗಿದ್ದಿರಬಹುದೆ? ಯಾರಿಗೆ ಗೊತ್ತು? ಹಾಗೆ ಆಗಿರಲಿಕ್ಕೂ ಸಾಕು. ಸಾಕೇನು, ಹಾಗೇ ಆಗಿದ್ದಿರಬಹುದು. ವಿಷಯವನ್ನು ಸೂಕ್ಷ್ಮವಾಗಿ ಪರಿಶೀಲಿಸಿದಾಗ ಇದು ಬೇರೆ ರೀತಿ ಸಂಭವಿಸಿರುವುದಕ್ಕೆ ಸಾಧ್ಯವೇ ಇಲ್ಲ ಅನ್ನಿಸಿತು. ಕ್ರಮೇಣ ಈ ಭಾವನೆಯೇ ನನ್ನ ಮನಸ್ಸಿನಲ್ಲಿ ಕೊರೆದ ಹಾಗೆ ಸ್ಥಿರವಾಗಿ ನಿಂತಿತು.

ನಾನು ಆ ಊರನ್ನು ಪ್ರವೇಶಿಸುತ್ತಿದ್ದ ಹಾಗೆ ಹೃದಯ ಜುಂ ಎಂದ ಹಾಗಾಯಿತು. ಹಿಂದಕ್ಕೆ ಓಡಿಹೋಗೋಣವೇ ಅಂದುಕೊಂಡೆ. ಆದರೂ ನನ್ನ ಮನಸ್ಸಿನ ಭಾವನೆಗಳನ್ನು ಹಿಡಿತದಲ್ಲಿಟ್ಟುಕೊಂಡು ಊರಿನೊಳಗೆ ಹೋದೆ. ನನ್ನನ್ನು ನೋಡುತ್ತಿದ್ದ ಹಾಗೇ ಜನ

ಅಭಿನಂದನೆಯ ಸುರಿಮಳೆಯನ್ನೇ ಕರೆದು ಸ್ವಾಗತಿಸಿದರು. ಪಾದ್ರಿ ಉಯಿಲಿನ ವಿವರಗಳನ್ನು ನನಗೆ ತಿಳಿಸಿ, ಅದರಲ್ಲಿನ ಧಾರ್ಮಿಕ ದತ್ತಿಗಳನ್ನು ಹೆಸರಿಸಿದ. ಮಾತನಾಡುತ್ತಾ ಆತ ದಿವಂಗತ ಕರ್ನಲ್‌ನನ್ನು ನೋಡಿಕೊಳ್ಳುವುದರಲ್ಲಿ ನಾನು ತೋರಿದ ತಾಳ್ಮೆ ಹಾಗೂ ನಿಷ್ಠೆಯನ್ನು ಮುಕ್ತಕಂಠದಿಂದ ಹೊಗಳಿದ. ಕರ್ನಲ್ ಕೋಪಿಷ್ಠ ಹಾಗೂ ಕ್ರೂರಿಯಾಗಿದ್ದರೂ, ತನ್ನ ಕೃತಜ್ಞತೆಯನ್ನು ಸ್ಪಷ್ಟವಾಗಿ ತೋರಿಸಿರುವುದನ್ನು ಮೆಚ್ಚಿದ.

"ಖಂಡಿತ" ಎಂದೆ, ನಾನು ಚಿತ್ತಕ್ಷೋಭೆಯಿಂದ ಸುತ್ತಲೂ ನೋಡುತ್ತ.

ನಾನು ಆಶ್ಚರ್ಯಚಕಿತನಾಗಿದ್ದೆ. ಎಲ್ಲರೂ ನನ್ನ ನಡತೆಯನ್ನು ಪ್ರಶಂಸಿಸುವವರೇ. ಎಂಥ ತಾಳ್ಮೆ, ಎಂಥ ಶ್ರದ್ಧೆ. ಆಸ್ತಿಪಾಸ್ತಿಗಳ ತಪಶೀಲು ಪಟ್ಟಿಯನ್ನು ತಯಾರಿಸುವ ಮೊದಲ ವಿಧಿಗಳು ಸ್ವಲ್ಪ ಕಾಲ ತೆಗೆದುಕೊಂಡವು. ನಾನು ಒಬ್ಬ ವಕೀಲನನ್ನು ಕರೆಸಿದೆ. ಸರಿ, ಮುಂದೆಲ್ಲಾ ಏನೇನು ಆಗಬೇಕೋ ಅವೆಲ್ಲಾ ಕ್ರಮವಾಗಿ ನಡೆದವು. ಈ ಅವಧಿಯಲ್ಲಿ ಕರ್ನಲ್‌ನನ್ನು ಕುರಿತು ಅನೇಕ ಮಾತುಕಥೆಗಳು ನಡೆದವು. ಜನರು ನನ್ನ ಬಳಿಗೆ ಬಂದು ಕರ್ನಲ್‌ನ ಬಗೆಗೆ ಅನೇಕ ಕಥೆಗಳನ್ನು ಹೇಳಿದರು. ಆದರೆ ಅವುಗಳಲ್ಲಿ ಪಾದ್ರಿಯ ಮಿತವಾದಿತ್ವ ಮಾತ್ರ ಇರಲಿಲ್ಲ. ನಾನು ಕರ್ನಲ್‌ನನ್ನು ಒಪ್ಪವಿಟ್ಟುಕೊಂಡು ಮಾತನಾಡಿದೆ. ಅವನ ಒಳ್ಳೆಯ ಸ್ವಭಾವಗಳು, ಸದ್ಗುಣಗಳನ್ನು ಸ್ಮರಿಸಿದೆ. ಅವನು ಎಂಥ ವಿರಕ್ತನಾಗಿದ್ದ...

"ವಿರಕ್ತನೇ!" ಅವರು ನಡುವೆ ಬಾಯಿ ಹಾಕುತ್ತಿದ್ದರು. "ಶುದ್ಧ ಹುಚ್ಚುಕಲ್ಪನೆ! ಅವನು ಸತ್ತ, ಎಲ್ಲ ಮುಗೀತು ಬಿಡಿ. ಆದ್ರೆ ಅವನೊಬ್ಬ ರಾಕ್ಷಸ!"

ಅನಂತರ ಅವರು ದೃಷ್ಟಾಂತಗಳನ್ನು ನೀಡಿ ಕರ್ನಲ್‌ನ ವಕ್ರಬುದ್ಧಿಯನ್ನು ವಿವರಿಸುತ್ತಿದ್ದರು. ಅವುಗಳಲ್ಲಿ ಕೆಲವಂತೂ ಅಸಾಧಾರಣವಾದವು.

ನಾನು ಹೇಳಿಕೊಳ್ಳಬೇಕೆ? ಮೊದಮೊದಲು ಈ ಮಾತುಗಳನ್ನೆಲ್ಲ ಕುತೂಹಲದಿಂದ ಕೇಳುತ್ತಿದ್ದೆ. ಆಮೇಲೆ ಒಂದು ವಿಚಿತ್ರವಾದ ಸುಖಾನುಭವ ನನ್ನ ಹೃದಯದಲ್ಲಿ ತುಂಬಿ ಕೊಂಡಿತು. ಅದರಿಂದ ತಪ್ಪಿಸಿಕೊಳ್ಳಬೇಕೆಂದು ನಾನು ಪ್ರಾಮಾಣಿಕವಾಗಿ ಪ್ರಯತ್ನಿಸಿದೆ. ಕರ್ನಲ್‌ನನ್ನು ಸಮರ್ಥಿಸುವುದನ್ನು ನಾನು ನಿಲ್ಲಿಸಲಿಲ್ಲ. ಅವನನ್ನು ಕುರಿತು ವಿವರಗಳನ್ನು ಕೊಟ್ಟೆ. ಅವನ ಮೇಲಣ ದೋಷಾರೋಪಣೆಗಳಿಗೆ ಸ್ಥಳೀಯ ವಿದ್ವೇಷವೇ ಬಹುಮಟ್ಟಿಗೆ ಕಾರಣವಿರಬೇಕು ಎಂದು ಹೇಳಿದೆ. ಸ್ವಲ್ಪ ತಗಾದೆ ಮನುಷ್ಯ, ಸ್ವಲ್ಪ ಮಟ್ಟಿಗೆ ಜುಲುಮೆ ಸ್ವಭಾವ ಅಷ್ಟೆ, ಎಂದು ನಾನು ಒಪ್ಪಿಕೊಂಡೆ – ಹೌದು ಕಡೆಗೆ ಒಪ್ಪಿಕೊಂಡೆ.

"ಸ್ವಲ್ಪಮಟ್ಟಿಗೆ ಅಂತೀರಲ್ರಿ! ಸರ್ಪ – ಸರ್ಪದ ಸ್ವಭಾವದ ಮನುಷ್ಯ ಕಣ್ರಿ ಅವ್ನು ರೋಷದಲ್ಲಿ!" ಎಂದು ಉದ್ಗರಿಸಿದ ಅಲ್ಲಿನ ಕ್ಷೌರಿಕ.

ಎಲ್ಲರೂ – ಕಲೆಕ್ಟರ್, ವೈದ್ಯ, ಗುಮಾಸ್ತ – ಇದೇ ಅಭಿಪ್ರಾಯಪಟ್ಟರು. ಸರಿ, ಮತ್ತೆ ಅವನನ್ನು ಕುರಿತು ಬೇರೆ ಬೇರೆ ದೃಷ್ಟಾಂತಗಳನ್ನು ಹೇಳಲು ಪ್ರಾರಂಭಿಸುತ್ತಿದ್ದರು. ದಿವಂಗತನ ಇಡೀ ಬದುಕನ್ನೇ ಅವರು ಪರಾಮರ್ಶಿಸಿಬಿಟ್ಟರು. ಯೌವನದಲ್ಲಿ ಅವನು ಎಂಥ ಕ್ರೂರಿಯಾಗಿದ್ದ ಎಂದು ಜ್ಞಾಪಿಸಿಕೊಳ್ಳುತ್ತಾ ಹಳಬರು ಸುಖಪಟ್ಟರು. ಆ ಮಾತುಗಳನ್ನು ಕೇಳುತ್ತಾ ನನ್ನಲ್ಲಿ ಆ ವಿಚಿತ್ರ ಸುಖಾನುಭವ ಆಪ್ತವಾಗಿ, ಮೌನವಾಗಿ, ರಹಸ್ಯವಾಗಿ ನನ್ನೊಳಗೇ ಬೆಳೆಯತೊಡಗಿತು. ಒಂದು ಬಗೆಯ ನೈತಿಕ ಲಾಡಿಹುಳು ನನ್ನೊಳಗೇ ಸುರುಳಿ ಸುತ್ತಿಕೊಳ್ಳುತ್ತಾ, ನಾನು ಅದನ್ನು ಕತ್ತರಿಸಿದಂತೆಲ್ಲಾ ಮತ್ತೆ ರೂಪತಾಳಿ ಮೊದಲಿಗಿಂತ ದೃಢವಾಗಿ ನನ್ನನ್ನು ಆವರಿಸಿಕೊಳ್ಳುತ್ತಿತ್ತು.

ಆಸ್ತಿಪಾಸ್ತಿಯ ತಪಶೀಲಿನ ವಿಧಿವಿಧಾನಗಳು ನನಗೆ ಸ್ವಲ್ಪ ಬಿಡುಗಡೆ ನೀಡಿದವು. ಅಷ್ಟಲ್ಲದೆ ಸಾರ್ವಜನಿಕರು ಕರ್ನಲ್ ವಿರುದ್ಧವಾಗಿ ಏಕಾಭಿಪ್ರಾಯ ಪಡುತ್ತಿದ್ದುದರಿಂದ, ಆ ಸ್ಥಳ ನನಗೆ ಮೊದಲು ಕಾಣಿಸಿದ ದುಃಖದ ವಾತಾವರಣದಿಂದ ಕ್ರಮಕ್ರಮೇಣವಾಗಿ ಬಿಡುಗಡೆ ಪಡೆದಂತಾಯಿತು. ಅಂತೂ ಕೊನೆಗೆ ನಾನು ಆಸ್ತಿಪಾಸ್ತಿಗಳ ಹಕ್ಕುದಾರನಾದೆ. ಅದನ್ನು ನಾನು ಭೂಮಿಕಾಣಿಗಳು ಹಾಗೂ ನಗದಾಗಿ ಪರಿವರ್ತಿಸಿದೆ.

ಅನೇಕ ತಿಂಗಳುಗಳೇ ಉರುಳಿದವು. ನನಗೆ ಬಂದ ಸಂಪತ್ತನ್ನು ದಾನ ಧರ್ಮಗಳ ಮೂಲಕ ವಿಲೇವಾರಿ ಮಾಡಬೇಕೆಂಬ ಯೋಚನೆ ಈಗ ಮೊದಲು ಇದ್ದಷ್ಟು ಪ್ರಬಲವಾಗಿರಲಿಲ್ಲ. ಹಾಗೆ ಮಾಡಿದರೆ ಅದು ಶುದ್ಧ ನಟನೆಯಾದೀತು ಅಂತಲೂ ನನಗೆ ಅನ್ನಿಸಿತು. ನಾನು ನನ್ನ ಮೊದಲಿನ ಯೋಜನೆಯನ್ನು ಮರುಪರಿಶೀಲಿಸಿದೆ. ಅನೇಕ ಬಡವರಿಗೆ ಸಣ್ಣಪುಟ್ಟ ಮೊತ್ತಗಳಲ್ಲಿ ದಾನ ನೀಡಿದೆ. ಹಳ್ಳಿಯ ಇಗರ್ಜಿಗೆ ಕೆಲವು ಹೊಸ ಆರಾಧನೆಯ ಉಪಕರಣಗಳನ್ನು ಮಾಡಿಸಿಕೊಟ್ಟೆ. 'ಪವಿತ್ರ ಕರುಣಾಗೃಹ'ಕ್ಕೆ ಸಾವಿರಾರು ಫ್ರಾಂಕುಗಳನ್ನು ದಾನಕೊಟ್ಟೆ. ಇತ್ಯಾದಿ. ಕರ್ನಲ್‌ನ ಸಮಾಧಿಯ ಮೇಲೆ ಒಂದು ಸ್ಮಾರಕ ಶಿಲೆಯನ್ನು ನಿಲ್ಲಿಸಲೂ ನಾನು ಮರೆಯಲಿಲ್ಲ. ಅದೊಂದು ಅಮೃತಶಿಲೆಯ ಸರಳ ಸ್ಮಾರಕ. ಅದು ನೇಪ್‌ಲ್ಸ್ ನಗರದ ಒಬ್ಬ ಶಿಲ್ಪಿಯ ಕೃತಿ. ಅವನು 1866ವರೆಗೂ ರೀವೋನಲ್ಲಿಯೇ ನೆಲೆಸಿದ್ದ. ಈಚೆಗೆ ಪಾರಾಗ್ವಾಈಯಲ್ಲಿ ಸತ್ತುಹೋದ ಅಂತ ಕಾಣುತ್ತದೆ.

ಎಷ್ಟೋ ವರ್ಷಗಳು ಉರುಳಿ ಹೋದವು. ನನ್ನ ನೆನಪಿನ ಶಕ್ತಿಯೂ ಕುಂದುತ್ತ ಬಂತು. ಅದನ್ನು ಈಗ ನೆಚ್ಚುವಂತೆಯೂ ಇಲ್ಲ. ಕರ್ನಲ್‌ನನ್ನು ಕುರಿತು ಅನೇಕ ಸಲ ಯೋಚಿಸುತ್ತೇನೆ. ಆದರೆ ಆ ಆರಂಭದ ದಿನಗಳ ಹಾಗೆ ಭಯಪಡುವುದಿಲ್ಲ. ಎಷ್ಟೋ ಜನ ವೈದ್ಯರಿಗೆ ಅವನಿಗಿದ್ದ ರೋಗಗಳನ್ನು ವಿವರಿಸಿ ಹೇಳಿದ್ದೇನೆ. ಅವರೆಲ್ಲ ಅವನು ಎದುರಿಸಬೇಕಾಗಿದ್ದ ಅನಿವಾರ್ಯ ಅಂತ್ಯದ ವಿಷಯದಲ್ಲಿ ಏಕಾಭಿಪ್ರಾಯ ವ್ಯಕ್ತಪಡಿಸಿದ್ದಾರೆ. ಅಲ್ಲದೆ ಅಷ್ಟುಕಾಲ ಅವನು ಹೇಗೆ ಜೀವ ಹಿಡಿದಿದ್ದ ಎಂದು ಅಚ್ಚರಿ ವ್ಯಕ್ತಪಡಿಸಿದ್ದಾರೆ. ಅವನಿಗಿದ್ದ ಅನೇಕ ರೋಗಲಕ್ಷಣಗಳನ್ನು ವರ್ಣಿಸುವಾಗ ನಾನು ನನಗರಿವಿಲ್ಲದೆಯೇ ಉತ್ಪ್ರೇಕ್ಷೆ ಮಾಡಿದ್ದಿರಲೂಬಹುದು. ಆದರೆ ವಾಸ್ತವವಾಗಿ ಈ ಆಕಸ್ಮಿಕ ಸಂಭವಿಸದಿದ್ದರೂ ಅವನು ಇದ್ದಕ್ಕಿದ್ದಂತೆಯೇ ಸಾಯುತ್ತಿದ್ದುದಂತೂ ಸತ್ಯ...

ಇನ್ನು ಬರ್‍ತೇನೆ ಸ್ವಾಮಿ, ನಮಸ್ಕಾರ. ಈ ಟಿಪ್ಪಣಿಗೆ ಬೆಲೆ ಇಲ್ಲದೆ ಇಲ್ಲ ಎಂದು ನಿಮಗೆ ಅನ್ನಿಸಿದರೆ ನನ್ನ ಸಮಾಧಿಯ ಮೇಲೂ ಒಂದು ಅಮೃತಶಿಲೆ ಇರಿಸುತ್ತೀರಾ ? ಬೆಟ್ಟದ ಮೇಲೆ ಯೇಸು ಸ್ವಾಮಿ ನೀಡಿದ ದಿವ್ಯ ಧರ್ಮೋಪದೇಶವನ್ನು ಮಾರ್ಪಡಿಸಿ ನಾನು ತಯಾರಿಸಿದ ಈ ಚರಮ ವಾಕ್ಯವನ್ನು ಅದರ ಮೇಲೆ ಕೊರೆಸುತ್ತೀರಾ ?

"ಉಳ್ಳವರು ಧನ್ಯರು, ಯಾಕೆಂದರೆ ಅವರು ಸಂತೈಸಲ್ಪಡುವರು." ○

○ ಮೋಂತೇರೋ ಲೋಬಾತೋ

ವಿದೂಷಕನ ಪಶ್ಚಾತ್ತಾಪ

ವಿಶಾಲವಾದ ಬಾರ್ರೇರೊ ಪ್ಲಾಂಟೇಶನ್ನಿನ ಒಡೆಯ ಸೂಜಾ ಪೋಂತೇಸ್‌ನ. ಅನ್ಯೆತಿಕ ಸಂತಾನವಾಗಿದ್ದ ಫ್ರಾನ್ಸಿಸ್ಕೋ ತೇಶೇರಾ ದೇ ಸೂಜಾ ಪೋಂತೇಸ್, ತಾನು ಮೂವತ್ತೆರಡನೆಯ ವಯಸ್ಸು ಮುಟ್ಟಿದಾಗ ಬದುಕಿನ ಬಗೆಗೆ ಗಂಭೀರವಾಗಿ ಯೋಚಿಸಲು ಆರಂಭಿಸಿದ. ಸ್ವಭಾವತಃ ಅವನೊಬ್ಬ ವಿದೂಷಕ. ಅಲ್ಲಿಯವರೆಗೂ ಅವನು ತನ್ನ ಹಾಸ್ಯ ಪ್ರತಿಭೆಯನ್ನು ಬಳಿಸಿಕೊಂಡು ವಸತಿ, ಊಟ, ವಸ್ತ್ರ ಮತ್ತು ಇತರ ಅಗತ್ಯಗಳನ್ನು ಪೂರೈಸಿಕೊಳ್ಳುತ್ತಿದ್ದ. ಇವುಗಳ ಬೆಲೆ ಸಂದಾಯ ಮಾಡಲು ಅವನು ಉಪಯೋಗಿಸುತ್ತಿದ್ದ ಹಣವೆಂದರೆ ಕುಚೇಷ್ಟೆಯ ಮುಖಭಾವ, ನಗೆಹನಿಗಳು, ಇಂಗ್ಲಿಷರನ್ನು ಕುರಿತ ಚಿಟ್ಟೆ ಕಥೆಗಳು. ನಗುವ ಪ್ರಾಣಿಯನ್ನು ಸಾಮಾನ್ಯವಾಗಿ ಮನುಷ್ಯ ಅಂತ ಕರೆಯುತ್ತಾರಲ್ಲ; ಅಂಥ ಪ್ರಾಣಿಯ ಮುಖದ ಸ್ನಾಯುಗಳ ಮೇಲೆ ಪರಿಣಾಮ ಬೀರಿ, ಆತ ಕೇಕೆ ಹಾಕುವಂತೆ ಅಥವಾ ಗಹಗಹಿಸಿ ನಗುವಂತೆ ಮಾಡಬಲ್ಲ ಎಲ್ಲ ಬಗೆಯ ಹಾವಭಾವಗಳನ್ನೂ ಪೋಂತೇಸ್ ಪ್ರದರ್ಶಿಸುತ್ತಿದ್ದ.

ದೇವರು ಈ ಲೋಕಕ್ಕೆ ಕಳುಹಿಸಿದ ಲೇಖಕರಲ್ಲಿ ಅತ್ಯಂತ ನೀರಸನಾದ ಘೂಆವ್ ಪೇಚಿಂಚಾನ 'ನಗೆ ಮತ್ತು ತಮಾಷೆಯ ವಿಶ್ವಕೋಶ' ಎಂಬ ಪುಸ್ತಕ ಅವನಿಗೆ ಬಾಯಿಪಾಠವಾಗಿತ್ತು. ಆದರೆ ಪೋಂತೇಸ್‌ನ ಕಲೆ ಎಷ್ಟು ಉತ್ಕೃಷ್ಟವಾಗಿತ್ತೆಂದರೆ, ಎಂಥ ಅರ್ಥಹೀನ ದೃಷ್ಟಾಂತವೇ ಆಗಲಿ ಅವನು ಅದನ್ನು ನಿರೂಪಿಸಿದಾಗ ಒಂದು ವಿಶಿಷ್ಟ ರುಚಿಯಿಂದ ಒಡಗೂಡಿ ಕೇಳುಗರು ಶುದ್ಧ ಸಂತೋಷದಿಂದ ಬಿದ್ದುಬಿದ್ದು ನಗುವಂತಾಗುತ್ತಿತ್ತು.

ಪ್ರಾಣಿಗಳನ್ನಾಗಲಿ, ಮನುಷ್ಯರನ್ನಾಗಲಿ ಅನುಕರಿಸಿ ಅಣಕಿಸುವುದರಲ್ಲಿ ಅವನು ಅಸಾಧಾರಣ ಪ್ರತಿಭಾಶಾಲಿ. ಕಾಡು ಹಂದಿಯನ್ನು ಕಂಡು ಬೊಗಳುವುದರಿಂದ ಹಿಡಿದು, ಚಂದ್ರನನ್ನು ನೋಡುತ್ತಾ ಊಳಿಡುವವರೆಗೆ ಶ್ವಾನಶಬ್ದಲೋಕದ ಸಮಸ್ತ ಶ್ರೇಣಿಯನ್ನೂ ಅವನ ಬಾಯಿ ಎಷ್ಟು ಕರಾರುವಾಕ್ಕಾಗಿ ಎರಕಹೊಯ್ಯುತ್ತಿತ್ತೆಂದರೆ, ಅವನು ನಾಯಿಗಳನ್ನೇ ಮೋಸಗೊಳಿಸುತ್ತಿದ್ದ. ಚಂದ್ರನನ್ನು ಕೂಡ.

ಅಷ್ಟೇ ಅಲ್ಲ; ಅವನು ಹಂದಿಯ ಹಾಗೆ ಗುರುಗುಟ್ಟುತ್ತಿದ್ದ. ಕೋಳಿಯ ಹಾಗೆ ಕೊಕ್ಕೋಕಾರ ಮಾಡುತ್ತಿದ್ದ. ಅಳುಬುರುಕ ಕಂದನ ಹಾಗೆ ಹುಯ್ಯಲಿಡುತ್ತಿದ್ದ. ಅಧಿಕಾರದಲ್ಲಿರುವ ಶಾಸಕನಂತೆ 'ಸದ್ದು, ಗಲಾಟೆ ಮಾಡಬೇಡಿ' ಎಂದು ಕೂಗುತ್ತಿದ್ದ ಅಥವಾ ರಾಷ್ಟ್ರಭಕ್ತನ ಹಾಗೆ ಉಪ್ಪರಿಗೆಯ ಮೊಗಸಾಲೆಯಲ್ಲಿ ನಿಂತು ಆವೇಶದಿಂದ ಭಾಷಣ ಮಾಡುತ್ತಿದ್ದ. ತನ್ನ ಎದುರಿಗೆ ಪ್ರೋತ್ಸಾಹ ನೀಡುವ ಸಭಿಕರು ಇದ್ದರೆ ಸಾಕು, ಯಾವ ದ್ವಿಪಾದಿಯ ಅಥವಾ ಚತುಷ್ಪಾದಿಯ ಕೂಗನ್ನಾದರೂ ಅವನು ಕರಾರುವಾಕ್ಕಾಗಿ ಅನುಕರಿಸುತ್ತಿದ್ದ.

ಬೇರೆ ಸಂದರ್ಭಗಳಲ್ಲಿ ಅವನು ಇತಿಹಾಸಪೂರ್ವ ಯುಗಕ್ಕೆ ಜಿಗಿಯುತ್ತಿದ್ದ. ಅವನಿಗೆ ತಕ್ಕಮಟ್ಟಿಗೆ ವಿದ್ಯಾಭ್ಯಾಸವೂ ಆಗಿತ್ತು. ತನ್ನ ಶ್ರೋತೃಗಳು ಮುಗ್ಧರಲ್ಲ ಎಂದು ತಿಳಿದರೆ, ಪುರಾತನ ಭೂಯುಗದಲ್ಲಿದ್ದು ಅನಂತರ ನಶಿಸಿಹೋದ ದೈತ್ಯಪ್ರಾಣಿಗಳ ಕೂಗನ್ನು ಅವರಿಗಾಗಿ ಆತ ಪುನಃ ಸೃಷ್ಟಿಸುತ್ತಿದ್ದ. ಮ್ಯಾಸ್ಟೊಡಾನ್‌ಗಳ* ಘೀಳಿಡುವಿಕೆ ಅಥವಾ ಜರೀಮರಗಳ ಮೇಲೆ ಜೋಲಾಡುತ್ತಿದ್ದ ರೋಮಭೂಷಿತ ವಾನರ-ಸದೃಶ ಮಾನವನನ್ನು ಮೊದಲ ಬಾರಿ ಕಂಡ ಬೃಹದಾಕಾರದ ಪ್ರಾಣಿಗಳ ಗರ್ಜನೆ - ಇವನ್ನೆಲ್ಲ ಮಾಡಿ ತೋರಿಸುತ್ತಿದ್ದ. ನಮ್ಮ ಖ್ಯಾತ ಬಾರ್ರೋಸ್ ಬಾರ್ರೇತೊ ಅವರು ಪಳೆಯುಳಿಕೆಗಳನ್ನು ಕುರಿತು ಮಾಡುತ್ತಿದ್ದ ಉಪನ್ಯಾಸಕ್ಕೆ ಪೋಂತೇಸ್‌ನ ಈ ಪ್ರದರ್ಶನ ಸೇರಿಸಿದ್ದರೆ ಅದು ಹೆಚ್ಚು ರಂಜಕವೂ ಜನಪ್ರಿಯವೂ ಆಗುತ್ತಿತ್ತೇನೋ.

ರಸ್ತೆಯ ಮೂಲೆಯೊಂದರಲ್ಲಿ ಸ್ನೇಹಿತರ ಗುಂಪೊಂದು ನಿಂತಿರುವುದು ಕಂಡರೆ ಅವನು ಸದ್ದಿಲ್ಲದಂತೆ ಹಿಂದಿನಿಂದ ಬಂದು ಕೊಬ್ಬಿದ ಮೀನಖಂಡವೊಂದಕ್ಕೆ ಚಟಾರನೆ ಬಾರಿಸುತ್ತಿದ್ದ. ಇದರ ಸುಳಿವೇ ಇಲ್ಲದಿರುತ್ತಿದ್ದ ಆ ಬಡಪಾಯಿ ಏಟು ತಿಂದ ಕೂಡಲೇ ಭಂಗನೆ ಎಗರುವುದು, ಬೆಕ್ಕಸಬೆರಗಿನಿಂದ ಉದ್ಗರಿಸುವುದು - ಇದೆಲ್ಲ ನೋಡಲು ತುಂಬ ಮಜವಾಗಿರುತ್ತಿತ್ತು. ಆಮೇಲೆ ಸುತ್ತಲಿನವರು ಒಂದೇ ಸಮನೆ ನಗುವುದು, ಆಫೆನ್‌ಬಾಖ್‌ನ** ಗೀತ ನಾಟಕಗಳಲ್ಲಿನ ಗದ್ದಲಮಯ ಸಂಗೀತದಂತೆ ತನ್ನದೇ ಆದ ರೀತಿಯಲ್ಲಿ ಪೋಂತೇಸ್ ಗಹಗಹಿಸುವುದು ಬಹಳ ಪ್ರೇಕ್ಷಣೀಯವಾಗಿರುತ್ತಿತ್ತು. ಪೋಂತೇಸ್‌ನ ನಗು ಸಾಧಾರಣವಾಗಿ ಉಕ್ಕಿಬರುವ ಮಾನವಹಾಸದ ಅಣಕದಂತಿರುತ್ತಿತ್ತು. ಪಾನಮತ್ತ ನರಿಯನ್ನು ಬಿಟ್ಟರೆ ಅವನೊಬ್ಬನೇ ಅಂಥ ಶಬ್ದ ಹೊರಡಿಸಬಲ್ಲನಾಗಿದ್ದ. ಆದರೆ ಅವನು ನಗೆಯನ್ನು ನಿಧಾನವಾಗಿ ಕಡಿಮೆ ಮಾಡದೆ ಇದ್ದಕ್ಕಿದ್ದಂತೆಯೇ ನಿಲ್ಲಿಸಿಬಿಡುತ್ತಿದ್ದ. ಅವನು ಹಾಗೆ ಒಮ್ಮೆಲೇ ಗಂಭೀರಮುಖಿಯಾಗುತ್ತಿದ್ದು ದಂತೂ ತಡೆಯಲಾರದಷ್ಟು ನಗೆ ಉಕ್ಕಿಸುತ್ತಿತ್ತು ನೋಡುವವರಿಗೆ.

ನಡೆಯುವುದು, ಓದುವುದು, ತಿನ್ನುವುದು ಮತ್ತು ಜೀವನದ ಅತಿ ಕ್ಷುಲ್ಲಕ ಕ್ರಿಯೆಗಳಲ್ಲಿ ಕೂಡ ಈ ಕುಚೋದ್ಯಗಾರನ ಅಂಗಭಂಗಿಗಳು ಬೇರೆಯವರಿಗಿಂತ ವಿಭಿನ್ನವಾಗಿ ಕಾಣುತ್ತಿದ್ದವು. ಯಾಕೆಂದರೆ ಅವನು ಅವನ್ನು ತೀರಾ ಹಾಸ್ಯಾಸ್ಪದವಾಗಿ ನಿರ್ವಹಿಸುತ್ತಿದ್ದ. ಇದು ಯಾವ ಮಟ್ಟಕ್ಕೆ ಮುಟ್ಟಿತ್ತು ಅಂದರೆ, ಅವನು ಬಾಯಿಬಿಟ್ಟರೆ ಸಾಕು ಅಥವಾ ಒಂದು ಅಂಗಚೇಷ್ಟೆಯನ್ನು ಆರಂಭಿಸಿದರೆ ಸಾಕು, ಅವನ ಸುತ್ತ ಮುತ್ತಿನ ಜನ ಬಿದ್ದು ಬಿದ್ದು

---

* ಆನೆಯನ್ನು ಹೋಲುವ, ಈಗ ನಶಿಸಿಹೋಗಿರುವ ಒಂದು ದೊಡ್ಡ ಸಸ್ತನಿ ಪ್ರಾಣಿ.

** 19ನೇ ಶತಮಾನದ ಪ್ರಸಿದ್ಧ ಫ್ರೆಂಚ್ ವಾಗ್ಗೇಯಕಾರ, ಸಂಗೀತಗಾರ ಹಾಗೂ ಹಲವು ಗೀತನಾಟಕಗಳ ಕರ್ತೃ.

ನಗುತ್ತಿದ್ದರು. ಅವನು ಸುಮ್ಮನೆ ಒಂದು ಸ್ಥಳದಲ್ಲಿ ಇದ್ದರೆ ಸಾಕಾಗಿತ್ತು. ಅವನನ್ನು ನೋಡಿದರೆ, ನೋಡಿದವರ ಮುಖಗಳಲ್ಲಿ ನಗೆ ಅರಳುತ್ತಿತ್ತು. ಅವನು ಸ್ವಲ್ಪ ಚಲಿಸಿದರೆ ನಗೆಯ ಅಲೆಗಳು ಹಬ್ಬುತ್ತಿದ್ದವು. ಅವನು ಬಾಯಿ ತೆರೆದರೆ ಜನ ನಗೆಯನ್ನೇ ಭೋರ್ಗರೆಯುತ್ತಿದ್ದರು. ಇನ್ನು ಕೆಲವರು ತಮ್ಮ ಬೆಲ್ಟ್‌ಗಳನ್ನು ಸಡಿಲ ಮಾಡಿಕೊಳ್ಳುತ್ತಿದ್ದರು. ಮತ್ತೆ ಕೆಲವರು ಅಂಗಿಯ ಗುಂಡಿಗಳನ್ನು ಬಿಚ್ಚುತ್ತಿದ್ದರು. ಅವನು ತನ್ನ ಮೂತಿಯನ್ನು ಅರ್ಧ ತೆರೆದರೆ ಸಾಕು – ಅಬ್ಬಬ್ಬಾ! ಪ್ರೇಕ್ಷಕರಿಂದ ಎಂಥ ಅಟ್ಟಹಾಸ, ಕುದುರೆ ಕೆನೆತ, ಚೀರಾಟ, ಗಂಟಲು ಹಿಡಿದಂಥ ಸದ್ದು ಮತ್ತು ಘೂಂಕಾರ! ಉಸಿರು ಸಿಕ್ಕಿ ಹಾಕಿಕೊಂಡು ಭಯಂಕರವಾಗಿ ಒದ್ದಾಡುತ್ತಿದ್ದರು ಜನ.

"ಆ ಪೋಂತೇಸ್ ಎಂಥ ಪ್ರಚಂಡನಯ್ಯ!"

"ಸಾಕು ನಿಲ್ಲಿಸಯ್ಯಾ; ನನ್ನ ಕೊಲ್ಲಬೇಡ!"

ಆದರೆ ವಿದೂಷಕ ತನ್ನ ಪೆಚ್ಚು ಮುಖದಲ್ಲಿ ಮುಗ್ಧಕಳೆ ಹೊತ್ತು ನಿಂತಿರುತ್ತಿದ್ದ. "ಅಲ್ಲ ನಾನೇನೂ ಮಾಡೇ ಇಲ್ಲವಲ್ಲ. ನಾನಿನ್ನೂ ಬಾಯಿ ಕೂಡ ತೆರೆದಿಲ್ಲ."

"ಹಹ್ಹಹ್ಹಾ!" ಇಡೀ ಗುಂಪೇ ಬಾಯಗಲಿಸಿ ಗೊಳ್ಳೆನ್ನುತ್ತಿತ್ತು. ತಡೆಯಲಾರದ ನಗುವಿನ ಸೆಳಕಿನಿಂದ ಅವರ ಕೆನ್ನೆಗಳ ಮೇಲೆ ಕಣ್ಣೀರಧಾರೆ ಉಕ್ಕಿ ಹರಿಯುತ್ತಿತ್ತು.

ಕಾಲಕಳೆದಂತೆ, ಅವನ ಹೆಸರನ್ನು ಹೇಳಿದರೆ ಸಾಕು, ಜನ ಹುಚ್ಚು ಹುಚ್ಚಾಗಿ ನಗುತ್ತಿದ್ದರು. ಯಾರಾದರೂ 'ಪೋಂತೇಸ್' ಎಂದು ಹೇಳಿದರೆ ಸಾಕು, ನಗಲಾರದ ಪ್ರಾಣಿಗಳಿಗಿಂತ ಶ್ರೇಷ್ಠರಾದ ಮಾನವರಿಂದ ವಿನೋದ ಸೂಚಕ ಕೇಕೆಗಳು ಅಲೆಯಲೆಯಾಗಿ ತೇಲಿಬರುತ್ತಿದ್ದವು.

ಹೀಗೆ ಮೂವತ್ತು ತುಂಬುವವರೆಗೂ ಪೋಂತೇಸ್ ನಗುವಿನ ನಡುವೆಯೇ ಕಾಲ ಕಳೆದ. ತಾನು ನಗುವುದು, ಬೇರೆಯವರನ್ನು ನಗಿಸುವುದು, ಬದುಕಿನ ಗಂಭೀರ ಸಮಸ್ಯೆಗಳ ಬಗೆಗೆ ಚಿಂತಿಸದೆ ಇರುವುದು. ಊಟಮಾಡಿ, ಹಣಕೊಡುವುದರ ಬದಲು ಕುಚೇಷ್ಟೆಯ ನಗುವನ್ನು ನೀಡುವುದು, ಸಣ್ಣ ಪುಟ್ಟ ಸಾಲಗಳನ್ನು ಸೊಗಸಾದ ನಗೆಹನಿಗಳಿಂದ ತೀರಿಸುವುದು. ಹೀಗೆ ಈ ವಿದೂಷಕನ ಬದುಕು ಸಾಗಿತು.

ಒಬ್ಬ ವರ್ತಕನಿಗೆ ಪೋಂತೇಸ್ ಸ್ವಲ್ಪ ಸಾಲ ಹಿಂತಿರುಗಿಸಬೇಕಾಗಿತ್ತು. ಒಂದು ದಿನ ಆ ವರ್ತಕ ನಗೆ ಉಕ್ಕಿಸುತ್ತಾ ಹೀಗೆಂದ :

"ನೀನಾದರೂ ಪರವಾಗಿಲ್ಲ; ತಮಾಷೆಯಾಗಾದ್ರೂ ಮಾತಾಡ್ತೀಯ – ಆ ಮೇಜರ್ ಹುಳಿಮೋರೆಯ ಹಾಗಲ್ಲ ನೀನು. ಅವನು ಸಾಲಾನೂ ವಾಪಸ್ ಕೊಡೋದಿಲ್ಲ. ಮುಖಾನೂ ಗಂಟು ಹಾಕ್ಕೊಂಡಿರ್ತಾನೆ."

ಈ ನಿಂದಾಸ್ತುತಿ ನಮ್ಮ ವಿದೂಷಕನನ್ನು ಬಹುತೇಕ ಘಾಸಿಗೊಳಿಸಿತು. ಆದರೆ ಅವನ ಸಾಲ ಹದಿನೈದು ಮಿಲ್‌ರಿಯಾಸ್‌ನಷ್ಟಾಗಿತ್ತು. ಆದ್ದರಿಂದ ಈ ಚುಚ್ಚು ಮಾತನ್ನು ನುಂಗಿಕೊಳ್ಳುವುದೇ ವಾಸಿ ಅನ್ನಿಸಿತು. ಆದರೂ ಆ ಮೊನೆಮಾತಿನ ನೆನಪು ಅವನ ಆತ್ಮಗೌರವವೆಂಬ ಪಿನ್‌ಕುಷನ್‌ನಲ್ಲಿ ಭದ್ರವಾಗಿ ಚುಚ್ಚಿದ ಗುಂಡುಸೂಜಿಯಂತೆ ಮನಸ್ಸಿನಲ್ಲಿ ಉಳಿದುಬಿಟ್ಟಿತು. ಕಾಲ ಸರಿದಂತೆ ಈ ಗುಂಡುಸೂಜಿಗಳು ಮತ್ತೆ ಮತ್ತೆ ಅವನನ್ನು ಚುಚ್ಚತೊಡಗಿದವು. ಕೆಲವು ಸುಮ್ಮನೆ ಹಗುರವಾಗಿ ಚುಚ್ಚಿದರೆ, ಇನ್ನು ಕೆಲವು ಆಳವಾಗಿ ಒಳಗಿಳಿಯುತ್ತಿದ್ದವು.

ಅವನು ಕೊನೆಕೊನೆಗಂತೂ ಅದನ್ನು ಇನ್ನು ಸಹಿಸಲಾರದವನಾದ. ತಾನು ನಡೆಸುತ್ತಿದ್ದ ಬದುಕಿನ ಬಗೆಗೆ ಅವನಿಗೇ ಜುಗುಪ್ಸೆ ಬಂತು. ತನ್ನನ್ನು ಎಲ್ಲರೂ ಗಂಭೀರವಾಗಿ ತೆಗೆದುಕೊಳ್ಳಬೇಕು. ತಾನು ಮಾತನಾಡುವುದನ್ನು ಜನ ತಮ್ಮ ಮುಖದ ಸ್ನಾಯುಗಳಿಗೆ

ವ್ಯಾಯಾಮ ಕೊಡದೆ ಕೇಳಬೇಕು. ಸ್ನೇಹಿತರ ನಿಲುವಿಗೆ ಭಂಗ ತರದಹಾಗೆ ತಾನು ಅಂಗ ಚಲನೆ ಮಾಡಬೇಕು. ತಾನು ರಸ್ತೆಯಲ್ಲಿ ಹೋಗುವಾಗ ಹಿಂದೆ ಜನ ಗುಂಪುಕಟ್ಟಿಕೊಂಡು "ಇಗೋ ಬಂದ ಪೋಂತೇಸ್!" ಎಂದು ಕೂಗಬಾರದು. ಗದ್ದಲವೆಬ್ಬಿಸಿ ನಗಬಾರದು. ಹೊಟ್ಟೆ ಹಿಡಿದುಕೊಂಡು ದೊಡ್ಡದಾಗಿ ನಗಬಾರದು. ಹೀಗಾದರೆ ಎಷ್ಟು ಚೆನ್ನಾಗಿರುತ್ತದೆ ಎಂದು ಪೋಂತೇಸ್ ಮನದಲ್ಲೇ ಲೆಕ್ಕಹಾಕತೊಡಗಿದ.

ಈ ಪರಿಸ್ಥಿತಿಗೆ ಪ್ರತಿಕ್ರಿಯೆಯಾಗಿ ಪೋಂತೇಸ್ ಗಂಭೀರವಾಗಿರಲು ಪ್ರಯತ್ನಿಸಿದ.

ಪರಿಣಾಮ ಅನಾಹುತ!

ಪೋಂತೇಸ್ ಈಗ ಗಂಭೀರವಾಗಿ ಇರುತ್ತಿದ್ದುದರಿಂದ ಸಹಜವಾಗಿಯೇ ಆತ ಇಂಗ್ಲಿಷ್ ಹಾಸ್ಯ ವಿಧಾನಕ್ಕೆ ಸರಿದಿದ್ದ. ಮೊದಲು ಅವನನ್ನು ವಿನೋದಮಯ ವಿದೂಷಕ ಅನ್ನುತ್ತಿದ್ದರೆ ಈಗ ಜೋಲುಮೋರೆಯ ನಕಲಿ ಶಾಮನಾಗಿ, ಆತ ಇನ್ನೂ ಹೆಚ್ಚಿನ ತಮಾಷೆಯ ವಸ್ತುವಾದ.

ಅವನ ವಿನೋದ ಪ್ರತಿಭೆಯ ಹೊಸ ಮುಖವೆಂದು ಎಲ್ಲರೂ ಯಾವುದನ್ನು ಗುರುತಿಸಿದರೋ ಅದು ಪ್ರಚಂಡ ಯಶಸ್ಸು ಗಳಿಸಿತು. ಇದನ್ನು ಕಂಡು, ಮೊದಲೇ ಪಶ್ಚಾತ್ತಾಪಪಡುತ್ತಿದ್ದ ನಮ್ಮ ವಿದೂಷಕನ ಆತ್ಮ ಮತ್ತಷ್ಟು ಜೋಲು ಬಿತ್ತು. ಈಗ ಅವನು ಯಾವ ದಾರಿಯಲ್ಲಿ ಹೋಗುತ್ತಿದ್ದನೋ ಮತ್ತು ಯಾವುದನ್ನು ಅವನು ದ್ವೇಷಿಸುತ್ತಿದ್ದನೋ ಅದಕ್ಕಿಂತ ವಿಭಿನ್ನವಾದ ಹೊಸ ದಾರಿಯಲ್ಲಿ ಹೆಜ್ಜೆ ಹಾಕಲು ಅವನಿಗೆ ಎಂದೂ ಸಾಧ್ಯವಾಗಬಾರದೆಂಬುದು ವಿಧಿಲಿಖಿತವೋ ಹಾಗಾದರೆ? ನಗು, ವಿದೂಷಕ ನಗು! ಅದೇ ನಿನ್ನ ಹಣೆಬರಹ.

ಪಕ್ವವಾಗದ ವಯಸ್ಸಿನಲ್ಲಿ ಗೌರವ ಘನತೆಗಳು ಅಷ್ಟೊಂದು ಅಗತ್ಯವಾಗಿ ಕಾಣುವುದಿಲ್ಲ. ಆದರೆ ವಯಸ್ಕನಾದ ಮೇಲೆ ಜೀವನ ಸಾಗಿಸಲು ಕೆಲವು ಗಂಭೀರವಾದ ಅವಶ್ಯತೆಗಳು ಬೇಕಾಗುತ್ತವೆ. ಯಾವುದಾದರೂ ಕಚೇರಿಯಲ್ಲಿ ಒಂದು ಅತಿ ಸಾಧಾರಣ ಹುದ್ದೆಗಾಗಲಿ ಅಥವಾ ಒಬ್ಬ ನಗರಸಭಾ ಸದಸ್ಯನ ಸರಳ ಕೆಲಸಕ್ಕಾಗಲಿ, ಕನಿಷ್ಠ ಪಕ್ಷ ನಗದೆ ಸುಮ್ಮನೆ ಇರುವ ಒಬ್ಬ ಮೂರ್ಖನ ಮುಖದ ಸ್ಥಿರತೆಯಾದರೂ ಬೇಕಾಗುತ್ತದೆ, ಭೋರ್ಗರೆಯುವ ನಗೆಯ ನಗರ ಪಿತೃವನ್ನು ಕಲ್ಪಿಸಿಕೊಳ್ಳಲಾದೀತೆ? ರಾಬಲೇ*ನ ಸೂತ್ರವಾಕ್ಯಕ್ಕೆ ಒಂದು ಅಪವಾದ ಉಂಟು: ನಗರಸಭಾ ಸದಸ್ಯರನ್ನು ಬಿಟ್ಟು ನಗೆಯೆಂಬುದು ಮಾನವ ಜನಾಂಗಕ್ಕೆಲ್ಲ ಸಾಮಾನ್ಯವಾದುದು.

ವರ್ಷಗಳು ಉರುಳಿದ ಹಾಗೆ ಅವನ ಸಾರಾಸಾರ ವಿವೇಕಜ್ಞಾನ ಪಕ್ವವಾಯಿತು. ಆತ್ಮಗೌರವ ಒಂದು ನೆಲೆಗೆ ಬಂತು. ಪರಾವಲಂಬಿಯಾಗಿ ಹೊಟ್ಟೆಹೊರೆಯುವುದು ಅವನಿಗೆ ರುಚಿಸದಾಯಿತು. ಅವನು ನಗೆಯ ನಾಣ್ಯವನ್ನು ಟಂಕಿಸುವುದು ಬರಬರುತ್ತಾ ಕಠಿಣವಾಗತೊಡಗಿತು. ಅವನಿಗೆ ಮೊದಲಿನ ಹಾಗೆ ಲವಲವಿಕೆಯಿಂದ ನಗೆ ಚಟಾಕಿಗಳನ್ನು ಹಾರಿಸುವುದಾಗುತ್ತಿರಲಿಲ್ಲ. ಯಾಕೆಂದರೆ ಮೊದಲಿನಂತೆ ಅವನು ಅದನ್ನು ಆರಾಮವಾಗಿ ಕಾಲಕಳೆಯಲು ಉಪಯೋಗಿಸದೆ, ಈಗ ಹೊಟ್ಟೆಪಾಡಿಗಾಗಿ ಉಪಯೋಗಿಸುತ್ತಿದ್ದ. ದುಡ್ಡು ಕೊಡುವ ಸಾರ್ವಜನಿಕರು ನೋಡಿ ಖುಷಿಪಡುತ್ತಾರೆಂದು, ಬಡತನದ ಬವಣೆಯಿಂದಾಗಿ ಸಂಧಿವಾತದ ನೋವಿದ್ದರೂ ಕಪಿಚೇಷ್ಟೆ ಮಾಡುವ ರೋಗಗ್ರಸ್ತ ಮುದುಕ ಸರ್ಕಸ್ ಬಫೂನ್‌ಗೆ ತನ್ನನ್ನು ಮನದಲ್ಲೇ ಹೋಲಿಸಿಕೊಂಡ ಪೋಂತೇಸ್.

---

* 16ನೇ ಶತಮಾನಕ್ಕೆ ಸೇರಿದ ಸುಪ್ರಸಿದ್ಧ ಫ್ರೆಂಚ್ ಹಾಸ್ಯ ಸಾಹಿತಿ.

ಅವನು ಜನರಿಂದ ದೂರವಾಗತೊಡಗಿದ. ಒಂದು ಪ್ರಾಮಾಣಿಕವಾದ ಕೆಲಸವನ್ನು ದೊರಕಿಸಿಕೊಳ್ಳಲು ತನ್ನಲ್ಲಿ ಅಗತ್ಯವಾಗಿ ಆಗಬೇಕಾದ ಬದಲಾವಣೆಗಳು ಏನೇನೆಂಬುದನ್ನು ಅಧ್ಯಯನ ಮಾಡುತ್ತಾ ಅನೇಕ ತಿಂಗಳು ಕಳೆದ. ಅಂಗಡಿಯಲ್ಲಿ ಮಾರಾಟ ಮಾಡುವವನಾಗಿ ಅಥವಾ ಕಾರ್ಖಾನೆಯೊಂದರಲ್ಲಿ ಕೆಲಸಗಾರನಾಗಿ ಇಲ್ಲವೆ ತೋಟದಲ್ಲಿ ಮೇಲ್ವಿಚಾರಕನಾಗಿ ಕೆಲಸಮಾಡಬಹುದು ಅಥವಾ ಒಂದು ಪಾನಮಂದಿರವನ್ನು ಪ್ರಾರಂಭಿಸಬಹುದು ಎಂದು ಆತ ಯೋಚಿಸಿದ. ಅವನಿಗೆ ಇದುವರೆಗಿನ ತನ್ನ ಜೀವನದ ಐಲುತನಕ್ಕಿಂತ ಬೇರೆ ಯಾವ ಕೆಲಸವಾದರೂ ಉತ್ತಮ ಎನ್ನಿಸಿತು.

ಒಂದು ದಿನ ತನ್ನ ಯೋಜನೆಗಳು ಒಂದು ರೂಪತಾಳಿದ ಮೇಲೆ, ಅವನು ತನ್ನ ಜೀವನ ವಿಧಾನವನ್ನು ಬದಲಾಯಿಸಲು ನಿರ್ಧರಿಸಿದ. ಒಬ್ಬ ವ್ಯಾಪಾರಿ ಮಿತ್ರನ ಬಳಿಗೆ ಹೋದ. ಅವನ ಬಳಿ ತನ್ನ ಜೀವನ ವಿಧಾನವನ್ನು ಬದಲಾಯಿಸಿಕೊಳ್ಳಬೇಕೆಂಬ ತನ್ನ ನಿರ್ಧಾರವನ್ನು ತುಂಬ ಕಾಳಜಿಯಿಂದ ವಿವರಿಸಿ, ಕೊನೆಗೆ ಅವನ ಸಂಸ್ಥೆಯಲ್ಲಿ ಒಬ್ಬ ಜಾಡಮಾಲಿಯ ಕೆಲಸವಾದರೂ ಸರಿ ಒಂದು ಉದ್ಯೋಗವನ್ನು ಕೊಡಬೇಕೆಂದು ಕೇಳಿದ. ಆತ ಮಾತು ಮುಗಿಸಿದನೋ ಇಲ್ಲವೋ, ಅವನ ಪೋರ್ತುಗೀಸ್ ಮಿತ್ರನೂ ಇವರಿಬ್ಬರನ್ನು ನೋಡುತ್ತಾ ನಗೆ ಹನಿಗಾಗಿ ಕಾದು ಕುಳಿತಿದ್ದ ಸುತ್ತುಮುತ್ತಿನವರೂ ತಮಗೆ ಯಾರೋ ಚಕ್ಕಲಗುಲಿ ಇಡುತ್ತಿದ್ದಾರೋ ಎನ್ನುವಂತೆ ಗಟ್ಟಿಯಾಗಿ ನಗತೊಡಗಿದರು.

"ಒಳ್ಳೆಯ ತಮಾಷೆ! ಅವನು ಹಾರಿಸಿರೋ ನಗೆಚಟಾಕಿಗಳಲ್ಲೆಲ್ಲಾ ಅತ್ಯುತ್ತಮ ಇದು! ಹಹ್ಹಹ್ಹಾ...! ಅಂದ್ರೆ ಈಗ... ಹಹ್ಹಹ್ಹಾ! ನಗೆಯಿಂದ ನಾನು ಸಾಯೋ ಹಾಗೆ ಮಾಡ್ತಾ ಇದೀಯಲ್ಲಯ್ಯ..! ತಂಬಾಕಿಗಾಗಿ ಎಷ್ಟು ಹಣಕೊಡಬೇಕು ಅಂತ ನೀನು ಯೋಚಿಸುತ್ತಿದ್ದರೆ ಅದನ್ನು ಮರೆತುಬಿಡು. ನನಗಾಗಲೇ ಅದರ ಬೆಲೆ ಬಂದುಹೋಗಿದೆ. ಈ ಪೋಂತೇಸ್ ಯಾವಾಗ್ಲೂ ಏನಾದ್ರೂ ತಮಾಷೆ ಮಾಡ್ತಾನೇ ಇರ್ತಾನಯ್ಯ."

ಗುಮಾಸ್ತರು, ಗಿರಾಕಿಗಳು, ಗಲ್ಲದ ಬಳಿ ಕೆಲಸವಿಲ್ಲದೆ ನಿಂತವರು – ಕೊನೆಗೆ ರಸ್ತೆಯಲ್ಲಿ ಓಡಾಡುತ್ತಿದ್ದವರು ಕೂಡ – ಅಲ್ಲಿ ನೆರೆದು ನಗೆಹನಿಯನ್ನು ಅನುಭವಿಸಿದರು. ನಿಂತವರು ಡಮರುಗದ ಸದ್ದಿನಂತೆ ಗಹಗಹಿಸಿ ನಗುತ್ತಾ ಸುತ್ತಣ ಗಾಳಿಯನ್ನು ಅಲ್ಲೋಲಕಲ್ಲೋಲ ಮಾಡಿದರು. ನಕ್ಕು ನಕ್ಕು ಅವರ ಹೊಟ್ಟೆ ಹುಣ್ಣಾಯಿತು.

ಪೋಂತೇಸ್‌ಗೆ ದಿಗ್ಭ್ರಮೆಯಾಯಿತು. ಒತ್ತಾಯಪೂರ್ವಕವಾದ ಗಾಂಭೀರ್ಯದಿಂದ, ಅವರು ತಪ್ಪಾಗಿ ತಿಳಿದುಕೊಂಡಿದ್ದಾರೆಂದು ವಿವರಿಸಲು ಆತ ಪ್ರಯತ್ನಿಸಿದ.

"ನಾನು ಗಂಭೀರವಾಗಿ ಮಾತಾಡ್ತಿದ್ದೇನೆ. ನನ್ನನ್ನು ನಗೆಪಾಟಲು ಮಾಡೋದಕ್ಕೆ ನಿಮಗೆ ಹಕ್ಕಿಲ್ಲ. ದೇವರ ಪ್ರೀತ್ಯರ್ಥವಾಗಿಯಾದರೂ ಬಡವನ್ನ ತಮಾಷೆ ಮಾಡಬೇಡಿ. ನಾನು ಬೇಡ್ತಾ ಇರೋದು ಒಂದು ಕೆಲಸಕ್ಕಾಗಿ. ನನಗೆ ನಿಮ್ಮ ನಗೆ ಬೇಕಾಗಿಲ್ಲ."

ವ್ಯಾಪಾರಿ ತನ್ನ ಷರಾಯಿಯ ಸೊಂಟಪಟ್ಟಿಯನ್ನು ಸಡಿಲಮಾಡಿಕೊಂಡ.

"ಗಂಭೀರವಾಗಿ ಮಾತಾಡ್ತಿದಾನಂತಪ್ಪೋ... ಹಹ್ಹಹ್ಹಾ... ಇಲ್ಲಿ ನೋಡು ಪೋಂತೇಸ್, ನೀನು..."

ಅವನು ಮಾತು ಮುಗಿಸುವ ಮೊದಲೇ ಪೋಂತೇಸ್ ಅಲ್ಲಿಂದ ಹೊರಟುಬಂದ. ನಿರಾಶೆ ಮತ್ತು ಕೋಪದಲ್ಲಿ ಅವನ ಆತ್ಮ ಚೂರು ಚೂರಾಗಿತ್ತು. ಇದು ತೀರಾ ಅತಿರೇಕ. ಹಾಗಾದರೆ ಸಮಾಜ ತನ್ನನ್ನು ನಿರಾಕರಿಸುತ್ತಿದೆಯೇ ? ಈ ವಿನೋದದ ಎರಕದಲ್ಲೇ ತಾನು ಯಾವಜ್ಜೀವ ಸೆಟೆದುಕೊಂಡಿರಬೇಕೆ ?

ಅವನು ಬೇರೆ ಸಂಸ್ಥೆಗಳಿಗೆ ಭೇಟಿಕೊಟ್ಟು ತನಗೆ ಸಾಧ್ಯವಾದಷ್ಟು ಮಟ್ಟಿಗೆ ತನ್ನ ಪರಿಸ್ಥಿತಿಯನ್ನು ವಿವರಿಸಿದ. ದೈನ್ಯದಿಂದ ಬೇಡಿಕೊಂಡ. ಆದರೆ ಅವನ ಪ್ರಯತ್ನವು ತಿದ್ದಲಾಗದ ವಿದೂಷಕನ ಸೊಗಸಾದ ಚಮತ್ಕಾರವೆಂದು ಎಲ್ಲರೂ ಸರ್ವಾನುಮತದಿಂದ ತೀರ್ಮಾನವಿತ್ತರು. ಅನೇಕರು ಮಾಮೂಲಿ ಟೀಕೆ ಮಾಡಿದರು: "ಆ ಕಿಡಿಗೇಡಿ ಪೋಂತೇಸ್‌ಗೆ ತನ್ನ ರೀತಿಯನ್ನು ಬದಲಾಯಿಸಿಕೊಳ್ಳೋದಕ್ಕೇ ಇಷ್ಟವಿಲ್ಲ. ತಾನಿನ್ನೂ ಮಗು ಅಂತ ತಿಳಕೊಂಡಿದ್ದಾನೆ."

ವಾಣಿಜ್ಯ ಕ್ಷೇತ್ರದಲ್ಲಿನ ಹುಡುಕಾಟದಲ್ಲಿ ಭಂಗಗೊಂಡು ಅವನು ವ್ಯವಸಾಯದ ಕಡೆ ತಿರುಗಿದ. ಒಂದು ಪಶುಪಾಲನ ಕ್ಷೇತ್ರದ ಒಡೆಯ ತನ್ನ ಮೇಲ್ವಿಚಾರಕನನ್ನು ಕೆಲಸದಿಂದ ತೆಗೆದಿದ್ದ. ಪೋಂತೇಸ್ ಅವನ ಬಳಿಗೆ ಹೋಗಿ ತನ್ನ ಪರಿಸ್ಥಿತಿಯನ್ನು ಅವನಿಗೆ ವಿವರಿಸಿದ.

ಕ್ಷೇತ್ರದ ಒಡೆಯ ಅವನ ಮಾತನ್ನು ಎಚ್ಚರದಿಂದ ಕೇಳಿದ. ಆದರೆ ಮೇಲ್ವಿಚಾರಕನ ಹುದ್ದೆಯನ್ನು ತನಗೆ ಕೊಡು ಎಂದು ಮಾತಿನ ಕೊನೆಯಲ್ಲಿ ಪೋಂತೇಸ್ ಪ್ರಾರ್ಥಿಸಿದಾಗ ಮಾತ್ರ ಆತ ಖುಷಿಯಿಂದ ಗಹಗಹಿಸಿ ನಗಲಾರಂಭಿಸಿದ, "ಪೋಂತೇಸ್ – ಮೇಲ್ವಿಚಾರಕ ! ಹಹ್ಹಹ್ಹಾ...!"

"ಆದರೆ..."

"ನಾನು ಸ್ವಲ್ಪ ನಗ್ತೇನೆ ತಡೆಯಯ್ಯಾ. ನನಗೆ ಈ ಕಗ್ಗಾಡಿನಲ್ಲಿ ಆಗಾಗ ನಗೋದಕ್ಕೂ ಅವಕಾಶ ಸಿಗೋದಿಲ್ಲ. ಹಹ್ಹಹ್ಹಾ. ಒಳ್ಳೇ ಮಾತು ಹೇಳ್ದೆ. ನಗೆ ಚಟಾಕಿ ಹಾರಿಸೋದ್ರಲ್ಲಿ ನಿನ್ನ ಸಮಾನ ಯಾರೂ ಇಲ್ಲ ಅಂತ ನಾನು ಯಾವಾಗ್ಲೂ ಹೇಳ್ತಾ ಇರ್ತೇನೆ."

ಅನಂತರ ಕುತ್ತುಬ್ಬಸಪಡುತ್ತಾ ಮನೆಯೊಳಗೆ ಹೋಗಿ ಆತ ತನ್ನ ಹೆಂಡತಿಗೆ ಹೇಳಿದ :

"ಮಾರಿಕೋತಾ, ಇಲ್ಲಿ ಹೊರಗೆ ಬಂದು ಪೊಂತೇಸ್‌ನ ಹೊಸ ನಗೆ ಚಟಾಕಿ ಕೇಳು, ಬಾ. ಭಾರಿ ತಮಷೆಯಾಗಿದೆ, ಹಹ್ಹಹ್ಹಾ !"

ಆ ದಿನ ನಮ್ಮ ಅಸುಖಿ ವಿದೂಷಕ ಅತ್ತ. ಯಾವುದನ್ನು ಕಟ್ಟಲು ವರ್ಷಗಳ ಕಾಲ ಹಿಡಿದಿತ್ತೋ ಅದನ್ನು ಕಣ್ಣುಮುಚ್ಚಿ ಬಿಡುವಷ್ಟರಲ್ಲಿ ಉರುಳಿಸಲು ಸಾಧ್ಯವಿಲ್ಲ ಎಂದು ಕಡೆಗೂ ಅವನು ಅರ್ಥಮಾಡಿಕೊಂಡ. ಕೂಟಗಳಲ್ಲಿ ಅವನೇ ಜೀವಾಳ, ಯಾರೂ ಮೀರಿಸಲಾಗದ ಪರಿಣತಿ ಅವನದು. ಅಸಮಾನ ವಿದೂಷಕನೆಂದೂ ಅದ್ಭುತನೆಂದೂ ಅವನು ಪ್ರಖ್ಯಾತನಾಗಿದ್ದ. ಉತ್ತಮ ಸುಣ್ಣ ಹಾಗೂ ಗಟ್ಟಿಯಾದ ಸಿಮೆಂಟಿನಿಂದ ಕಟ್ಟಲಾಗಿದ್ದ ಅವನ ಪ್ರಖ್ಯಾತಿಯ ಶಿಖರವನ್ನು ಇದ್ದಕ್ಕಿದ್ದಂತೆಯೇ ಉರುಳಿಸುವುದು ಅಸಾಧ್ಯವಾಗಿತ್ತು.

ಆದರೂ ಅವನು ತನ್ನ ಜೀವನ ವಿಧಾನವನ್ನು ಬದಲಾಯಿಸಲು ಬದ್ಧಕಂಕಣನಾಗಿದ್ದ. ಈಗ ಪೋಂತೇಸ್ ರಾಜಕಾರಣದಲ್ಲೊಂದು ಕೆಲಸ ಸಂಪಾದಿಸಲ ಹೊರಟ. ಸರ್ಕಾರ ಎಂಥವರಿಗಾದರೂ ಕೆಲಸ ಕೊಡುತ್ತದೆ. ಅವನಿಗೆ ಸದ್ಯದ ಪರಿಸ್ಥಿತಿಯಲ್ಲಿ ಬಳಿಸಾರಬಹುದಾಗಿದ್ದ ಕ್ಷೇತ್ರವೆಂದರೆ ಅದೊಂದೇ ಆಗಿತ್ತು. ಅದಕ್ಕೆ ವ್ಯಕ್ತಿ ಸ್ವರೂಪವಿಲ್ಲ. ನಗೆಗೂ ಸರ್ಕಾರಕ್ಕೂ ಸಂಬಂಧವಿಲ್ಲ. ಬೇರೆ ಬೇರೆ ಘಟಕಗಳ ಕೂಟವಾದ ಅದಕ್ಕೆ ಆ ಪ್ರತ್ಯೇಕ ಘಟನೆಗಳ ನಿಕಟ ಪರಿಚಯ ಕೂಡ ಇರುವುದಿಲ್ಲ. ಅಂಥ ಧಣಿ ಮಾತ್ರ ಅವನನ್ನು ಗಂಭೀರವಾಗಿ ತೆಗೆದುಕೊಳ್ಳಬಲ್ಲ. ಇದೇ ಮುಕ್ತಿಯ ಮಾರ್ಗ ಎಂದು ಆತ ಯೋಚಿಸಿದ.

ಅವನು ಅಂಚೆ ಕಚೇರಿಯಲ್ಲಿ ಅಥವಾ ನ್ಯಾಯಾಂಗ ಇಲಾಖೆಯಲ್ಲಿ ಇಲ್ಲವೆ ತೆರಿಗೆ ವಸೂಲಿ ಕಚೇರಿಯಲ್ಲಿ ಸೇವೆ ಸಲ್ಲಿಸುವ ಸಾಧ್ಯತೆಗಳನ್ನು ಪರಿಶೀಲಿಸಿದ. ಎಲ್ಲ ಸಾಧಕ-ಬಾಧಕಗಳನ್ನೂ ಎಚ್ಚರಿಕೆಯಿಂದ ಪರಿಶೀಲಿಸಿ ನೋಡಿದ ಮೇಲೆ, ತನ್ನ ಬತ್ತಳಿಕೆಯನ್ನು ತೆರಪು

ಮಾಡಿಕೊಳ್ಳದೆ, ಕೇಂದ್ರೀಯ ಆದಾಯ ಕಚೇರಿಯನ್ನು ತನ್ನ ಹುದ್ದೆಗಾಗಿ ಆರಿಸಿಕೊಂಡ. ಅದರ ಮುಖ್ಯಸ್ಥ ಮೇಜರ್ ಬೇಂತೇಸ್. ಅವನಿಗೆ ವಯಸ್ಸೂ ಆಗಿತ್ತು, ಹೃದಯ ರೋಗವೂ ಇತ್ತು. ಆದುದರಿಂದ ಅವನು ಆ ಸ್ಥಾನದಲ್ಲಿ ಹೆಚ್ಚು ದಿನ ಇರಲಾರ ಅಂದುಕೊಂಡ. ಅವನ ಹೃದಯದ ಅಪಧಮನಿಯಲ್ಲಿ ಒಂದು ಗಡ್ಡೆ ಇದೆಯೆಂದೂ, ಅದು ಯಾವುದೇ ಕ್ಷಣದಲ್ಲಾದರೂ ಒಡೆದುಕೊಳ್ಳಬಹುದೆಂದೂ ಜನಸಾಮಾನ್ಯರಲ್ಲಿ ಕಿಂವದಂತಿ ಪ್ರಸಾರವಾಗುತ್ತಿತ್ತು.

ಪೋಂತೇಸ್‌ನ ಪ್ರಬಲ ಅಸ್ತ್ರವೆಂದರೆ ರೀವೋದಲ್ಲಿದ್ದ ಅವನ ಶ್ರೀಮಂತ ಬಂಧು. ಸರ್ಕಾರದಲ್ಲಿ ಸ್ವಲ್ಪ ಬದಲಾವಣೆಗಳಾದರೆ ಇವನು ರಾಜಕೀಯ ಪ್ರಭಾವ ಬೀರಬಲ್ಲವನಾಗಿದ್ದ. ಪೋಂತೇಸ್ ಇವನ ಬೆನ್ನುಬಿದ್ದ, ತನ್ನ ಯೋಜನೆಗೆ ಅವನನ್ನು ಒಲಿಸಿಕೊಳ್ಳಲು ಏನೇನೋ ಮಾಡಿದ. ಕೊನೆಗೆ ಆ ಬಂಧು ಅವನಿಗೆ ವಿಧಿವತ್ತಾಗಿ ಒಂದು ಭರವಸೆ ನೀಡಿ ಅವನನ್ನು ಕಳುಹಿಸಿಕೊಟ್ಟ :

“ಯೋಚನೆ ಮಾಡಬೇಡವಯ್ಯ. ಸರ್ಕಾರದಲ್ಲಿ ನಾನು ಅಂದುಕೊಂಡ ಹಾಗೆ ಬದಲಾವಣೆಯಾಗಲಿ, ತಾಳು. ಆ ಸಮಯಕ್ಕೆ ಸರಿಯಾಗಿ ನಿನ್ನ ತೆರಿಗೆ ಅಧಿಕಾರಿಯ ಅಪಧಮನಿ ಒಡೆದುಕೊಂಡರೆ, ಆಮೇಲೆ ನಿನ್ನನ್ನು ಕಂಡು ಯಾರೂ ನಗೋದಿಲ್ಲ. ಸರಿ ಇನ್ನು ಹೊರಡು. ನಿನ್ನ ಆಸಾಮಿ ಸತ್ತ ಕೂಡಲೇ ನನಗೆ ತಿಳಿಸು. ಆದರೆ ಅವನ ಹೆಣ ತಣ್ಣಗಾಗುವವರೆಗೂ ಕಾಯುತ್ತಾ ಕೂಡಬೇಡ.”

ಪೋಂತೇಸ್ ಕೆಲಸ ಸಿಕ್ಕೇಬಿಟ್ಟಿತು ಎಂಬ ನಂಬಿಕೆಯಲ್ಲಿ ಉಲ್ಲಾಸದಿಂದ ಊರಿಗೆ ಹಿಂತಿರುಗಿದ. ರಾಜಕೀಯದ ಮೇಲೆ ಒಂದು ಕಣ್ಣು, ತನಗೆ ವಿಮೋಚನೆಯನ್ನು ಕರುಣಿಸಲಿರುವ ಗಡ್ಡೆಯ ಮೇಲೆ ಒಂದು ಕಣ್ಣು ಇಟ್ಟುಕೊಂಡು ಘಟನೆಗಳನ್ನು ತಾಳ್ಮೆಯಿಂದ ಅವಲೋಕಿಸತೊಡಗಿದ.

ರಾಜಕೀಯ ಬಿಕ್ಕಟ್ಟು ಮೊದಲು ತಲೆದೋರಿತು. ಕೆಲವು ಮಂತ್ರಿಗಳು ಕೆಳಗೆ ಬಿದ್ದರು. ಬೇರೆಯವರು ಅವರ ಸ್ಥಾನ ಆಕ್ರಮಿಸಿಕೊಂಡರು. ಹೀಗೆ ಬಂದವರಲ್ಲಿ ಪೋಂತೇಸ್‌ನ ಬಂಧುವಿಗೆ ಚೆನ್ನಾಗಿ ಪರಿಚಯವಿದ್ದ ಒಬ್ಬ ಮುಖಂಡನೂ ಇದ್ದ. ಸರಿ ಈಗ ಅರ್ಧ ದಾರಿ ಕ್ರಮಿಸಿದ ಹಾಗಾಯಿತು. ಇನ್ನು ಉಳಿದಿದ್ದ ಎರಡನೆಯ ಅರ್ಧ.

ದುರದೃಷ್ಟವಶಾತ್ ಮೇಜರ್‌ನ ಆರೋಗ್ಯ ಏರುಪೇರಿಲ್ಲದೆ ಒಂದೇ ಸಮನಾಗಿತ್ತು. ಥಟ್ಟನೆ ಕುಸಿಯುವ ಸ್ಪಷ್ಟ ಸುಳಿವೇ ಅವನ ಆರೋಗ್ಯ ಸ್ಥಿತಿಯಲ್ಲಿ ಕಾಣುತ್ತಿರಲಿಲ್ಲ. ಅಲೋಪತಿಯ ಮೂಲಕ ರೋಗಿಗಳನ್ನು ಕೊಲ್ಲುವ ವೈದ್ಯರ ಅಭಿಪ್ರಾಯದಲ್ಲಿ, ಸ್ವಲ್ಪ ಆಯಾಸವಾದರೂ ಸಾಕು ಒಡೆದುಕೊಳ್ಳುವಂಥ ಅಪಾಯಕಾರಿ ಗಡ್ಡೆ ಅದಾಗಿತ್ತು. ಹೀಗೆ ಎಚ್ಚರಿಸಿದ್ದರೂ ಆ ಮುದುಕ ತೆರಿಗೆ ಅಧಿಕಾರಿ ಉತ್ತಮ ಲೋಕಕ್ಕೆ ಹೋಗಲು ಆತುರನಾಗೇನಿರಲಿಲ್ಲ. ದೈವ ಈ ಲೋಕದಲ್ಲೇ ಅವನಿಗೆ ಯಥೇಚ್ಛವಾಗಿ ಸೌಲಭ್ಯಗಳನ್ನೂ ನೆಮ್ಮದಿಯನ್ನೂ ಕೊಟ್ಟಿತ್ತು. ಆದುದರಿಂದ ಅವನು ಕಟ್ಟುನಿಟ್ಟಾಗಿ ಕಠಿಣ ಪಥ್ಯವನ್ನು ಮಾಡುವುದರ ಮೂಲಕ ತನ್ನ ಗುಣಪಡಿಸಲಾಗದ ರೋಗಕ್ಕೆ ಕೈಕೊಟ್ಟ. ರಭಸದ ಯಾವುದಾದರೂ ಕೆಲಸ ಮಾಡಿದರೆ ಅವನು ಸತ್ತಾನೆಂದು ಯಾರೂ ಚಿಂತಿಸಬೇಕಾಗಿರಲಿಲ್ಲ – ಯಾಕೆಂದರೆ ಅವನು ಅಂಥ ಪ್ರಯತ್ನವನ್ನೇ ಮಾಡುತ್ತಿರಲಿಲ್ಲ.

ಈಗಾಗಲೇ ಮನಸ್ಸಿನಲ್ಲಿ ಈ ಹುದ್ದೆಯನ್ನು ಅಲಂಕರಿಸಿದ್ದ ಪೋಂತೇಸ್‌ನಿಗೆ ತನ್ನ ಯೋಜನೆ ಹೀಗೆ ಇಕ್ಕಟ್ಟಿನಲ್ಲಿ ಸಿಕ್ಕಿಹಾಕಿಕೊಂಡುದನ್ನು ನೋಡಿ ಸಹಜವಾಗಿಯೇ ತಾಳ್ಮೆ

ತಪ್ಪಿತು. ತನ್ನ ಮಾರ್ಗದಲ್ಲಿ ಬಂದ ಈ ಅಡಚಣೆಯನ್ನು ಅವನು ಹೇಗೆ ನಿವಾರಿಸಬೇಕು? ಚೆರ್ನೊವಿಜ್ ವೈದ್ಯಕೀಯ ಸಂಪುಟಗಳಲ್ಲಿ ಗಡ್ಡೆಗಳಿಗೆ ಸಂಬಂಧಿಸಿದ ಅಧ್ಯಾಯಗಳನ್ನು ಆತ ಅಧ್ಯಯನ ಮಾಡಿದ. ಓದಿ ಓದಿ ಬಾಯಿಪಾಠವೇ ಮಾಡಿಬಿಟ್ಟ. ಆ ವಿಷಯದಲ್ಲಿ ಏನೇನು ಬರೆಯಲಾಗಿದೆಯೋ, ಏನೇನು ಹೇಳಲಾಗಿದೆಯೋ ಅದನ್ನೆಲ್ಲ ಸಂಶೋಧಿಸತೊಡಗಿದ. ಸ್ಥಳೀಯ ವೈದ್ಯನಾಗಿದ್ದ ಡಾ. ಐಯೊಡೋಪ್ ಎಂಬವನಿಗಿಂತಲೂ ಅವನು ಈ ವಿಷಯದಲ್ಲಿ ಹೆಚ್ಚಾಗಿ ತಿಳಿದುಕೊಳ್ಳಲಾರಂಭಿಸಿದ. ಆ ಸ್ಥಳೀಯ ವೈದ್ಯನ ಬಗೆಗೆ ಇಲ್ಲಿ ಒಂದು ಮಾತನ್ನು ರಹಸ್ಯವಾಗಿ ಹೇಳಿಬಿಡಬಹುದು. ಅವನು ತನ್ನ ಇಡೀ ಜೀವಮಾನದಲ್ಲೇ ಏನನ್ನೂ ತಿಳಿದವನಾಗಿರಲಿಲ್ಲ.

ವಿಜ್ಞಾನವೆಂಬ ಪ್ರಲೋಭನಕಾರಿ ಸೇಬನ್ನು ಕಚ್ಚಿದ ಮೇಲೆ ಪೋಂತೇಸ್‌ನ ಮನಸ್ಸಿನಲ್ಲಿ ಕ್ರಮೇಣ ಒಂದು ಯೋಚನೆ ರೂಪಗೊಂಡಿತು. ಗಡ್ಡೆ ಒಡೆದುಕೊಳ್ಳಲು ಸಹಾಯ ಮಾಡುವುದರ ಮೂಲಕ ಮೇಜರ್ ಬೇಂತೇಸ್‌ನ ಸಾವನ್ನು ಅವಧಿಗೆ ಮೊದಲೇ ಸಂಭವಿಸುವಂತೆ ಮಾಡಬಹುದಲ್ಲ! ಯಾವುದೇ ಪ್ರಯಾಸವೂ ಅವನನ್ನು ಮುಗಿಸಿಬಿಡಬಹುದು. ಸರಿ ಹಾಗಾದರೆ, ಸೂಜಾ ಪೋಂತೇಸ್ ಅವನಿಗೆ ಅಂಥ ಪ್ರಯಾಸವನ್ನು ಒದಗಿಸಲಿದ್ದ.

"ಫಕ್ಕನೆ ನಗುವುದು ಅಂಥ ಒಂದು ಆಯಾಸ. ಇದ್ದಕ್ಕಿದ್ದಂತೆಯೇ ಗಹಗಹಿಸಿ ನಗುವುದರಿಂದ ಅವನು ಸಾಯಬಹುದು. ಜನರು ನಗುವಂತೆ ಮಾಡುವುದರಲ್ಲಿ ನಾನು ನಿಷ್ಣಾತ ತಾನೆ..." ಎಂದು ಪೈಶಾಚಿಕ ಬುದ್ಧಿವಂತಿಕೆಯಿಂದ ಅವನು ತನ್ನಷ್ಟಕ್ಕೇ ಯೋಚಿಸಿದ.

ಈ ಪ್ರಲೋಭನೆಯೆಂಬ ಸರ್ಪದೊಡನೆ ಮನದಲ್ಲೇ ಸಂವಾದ ಮಾಡುತ್ತಾ ಪೋಂತೇಸ್ ಅನೇಕ ದಿನಗಳ ಕಾಲ ಏಕಾಂತದಲ್ಲಿ ಕಳೆದ.

"ಇದು ಅಪರಾಧವೇ? ಅಲ್ಲ. ನಗಿಸುವುದು ಯಾವ ಕಾನೂನಿನ ಪ್ರಕಾರ ಅಪರಾಧ? ಒಬ್ಬ ಮನುಷ್ಯ ಅದರಿಂದ ಸತ್ತರೆ ತಪ್ಪು ಅವನ ದುರ್ಬಲ ಅಪಧಮನಿಯದು ಅಷ್ಟೆ.

ಅವನು ಮನಸ್ಸೊಂದು ರಣರಂಗವಾಯಿತು. ಅವನ ಯೋಜನೆಯು ಅದರ ವಿರುದ್ಧ ಅವನ ಅಂತಃಸಾಕ್ಷಿ ಕಳುಹಿಸಿದ ಎಲ್ಲ ಆಕ್ಷೇಪಗಳೊಂದಿಗೂ ದ್ವಂದ್ವ ಯುದ್ಧ ಮಾಡಿತು. ಅವನ ಕಲುಷಿತ ಅಭಿಲಾಷೆಯೇ ನ್ಯಾಯಾಧೀಶನಾಯಿತು. ಸ್ಪರ್ಧಿಗಳಲ್ಲೊಂದರ ಮೇಲಣ ವಿಶೇಷ ಪಕ್ಷಪಾತದಿಂದ ಪ್ರಭಾವಿತವಾಗಿ ಈ ನ್ಯಾಯಾಧೀಶ ಎಷ್ಟು ಬಾರಿ ಸಂದಿಗ್ಧವಾಗಿ ವರ್ತಿಸಿತೋ, ದೇವರೇ ಬಲ್ಲ.

ನಿರೀಕ್ಷೆಯಂತೆ ಸರ್ಪವೇ ಗೆದ್ದಿತು. ಪೋಂತೇಸ್ ಮತ್ತೆ ಸಮಾಜದಲ್ಲಿ ಕಾಣಿಸಿಕೊಳ್ಳತೊಡಗಿದ. ಆತ ಈಗ ಸ್ವಲ್ಪ ತೆಳ್ಳಗಾಗಿದ್ದ. ಅವನ ಕಣ್ಣುಗಳು ಗುಳಿಬಿದ್ದಿದ್ದವು. ಆದರೆ ಆ ಕಣ್ಣುಗಳಲ್ಲಿ ವಿಜಯದ ತೀರ್ಮಾನದ ವಿಚಿತ್ರ ಬೆಳಕೊಂದು ಹೊಳೆಯುತ್ತಿತ್ತು. ಅಲ್ಲದೆ ಸೂಕ್ಷ್ಮವಾಗಿ ಅವನನ್ನು ಗಮನಿಸುವವರಿಗೆ ಅರಿವಾಗುತ್ತಿದ್ದ ಇನ್ನೊಂದು ಅಂಶವೆಂದರೆ ಅವನ ನಡವಳಿಕೆಯಲ್ಲಿನ ಅಸ್ಥಿರತೆ. ಆದರೆ ಅವನ ಸಹವಾಸಿಗಳಲ್ಲಿ ಸೂಕ್ಷ್ಮ ಪರಿಜ್ಞಾನವೆಂಬುದು ಹೇರಳವಾಗಿರಲಿಲ್ಲ. ಅಲ್ಲದೆ ಪೋಂತೇಸ್‌ನ ಮನಃಸ್ಥಿತಿ ಎನ್ನುವುದು ಯಾರಿಗೂ ಅಂಥ ಗಮನಾರ್ಹ ಸಂಗತಿಯಾಗಿರಲಿಲ್ಲ. ಯಾಕೆಂದರೆ ಪೋಂತೇಸ್....

"ಪೋಂತೇಸ್ ವಿಷಯ ಹೇಳೋದಾದರೆ..."

ಈ ಭಾವೀ ಅಧಿಕಾರಿ ತನ್ನ ಕಾರ್ಯಕ್ಕಾಗಿ ಎಚ್ಚರಿಕೆಯಿಂದ ಒಂದು ಯೋಜನೆಯನ್ನು ಎರಕಹೊಯ್ಯತೊಡಗಿದ. ಮೊದಲು ಆ ಮೇಜರ್‌ನೊಡನೆ ಪರಿಚಯ ಬೆಳೆಸಿಕೊಳ್ಳುವುದು

ಅತ್ಯಗತ್ಯ. ಅವನು ನಿವೃತ್ತ ಜೀವನ ನಡೆಸುತ್ತಿದ್ದ. ಕಾಡುಹರಟೆಯಲ್ಲಿ ಭಾಗವಹಿಸುತ್ತಿರಲಿಲ್ಲ. ಇಂಥವನ ಪರಿಚಯ ಮಾಡಿಕೊಂಡ ಮೇಲೆ ಮೆಲ್ಲನೆ ಅವನ ಆತ್ಮೀಯ ವರ್ಗದಲ್ಲಿ ಸೇರಿಕೊಳ್ಳುವುದು. ಅವನ ದೇಹದ ಯಾವ ಭಾಗದಲ್ಲಿ ಅವನ ಮರ್ಮಸ್ಥಾನವಿದೆ ಎಂದು ತಿಳಿದುಕೊಳ್ಳುವವರೆಗೂ ಅವನ ರೀತಿ ನೀತಿಗಳನ್ನೂ ಹವ್ಯಾಸಗಳನ್ನೂ ಅಧ್ಯಯನ ಮಾಡುವುದು.

ಬೇರೆ ಬೇರೆ ನೆಪಗಳಿಗಾಗಿ ಅವನು ಆ ತೆರಿಗೆ ಅಧಿಕಾರಿಯ ಕಚೇರಿಗೆ ಕ್ರಮಬದ್ಧವಾಗಿ ಹೋಗಿ ಬರತೊಡಗಿದ. ಒಂದು ಸಲ ದಸ್ತಾವೇಜುಗಳಿಗೆ ಸ್ಟಾಂಪ್ ಬೇಕೆಂದು, ಇನ್ನೊಂದು ಸಲ ತೆರಿಗೆಗಳಿಗೆ ಸಂಬಂಧಿಸಿದಂತೆ ಮಾಹಿತಿಗಳು ಬೇಕೆಂದು – ಹೀಗೆ. ಮುದುಕನ ಸಿಡುಕನ್ನು ಕುಗ್ಗಿಸುವಂತೆ ಜಾಣತನದಿಂದ ಸಂಭಾಷಿಸಲು ಅನುಕೂಲವಾಗುವಂಥ ಯಾವುದೇ ಅವಕಾಶ ಸಿಕ್ಕಿದರೂ ಸಾಕು ಅಲ್ಲಿಗೆ ಹೋಗಿಬರುತ್ತಿದ್ದ.

ಬೇರೆಯವರ ತೆರಿಗೆಗಳನ್ನು ಕಟ್ಟುವುದು, ಪರವಾನಗಿಗಳನ್ನು ಪಡೆಯುವುದು ಮತ್ತು ಅಂಥದೇ ಇತರ ಕೆಲಸಗಳನ್ನು ಮಾಡಿಕೊಂಡು ಬರುವುದಕ್ಕೂ ಅವನು ಆ ಕಚೇರಿಗೆ ಹೋಗಿಬರುತ್ತಿದ್ದ. ಖಜಾನೆಯೊಡನೆ ವ್ಯವಹಾರವಿದ್ದ ಸ್ನೇಹಿತರಿಗೆ ಈಗ ಪೋಂತೇಸ್ ತುಂಬ ಪ್ರಯೋಜನಕಾರಿಯಾದ ಮನುಷ್ಯನಾದ.

ಅವನು ಅಲ್ಲಿಗೆ ಪದೇಪದೇ ಭೇಟಿಕೊಡುವ ಬಗೆಗೆ ಮೇಜರ್‌ಗೆ ಆಶ್ಚರ್ಯವಾಯಿತು. ಅವನು ಹಾಗೆಯೇ ಹೇಳಿಯೂಬಿಟ್ಟ. ಅದಕ್ಕೆ ಪೋಂತೇಸ್ ಸಮಯೋಚಿತವಾದ ಸೂಕ್ತ ಕಾರಣ ಗಳನ್ನು ನೀಡಿ ನುಣುಚಿಕೊಂಡ. ದುರ್ಬಲ ಹೃದಯದ ಈ ಹೊಸ ಪರಿಚಯಸ್ಥನ ಸ್ವಭಾವದ ಒರಟು ಕೋನಗಳನ್ನು ಕಾಲವೇ ತನ್ನ ಹರಿವಿನಲ್ಲಿ ನಯಗೊಳಿಸೀತು – ಎಂಬ ಆಧಾರದ ಮೇಲಿನ ತನ್ನ ಸುವ್ಯವಸ್ಥಿತ ಯೋಜನೆಯನ್ನು ಅವನು ಮುಂದುವರಿಸಿಕೊಂಡು ಹೋದ.

ಎರಡು ತಿಂಗಳು ಕಳೆಯುವಷ್ಟರಲ್ಲಿ ಬೇಂತೇಸ್ ಈ ಚಟುವಟಿಕೆಯ 'ಚಿಪ್‌ಮಂಕ್'*ಗೆ – ಪೋಂತೇಸ್‌ಗೆ ಅವನಿಟ್ಟ ಅಡ್ಡಹೆಸರು – ಚೆನ್ನಾಗಿ ಹೊಂದಿಕೊಂಡ. ಯಾರಿಗೂ ತೊಂದರೆ ಕೊಡದೆ ಎಲ್ಲರಿಗೂ ಸಹಾಯ ಮಾಡಲು ಕಾತರನಾಗಿರುವಂಥ ಉದಾರ ಹೃದಯದ ಮನುಷ್ಯ ಇವನು ಎಂದು ಭಾವಿಸಿದ. ಅಲ್ಲಿಂದ ಮುಂದಕ್ಕೆ ಒಂದು ಹೆಜ್ಜೆ. ಒಂದು ದಿನ ಕೆಲಸ ರಾಶಿಬಿದ್ದಿದೆಯೆಂದೂ, ಸ್ವಲ್ಪ ಸಹಾಯ ಮಾಡಬೇಕೆಂದೂ ಅವನು ಪೋಂತೇಸ್‌ನನ್ನು ಕೇಳಿದ. ಆಮೇಲೆ ಇನ್ನೊಂದು ಸಲ ಆಯಿತು. ಮತ್ತೊಂದು ಸಲ ಆಯಿತು. ಆ ಬೆಳವಣಿಗೆಯಿಂದ ಕೊನೆಗೆ ಪೋಂತೇಸ್ ಅವನ ಇಲಾಖೆಯಲ್ಲಿ ಒಂದು ರೀತಿಯ ಸಹಾಯಕನಾಗಿಬಿಟ್ಟ. ಕೆಲವು ಕೆಲಸಗಳಲ್ಲಿ ಅವನನ್ನು ಬಿಟ್ಟರೆ ಇಲ್ಲ. ಎಂಥ ಕಾರ್ಯಕ್ಷಮತೆ! ಎಂಥ ಕುಸುರಿ ಕೆಲಸ! ಎಂಥ ಔಚಿತ್ಯ ಜ್ಞಾನ! ಒಂದುಸಲ ತನ್ನ ಗುಮಾಸ್ತನೊಬ್ಬನನ್ನು ಬೈಯುವಾಗ, ಪೋಂತೇಸ್‌ನ ವ್ಯವಹಾರ ಚಾತುರ್ಯವನ್ನು ದೃಷ್ಟಾಂತವಾಗಿ ಎತ್ತಿಹಿಡಿದು, ಗುಮಾಸ್ತನಿಗೆ ಮೇಜರ್, ಛೀಮಾರಿ ಮಾಡಿದ:

"ನೀನೊಬ್ಬ ಮಹಾ ಮೂರ್ಖ! ಪೋಂತೇಸ್‌ನನ್ನು ನೋಡಿ ಕಲಿಯಬಾರದೇನಯ್ಯ? ನೋಡು ಅವನು ಎಲ್ಲದರಲ್ಲೂ ಹ್ಯಾಗೆ ಚುರುಕಾಗಿದಾನೆ, ಕೆಲಸದಲ್ಲಿ ಹ್ಯಾಗೆ ಜಾಣ್ಮೆ ತೋರಿಸುತ್ತಾನೆ."

ಅದೇ ದಿನ ಅವನು ಪೋಂತೇಸ್‌ನನ್ನು ಭೋಜನಕ್ಕೆ ಆಹ್ವಾನಿಸಿದ. ಪೋಂತೇಸ್‌ನ

---

* ಉತ್ತರ ಅಮೆರಿಕದ ಒಂದು ಜಾತಿಯ ಅಳಿಲು.

ಹೃದಯ ಅತ್ಯಾನಂದದಿಂದ ಹಿಗ್ಗಿತು! ಅವನಿಗೆ ಕೋಟೆಯ ಮಹಾದ್ವಾರ ತೆರೆಯಿತು.

ಈ ಭೋಜನ ಮುಂದಿನ ಅನೇಕ ಕ್ರಿಯೆಗಳ ಸರಣಿಗೆ ನಾಂದಿಯಾಯಿತು. ಈಗ ಬೇಂತೇಸ್‌ನ ಅತ್ಯಗತ್ಯ ಸಹಾಯಕನಾಗಿದ್ದ 'ಚಿಪ್‌ಮಂಕ್'ಗೆ ತನ್ನ ತಂತ್ರಗಳನ್ನು ನಡೆಸಲು ಈ ಮೂಲಕ ರಹದಾರಿ ದೊರೆತಂತಾಯಿತು.

ಆದರೂ ಮೇಜರ್ ಬೇಂತೇಸ್ ಅಭೇದ್ಯನಾಗಿ ಕಾಣುತ್ತಿದ್ದ. ಅವನು ಎಂದೂ ಜೋರಾಗಿ ನಗುತ್ತಿರಲಿಲ್ಲ. ತನ್ನ ವಿನೋದವನ್ನು ಕೇವಲ ವಿಡಂಬನೆಯ ಮುಗುಳ್ನಗೆಗಳ ಮೂಲಕ ಮಾತ್ರ ವ್ಯಕ್ತಪಡಿಸುತ್ತಿದ್ದ. ಅವನ ಒಂದು ಹಾಸ್ಯೋಕ್ತಿ ಇತರ ಸಹೋದ್ಯೋಗಿಗಳನ್ನು ಕುರ್ಚಿಯಿಂದೆದ್ದು ಬಾಯಿಗೆ ಕರವಸ್ತ್ರ ತುರುಕಿಕೊಳ್ಳುವಂತೆ ಮಾಡಿದರೆ, ಮೇಜರ್‌ನ ತುಟಿಯಲ್ಲಿ ಒಂದು ಸುಳಿಯನ್ನೂ ಎಬ್ಬಿಸಲು ಅದು ಸಮರ್ಥವಾಗುತ್ತಿರಲಿಲ್ಲ. ಹಾಸ್ಯ ಅಸಾಧಾರಣ ಮೊನಚಿನಿಂದ ಕೂಡಿರದಿದ್ದರೆ, ಅವನು ಅಂಥ ಹಾಸ್ಯಗಾರನನ್ನು ನಿರ್ದಯವಾಗಿ ಹೀಯಾಳಿಸುತ್ತಿದ್ದ.

"ಅದು ಹಳಸಲು ನಗೆಹನಿ ಪೋಂತೇಸ್. ಅದು 1850ನೇ ಇಸವಿಯ ಲೇಮರ್ ಪಂಚಾಂಗದಲ್ಲಿದೆ ನೋಡು. ನನಗೆ ಅಲ್ಲಿ ಓದಿದ್ದು ನೆನಪು."

ಪೋಂತೇಸ್ ಪೆಚ್ಚಾಗಿ ನಗುತ್ತಿದ್ದ. ಈ ಸಲ ಸಿಗದಿದ್ದರೆ ಮುಂದಿನ ಸಲ ಸಿಕ್ಕಿಹಾಕಿಕೊಳ್ಳುತ್ತಿ, ಬಾ ಮಗನೆ, ಎಂದು ಮನಸ್ಸಿನಲ್ಲೇ ಅಂದುಕೊಂಡು ಸಮಾಧಾನ ತಾಳುತ್ತಿದ್ದ.

ಅವನ ಬುದ್ಧಿವಂತಿಕೆಯೆಲ್ಲಾ ಮೇಜರ್‌ನ ದೌರ್ಬಲ್ಯವನ್ನು ಕಂಡುಹಿಡಿಯುವ ಏಕಮೇವ ಗುರಿಯಲ್ಲಿ ಕೇಂದ್ರೀಕೃತವಾಗಿತ್ತು. ಪ್ರತಿಯೊಬ್ಬ ಮನುಷ್ಯನೂ ಯಾವುದೋ ಒಂದು ಬಗೆಯ ಹಾಸ್ಯ ಇಲ್ಲವೇ ವಿಡಂಬನೆಯ ವಿಷಯದಲ್ಲಿ ಖಾಯಿಷ್ ತೋರಿಸುತ್ತಿರುತ್ತಾನೆ. ಕೆಲವರು, ಬೊಜ್ಜು ಬೆಳೆದ ಕ್ರೈಸ್ತ ಸನ್ಯಾಸಿಗಳಿಗೆ ಸಂಬಂಧಿಸಿದ ಹದ್ದುಮೀರಿದ ಕಥೆಗಳನ್ನು ತುಂಬ ಮೆಚ್ಚುತ್ತಾರೆ. ಇನ್ನು ಕೆಲವರು ಜರ್ಮನ್ ಜಾನಪದ ಗೀತೆಗಳಿಗೆ ಸಂಬಂಧಿಸಿದ ಸದಭಿರುಚಿಯ ಹಾಸ್ಯ ಪ್ರಸಂಗಗಳನ್ನು ಮೆಚ್ಚುತ್ತಾರೆ. ಮತ್ತೆ ಕೆಲವರು ಫ್ರೆಂಚ್ ಮಸಾಲೆಯಿಂದ ಕೂಡಿದ ಕಥೆಗಳೆಂದರೆ ಪ್ರಾಣವನ್ನೇ ಕೊಡುವುದಕ್ಕೂ ತಯಾರು. ಪೋರ್ತುಗಲ್‌ನ ಅಥವಾ ಅಜೋರೆಸ್*ನ ಮೂಲನಿವಾಸಿಗಳ ಗಾವಿಲ ಮೌಢ್ಯವನ್ನು ಬಯಲಿಗೆಳೆಯುವ ವಿಡಂಬನೆಗಳನ್ನು ಬ್ರೇಜಿಲ್ ನಾಗರಿಕರು ಮೆಚ್ಚುತ್ತಾರೆ.

ಆದರೆ ಮೇಜರ್? ಇಂಗ್ಲಿಷ್, ಜರ್ಮನ್, ಫ್ರೆಂಚ್ ಅಥವಾ ಬ್ರೇಜಿಲ್ ಶೈಲಿಯಲ್ಲಿ ನಿರೂಪಿಸಿದ ಹಾಸ್ಯಕ್ಕೆ ಅವನು ನಗುತ್ತಿರಲಿಲ್ಲ. ಹಾಗಾದರೆ ಅವನು ಖಾಯಿಷ್ ಯಾವುದು? ಅನೇಕ ಬಗೆಯ ಹಾಸ್ಯ ವಿಧಗಳನ್ನು ಪ್ರಯೋಗಿಸಿ ನೋಡುವುದರ ಮೂಲಕ ಪೋಂತೇಸ್ ಒಂದು ವ್ಯವಸ್ಥಿತವಾದ ಪರಿಶೋಧನೆಯನ್ನೇ ನಡೆಸಿದ. ಆದರೆ ಎಲ್ಲ ನಿಷ್ಫಲವಾದವು. ಕೊನೆಗೆ ಪೋಂತೇಸ್‌ಗೆ ಈ ಜಿಗುಟು ಸ್ವಭಾವದ ಎದುರಾಳಿಯ ವಿಶೇಷ ದೌರ್ಬಲ್ಯವೇನೆಂದು ಜ್ಞಾನೋದಯವಾಯಿತು. ಇಂಗ್ಲಿಷರು ಮತ್ತು ಕ್ರೈಸ್ತ ಸನ್ಯಾಸಿಗಳನ್ನು ಕುರಿತು ಕಥೆಗಳನ್ನು ಹೇಳಿದರೆ ಮೇಜರ್ ಬಾಯಿ ಚಪ್ಪರಿಸುತ್ತಿದ್ದ. ಆದರೆ ಅವೆರಡನ್ನೂ ಒಟ್ಟಿಗೆ ಸೇರಿಸಿ ಹೇಳಬೇಕಾದ್ದು ಅಗತ್ಯವಾಗಿತ್ತು. ಬೇರೆಬೇರೆಯಾದರೆ ಅವು ಗುರಿ ತಪ್ಪುತ್ತಿದ್ದವು. ಇಂಥದು ಈ

---

* ಪೋರ್ತುಗಲ್‌ನಿಂದ ಸುಮಾರು 900 ಮೈಲು ಪಶ್ಚಿಮಕ್ಕೆ ಅಟ್ಲಾಂಟಿಕ್ ಸಾಗರದಲ್ಲಿರುವ ದ್ವೀಪಸ್ತೋಮ. ಆಡಳಿತ ಮಟ್ಟದಲ್ಲಿ ಪೋರ್ತುಗಲ್‌ನ ಭಾಗ.

ಮುದುಕನ ವೈಶಿಷ್ಟ್ಯ. ಚೌಕಳಿ ಸೂಟು ಧರಿಸಿ, ರಟ್ಟಿನ ಹ್ಯಾಟು ಹಾಕಿಕೊಂಡು, ಬಾಯಲ್ಲಿ ಹೊಗೆ ಕೊಳವೆ ಕಚ್ಚಿಕೊಂಡು ಗೋಮಾಂಸ ಭಕ್ಷಕ ಕೆಂಬಣ್ಣದ ಇಂಗ್ಲಿಷರು ಸ್ತ್ರೀಲೋಲ, ಪೈಪ್‌ಭಕ್ತ, ಕೊಬ್ಬಿದ ಕ್ರೈಸ್ತ ಸನ್ಯಾಸಿಯರೊಡನೆ ಒಂದೇ ಕಥೆಯಲ್ಲಿ ಬಂದರೆ, ಆಗ ಮೇಜರ್ ಅಗಿಯುವುದನ್ನೂ ಮರೆತು ಕೊಬ್ಬರಿ ಬರ್ಫಿ ಕಂಡ ಮಗುವಿನಂತೆ ಬಾಯಿಬಿಡುತ್ತಿದ್ದ. ಹಾಸ್ಯದ ಸ್ವಾರಸ್ಯ ಸಿಡಿದಾಗ, ತನ್ನ ಆರೋಗ್ಯಕ್ಕೆ ಏನೂ ಅಪಾಯವಾಗದ ಹಾಗೆ ಸ್ವಚ್ಛವಾಗಿ ಸಂತೋಷದಿಂದ ನಗುತ್ತಿದ್ದ.

ಪೋಂತೇಸ್ ಅಪಾರ ತಾಳ್ಮೆಯಿಂದ ಬೇರಾವ ಬಗೆಯ ಹಾಸ್ಯಕ್ಕೂ ತೊಡಗದೆ ಇದೊಂದೇ ಶೈಲಿಯ ಹಾಸ್ಯದ ಮೇಲೆಯೇ ಪೂರ್ಣಾವಲಂಬಿಯಾದ. ತನ್ನ ವಿಷಯ ಸಂಗ್ರಹವನ್ನು ಅಭಿವೃದ್ಧಿಪಡಿಸಿಕೊಂಡ. ಜಾಣುನುಡಿ ಮತ್ತು ನಂಜುನುಡಿಗಳ ಮಿಶ್ರಣವನ್ನು ಕ್ರಮಪಡಿಸಿದ. ಇಂಥ ಕುಶಲ ಮಿಶ್ರಣದ ಫಲವನ್ನು ಉಪಯೋಗಿಸಿಕೊಂಡು ಮೇಜರ್‌ನ ಅಪಧಮನಿಯ ಮೇಲೆ ವ್ಯವಸ್ಥಿತವಾಗಿ ಆಕ್ರಮಣ ಆರಂಭಿಸಿದ.

ಯಾವುದಾದರೊಂದು ಕಥೆಯ ಮುಕ್ತಾಯವನ್ನು ಮುಂದೆ ಹಾಕಲು, ಬಚ್ಚಿಡಲು ಅಥವಾ ಅದರ ಪರಿಣಾಮವನ್ನು ಹೆಚ್ಚಿಸಲು ಪೋಂತೇಸ್ ಸ್ವಾರಸ್ಯಕರ ವಿವರಗಳನ್ನು ಸೇರಿಸಿದಾಗ ಕಥೆ ಲಂಬಿತವಾಗುತ್ತಿತ್ತು. ಆಗ ಮುದುಕ ಹೆಚ್ಚಿನ ಆಸಕ್ತಿ ತೋರಿಸುತ್ತಿದ್ದ. ಕಥೆಯ ನಡುವೆ ಜಾಣತನದಿಂದ ಅನುಗೊಳಿಸಲಾಗಿದ್ದ ವಿರಾಮಗಳ ಅವಧಿಯಲ್ಲಿ ಆತ ಸ್ಪಷ್ಟೀಕರಣಗಳಿಗಾಗಿ ಪ್ರಶ್ನಿಸುತ್ತಿದ್ದ ಅಥವಾ ಉಳಿದ ಕಥೆ ಹೇಳಲು ಕೇಳುತ್ತಿದ್ದ.

"ಸರಿ ಆಮೇಲೆ ಏನಾಯ್ತು ? ಆ ಗೋಮಾಂಸ ಭಕ್ಷಕನ ಸಮಾಚಾರವೇನು ? ಮಿ॥ ಜಾನ್ ಶಿಳ್ಳೆ ಹಾಕಿದನಾ ?"

ಮಾರಣಾಂತಿಕವಾದ ಗಹಗಹ ನಗು ಬರುವುದು ನಿಧಾನವಾಗುತ್ತಿದ್ದರೂ ನಮ್ಮ ಭಾವೀ ತೆರಿಗೆ ಅಧಿಕಾರಿ ನಿರಾಶನಾಗಲಿಲ್ಲ. ಮತ್ತೆ ಮತ್ತೆ ನೀರು ತರಲು ಕೊಂಡೊಯ್ಯುವ ಮಡಕೆ ಒಡೆಯಲೇ ಬೇಕಲ್ಲ ? ಆ ರೂಪಕ ಕಥೆಯಲ್ಲಿ ಅವನು ನಂಬಿಕೆ ಇಟ್ಟುಕೊಂಡಿದ್ದ. ಅವನ ಉಪಾಯ ನಿಜವಾಗಿಯೂ ತೀರಾ ಕಳಪೆಯಾಗಿರಲಿಲ್ಲ. ಮನಃಶಾಸ್ತ್ರ ಅವನ ಪರವಾಗಿ ಕೆಲಸ ಮಾಡುತ್ತಿತ್ತು. ಲೆಂಟ್* ಕೂಡ.

ಲೆಂಟ್ ಹಬ್ಬದ ಕೊನೆ ಸಮೀಪಿಸುತ್ತಿದ್ದ ಒಂದು ಸಂದರ್ಭದಲ್ಲಿ ಮೇಜರ್, ತನ್ನ ಸಹೋದ್ಯೋಗಿಯೊಬ್ಬ ಉಡುಗೊರೆಯಾಗಿ ನೀಡಿದ್ದ ಮಸಾಲೆ ತುಂಬಿದ ದೊಡ್ಡ ಮೀನೊಂದರ ಸಮ್ಮುಖದಲ್ಲಿ ತನ್ನ ಸ್ನೇಹಿತರನ್ನು ಸೇರಿಸಿದ. ಹಬ್ಬದ ಕ್ರೀಡೆಗಳು ಭೋಜನಕ್ಕೆ ಕೂತವರನ್ನೂ ಅವರ ಆತಿಥೇಯನನ್ನೂ ಉಲ್ಲಸಿತಗೊಳಿಸಿದ್ದವು. ಮೇಜರ್ ಅಂದು ಅಸಾಧಾರಣವಾದ ಅದ್ಭುತವನ್ನೇನೋ ಕಂಡವನ ಹಾಗೆ ತನ್ನ ಬಗೆಗೂ ಲೋಕದ ಬಗೆಗೂ ಸಂಪ್ರೀತನಾಗಿದ್ದ. ಜಠರಾಗ್ನಿಯನ್ನು ಉದ್ದೀಪಿಸುವ ಪಾನೀಯಗಳ ಸ್ಥಾನವನ್ನು ಅಡಿಗೆಮನೆಯಿಂದ ಹೊರಸೂಸುತ್ತಿದ್ದ ಕಂಪು ಆಕ್ರಮಿಸಿತು. ಎಲ್ಲರ ಮುಖಗಳಲ್ಲೂ ಸುಖಭೋಜನದ ನಿರೀಕ್ಷೆ ಅಚ್ಚೊತ್ತಿತ್ತು.

ಮೀನನ್ನು ತಂದಾಗ ಮೇಜರ್‌ನ ಕಣ್ಣುಗಳು ಫಳಕ್ಕನೆ ಹೊಳೆದವು. ಉತ್ತಮ ಜಾತಿಯ ಮೀನನ್ನು ಕಂಡರೆ ಮೇಜರ್‌ಗೆ ಬಲು ಆಸೆ. ಅದರಲ್ಲೂ ಅವನ ನಂಬಿಕೆಯ ಗೇರ್‌ಟ್ರೂಡೆ

---

* ಕ್ರೈಸ್ತ ಧರ್ಮದಲ್ಲಿ ಬೂದಿ ಬುಧವಾರದಿಂದ ಆರಂಭಿಸಿ ಈಸ್ಟರ್‌ವರೆಗೆ 40 ದಿನಗಳ ಕಾಲ ಆಚರಿಸುವ ಉಪವಾಸ ವ್ರತ.

ಅದನ್ನು ಅಟ್ಟರೆ ಇನ್ನೂ ಪ್ರೀತಿ. ಆ ಭೋಜನ ಕೂಟದ ದಿನ ಹದವಾಗಿ ಅಡಿಗೆ ಮಾಡುವುದರಲ್ಲಿ ಗೇರ್‌ಟ್ರೂಡೆ ತನ್ನನ್ನೇ ಮೀರಿಸಿದ್ದಳು. ಅಂದಿನ ಅಡಿಗೆ ಪಾಕ ಕಲೆಯ ಸೀಮೋಲ್ಲಂಘನ ಮಾಡಿ ಕಾವ್ಯದ ಉನ್ನತಿಗೆ ಏರಿತ್ತು ಎನ್ನಬಹುದು. ಎಂಥ ಮೀನು! ವೋತ* ತನ್ನ ಅಸಹಾಯಕತೆಯ ಲೇಖನಿಯನ್ನು ಅಸೂಯೆಯ ಶಾಯಿಯಲ್ಲಿ ಅದ್ದಿ ಅದರ ಮೇಲೆ ತಾನೇ ರುಜು ಹಾಕಿಬಿಡುತ್ತಿದ್ದನೆಂದು ಅತಿಥಿಗಳಲ್ಲಿ ಒಬ್ಬ ಹೇಳಿದ. ಬ್ರೀಯಾ ಸಾವರೈನ್** ಮತ್ತು ಇತರ ರಸನೇಂದ್ರಿಯ ಕಲಾವಿದರ ಕೃತಿಗಳಲ್ಲಿ ಆತ ಈ ಮಾತನ್ನು ಓದಿದ್ದಿರಬೇಕು.

ತೀಕ್ಷ್ಣವಾದ ಆದರೆ ಕಡಮೆ ದರ್ಜೆಯ ದ್ರಾಕ್ಷಾರಸವನ್ನು ಗುಟುಕರಿಸುತ್ತಾ ಎಲ್ಲರೂ ಭಾರೀ ಹುರುಪಿನಿಂದ ಮೀನನ್ನು ಹೊಟ್ಟೆಗೆ ಸೇರಿಸಿದರು. ಜಠರ ಸುಖದ ಆ ಮೌನವನ್ನು ಮುರಿಯಲು ಯಾರೂ ಪ್ರಯತ್ನಿಸಲಿಲ್ಲ.

ಕೊನೇ ಹೊಡೆತ ಕೊಡಲು ಇದೇ ಸೂಕ್ತ ಕಾಲ ಎಂದುಕೊಂಡ ಪೋಂತೇಸ್. ಒಬ್ಬ ಇಂಗ್ಲಿಷರವನು, ಅವನ ಹೆಂಡತಿ ಮತ್ತು ಸಂತ ಫ್ರಾನ್ಸಿಸ್ ಪಂಥಕ್ಕೆ ಸೇರಿದ ಇಬ್ಬರು ಕ್ರೈಸ್ತ ಸನ್ಯಾಸಿಗಳನ್ನು ಕುರಿತ ಒಂದು ಚಿಟ್ಟೆಕಥೆಯನ್ನು ಅವನು ಸಿದ್ಧ ಮಾಡಿಟ್ಟುಕೊಂಡಿದ್ದ. ಈ ಕಥೆಯನ್ನು ತನ್ನ ಮಿದುಳಿನ ಅತ್ಯುತ್ತಮ ಬೂದು ದ್ರವ್ಯದ ನೆರವಿನಿಂದ ವಿಸ್ತರಿಸಿದ್ದ. ನಿದ್ದೆಬಾರದ ದೀರ್ಘ ರಾತ್ರಿಗಳಲ್ಲಿ ಅದನ್ನು ಪುಟಕ್ಕಿಟ್ಟಿದ್ದ. ಬಹಳ ದಿನಗಳಿಂದ ತನ್ನ ಈ ಬೋನನ್ನು ಹೂಡಿಕೊಂಡು, ಗರಿಷ್ಠ ಫಲ ಸಿಗಲು ಪೂರ್ಣ ಸಹಕಾರ ನೀಡುವಂಥ ಸರಿಯಾದ ಸನ್ನಿವೇಶವೊಂದಕ್ಕೆ ಆತ ಸದಾ ಕಾದು ನಿಂತಿದ್ದ.

ನಮ್ಮ ಖಳನಾಯಕನಿಗೆ ಈ ಕಥೆಯೇ ತನ್ನ ಕೊನೆಯ ಆಶಾತಂತು. ಅವನ ಕೊನೆಯ ತೋಟಾ. ಅದು ಹುಸಿಹಾರಿದರೆ ತನ್ನ ತಲೆಗೇ ಎರಡು ಗುಂಡುಗಳನ್ನು ಹೊಡೆದುಕೊಳ್ಳಬೇಕೆಂದು ಅವನು ನಿರ್ಧರಿಸಿದ್ದ. ಈ ಕಥೆಗಿಂತ ಹೆಚ್ಚು ಜಾಣತನದ ಸ್ಫೋಟಕವನ್ನು ಕಲ್ಪಿಸುವುದು ಅಸಾಧ್ಯವೆಂದು ಅವನು ಮನಗಂಡಿದ್ದ. ರೋಗಗ್ರಸ್ತ ಅಪಧಮನಿ ಈ ಆಘಾತವನ್ನು ತಾಳಿಕೊಂಡಿತೆಂದರೆ ಆ ಗಡ್ಡೆ ಇರುವುದೇ ಸುಳ್ಳು. ಅಪಧಮನಿಯೆಂಬುದು ಬರೀ ಕಲ್ಪನೆಯ ಬೊಂತೆ. ಚೆರ್‌ನೊವಿಜ್ ವೈದ್ಯಕೀಯ ವ್ಯಾಖ್ಯಾನ ಒಂದು ಹುಚ್ಚುಕಲ್ಪನೆಯ ಹೊಳೆ. ವೈದ್ಯಶಾಸ್ತ್ರವೇ ವಿಫಲ. ಡಾಕ್ಟರ್ ಐಯೊಡೋಪ್ ಒಂದು ಕತ್ತೆ. ಈ ಭೂಮಿಯ ಮೇಲೆ ಇರುವವರಲ್ಲೆಲ್ಲ ಪೋಂತೇಸ್ ಅತ್ಯಂತ ಪರಿಪೂರ್ಣ ಪೆದ್ದ. ಆದುದರಿಂದ ಬದುಕಿರಲು ಅನರ್ಹ.

ತಾನು ಆರಿಸಿಕೊಂಡ ಯಜ್ಞಪಶುವನ್ನು ಮನಃಶಾಸ್ತ್ರದ ಕಣ್ಣುಗಳಿಂದ ದಿಟ್ಟಿಸುತ್ತಾ ಪೋಂತೇಸ್ ಮನದಲ್ಲೇ ಮಂಡಿಗೆ ತಿನ್ನುತ್ತಿದ್ದ. ಮೇಜರ್‌ನ ಕಣ್ಣುನೋಟ ಅವನ ನೋಟದೊಡನೆ ಸಂಧಿಸಿತು. ಕೇಳುವುದಕ್ಕೆ ಸಿದ್ಧವಾಗಿದ್ದೇನೆ ಎನ್ನುವ ಹಾಗೆ ಅವನು ಎಡಗಣ್ಣು ಮಿಟುಕಿಸಿದ.

'ಸಿಕ್ಕಿತು ಅವಕಾಶ' ಎಂದುಕೊಂಡ ನಮ್ಮ ಡಕಾಯಿತ. ಆಕಸ್ಮಿಕವೋ ಎಂಬಂತೆ ಒಂದು

---

* ಒಬ್ಬ ಪಾಕಶಾಸ್ತ್ರ ಪ್ರವೀಣ.

** (1755–1826) ಫ್ರೆಂಚ್ ನ್ಯಾಯವಾದಿ, ಅರ್ಥಶಾಸ್ತ್ರಜ್ಞ ಹಾಗೂ ಭೋಜನ ಕಲಾವಿದ. 'ರುಚಿಯ ಅಂಗರಚನೆ' ಎಂಬ ಗ್ರಂಥದ ಕರ್ತೃ.

ಗೊಜ್ಜಿನ ಶೀಷೆಯನ್ನು ಅನನ್ಯ ಸಹಜತೆಯಿಂದ ಎತ್ತಿಕೊಂಡು ಅದರ ಮೇಲಿನ ಹೆಸರಿನ ಪಟ್ಟಿಯನ್ನು ಆತ ಓದತೊಡಗಿದ.

"ಪೆರಿನ್ಸ್; ಲಿಯ ಮತ್ತು ಪೆರಿನ್ಸ್. ಇಬ್ಬರು ಫ್ರಾನ್ಸಿಸ್ಕನ್ ಕ್ರೈಸ್ತ ಸನ್ಯಾಸಿಗಳನ್ನು ಮೋಸಗೊಳಿಸಿದ ಲಾರ್ಡ್ ಪೆರಿನ್ಸ್‌ಗೆ ಇವನೇನಾದರೂ ಸಂಬಂಧಿಯಾಗಿರಬಹುದೆ ?"

"ಇಬ್ಬರು ಕ್ರೈಸ್ತ ಸನ್ಯಾಸಿಗಳು ಹಾಗೂ ಒಬ್ಬ ಲಾರ್ಡ್! ಹಾಗಾದ್ರೆ ಈ ಕಥೆ ತುಂಬಾ ಚೆನ್ನಾಗಿರ್ಬೇಕು. ನಮಗೆ ಅದನ್ನು ಹೇಳಯ್ಯಾ ಚಿಪ್‌ಮಂಕ್."

ನಿಧಾನವಾಗಿ ಅಗಿಯುತ್ತಾ ಆ ವಿಧಿನಿಶ್ಚಿತ ಕಥೆಯನ್ನು ಕೇಳುವುದರಲ್ಲಿ ಅಧಿಕಾರಿ ತಲ್ಲೀನನಾದ.

ಘಟನೆಗಳ ಸೂತ್ರ ನೇಯುತ್ತಾ ಗುಟ್ಟು ಒಡೆಯುವ ಕೊನೆಯ ಗಳಿಗೆಯವರೆಗೆ ಆ ಕಥೆ ಕುತೂಹಲದಾಯಕವಾಗಿ ಸಾಗಿತು. ಅದರ ವ್ಯೂಹ ರಚನೆ ಪ್ರತಿಭಾಪೂರ್ಣವಾಗಿದ್ದು, ಅದನ್ನು ಸ್ಪಷ್ಟ ಹಾಗೂ ನಿರ್ದುಷ್ಟ ಶೈಲಿಯಲ್ಲಿ ನಿಪುಣ ಕಲಾವಂತಿಕೆಯಿಂದ ಪೋಂತೇಸ್ ನಿರೂಪಿಸಿದ. ಕಥೆ ಅರ್ಧ ಸಾಗುವಷ್ಟರಲ್ಲಿ ಮುದುಕ ಎಷ್ಟು ತಲ್ಲೀನನಾದನೆಂದರೆ, ಅವನು ಕುತೂಹಲಾವಿಷ್ಟನಾಗಿ ಬಾಯನ್ನು ಅರೆತೆರೆದು, ಮುಳ್ಳು ಚಮಚದಲ್ಲಿ ಚುಚ್ಚಿಕೊಂಡಿದ್ದ ಆಲೀವ್ ಹೋಳನ್ನು ಮಧ್ಯಂತರದಲ್ಲಿ ಹಾಗೇ ಹಿಡಿದುಕೊಂಡುಬಿಟ್ಟ. ನಗೆಯ ಕಟ್ಟೆಯೊಡೆಯಲು ಸಿದ್ಧವಾಗಿತ್ತು. ಅದನ್ನು ಹಿಡಿತದಲ್ಲಿಟ್ಟುಕೊಂಡಿದ್ದರೂ ಆಸ್ಫೋಟಿಸಲು ಅದು ಆತುರವಾಗಿತ್ತು. ಒಡೆದು ಹೊರಬರಲಿರುವ ಗಹಗಹ ನಗೆಯೊಂದು ಅವನ ಮುಖದಲ್ಲಿ ಮಿನುಗುತ್ತಿತ್ತು.

ಪೋಂತೇಸ್ ಸ್ವಲ್ಪ ಹಿಂತೆಗೆದ. ಅಪಧಮನಿ ಒಡೆದುಕೊಳ್ಳುವುದು ಅವನ ಕಣ್ಣಿಗೆ ಕಟ್ಟಿತು. ಒಂದು ಕ್ಷಣ ಅವನ ಮನಃಸಾಕ್ಷಿ ಅವನ ನಾಲಗೆಗೆ ತಡೆಹಾಕಿತು. ಆದರೆ ಪೋಂತೇಸ್ ಮನಃಸಾಕ್ಷಿಯನ್ನು ಪಕ್ಕಕ್ಕೆ ಒದ್ದು, ಸ್ಥಿರವಾದ ಧ್ವನಿಯಲ್ಲಿ ಕಥಾರೂಪದ ತನ್ನ ಕೋವಿಯ ಕೀಲನ್ನು ಎಳೆದ.

ಮೇಜರ್ ಅಂತೋನಿಯೋ ಪೇರೇರಾ ದಾ ಸಿಲ್ವಾ ಬೇಂತೇಸ್ ತನ್ನ ಜೀವಮಾನದ ಮೊದಲ ಗಹಗಹ ನಗೆಯನ್ನು ಹರಿಬಿಟ್ಟ. ಪ್ರತಿಧ್ವನಿ ಬರುವಂಥ ಆ ಭಾರೀ ನಗು ಬೀದಿಯ ಕೊನೆಗೂ ಕೇಳಿಸುವಂತಿತ್ತು. ಕಾರ್ಲೈಲ್*ನ ಟ್ಯೂಫೆಲ್ಸ್‌ಡ್ರೋಕ್**, ಷಾನ್ ಪೋಲ್ ರಿಷರ್‌ನನ್ನು*** ಎದುರಾದಾಗ ಗುಟುರುಹಾಕಿದಂತಿತ್ತು ಅದು. ಅದೇನೋ ಅವನ ಮೊದಲ ನಗು. ಆದರೆ ಅದೇ ಕೊನೆಯದೂ ಆಯಿತು. ಯಾಕೆಂದರೆ ಹಾಗೆ ನಗುತ್ತಿರುವಾಗ, ಸುತ್ತಮುತ್ತಿನವರು ಬೆರಗಿನಿಂದ ನೋಡುತ್ತಿದ್ದಂತೆಯೇ ಅವನ ಮುಖ ತಟ್ಟೆಯ ಮೇಲೆ ಕುಸಿಯಿತು. ಅದೇ ಸಮಯದಲ್ಲಿ ರಕ್ತದ ಕಾರಂಜಿಯೊಂದು ಚಿಮ್ಮಿ ಮೇಜಿನ ಮೇಲೆ ಹಾಕಿದ್ದ ವಸ್ತ್ರವನ್ನು ಕೆಂಪಾಗಿಸಿತು.

ಕೊಲೆಗಾರ ವಿಭ್ರಮೆಯಿಂದ ಮೇಲೆದ್ದ. ಗಲಿಬಿಲಿಯ ಸದುಪಯೋಗಮಾಡಿಕೊಂಡು ಎರಡನೆಯ ಕೈನ್‌ನಂತೆ ಅವನು ಬೀದಿಗೆ ನುಸುಳಿದ. ಮನೆಗೆ ಹೋಗಿ ತನ್ನ ಕೋಣೆಯ ಅಗಣಿ ಹಾಕಿಕೊಂಡು ಅಡಗಿಕೊಂಡ. ರಾತ್ರಿ ಇಡೀ ಅವನ ಹಲ್ಲುಗಳು ಗಿಟಿಗಿಟಿ

* ಕಾರ್ಲೈಲ್: 19ನೇ ಶತಮಾನದ ಪ್ರಸಿದ್ಧ ಇಂಗ್ಲಿಷ್ ಸಾಹಿತಿ, ಇತಿಹಾಸಕಾರ ಹಾಗೂ ತತ್ವಜ್ಞಾನಿ.

** ಟ್ಯೂಫೆಲ್ಸ್‌ಡ್ರೋಕ್ : ಕಾರ್ಲೈಲ್‌ನ 'ಸಾರ್ಟರ್ ರಿಸಾರ್ಟಸ್' ಎಂಬ ಕೃತಿಯಲ್ಲಿನ ಒಂದು ಪಾತ್ರ – ವಿಲಕ್ಷಣ ವರ್ತನೆಯ ಜರ್ಮನ್ ಪ್ರಾಧ್ಯಾಪಕ.

*** ಷಾನ್ ಪೋಲ್ ರಿಷರ್ : (1763–1825) ಜರ್ಮನ್ ಕಾದಂಬರಿಕಾರ. ಇವನ ಒಂದು ಕಾದಂಬರಿಯನ್ನು ಕಾರ್ಲೈಲ್ ಇಂಗ್ಲಿಷ್‌ಗೆ ಅನುವಾದಿಸಿದ್ದ.

ಅನ್ನುತ್ತಿದ್ದವು. ಶೀತಲ ಬೆವರ ಹನಿಗಳು ಅವನ ಮೈಮೇಲೆ ಹರಿದವು. ಚೂರು ಸದ್ದಾದರೂ ಅವನು ಭಯದಿಂದ ನಡುಗುತ್ತಿದ್ದ. ಪೊಲೀಸರು ಇರಬಹುದೆ?

ಅವನ ಆತ್ಮ ಈ ತಳಮಳದಿಂದ ಪಾರಾಗಿ ಸ್ತಿಮಿತಕ್ಕೆ ಬರುವುದಕ್ಕೆ ವಾರಗಳೇ ಹಿಡಿದವು. ಎಲ್ಲರೂ ಅವನ ಅಸ್ವಸ್ಥತೆಗೆ ಸ್ನೇಹಿತನ ಮರಣವೇ ಕಾರಣವಿರಬೇಕೆಂದು ಊಹಿಸಿದರು. ಅಷ್ಟಾದರೂ ಅವನ ಕಣ್ಣುಗಳಿಗೆ ಅದೇ ದೃಶ್ಯ ಕಾಣುತ್ತಿತ್ತು: ತೆರಿಗೆ ಅಧಿಕಾರಿ ತಟ್ಟೆಯ ಮೇಲೆ ಕುಸಿಯುತ್ತಿರುವುದು, ಅವನ ಬಾಯಿಯಿಂದ ಬುಗ್ಗೆಯಂತೆ ರಕ್ತ ಉಕ್ಕುತ್ತಿರುವುದು, ಅದೇ ಸಮಯದಲ್ಲಿ ಅವನ ಕೊನೆಯ ನಗು ಇನ್ನೂ ಅಂತರಿಕ್ಷದಲ್ಲಿ ಪ್ರತಿಧ್ವನಿಗೊಳ್ಳುತ್ತಿರುವುದು.

ಅವನು ಇಂಥ ವಿಷಣ್ಣ ಸ್ಥಿತಿಯಲ್ಲಿದ್ದಾಗ ಅವನ ರೀವೋ ಬಂಧುವಿನಿಂದ ಒಂದು ಪತ್ರ ಬಂತು. ಆ ಪ್ರಭಾವಶಾಲಿ ಮನುಷ್ಯ ಬೇರೆಲ್ಲ ವಿಷಯಗಳನ್ನು ಪ್ರಸ್ತಾಪಿಸಿ, ಕೊನೆಗೆ ಹೀಗೆ ಬರೆದಿದ್ದ :

"ನಮ್ಮ ಒಡಂಬಡಿಕೆಯ ಪ್ರಕಾರ ಸಕಾಲದಲ್ಲಿ ನೀನು ತಿಳಿಸದೆ ಹೋದರೂ, ಪತ್ರಿಕೆಗಳ ಮೂಲಕವಷ್ಟೆ ನನಗೆ ಬೇಂತೇಸ್‌ನ ಮರಣದ ವಿಷಯ ತಿಳಿಯಿತು. ಕೂಡಲೇ ಮಂತ್ರಿಗಳ ಹತ್ತಿರ ಹೋದೆ. ಆದರೆ ಕಾಲ ಮಿಂಚಿಹೋಗಿತ್ತು. ಒಬ್ಬ ಉತ್ತರಾಧಿಕಾರಿಯ ಹೆಸರನ್ನು ಆಗಲೇ ಆರಿಸಲಾಗಿತ್ತು. ನಿನ್ನ ಅಜಾಗರೂಕತೆಯಿಂದಾಗಿ ನಿನ್ನ ಬದುಕಿನಲ್ಲಿ ಒದಗಿದ ಅತ್ಯುತ್ತಮ ಅವಕಾಶವನ್ನು ನೀನು ಕಳೆದುಕೊಂಡೆ. ಈ ಲ್ಯಾಟಿನ್ ವಾಕ್ಯವನ್ನು ನಿನ್ನ ಮಾರ್ಗದರ್ಶನಕ್ಕಾಗಿ ನೆನಪಿನಲ್ಲಿಟ್ಟುಕೊ: 'ತಾರ್ದೆ ವೆನಿಯೆಂತಿಬಸ್ ಒಸ್ಸಾ' – ತಡವಾಗಿ ಬಂದವನಿಗೆ ಸಿಗುವುದು ಮೂಳೆ ಮಾತ್ರ, ಇನ್ನು ಮುಂದೆ ಹೆಚ್ಚು ಎಚ್ಚರದಿಂದಿರು."

ಒಂದು ತಿಂಗಳಾದಮೇಲೆ ಅವನು ಸೆಟೆದುಕೊಂಡು ನಾಲಗೆ ಹೊರಚಾಚಿ ತೊಲೆಯೊಂದರಿಂದ ತೂಗಾಡುತ್ತಿರುವುದು ಕಣ್ಣಿಗೆ ಬಿತ್ತು.

ಅವನು ತನ್ನ ಒಳಚಡ್ಡಿಯನ್ನು ಕತ್ತಿಗೆ ಬಿಗಿದು ನೇಣುಹಾಕಿಕೊಂಡಿದ್ದ.

ನಗರದಲ್ಲಿ ಸುದ್ದಿಹರಡಿದಾಗ, ಈ ವಿವರ ಕೇಳಿ ಎಲ್ಲರೂ ಸೋಜಿಗಪಟ್ಟರು. ಸರ್ವವಸ್ತು ಮಳಿಗೆಯ ಪೋರ್ತುಗೀಸ್ ಒಡೆಯ ತನ್ನ ಗುಮಾಸ್ತರ ಎದುರಿಗೆ ಹೀಗೆ ವ್ಯಾಖ್ಯಾನ ಮಾಡಿದ :

"ಎಂಥ ಕುಚೋದ್ಯದ ಮನುಷ್ಯ ಅವನು ! ಸಾಯುವಾಗಲೂ ಚೆಲ್ಲಾಟ ಆಡಿದ್ದಾನಲ್ಲ. ಒಳಚಡ್ಡಿಯಿಂದ ನೇಣುಹಾಕ್ಕೊಳ್ಳೋದೆ...! ಪೋಂತೇಸ್ ಮಾತ್ರ ಇಂಥ ತಮಾಷೆ ಮಾಡಬಲ್ಲ."

ಅವನ ಸುತ್ತಣ ಗುಂಪು ಸಾಮೂಹಿಕವಾಗಿ ಎಂಟು ಹತ್ತು ಸಲ "ಹಹ್ಹಹ್ಹಾ... !" ಎಂದು ಪ್ರತಿಧ್ವನಿಸಿತು. ಪಾಪ, ಬಡಪಾಯಿ ಪೋಂತೇಸ್‌ಗೆ ಸಮಾಜ ಉದಾರವಾಗಿ ನೀಡಿದ ಏಕಮೇವ ಚರಮವಾಕ್ಯ ಅದು. ○

ವಿಶೇಷ ಕೃತಜ್ಞತೆ

ಈ ಸಂಪುಟದ ಕಥೆಗಳ ಆಯ್ಕೆಗಾಗಿ ಆಕರ ಸಾಮಗ್ರಿ ದೊರಕಿಸುವ ಕಾರ್ಯದಲ್ಲಿ ನೆರವು ನೀಡಿದ

- ವಿವಿಧ ಗ್ರಂಥಭಂಡಾರಗಳು
- ಶ್ರೀ ಶಾ. ಬಾಲು ರಾವ್, ಕೇಂದ್ರ ಸಾಹಿತ್ಯ ಅಕಾದೆಮಿ, ನವದೆಹಲಿ
- ಶ್ರೀ ಅಡ್ಡೂರ್ ಶಿವಶಂಕರರಾವ್, ಗುರುಪುರ
- ಶ್ರೀ ಡಿ. ಆರ್. ನಾಗರಾಜ್, ಬೆಂಗಳೂರು
- ಡಾ. ಕೆ. ಶ್ರೀನಿವಾಸ್ ಮತ್ತು
- ಶ್ರೀ ಯು. ಎಸ್. ಶ್ರೀನಿವಾಸನ್, ಬೆಂಗಳೂರು

ಈ ಸಂಪುಟದಲ್ಲಿ ಬರುವ ಅಂಕಿತನಾಮಗಳ ಸರಿಯಾದ ಉಚ್ಚಾರ ತಿಳಿಯಲು ಸಾಹಯ ಮಾಡಿದ

- ಡಾ. ಪಿ. ದಾಸ್‌ಗುಪ್ತ, ಸೆಂಟರ್ ಆಫ್ ಅಡ್ವಾನ್ಸ್ಡ್ ಸ್ಟಡೀಸ್ ಇನ್ ಲಿಂಗ್ವಿಸ್ಟಿಕ್ಸ್, ಪುಣೆ

ಸಂಪುಟದ ಮೂಲ ಆಂಗ್ಲ ರೂಪದ ಬೆರಳಚ್ಚು ಪ್ರತಿಗಳ ತಯಾರಿಕೆ ಮತ್ತಿತರ ಸಂಪಾದಕೀಯ ನೆರವಿಗಾಗಿ

- ಕುಮಾರಿ ಸೀಮಂತಿನೀ ನಿರಂಜನ

ಇವರೆಲ್ಲರಿಗೆ ನಾವು ವಿಶೇಷವಾಗಿ ಕೃತಜ್ಞರು.

ಸಂಪುಟ - ೨೪

ಕಿವುಡು ವನದೇವತೆ

ಲೇಖಕರ ಪರಿಚಯ

ಕಿವುಡು ವನದೇವತೆ

ರೂಬೇನ್ ದಾರೀಓ (1867–1916)

ಮೂಲ ಹೆಸರು ಫೆಲಿಕ್ಸ್ ರೂಬೇನ್ ಗಾರ್ಸಿಯ ಸರ್ಮಿಂತೋ. ಸಾಹಿತ್ಯದಲ್ಲಿ ನವೋದಯ ಚಳವಳಿಯ ಹರಿಕಾರ. ಕವಿ, ಸಣ್ಣಕಥೆಗಾರ, ಪ್ರವಾಸ ಸಾಹಿತ್ಯ ಬರಹಗಾರ. ಹದಿಮೂರನೆಯ ವಯಸ್ಸಿನಲ್ಲೇ ಪತ್ರಿಕೆಯಲ್ಲಿ ಕವಿತೆಯ ಪ್ರಕಟನೆ. ಬಾಲಕವಿ ಎಂದು ಖ್ಯಾತಿ. ನಿಕಾರಾಗುವದ ರಾಜತಾಂತ್ರಿಕ ಸೇವೆ. ಪತ್ರಿಕೋದ್ಯಮ ಸೇರಿ ಹಲವು ದಿಸೆಗಳಲ್ಲಿ ಚಟುವಟಿಕೆ. ಸ್ವದೇಶದಲ್ಲಿ ಅಭಿಮಾನದ ಮನ್ನಣೆ. ಜೊತೆಗೆ ಅಂತರರಾಷ್ಟ್ರೀಯ ಪ್ರಸಿದ್ಧಿ. ❍

ಮನೆತನದ ಗೌರವ

ಕಾರ್ಲೋಸ್ ವೀಲ್ದ್ ಓಸ್ಪಿನಾ (1891–1956)

ಕವಿ, ಪ್ರಬಂಧಕಾರ, ಕಾದಂಬರಿಕಾರ, ಸಣ್ಣಕಥೆಗಾರ. ಪತ್ರಕರ್ತನಾಗಿ ಪತ್ರಿಕೆಯ ಆರಂಭ. ಸ್ವಲ್ಪಕಾಲ ಪ್ರಾಧ್ಯಾಪಕ. ಸಮಕಾಲೀನ ಲೇಖಕರ ಸಂಘಟನೆಯಲ್ಲಿ ಕ್ರಿಯಾಶೀಲ. ಇತಿಹಾಸದಲ್ಲೂ ಆಸಕ್ತಿ. 'ಸೋಲಾರ್ ಗೋನ್ಸಗಾಜ್', 'ಲಾ ಗ್ರಿಂಗ', 'ದಿ ಟು ಪಿಜನ್ಸ್' ಮೊದಲಾದುವು ಹೆಸರಾಂತ ಕಾದಂಬರಿಗಳು. ಜರ್ಮನ್ ಮತ್ತು ಜೆಕ್ ಭಾಷೆಗಳಿಗೆ ಕೃತಿಗಳು ಅನುವಾದಿತ. ❍

ಔದಾರ್ಯ

ರಿಕಾರ್ದೋ ಫೇರ್ನಾಂದೇಸ್–ಗಾರ್ಸಿಯಾ (1867–1951)

ಸಣ್ಣಕಥೆಗಾರ. ಪ್ಯಾರಿಸ್‌ನಲ್ಲಿ ಪ್ರಾಥಮಿಕ ಶಿಕ್ಷಣ. ತಾಯ್ನಾಡಿಗೆ ಮರಳಿ ಮತ್ತೆ ಮಾತೃಭಾಷೆಯ ಕಲಿಕೆ. 'ಕೋಸ್ತಾ ರೀಕಾದ ಕಥೆಗಳು' ಜನಪ್ರಿಯ ಕೃತಿ. ಪ್ರಾದೇಶಿಕತೆ ಮತ್ತು ಯೂರೋಪ್‌ನ ಪ್ರತಿಮಾತ್ಮಕತೆ ಎರಡೂ ಸೇರಿದ ಅಂದಿನ ಗದ್ಯ ಸಾಹಿತ್ಯಕ್ಕೆ ಗಣನೀಯ ಕೊಡುಗೆ. ❍

ಮಂಗಳವಾರ ಮಧ್ಯಾಹ್ನದ ಲಘು ನಿದ್ರೆ

ಗಾಬ್ರಿಯೇಲ್ ಗಾರ್ಸಿಯಾ ಮಾರ್ಕೋಸ್

1927ರಲ್ಲಿ ಕೊಲಂಬಿಯದಲ್ಲಿ ಜನನ. ವಿಶ್ವಖ್ಯಾತ ಸಣ್ಣಕಥೆಗಾರ. ಕಾದಂಬರಿಕಾರ, ಚಿತ್ರಸಾಹಿತಿ. ವಿಶ್ವವಿದ್ಯಾನಿಲಯದಲ್ಲಿ ಶಿಕ್ಷಣದ ಅನಂತರ ಪತ್ರಕರ್ತನಾಗಿ ವೃತ್ತಿ. ವಿಸ್ತೃತ ಪ್ರವಾಸಾನುಭವ. 'ಒನ್ ಹಂಡ್ರೆಡ್ ಇಯರ್ಸ್ ಆಫ್ ಸಾಲಿಟ್ಯೂಡ್' ಶ್ರೇಷ್ಠ ಕೃತಿಯೆಂದು – ಲ್ಯಾಟಿನ್ ಅಮೆರಿಕದ 'ಡಾನ್ ಕ್ವಿಕ್ಸೋಟ್' ಎಂದು ಪರಿಗಣಿತ. ಪ್ರಸ್ತುತ ಕಥೆ 'ನೋ ಒನ್ ರೈಟ್ಸ್ ಟು ದಿ ಕರ್ನಲ್' ಸಂಗ್ರಹದಲ್ಲಿದೆ. ಸಾಮ್ರಾಜ್ಯಶಾಹಿಯ ವಿರೋಧಿ. 1982ರ ನೊಬೆಲ್ ಸಾಹಿತ್ಯ ಪ್ರಶಸ್ತಿ ವಿಜೇತ. ಕೊಲಂಬಿಯ ಸರ್ಕಾರ ಮತ್ತು ಗೆರಿಲ್ಲಾಗಳ ನಡುವೆ ಸಂಧಾನಕಾರ. 1994ರಲ್ಲಿ ಯುವ ಪತ್ರಕರ್ತರಿಗೆ ಮಾರ್ಗದರ್ಶನ ಮಾಡುವ ಸಂಸ್ಥೆಯ ಸ್ಥಾಪನೆ. 'ಲಿವಿಂಗ್ ಟು ಟೆಲ್ ದಿ ಟೇಲ್' ಆತ್ಮಕಥೆ. ಸಮಕಾಲೀನ ಬರಹಗಾರರ ಮೇಲೆ ಗಮನಾರ್ಹ ಪ್ರಭಾವ ಬೀರಿದ ಚಿಂತಕ. ❍

ಓವೇಹೋನ್

ಲುಯೀಸ್ ಮಾನ್‌ವೇಲ್ ಉರ್ಬಾನೇಹೋ ಆಖೇಲ್‌ಪೋಲ್ (1873–1937)

ವೆನಿಜುವೆಲಾದ ಕಾದಂಬರಿಕಾರ, ಸಣ್ಣ ಕಥೆಗಾರ, ಕ್ರಿಯೋಲರ ಜೀವನದ ಬಗ್ಗೆ ಹಲವು ವರ್ಷಗಳು ಕಥೆಗಳ ಬರವಣಿಗೆ. ಸಾಮಾಜಿಕ ಚಳವಳಿಗಾರ. ಪತ್ರಿಕೆಯೊಂದರ ಸ್ಥಾಪಕ. 'ಓವೆಜಾನ್', 'ಎನ್ ಎಸ್ಟೆ ಪೈಸ್' ಖ್ಯಾತ ಕೃತಿಗಳು. ❍

ಕ್ರಿಯೋಲ್ ಪ್ರಜಾಪ್ರಭುತ್ವ

ರೂಫೀನೋ ಬ್ಲಾಂಕೋ ಫೋಂಬೋನಾ (1874–1944)

ಸಣ್ಣಕಥೆಗಾರ, ಕವಿ, ಪ್ರಬಂಧಕಾರ, ಕಾದಂಬರಿಕಾರ ಮತ್ತು ಸಾಹಿತ್ಯ ಚರಿತ್ರೆಕಾರ. ವೆನಿಜುವೆಲಾದ ಶ್ರೀಮಂತ ಕುಟುಂಬದಲ್ಲಿ ಜನನ. ಕ್ರಾಂತಿಕಾರಿ ಯೋಧ. ಸೆರೆವಾಸ. ಮಾಡ್ರಿಡ್‌ನಲ್ಲಿ ಪತ್ರಿಕೆ ಸ್ಥಾಪನೆ. ಸರ್ಕಾರಿ ನೌಕರ. ವಿಸ್ತೃತ ಪ್ರವಾಸ. ಅಪಾರ ಸಾಹಿತ್ಯ ಸೃಷ್ಟಿ. ಪ್ರಸ್ತುತ ಕಥೆ ಅವನ ಅತ್ಯುತ್ತಮ ಕೃತಿ. ಲ್ಯಾಟಿನ್ ಅಮೆರಿಕದ ಬರಹಗಾರರನ್ನು ಜಗತ್ತಿಗೆ ಪರಿಚಯಿಸಿದಾತ. ❍

ಸಲ್ಲಪಿಸುವ ಎರಡು ಪಾರಿವಾಳಗಳು

ರಿಕಾರ್ದೋ ಪಾಲ್ಮಾ (1833–1919)

ಮೂಲ ಹೆಸರು ಮ್ಯಾನ್ಯುಯೆಲ್ ರಿಕಾರ್ದೋ ಪಾಲ್ಮಾ ಸೋರಿಯಾನೋ. ಸಣ್ಣಕಥೆಗಾರ, ಎಂಟು ಸಂಗ್ರಹಗಳ ಪ್ರಕಟನೆ. ವಿದ್ವಾಂಸ, ಗ್ರಂಥಪಾಲಕ

ಮತ್ತು ರಾಜಕಾರಣಿಯೂ ಹೌದು. ಐತಿಹಾಸಿಕ ದಂತಕಥೆಗಳ ಕೃಷಿ. ಯುದ್ಧದಲ್ಲಿ ನಾಶವಾದ ರಾಷ್ಟ್ರೀಯ ಗ್ರಂಥಾಲಯದ ಪುನರ್‌ನಿರ್ಮಾಣದ ರೂವಾರಿ. ರಾಜಕೀಯ ಪತ್ರಿಕೆಯ ಸಂಪಾದಕ. ಪೆರು ಮತ್ತು ದಕ್ಷಿಣ ಅಮೆರಿಕದ ಸಾಹಿತ್ಯಕ್ಕೆ ಗಮನಾರ್ಹ ಕೊಡುಗೆ. ಪೆರುವಿನಲ್ಲಿ ರಿಕಾರ್ಡೋ ಪಾಲ್ಮಾ ಹೆಸರಿನಲ್ಲಿ ವಿಶ್ವವಿದ್ಯಾನಿಲಯದ ಸ್ಥಾಪನೆಯ ಗೌರವ. ❍

ಪಿಗ್‌ಮಾಲಿಯೋನ್ ವೃತ್ತಾಂತ

ಬೇಂತೊರಾ ಗಾರ್ಸಿಯಾ ಕಾಲ್ಡೇರೋನ್ (1890–1956)

ಪೆರುವಿನ ರಾಜತಾಂತ್ರಿಕ ಮತ್ತು ಸಣ್ಣಕಥೆಗಾರ, ಕವಿ, ವಿಮರ್ಶಕ. ಸಾಹಿತ್ಯ ಚರಿತ್ರೆಕಾರನೂ ಹೌದು. ಕಾವ್ಯಾತ್ಮಕ ಗದ್ಯಶೈಲಿ. ರಾಜತಾಂತ್ರಿಕ ಸೇವೆಯಲ್ಲಿ ಹಲವು ದೇಶಗಳಿಗೆ ಭೇಟಿ. ಅದರಿಂದ ಕಥೆಗಳಿಗೆ ಹೊಸವಸ್ತು. ಹಲವು ನಾಟಕಗಳ ರಚನೆ. ವಿಶ್ವಖ್ಯಾತ ಕಥೆಗಳ ಸಂಕಲನದಲ್ಲಿ 'ದಿ ಲಾಟರಿ ಟಿಕೆಟ್' ಸಣ್ಣಕಥೆ ಸೇರ್ಪಡೆ. ❍

ಬಾವಿ

ಅಗಸ್ಟೊ ಸೆಸ್ಪೆಡೆಸ್

1904ರಲ್ಲಿ ಜನಿಸಿದ ಸಣ್ಣಕಥೆಗಾರ, ಕಾದಂಬರಿಕಾರ. ನ್ಯಾಯಾಂಗದ ಅಧ್ಯಯನ. ಪತ್ರಕರ್ತನಾಗಿ ವೃತ್ತಿ. ಎರಡು ಪತ್ರಿಕೆಗಳ ಸ್ಥಾಪಕ. ಬೊಲಿವಿಯ ಸೇನೆಯಲ್ಲಿ ಉಪದಂಡನಾಯಕ. ಹಾಗೆಯೇ ಬೊಲಿವಿಯದ ಸಾಹಿತ್ಯ ಲೋಕದ ಗಣ್ಯ ಲೇಖಕ. ಸೇನೆಯ ಅನುಭವಗಳು ಸಾಹಿತ್ಯಕ್ಕೆ ಮೂಲ ದ್ರವ್ಯ. 'ಕ್ರಾನಿಕಲ್ಸ್ ಆಫ್ ಎ ಸ್ಟುಪಿಡ್ ವಾರ್ ಹಿರೋಯಿಕ್' ಖ್ಯಾತ ಕೃತಿ. 'ದಿ ಡೆವಿಲ್ಸ್ ಮೆಟಲ್' ಕಾದಂಬರಿಯಲ್ಲಿ ಬೊಲಿವಿಯದ ತಗಡು ಲೋಹ ಉದ್ಯಮದ ಶ್ರೀಮಂತರ ಜನಜೀವನದ ಚಿತ್ರಣ. ❍

ಲುಸೇರೋ

ಓಸ್ಕಾರ್ ಕಾಸ್ಟ್ರೋಸ್ ಜೆಡ್ (1910–1947)

ಚಿಲಿದೇಶದ ಸಣ್ಣಕಥೆಗಾರ. ಕವಿ, ಕಾದಂಬರಿಕಾರ. ಅಧ್ಯಾಪಕ ಹಾಗೂ ಪತ್ರಕರ್ತನಾಗಿಯೂ ಅನುಭವ. ಪ್ರತಿಭಾವಂತ ಬರಹಗಾರನೆಂದು ಜನಮನ್ನಣೆ. ಸವಲತ್ತುಗಳಿಲ್ಲದ ಮನುಷ್ಯರ ಸುಖದುಃಖಗಳ ಬಗ್ಗೆ ಬರೆಯಲು ಆಸಕ್ತಿ. 'ಲ್ಯುಸೇರೋ' ಖ್ಯಾತ ಕಥೆ. ❍

ರಹಸ್ಯಮಯ ಪವಾಡ

ಹೋರ್ಹೇ ಲುಯಿಸ್ ಬೋರ್ಹೇಸ್ (1899–1986)

ಕವಿ, ಸಣ್ಣಕಥೆಗಾರ, ವಿಮರ್ಶಕ. ಯೂರೋಪ್‌ನಲ್ಲಿ ಶಿಕ್ಷಣ. ಹಲವು ನಿಯತಕಾಲಿಕೆಗಳ ಸ್ಥಾಪನೆಗೆ ಸಹಾಯ. ಕೆಲವು ವರ್ಷಗಳ ಕಾಲ ಉಪನ್ಯಾಸಕನಾಗಿ ಕೆಲಸ. ಬ್ಯೂನಸ್ ಏರಿಸ್ ವಿಶ್ವವಿದ್ಯಾನಿಲಯದಲ್ಲಿ ಆಂಗ್ಲೋ–ಸ್ಯಾಕ್ಸನ್ ಸಾಹಿತ್ಯ ಬೋಧನೆ. ರಾಷ್ಟ್ರೀಯ ಗ್ರಂಥಾಲಯದ ನಿರ್ದೇಶಕ. ಹಲವು ಭಾಷೆಗಳಲ್ಲಿ ನಿಷ್ಣಾತ. ಕ್ರಮೇಣ ಕುರುಡುತನ. ಅರ್ಜಂಟೈನಾ ಮಾತ್ರವೇ ಅಲ್ಲದೆ, ಇಡೀ ದಕ್ಷಿಣ ಅಮೆರಿಕದ ಅತ್ಯಂತ ಗಣ್ಯ ಲೇಖಕರಲ್ಲೊಬ್ಬ. ❍

ಮೂರು ಪತ್ರಗಳು – ಒಂದು ಟಿಪ್ಪಣಿ

ಓರಾತಿಯೋ ಕುರೋಗಾ (1878–1937)

ಉರುಗ್ವೆಯ ಸಣ್ಣಕಥೆಗಾರ, ಕಾದಂಬರಿಕಾರ ಮತ್ತು ಪತ್ರಕರ್ತ. ಹಲವು ವರ್ಷಗಳ ಕಾಲ ಹಟದಿಂದ ಕಾಡಿನಲ್ಲಿ ವಾಸ. ಅರಣ್ಯ ಕಥೆಗಳ ಬರಹ. ಕೃಷಿ ಸೇರಿ ವಿವಿಧ ಕ್ಷೇತ್ರಗಳಲ್ಲಿ ಪ್ರಯೋಗ. ಹುಟ್ಟು ಕಥೆಗಾರ. ಮೊಪಾಸಾ, ಎಸ್ಗರ್ ಅಲೆನ್ ಪೋ, ಕಿಪ್ಲಿಂಗ್ ಅವರುಗಳಿಗೆ ಹೋಲಿಕೆ. ಆದರೆ ಅವರ ಅಭಿಮಾನಿ. ಲ್ಯಾಟಿನ್ ಅಮೆರಿಕದ ಸಾಹಿತ್ಯದ ಮೇಲೆ ಪ್ರಭಾವ ಬೀರಿದ ಲೇಖಕ. ಸ್ವಲ್ಪಕಾಲ ಸರ್ಕಾರಿ ಕೆಲಸದಲ್ಲಿ ಸೇವೆ. ❍

ಅನುಚರನ ತಪ್ಪೊಪ್ಪಿಗೆ

ಜೆ. ಎಂ. ಮಕಾದೊ ದ ಅಸಿಸ್ (1839–1908)

ಜೋಕಿಮ್ ಮಾರಿಯಾ ಮಕಾದೊ ದ ಅಸಿಸ್ ಮೂಲ ಹೆಸರು. ಬಡಕುಟುಂಬದಲ್ಲಿ ಜನನ. ಸಣ್ಣ ವಯಸ್ಸಿನಲ್ಲಿ ಸಾಹಿತ್ಯ ಜೀವನ ಆರಂಭ. ವೃತ್ತಪತ್ರಿಕೆಯಲ್ಲಿ ಕೆಲಸ. ಕಾದಂಬರಿ, ಕವಿತೆ, ನಾಟಕ, ಸಣ್ಣಕಥೆಗಳಲ್ಲಿ ಅಪೂರ್ವ ಯಶಸ್ಸು. ಆಧುನಿಕ ಬ್ರೆಜಿಲ್ ಸಾಹಿತ್ಯದ ಅತ್ಯಂತ ಪ್ರಾತಿನಿಧಿಕ ಬರಹ. ಅಂತಿಮ ಕಾಲದವರೆಗೂ ಸತತ ಬರವಣಿಗೆ. ಮುಂದಿನ ತಲೆಮಾರುಗಳ ಬರಹಗಾರರ ಮೇಲೆ ಅಪಾರ ಪ್ರಭಾವ. ವಿಮರ್ಶಕರು ಮತ್ತು ಓದುಗರು ಇಬ್ಬರಿಂದಲೂ ಕೃತಿಗಳಿಗೆ ಮೆಚ್ಚುಗೆ. ಬ್ರೆಜಿಲ್ ಲೇಖಕರ ಸಂಘದ ಸ್ಥಾಪಕ ಅಧ್ಯಕ್ಷ. ❍

ವಿದೂಷಕನ ಪಶ್ಚಾತ್ತಾಪ

ಮೋಂತೇರೋ ಲೋಬಾತೊ (1882–1948)

ಮೂಲ ಹೆಸರು ಜೋಸ್ ಬೆಂತೋ ರೆನಾತೊ ಮೋಂತೇರೋ ಲೋಬಾತೊ. ಬ್ರೆಜಿಲ್‌ನ ಅತ್ಯುತ್ತಮ ಸಣ್ಣಕಥೆಗಾರ. ತರುಣ ಬರಹಗಾರರ ಮೇಲೆ ಭಾರಿ ಪ್ರಭಾವ. ಮಕ್ಕಳ ಸಾಹಿತ್ಯಕ್ಕೆ ಅಮೂಲ್ಯ ಕೊಡುಗೆ. ಪ್ರಾಣಿಗಳ ಮತ್ತು ಗಿಡಗಳ ಜೀನ್‌ಗಳನ್ನು ಬದಲಾಯಿಸುವಂಥ ಕಾಲ್ಪನಿಕ ವಸ್ತುವಿನ ಕಥೆಗಳನ್ನೂ ಬರೆದಿದ್ದ. ಅನುವಾದ ಮತ್ತು ಕಲಾವಿಮರ್ಶೆಯಲ್ಲೂ ಗಮನಾರ್ಹ ಕೆಲಸ. ಪತ್ರಕರ್ತನಾಗಿ ಹಲವಾರು ಪತ್ರಿಕೆಗಳಿಗೆ ಸತತವಾಗಿ ಬರವಣಿಗೆ. ಲೋಬಾತೊ ಕೃತಿಗಳನ್ನು ಆಧರಿಸಿದ ಟೆಲಿವಿಶನ್ ಕಾರ್ಯಕ್ರಮಗಳಿಗೆ ಭಾರಿ ಜನಪ್ರಿಯತೆ. ❍

ಈ ಸಂಪುಟದ ಅನುವಾದಕರು

ಈಶ್ವರಚಂದ್ರ

1946ರಲ್ಲಿ ಚನ್ನಗಿರಿ ತಾಲ್ಲೂಕಿನ ಹೋದಿಗ್ಗೆರೆ ಗ್ರಾಮದಲ್ಲಿ ಜನನ. ಪೂರ್ಣ ಹೆಸರು – ಎಚ್. ಆರ್. ಈಶ್ವರಚಂದ್ರ ವಿದ್ಯಾಸಾಗರ್. ಕನ್ನಡ ಎಂ.ಎ. ಪರೀಕ್ಷೆಯಲ್ಲಿ ಪ್ರಥಮ ರ್‍ಯಾಂಕ್‌ನೊಂದಿಗೆ ಇತರ ಹಲವಾರು ಚಿನ್ನದ ಪದಕಗಳನ್ನು ಗಳಿಸಿದ್ದಾರೆ. ಮೆಕ್ಯಾನಿಕಲ್ ಎಂಜಿನಿಯರ್. ಬೆಂಗಳೂರಿನ ವಿಮಾನ ಕಾರ್ಖಾನೆಯಲ್ಲಿ 40 ವರ್ಷ ಸೇವೆಯಲ್ಲಿದ್ದು ನಿವೃತ್ತರು. ಈವರೆಗೆ ಸುಮಾರು 200 ಕಥೆಗಳನ್ನು ಬರೆದಿದ್ದಾರೆ. 6 ಕಥಾಸಂಕಲನಗಳು, 2 ಕಾದಂಬರಿಗಳು, 12 ಮಕ್ಕಳ ಪುಸ್ತಕಗಳು, 2 ತಾಂತ್ರಿಕ, 5 ಸಂಪಾದಿತ ಕೃತಿಗಳಲ್ಲದೆ 18ಕ್ಕೂ ಹೆಚ್ಚು ಅನುವಾದಿತ ಕೃತಿಗಳು. ಇವರ 'ಮುನಿತಾಯಿ' ಕಥೆಯನ್ನಾಧರಿಸಿ 'ಕಥಾಸಂಗಮ', 'ಒಂದೆ ಸೂರಿನ ಕೆಳಗೆ' ಕಾದಂಬರಿ ಆಧಾರಿತ 'ಮಾಗಿಯ ಕಾಲ' ಚಲನಚಿತ್ರಗಳು ತೆರೆಕಂಡಿವೆ. ಇವರ ಕಥೆಗಳು ಇಂಗ್ಲಿಷ್ ಅಲ್ಲದೆ 7 ಭಾರತೀಯ ಭಾಷೆಗಳಿಗೆ ಅನುವಾದಗೊಂಡಿವೆ. ಕರ್ನಾಟಕ ಅನುವಾದ ಸಾಹಿತ್ಯ ಅಕಾಡೆಮಿಯ ಪುಸ್ತಕ ಬಹುಮಾನ, ಮಾಸ್ತಿ ಕಥಾ ಪುರಸ್ಕಾರ ಸೇರಿದಂತೆ ಹಲವು ಗೌರವಗಳಿಗೆ ಪಾತ್ರರು. ❍

ವಿಶ್ವಕಥಾಕೋಶ

೨೫ ಸಂಪುಟಗಳು – ಪ್ರಧಾನ ಸಂಪಾದಕರು : ನಿರಂಜನ

ಧರಣಿಮಂಡಲ ಮಧ್ಯದೊಳಗೆ : 22 ಕನ್ನಡ ಕಥೆಗಳು
ಆಫ್ರಿಕದ ಹಾಡು : ಆಫ್ರಿಕ ಖಂಡದ ಕಥೆಗಳು – ಅನು : ಸಿ. ಸೀತಾರಾಮ್
ಕಾಡಿನಲ್ಲಿ ಬೆಳದಿಂಗಳು : ವಿಯೆಟ್ನಾಮ್ ಕಥೆಗಳು – ಅನು : ಸಿ.ಪಿ. ರವಿಕುಮಾರ್
ಚೆಲುವು : ಮಂಗೋಲಿಯ, ಚೀನ, ಜಪಾನ್, ಕೊರಿಯ ಕಥೆಗಳು – ಅನು : ಜಿ.ಎಸ್. ಸದಾಶಿವ
ಸುಭಾಷಿಣಿ : ಭಾರತ, ನೆರೆಹೊರೆ ಕಥೆಗಳು – ಅನು : 23 ಅನುವಾದಕರು
ವಿಚಿತ್ರ ಕಕ್ಷಿದಾರ : ಇಂಗ್ಲೆಂಡ್ ಕಥೆಗಳು – ಅನು : ಎನ್.ಎಸ್. ರಾಮಚಂದ್ರಯ್ಯ, ಎಸ್.ಆರ್. ಭಟ್
ಮಂಜುಹೂವಿನ ಮದುವಣಿಗ : ಹಂಗೆರಿ, ರುಮಾನಿಯ ಕಥೆಗಳು –
ಅನು : ಕೆ.ಎಸ್. ನಾರಾಯಣಸ್ವಾಮಿ
ಬೂದುಬಣ್ಣದ ಕಾಂಗರೂ : ಆಸ್ಟ್ರೇಲಿಯ, ನ್ಯೂಜ಼ಿಲೆಂಡ್ ಕಥೆಗಳು –
ಅನು : ಪಾ. ಸಂಜೀವ ಬೋಳಾರ
ಹೆಜ್ಜೆ ಗುರುತು : ರಷ್ಯ, ನೆರೆಹೊರೆ ಕಥೆಗಳು – ಅನು : ಕೆ.ಎಸ್. ನಿಸಾರ್ ಅಹಮದ್
ಅರಬಿ : ಐರ್‌ಲೆಂಡ್, ವೇಲ್ಸ್, ಸ್ಕಾಟ್‌ಲೆಂಡ್ ಕಥೆಗಳು – ಅನು : ಶಾ. ಬಾಲು ರಾವ್
ನೆತ್ತರು ದೆವ್ವ: ಚೆಕೊಸ್ಲೊವಾಕಿಯ, ಪೋಲೆಂಡ್ ಕಥೆಗಳು – ಅನು : ಎಚ್.ಕೆ. ರಾಮಚಂದ್ರಮೂರ್ತಿ
ಬಾವಿಕಟ್ಟೆಯ ಬಳಿ : ಯುಗೊಸ್ಲಾವಿಯ, ಆಲ್ಬೇನಿಯ, ಬಲ್ಗೇರಿಯ ಕಥೆಗಳು –
ಅನು : ಚಿ. ಶ್ರೀನಿವಾಸರಾಜು
ಅದೃಷ್ಟ: ಅಮೆರಿಕ, ಕೆನಡ, ಮೆಕ್ಸಿಕೊ ಕಥೆಗಳು – ಅನು : ವೀಣಾ ಶಾಂತೇಶ್ವರ
ಸಜ್ಜನನ ಸಾವು : ಐಸ್‌ಲೆಂಡ್, ಡೆನ್‌ಮಾರ್ಕ್, ನಾರ್ವೆ, ಸ್ವೀಡನ್, ಫಿನ್‌ಲೆಂಡ್ ಕಥೆಗಳು –
ಅನು : ಕ.ನಂ. ನಾಗರಾಜು
ಡೇಗೆ ಹಕ್ಕಿ : ಇಟಲಿ, ಆಸ್ಟ್ರಿಯ ಕಥೆಗಳು – ಅನು : ಎಸ್. ಅನಂತನಾರಾಯಣ
ಅವಸಾನ : ಗ್ರೀಸ್, ಸೈಪ್ರಸ್, ತುರ್ಕಿ ಕಥೆಗಳು – ಅನು : ಎ. ಈಶ್ವರಯ್ಯ
ತಾತನ ಹುಟ್ಟುಹಬ್ಬ: ಹಾಲೆಂಡ್, ಬೆಲ್ಜಿಯಮ್, ಸ್ವಿಟ್ಜರ್‌ಲೆಂಡ್ ಕಥೆಗಳು –
ಅನು : ಸಿ.ಎಚ್. ಪ್ರಹ್ಲಾದ್‌ರಾವ್
ಬಾಲ ಮೇಧಾವಿ : ಜರ್ಮನಿ ಕಥೆಗಳು – ಅನು : ಎಚ್.ಎಸ್. ರಾಘವೇಂದ್ರರಾವ್
ಇಬ್ಬರು ಗೆಳೆಯರು : ಸ್ಪೇನ್, ಪೋರ್ತುಗಲ್ ಕಥೆಗಳು – ಅನು : ಕೆ.ವಿ. ನಾರಾಯಣ
ಅಬಿಂದಾ - ಸಯೀದ್ : ಇಂಡೊನೇಷ್ಯ, ಫಿಲಿಪ್ಪೀನ್ಸ್, ಮಲಯ, ಸಿಂಗಾಪುರ,
ಥಾಯ್‌ಲೆಂಡ್ ಕಥೆಗಳು – ಅನು : ಎಸ್ಸಾರ್ಕೆ
ನಿಗೂಢ ಸೌಧ : ಫ್ರಾನ್ಸ್ ಕಥೆಗಳು – ಅನು : ಬಸವರಾಜ ನಾಯ್ಕರ
ಬೆಳಗಾಗುವ ಮುನ್ನ : ಕ್ಯೂಬಾ, ಜಮೇಯಿಕ ಕಥೆಗಳು – ಅನು : ಶ್ರೀಕಾಂತ
ಮರಳುಗಾಡಿನ ಮದುವೆ : ಪಶ್ಚಿಮ ಏಷ್ಯ ಕಥೆಗಳು – ಅನು : ವಾಸುದೇವ
ಕಿವುಡು ವನದೇವತೆ : ದಕ್ಷಿಣ ಅಮೆರಿಕ ಕಥೆಗಳು – ಅನು : ಈಶ್ವರಚಂದ್ರ
ಸಾವಿಲ್ಲದವರು : ಪಂಚ ಮಹಾಕಾವ್ಯಗಳಿಂದ ಆಯ್ದ ಕಥೆಗಳು –
ನಿರೂಪಣೆ : ಸಿ.ಕೆ. ನಾಗರಾಜ ರಾವ್